முதல் மனிதன்

ஆல்பெர் காம்யு

பிரெஞ்சு மொழியிலிருந்து தமிழில்
வெ. ஸ்ரீராம்

க்ரியா

Muthal Manithan, a Tamil translation of the French novel ***Le premier homme,*** by Albert Camus

Le premier homme © Editions Gallimard, Paris, 1994
Letter of Louis Germain © Bibliothèque Nationale, 1994
This Tamil translation © Cre-A:

Translated directly from French by V. Sriram

First Edition: November 2013, March 2023

Published by:
Cre-A:
New No. 2 Old No. 25
First Floor, 17th East Street,
Kamarajar Nagar, Thiruvanmiyur,
Chennai - 600 041. Phone: 72999 05950
creapublishers@gmail.com
www.crea.in

Printed at:
Sudarsan Graphics
Chennai - 600 017.

ISBN: 978-93-82394-07-5

Price: Rs. 380

ACKNOWLEDGEMENTS

நன்றி

இந்த மொழிபெயர்ப்புக்கான கையெழுத்துப் பிரதி உருவாகவும், காப்புரிமை அனுமதி பெறவும் உதவிய, இந்தியாவில் உள்ள பிரெஞ்சுத் தூதரகத்திற்கு;

நாவல் மொழிபெயர்ப்புக்கான காப்புரிமை அனுமதி அளித்த காலிமார் பதிப்பகத்தாருக்கு; லூயி ழெர்மென் கடிதத்தை மொழிபெயர்க்கக் காப்புரிமை அனுமதி அளித்த பிரெஞ்சுத் தேசிய நூலகத்திற்கு.

"This work is published via the Publication Assistance Programme Tagore, with the support of Institut Français en Inde / Ambassade de France and the Institut Français de Paris"

ஆங்கிலப் பதிப்பின் முன்னுரை

இந்த ஆங்கில மொழிபெயர்ப்பின் பதிப்பாளர்கள் பிரெஞ்சு மூலத்துக்கு நான் எழுதியிருந்ததைவிட விரிவான ஒரு முன்னுரையை என்னிடம் கேட்டார்கள். நான் எழுத்தாளரோ, கல்வித்துறை நிபுணரோ அல்லது காம்யுவைப் பற்றிய வல்லுநரோ இல்லை என்பதை முன்கூட்டியே சொல்லிவிடுகிறேன். நான் அவருடைய மகள், அவ்வளவுதான்; ஆகவே, இந்தக் குறிப்புகளைப் பொறுமையுடன் படிக்கும்படியும், அதில் பக்குவம் இன்றி எதுவும் இருந்தால் அதை மன்னிக்கும் படியும் கேட்டுக்கொள்கிறேன்.

என் தந்தை காலமான இத்தனை ஆண்டுகளுக்குப் பிறகு இந்தக் கையெழுத்துப் பிரதியை ஏன் வெளியிட வேண்டும்? அதைப் புரிந்துகொள்ள, என் தந்தை இறந்த ஆண்டான 1960இல் நிலவிய சூழலையும், என்னுடைய தாய் ஃபிரான்ஸினும், தந்தையின் நண்பர்களும் இந்தக் கையெழுத்துப் பிரதியை வெளியிட வேண்டாம் என்று தீர்மானித்ததையும் நினைவுப்படுத்திப் பார்த்தால்தான், இப்படிக் காலம் தாழ்த்தியதைப் புரிந்துகொள்ள முடியும். மக்களிடையே அந்தக் காலத்தில் இருந்த சில கருத்துகளை—அவற்றுக்கும் இந்த வெளியீட்டுக்கும் தொடர்பு இருக்கிறது என்ற காரணத்தால்—மிகவும் எளிமைப்படுத்தப்பட்டதாகவே தோன்றும் சிறு விவரணையைக் கொடுப்பதன் வாயிலாக, அன்று நிலவிய சூழலைச் சுட்டிக்காட்ட விரும்புகிறேன்.

பிரெஞ்சு அறிவுஜீவிகள் இரண்டு விவகாரங்களில் தங்களை மும்முரமாக ஈடுபடுத்திக்கொண்டிருந்தனர். சோவியத் யூனியனும், அல்ஜீரியப் போரும். முதல் விவகாரத்தில், கம்யூனிச ஆட்சியைக் குறித்த எவ்வித விமர்சனமும் அந்த ஆட்சியின் நம்பகத்தன்மையைக் கெடுத்து, இன்னும் சிறப்பான உலகை நோக்கிப் போகும் மனிதகுலத்தின் முன்னேற்றத்தைத் தாமதமாக்கும் என்று கருதிய இடது சாரியினர் அது போன்ற விமர்சனங்களைத் தடைசெய்தனர்.

இரண்டாவது விவகாரத்தில் அதே அறிவுஜீவிகள் அராபிய ஆதிக்கத்தின் கீழ் அல்ஜீரியாவைக் கொண்டுவரும் சுதந்திரத்தை விரும்பி, அந்த நாட்டின் தேசிய விடுதலை முன்னணியை (F.L.N) ஆதரித்தனர்.

தன்னைப் பொறுத்தவரை காம்யு, குலாக் வதைமுகாம், ஸ்டாலினுடைய குற்ற விசாரணைகள், சோவியத் யூனியனின் சர்வாதிகார ஆட்சி ஆகியவற்றைக் கண்டித்தார். சித்தாந்தம் மனிதகுலத்துக்கு உதவ வேண்டுமே ஒழிய, அதற்கு நேர் மாறாக இருக்கக் கூடாது என்றும், விளைவுகளுக்கு முக்கியத்துவம் அளித்து, எம் மாதிரியான வழிகளையும் நியாயப்படுத்தக் கூடாது என்றும் நம்பினார். சர்வாதிகார ஆட்சிகள் கையாண்ட வழிகளால் இன்னும் மேம்பட்ட உலகைக் காணும் நம்பிக்கை அழிந்துவிட்டது என்று சொல்லும் அளவுக்குக்கூட அவர் போய்விட்டார். அல்ஜீரியாவைப் பொறுத்தவரை, அராபியர்களும் ஐரோப்பியர்களும் சம உரிமையுடன் பங்கேற்கும் கூட்டாட்சியைப் பரிந்துரைத்தார். இந்தப் புத்தகத்தைப் படிப்பவர்கள் அவருடைய நிலைப்பாட்டை இன்னும் நன்றாகப் புரிந்து கொள்வார்கள்.

ஆகவே, சர்வாதிகாரத்தைக் கண்டித்து, இரண்டு சமூகங்களும் சம உரிமைகளைப் பெறக்கூடிய பன்முகப் பண்பாட்டு அல்ஜீரியாவுக்காக வாதாடியதால், வலதுசாரி, இடதுசாரி இரண்டு தரப்பினருடைய விரோதத்தையும் சம்பாதித்துக் கொண்டார். அவர் இறந்த சமயத்தில், பெருமளவு தனிமைப்படுத்தப்பட்டு, அவருடைய கருத்துகள் எவ்விதத் தாக்கத்தையும் ஏற்படுத்தாத வண்ணம் அந்தத் தனிமனிதனையும், கலைஞனையும் அழித்துவிடும் நோக்கத்தில் பல திசைகளிலிருந்தும் வந்த தாக்குதல்களுக்கு அவர் ஆளானார்.

இந்தப் பின்னணியில், முடிவுபெறாத அவருடைய கையெழுத்துப் பிரதியை—கையால் எழுதப்பட்ட 144 பக்கங்கள், பல இடங்களில் நிறுத்தற்குறிகள் இல்லாமல், மீண்டும் சரிபார்க்கப் படாத பிரதியை—வெளியிடுவது என்பது காம்யு என்ற எழுத்தாளரின் கதை முடிந்தவிட்டது என்று சொல்லிக்கொண்டிருந்தவர்களுக்குத் தோட்டாக்களை அளிப்பதாக இருந்திருக்கும். அவருடைய நண்பர்களும் என்னுடைய தாயும் இந்த ஆபத்தான நிலைக்கு இடமளிக்க விரும்பவில்லை. என் சகோதரனுக்கும் எனக்கும் பதினாலு வயதே ஆகியிருந்ததால், எங்களால் இந்த முடிவுபற்றி எதுவும் சொல்ல முடியவில்லை.

ஆண்டுகள் கடந்து சென்றன, என்னுடைய தாய் 1979இல் இறந்தார், அவருடைய பொறுப்புகளை நான் ஏற்றுக்கொண்டேன். 1980க்கும் 1985க்கும் இடைப்பட்ட காலத்தில், காம்யுவின் கருத்துகளில் அப்படியொன்றும் தவறு இருக்கவில்லை என்று ஒலிக்க ஆரம்பித்த குரல்களைக் கேட்க முடிந்தது. சிறிது சிறிதாகப் பழைய சர்ச்சைகள் ஓய்ந்துவிட்டன. நானோ, இலக்கியப் படைப்பு ஒன்றை எப்படிக் கையாள்வது என்று முதலில் கற்றுக்கொள்ள வேண்டியிருந்தது. காம்யுவின் நாட்குறிப்பின் மூன்றாம் தொகுதியை வெளியிட ஏற்பாடு செய்தேன். பின்னர், 1990இன் தொடக்கத்தில் நானும் என் சகோதரனும் ‘முதல் மனிதன்’ நாவலை எதிர்கொள்ளத் தயாரானோம். கருத்தில் கொள்ள வேண்டிய இரண்டு காரணங்கள் இதைச் செய்ய எங்களைத் தூண்டின. முதலாவதாக, நாங்களே அழித்துவிட்டாலே ஒழிய, இவ்வளவு முக்கியத்துவம் வாய்ந்த இந்தக் கையெழுத்துப் பிரதி என்றாவது ஒருநாள் வெளியிடப்படாமல் இருக்காது. அப்படி அழிப்பதற்கு எங்களுக்கு உரிமை இல்லாததால், அது எப்படி இருந்ததோ அதே வடிவில் அதைப் பிரசுரிப்பதே மேல் என்று கருதினோம். இரண்டாவதாக, காம்யுவின் ஆர்வலர்களுக்கு இந்தச் சுயசரிதை விவரணை மிகச் சிறப்பான மதிப்பு உடையதாக இருக்கும் என்று எங்களுக்குத் தோன்றியது.

இறுதியாக, இதே வடிவில் இந்தப் பிரதியை என் தந்தை ஒருபோதும் வெளியிட்டிருந்திருக்க மாட்டார் என்பது கண்கூடு—அவர் அதை முடித்திருக்கவில்லை என்பதால் மட்டுமல்ல, அவர் எப்போதுமே தன்னை வெளிக்காட்டிக் கொள்ளாதவராக இருந்ததாலும், நாவலின் இறுதி வடிவத்தில் நிச்சயமாகத் தன்னுடைய உணர்வுகளைப் பெருமளவு மறைத்துவிட்டிருந்திருப்பார் என்பதாலும். ஆனால், எனக்குத் தோன்றுவது என்னவென்றால்—இதை நான் தயக்கத்துடன்தான் சொல்கிறேன், ஏனென்றால், என் கருத்து புறவயப் பார்வை சார்ந்து

இருக்கும் என்று சொல்ல முடியாது—இந்த எழுத்தின் இயல்பான ஒளிவுமறை வின்மையினாலேயே என் தந்தையின் குரலை மிகத் துல்லியமாகக் கேட்க முடியும் என்று எனக்குத் தோன்றுகிறது. அதனாலேயே, வாசகர்கள் சகோதரத்துவப் பார்வையுடன் இதை நோக்கி வருவார்கள் என்று நம்புகிறேன்.

காதரின் காம்யு
மார்ச், 1995

பிரெஞ்சுப் பதிப்பின் முன்னுரை

இந்தப் பதிப்பின் பனுவல் கையெழுத்துப் பிரதியிலிருந்தும், ஃப்ரான்ஸின் காம்யுவின் முதல் தட்டெழுத்துப் பிரதியிலிருந்தும் அமைக்கப்பட்டிருக்கிறது. சரியாகப் புரிந்துகொள்வதற்கு உதவியாக நிறுத்தற்குறிகள் பயன்படுத்தப்பட்டிருக்கின்றன. தெளிவாக இல்லாத சொற்கள் அடைப்புக்குறிக்குள் இருக்கின்றன. கையெழுத்துப் புரியாத சொற்கள் அல்லது வாக்கியத்தின் பகுதி, அடைப்புக்குறிக்குள் சிறிது வெற்றிடத்துடன் கொடுக்கப்பட்டிருக்கின்றன. கையெழுத்துப் பிரதிப் பக்கங்களின் மேல்பகுதியில் ஆசிரியரால் எழுதப்பட்டிருக்கும் மாற்றுப் பனுவல், அடிக்குறிப்புகளாக நட்சத்திரக் குறியிட்டுக் காட்டப்பட்டிருக்கின்றன; விளிம்பில் இருந்த அவருடைய இடைச்செருகல்கள் எழுத்துகள் மூலமும், பதிப்பாசிரியர் அல்லது மொழிபெயர்ப்பாளரின் குறிப்புகள் எண்கள் மூலமும் அடிக்குறிப்புகளாகக் காட்டப்பட்டிருக்கின்றன.

பின்னிணைப்பில், I முதல் V வரை எண்கள் கொடுக்கப்பட்ட இடைத் தாள்கள் இருக்கின்றன. இவற்றில் சில, கையெழுத்துப் பிரதியில் இடையே செருகப்பட்டிருந்தன; (தாள் I, 4ஆம் அத்தியாயத்துக்கு முன்பாகவும், தாள் II, 6 A அத்தியாயத்துக்கு முன்பாகவும்) மற்றவை (III, IV, V) பிரதியின் இறுதியிலும் இருந்தன.

மேலும், பின்னிணைப்பில், சிறிய சுருள்கம்பியில் கட்டப்பட்ட நோட்டுப் புத்தகத்தில் கட்டமிடப்பட்ட தாள்களில் ஆசிரியர் எழுதிவைத்த குறிப்புகளும் இருக்கின்றன: முதல் மனிதன் (குறிப்புகளும், வரைவுகளும்.) புத்தகத்தில் இன்னும் இடம்பெறவிருந்த பகுதியைப் பற்றி ஆசிரியரின் திட்டங்களை வாசகர்களுக்கு இவை கோடிகாட்டும். பிரெஞ்சுக்காரர்கள் வந்து குடியேறியதிலிருந்து இரண்டாம் உலகப் போர்வரை (போரையும் உள்ளடக்கி) இருந்த அல்ஜீரியா, காதல் ஜோடி ஒன்றின் வாழ்க்கை வாயிலாக பிரான்ஸில் ஜெர்மானிய ஆதிக்கத்துக்கு எதிரான இயக்கத்தின் வரலாறு ஆகியவை அடங்கிய, இன்னும் பல நூறு பக்கங்கள்வரை நீண்டு இருக்கப்போகும் நாவலின் தொடக்கப் பகுதியைத்தான் அவர் எழுதியிருந்தார் என்பது நிச்சயம் என்று தோன்றுகிறது.

'முதல் மனிதன்' புத்தகத்தை நீங்கள் ஒருமுறை படித்த பிறகு, நோபல் பரிசு பெற்றவுடன் தன்னுடைய பள்ளி ஆசிரியர் லூயி ழெர்மெனுக்குக் காம்யு எழுதிய கடிதமும், லூயி ழெர்மென் காம்யுவுக்கு எழுதிய கடைசிக் கடிதமும் இந்தப் பதிப்பின் கடைசிப் பக்கங்களில் ஏன் இடம் பெற்றிருக்கின்றன என்பதைப் புரிந்துகொள்வீர்கள்.

இறுதியாக, தங்களுடைய அயராத ஆதரவையும், அன்பையும் அளித்ததற்காக ஒதெத் டியாஞ் கிரீச், ரோழெ க்ரெனியே, ரோபெர் காலிமார் ஆகியோருக்கு நன்றி தெரிவிக்க இது ஒரு வாய்ப்பு.

இந்தத் தமிழ்ப் பதிப்பு

தேவை கருதிச் சில அடிக்குறிப்புகள் 'தமிழ் மொழிபெயர்ப்பாளர் குறிப்பு (த.மொ.கு.)' என்று குறிக்கப்பட்டிருக்கின்றன.

*****

முதல் பாகம்

தந்தையைத் தேடி....

எனக்காகப் பேசுபவள்:
விதவை காம்யு

இந்தப் புத்தகத்தை
ஒருபோதும் படிக்க இயலாத
உனக்கு [a]

கருங்கல் ஜல்லி நிரம்பிய அந்தப் பாதையில் ஓடிக்கொண்டிருந்த குதிரை வண்டிக்கு மேலே வானத்தில் அடர்த்தியான பெரிய மேகங்கள் பொழுது சாயும் வேளையில் கிழக்கு நோக்கி விரைந்துகொண்டிருந்தன. மூன்று நாட்களுக்கு முன்னால் அட்லான்டிக் கடலுக்கு மேல் அவை உருவாகத் தொடங்கி, மேற்கேயிருந்து அடிக்கும் காற்றுக்காகக் காத்திருந்து, முதலில் மெதுவாக நகர்ந்து, பிறகு சிறிதுசிறிதாக வேகம் பெற்று, இலையுதிர் கால ஒளியில் ஒளிரும் நீர்ப்பரப்பின் மேல் ஆப்பிரிக்கக் கண்டத்தின் நிலப்பரப்பை நோக்கி நேராகச் சென்று, மொரோக்கோவின் மலையுச்சிகளில் இழைஇழையாகப் பிரிந்து,[b] மீண்டும் அல் ஜீரியப் பீடபூமியின் மேல் மந்தையாகச் சேர்ந்து, இப்போது துனிசியாவின் எல்லைமீது, மத்தியதரைக் கடலின் மேற்குப் பகுதியை அடைந்து, கரைந்துபோக முயன்றுகொண்டிருந்தன. வடக்கே ஓயாது வீசும் கடலலைகளுக்கும், தெற்கே உறைந்து பரந்திருக்கும் மணலலைகளுக்கும் இடைப்பட்ட பிரம்மாண்டமான தீவு போன்ற நிலப்பரப்பின் மீது பல ஆயிரம் கிலோமீட்டர்களுக்கு மேல் பயணம் செய்த பிறகு, பல்லாயிரம் ஆண்டுகளாகப் பேரரசுகளும் மக்கள் கூட்டமும் இந்தப் பெயரற்ற பிரதேசத்தைக் கடந்து சென்ற அதே வேகத்தில் இந்த மேகங்கள் கடந்து, பின்னர் உத்வேகம் சற்றுக் குறைந்து, சில மேகங்கள் ஏற்கனவே இங்குமங்கும் பெரும் மழைத்துளிகளாக, நான்கு பயணிகள் இருந்த அந்த வண்டியின் கான்வாஸ் கூடுமீது சடசடக்கத் தொடங்கியிருந்தன.

முறையான மேல்பரப்பு இல்லாவிட்டாலும், தெளிவாக அமைந்திருந்த பாதையில் அரைக்கும் சத்தத்துடன் சென்றுகொண்டிருந்தது குதிரை வண்டி. அவ்வப்போது சக்கரத்தின் இரும்புப் பட்டையின் அல்லது குதிரையின் லாடத்தின் கீழேயிருந்து பொறி ஒன்று தெறிக்கும். ஏதாவது சிறு கல் ஒன்று வண்டியின் மரப்பகுதியில் அடிக்கும், அல்லது பாதையின் ஓரத்திலிருந்த வடிகாலின் மிருதுவான மண்ணில் மெல்லிய, அமுங்கிய ஓசையுடன் புதையும். வீட்டுச் சாமான்கள் நிரம்பியிருந்த கனமான அந்த வண்டியை இழுப்பதற்காக அந்த இரண்டு சிறிய குதிரைகள், தங்கள் நெஞ்சை முன்புறம் நிமிர்த்தியபடியும், தங்கள் காலடிகளுக்குப் பின்னால் அந்தப் பாதையை இடைவிடாது தள்ளியபடியும் எப்போதாவது முன்னும்பின்னுமாக நகர்ந்தாலும் பெருமளவு சீராகவே முன்னேறிக்கொண்டிருந்தன. சில சமயம் அவற்றில் ஒன்று தன் மூக்கிலிருந்து வேகமாகக் காற்றை வெளியேற்ற, அதன் ஓட்டத்தின் கதி சீர்குலையும். அப்போதெல்லாம் வண்டியை ஓட்டிச்சென்ற அராபியன் குதிரையின் முதுகில்

---

[a] (நிலவியல்ரீதியாக பெயரற்ற தன்மையைச் சேர்க்க வேண்டும். நிலமும், கடலும்.)

[b] சோல்ஃபெரினோ.

பழசாகிப்போன* கடிவாளத்தின் தட்டையான பகுதியால் அதை அடிப்பான். அந்தப் பிராணியும் வீறாப்புடன் தன் வேகத்தைச் சீராக்கிக்கொள்ளும்.

வண்டியோட்டியின் அருகே முன்புற இருக்கையிலிருந்த முப்பது வயது மதிக்கத்தக்க ஒரு பிரெஞ்சுக்காரன் உணர்ச்சியை வெளிக்காட்டாத முகபாவத்துடன் தன் இருக்கையின் கீழே அசைந்துகொண்டிருந்த குதிரைகளின் இரண்டு பிருஷ்ட பாகங்களையும் பார்த்தவாறு இருந்தான். நடுத்தர உயரம், தடித்த சரீரம், நீளமான முகம், சதுர மேடான நெற்றி, வலிமையான தாடை, நீல நிறக் கண்கள். கோடை காலம் ஆரம்பித்துவிட்டபோதிலும் அந்தக் கால மோஸ்தரின்படி கழுத்து வரை மூடி, மூன்று பித்தான்கள் கொண்ட கோட்டுடன், குட்டையாக வெட்டப்பட்டிருந்த முடியின் மேல் தக்கையால் ஆன ஒரு தொப்பியை[a] அவன் அணிந்திருந்தான்.[b] அவர்களின் தலைக்கு மேல் வண்டியின் கூரையில் மழைநீர் வழியத் தொடங்கியபோது, வண்டியின் உள்புறமாகத் திரும்பி ''எப்படி இருக்கிறாய்?'' என்று உரக்கக் கேட்டான். இரண்டாவதாக இருந்த இருக்கையில் அங்கே குவிக்கப்பட்டிருந்த மரச் சாமான்கள், பழைய பெட்டிகளின் இடையே, மோசமான உடையில் இருந்தாலும், முரட்டுக் கம்பளிச் சால்வை ஒன்றைப் போர்த்தியவாறு இருந்த பெண் அவனைப் பார்த்துப் பலவீனமாகப் புன்முறுவல் செய்து, ''எல்லாம் சரியாகத்தான் இருக்கிறது'' என்று சற்றே மன்னிப்புக் கோரும் சைகையுடன் பதிலளித்தாள். நான்கு வயதுச் சிறுவன் ஒருவன் அவள்மேல் சாய்ந்தபடி தூங்கிக்கொண்டிருந்தான். மென்மையான தோற்றத்துடனும் கச்சிதமான முக லட்சணங்களுடனும் அவள் காணப்பட்டாள். ஸ்பானியப் பெண்களுக்கே உரித்தான கரிய, அலைஅலையான முடி, நேரான சிறிய மூக்கு, பாச உணர்வு ததும்பும் ஆழ்ந்த பழுப்பு நிறக் கண்கள். ஆனால் அந்த முகத்தில் ஏதோ ஒன்று கவர்ச்சியாகவும் கவனத்தை ஈர்ப்பதாகவும் இருந்தது. அது சோர்வோ அல்லது அதைப் போன்ற ஏதோவொன்றோ ஒருவரின் முகத் தோற்றங்களைத் தற்காலிகமாக மறைக்கும் திரை மட்டுமல்ல; இல்லவே இல்லை. எங்கோ தொலைவில் நிலைகுத்திய பார்வை, இனிமையான எண்ணங்களால் கவனம் திரும்பியதால் தோன்றும் பார்வை, கள்ளங்கபடமற்றவர்களிடம் காணப்படுவது போன்றது; ஆனால் அவளுடைய முக அழகின் ஊடாக ஒரு கணம் மட்டுமே சட்டென்று தோன்றி மறையும் பார்வை. கவனத்தை ஈர்க்கும் அந்தப் பார்வையின் கனிவில், காரணமற்ற பயத்தின் கீற்று தோன்றிய வேகத்திலேயே மறைந்தது. வேலை செய்து சொரசொரத்துப் போய்விட்டிருந்ததோடு, அசைக்கும் போதெல்லாம் நரம்பு முடிச்சுகள் காணப்பட்ட கையால் தன் கணவனின் முதுகின் மேல் லேசாகத் தட்டினாள்: ''கவலை வேண்டாம், கவலை வேண்டாம்,'' என்றாள். புன்னகை செய்வதை நிறுத்திவிட்டு, நீர்த்திட்டுகள் ஏற்கனவே ஒளிரத் தொடங்கியிருந்த பாதையை வண்டிக்குள்ளிருந்தே பார்க்க முனைந்தாள்.

---

* அதிகமாகப் பயன்படுத்தியதால் நைந்து பிசிர்விட்டிருந்த.

[a] முலாம்பழ வடிவத்தில் இருக்கும் தொப்பி.

[b] மிகப் பெரிய காலணிகள் அணிந்து.

மெல்லிய மஞ்சள் கயிற்றால் சுற்றிச்சுற்றிக் கட்டப்பட்ட தலைப்பாகையுடன் அமைதியாக இருந்த அராபியனை நோக்கி அந்த பிரெஞ்சுக்காரன் திரும்பினான். ஆடுசதையின் மேல் சுருக்கிக் கட்டப்பட்டு தொளதொளவென்று இருந்த கால் சட்டை அவனுடைய உடலைப் பருமனாகக் காட்டியது. ''இன்னும் வெகு தூரம் இருக்கிறதா?'' அராபியனின் பெரிய, நரைத்த மீசையின் கீழ் புன்முறுவல் தோன்றியது. ''இன்னும் எட்டு கிலோமீட்டர்தான், நாம் போய்ச் சேர்ந்துவிடலாம்.'' அந்த மனிதன் திரும்பி, புன்முறுவல் செய்யாமல், ஆனால் மிகுந்த சிரத்தையுடன் தன் மனைவியைப் பார்த்தான். அவளோ பாதையிலிருந்து தன் பார்வையைத் திருப்பவில்லை. ''கடிவாளத்தை என்னிடம் கொடு'' என்றான் அவன். ''அதற்கென்ன, இதோ,'' என்றான் அராபியன். அவனிடமிருந்து கடிவாளத்தை வாங்கிக்கொண்டு அவன் அராபியனைத் தாண்டி நகர்ந்ததும், அராபியன் அவனுக்கு அடியில் நகர்ந்து காலியான இடத்தைப் பிடித்துக்கொண்டான். கடிவாளத்தின் பட்டையால் இரண்டே அடிகளுடன் பிரெஞ்சுக்காரன் குதிரைகளைத் தன் வசம் கொண்டுவந்தான். அவை நிமிர்ந்து, தங்கள் கதியைச் சீராக்கித் திடீரென்று நேராக இழுத்துச் சென்றன. ''உனக்குக் குதிரைகள் பழக்கம்போல் இருக்கிறது,'' என்றான் அராபியன். சுருக்கமாக, புன்முறுவலின்றி பதில் வந்தது: ''ஆமாம்.''

வெளிச்சம் குறைந்து, சட்டென்று இரவின் இருள் சூழ்ந்தது. அராபியன் தனக்கு இடது பக்கத்தில் மாட்டியிருந்த சதுர அரிக்கன் விளக்கை எடுத்து, உள்புறமாகத் திரும்பி, கண்ணாடிக் கூண்டுக்குள் இருந்த மெழுகுவர்த்தியை ஏற்றுவதற்கு மட்டரகத் தீக்குச்சிகள் பலவற்றை உரசினான். பிறகு விளக்கை அதன் இடத்தில் பொருத்தினான். இப்போது மழை மென்மையாக, சீராக விழுந்துகொண்டிருந்தது. விளக்கின் மங்கிய வெளிச்சத்தில் அது ஒளிர்ந்து, சுற்றியிருந்த முழு இருளைத் தன் மெல்லிய ஓசையால் நிரப்பியது. அவ்வப்போது முட்புதர்களை ஒட்டியபடி வண்டி ஓடியது; சில கணங்களே வெளிச்சத்தில் தென்பட்ட சிறிய மரங்கள். ஆனால் மற்ற நேரங்களில், இருளில் இன்னும் பரந்திருந்ததைப் போலத் தோன்றிய வெட்டவெளியில் வண்டி ஓடிக்கொண்டிருந்தது. எரிக்கப்பட்ட புல்லின் மணமும், திடீரென்று வீசிய எருவின் வாடையும் மட்டுமே விவசாயம் செய்யப்பட்ட நிலங்களுக்கிடையே போய்க்கொண்டிருக்கும் உணர்வைத் தந்தன. வண்டியோட்டியின் பின்புறத்திலிருந்து அந்தப் பெண் ஏதோ சொன்னாள். அவன் கடிவாளத்தை இழுத்துப் பிடித்து, பின்புறம் நோக்கிக் குனிந்தான். ''இங்கே ஜனங்களே இல்லையே,'' என்றாள் அந்தப் பெண். ''உனக்குப் பயமாக இருக்கிறதா?'' ''என்ன?'' அவன் உரக்கக் கத்தி, அதையே திருப்பிக் கேட்டான். ''இல்லை, உன்னுடன் இருக்கும்போது இல்லை.'' ஆனால் அவள் சற்றுக் கவலையுடன் காணப்பட்டாள். ''உனக்கு வலிக்கிறதா?'' என்றான் அவன். ''ஆமாம், கொஞ்சம்.'' அவன் குதிரைகளை விரட்டினான். வண்டிச் சோடையில் சக்கரங்கள் பாதையின் மேடுகளை அரைக்கும் ஒலியும், இரும்பு லாடங்கள் அடிக்கப்பட்ட எட்டுக் குளம்புகள் பாதையில் பட்டு எழுப்பும் பெரிய ஒலியும் மட்டுமே அந்த இரவை மீண்டும் நிரப்பின.

அது 1913ஆம் ஆண்டின் இலையுதிர்கால இரவு. அல்ஜே நகரத்திலிருந்து ரயி லில் மூன்றாம் வகுப்பின் கடினமான பெஞ்சில் உட்கார்ந்தபடியே ஒரு இரவும் ஒரு பகல்பொழுதுமாகப் பயணம் செய்தபின் போன் ரயில் நிலையத்துக்கு வந்து, அங்கிருந்து இரண்டு மணி நேரத்துக்கு முன்புதான் அந்தப் பயணிகள் புறப்பட் டிருந்தார்கள். ஒரு சிறிய கிராமத்துக்கு அருகே இருந்த பண்ணைக்கு அவர்களை அழைத்துச்செல்வதற்காக வந்த அந்த வண்டியையும் அராபியனையும் ரயில் நிலையத்துக்கு வெளியே அவர்கள் பார்த்தார்கள். அந்தக் கிராமப்புறத்தில் இரு பது கிலோமீட்டர் உள்ளே போனால் இருக்கும் அந்தப் பண்ணையில்தான் மேலா ளராக அவன் பொறுப்பேற்கவிருந்தான். பெட்டிகளையும் மற்ற உடைமைகளை யும் வண்டியில் ஏற்றக் கொஞ்ச நேரம் பிடித்தது. மோசமான அந்தப் பாதை அவர் களுடைய பயணத்தை மேலும் இழுத்தடித்தது. அவனுடைய கவலையைக் கவ னித்துவிட்டதைப் போல அந்த அராபியன் சொன்னான்: "பயப்பட வேண் டாம், இங்கே கொள்ளைக்காரர்கள் கிடையாது." "எல்லா இடத்திலும் இருக்கி றார்கள். ஆனால் அதற்குத் தேவையானது என்னிடம் இருக்கிறது." பிரெஞ்சுக் காரன் தன்னுடைய குறுகலான பாக்கெட்டைத் தட்டிக் காட்டினான். "நீ சொல் வதும் சரி," என்றான் அராபியன். "பைத்தியக்காரர்கள் எப்போதுமே இருப்பார் கள்." அப்போதுதான் அந்தப் பெண் தன் கணவனைக் கூப்பிட்டாள். "ஆன்ரி, வலிக்கிறது," என்றாள். அவன் குதிரைகளைத் திட்டி, இன்னும் விரட்டினான்.[a] "இதோ வந்துவிட்டோம்," என்றான். சற்று நேரம் கழித்து மனைவியை மீண்டும் பார்த்தான். "இன்னும் வலித்துக்கொண்டிருக்கிறதா?" வினோதமாக வெறித்த படி, ஆனாலும் வேதனைப்படுவதைப் போலத் தோன்றாமல் அவள் புன்முறுவல் செய்தாள். "ஆமாம், ரொம்பவே." அவன் கவலையுடன் அவளைப் பார்த்தான். அவள் மீண்டும் சமாதானம் சொல்லும் தோரணையில் சொன்னாள்: "அது ஒன்று மில்லை. ரயிலில் வந்ததால் இருக்கலாம்." "அதோ கிராமம் தெரிகிறது," என்றான் அராபியன். அவன் சொன்னபடியே பாதையின் இடது பக்கத்தில் இன்னும் சற்றுத் தொலைவில், மழையினால் மங்கிக் காணப்பட்ட சோல்ஃபெரினோவின் விளக்கு களைப் பார்த்தார்கள். "ஆனால் நாம் வலது பக்கம் திரும்பிப் போக வேண்டும்," என்றான் அராபியன். பிரெஞ்சுக்காரன் சற்றுத் தயங்கி, பிறகு மனைவியின் பக்கம் திரும்பினான். "நாம் வீட்டுக்குப் போவோமா, அல்லது கிராமத்துக்கா?" என்று கேட்டான். "வீட்டுக்குத்தான். அதுதான் நல்லது." கொஞ்ச தூரம் சென்ற பிறகு, அவர்களுக்காகக் காத்திருந்த, முன்பின் தெரிந்திராத ஒரு வீட்டை நோக்கி வலது புறமாக வண்டி திரும்பிச் சென்றது. "இன்னும் ஒரு கிலோமீட்டர்" என்றான் அராபியன். "இதோ வந்துவிடும்," என்றான் அந்த மனிதன் தன் மனைவியைப் பார்த்து. அவள் கைகளில் முகத்தை ஏந்தி, இரண்டாக மடிந்திருந்தாள். "லூசி," என்றான் அவன். அவள் அசையவில்லை. கையால் அவளைத் தொட்டான். அவள் சத்தமின்றி அழுதுகொண்டிருந்தாள். அவன் அட்சரங்களைப் பிரித்துப்பிரித்து, தன்

---

[a] அந்தக் குட்டிச் சிறுவன்.

[இந்த அத்தியாயத்தில் வெவ்வேறு இடங்களில் ஆசிரியர் சிறுவன் வண்டியில் அல்லது அல் ஜேயில் இருப்பதாகக் கூறுகிறார். (ஆ.மொ.கு.)]

சொற்களுக்கு அபிநயம் செய்தபடி சத்தமாகச் சொன்னான்: ''நீ போனவுடனேயே படுத்துக்கொள். நான் ஒரு மருத்துவரை அழைத்துவருகிறேன்.'' ''ஆமாம். போய் ஒரு மருத்துவரைத் தேடி அழைத்துவா. இது அதுதான் என்று நினைக்கிறேன்.'' அராபியன் வியப்புடன் அவர்களைப் பார்த்துக்கொண்டிருந்தான். ''அவளுக்குக் குழந்தை பிறக்கப்போகிறது. கிராமத்தில் மருத்துவர் யாராவது இருக்கிறாரா?'' ''ஓ, வேண்டுமென்றால் நான் போய் அழைத்துவருகிறேன்.'' ''இல்லை, நீ வீட்டில் இரு. கவனமாகப் பார்த்துக்கொள். நான் இன்னும் வேகமாகப் போவேன். அவரிடம் இருப்பது வண்டியா அல்லது குதிரையா?'' ''அவரிடம் வண்டி இருக்கிறது.'' பிறகு அராபியன் அந்தப் பெண்ணிடம் சொன்னான்: ''உனக்கு ஒரு மகன் பிறப்பான். அழகாக இருப்பான்.'' புரிந்ததுபோல் தோன்றாவிட்டாலும், அந்தப் பெண் அவனைப் பார்த்துப் புன்முறுவல் செய்தாள். ''அவளுக்குக் காது சரியாகக் கேட்காது,'' என்றான் அந்த மனிதன். ''நீ அவளிடம் சத்தமாகப் பேசு, சைகைகளைச் செய்.''

வண்டி திடீரென்று, பொருபொருவென்றிருந்த சுண்ணாம்புக் கற்களால் ஆன பாதையில் கிட்டத்தட்ட சத்தமின்றி ஓடிக்கொண்டிருந்தது. அந்தப் பாதை இன்னும் குறுகலாகிவிட்டிருந்தது. ஓடுகள் வேயப்பட்டிருந்த கொட்டகையை வண்டி கடந்து சென்றது. இருபுறமும் இருந்த திராட்சைத் தோட்டங்களின் முதல் வரிசைகள் தென்பட்டன; வைன் தயாரிப்புக்கான திராட்சைச் சாறின் தீவிர வாடை அங்கே வீசியது. கூரைகள் உயரமாக இருந்த பெரிய கட்டடங்களைக் கடந்து அவர்கள் சென்றார்கள். மரங்களற்ற சதுக்கம் ஒன்றின் சாம்பல் ஆன குப்பைகளை வண்டியின் சக்கரங்கள் அரைத்தன. அராபியன் எதுவும் சொல்லாமல் கடிவாளங்களை இழுத்துப் பிடிப்பதற்காகப் பற்றினான். குதிரைகள் நின்றன. அவற்றில் ஒன்று தலையை ஆட்டியபடி இரைச்சலுடன் மூச்சுவிட்டது.[a] சுண்ணாம்பு அடிக்கப்பட்டு வெண்மையாக இருந்த ஒரு சிறிய வீட்டை அராபியன் சுட்டிக் காட்டினான். அந்த வீட்டின் தாழ்ந்த, சிறிய கதவின் மேலெழும்பி ஏறிச் சென்ற திராட்சைக் கொடிக்கு அடிக்கப்பட்ட 'சல்பேட்' உரத்தினால் கதவைச் சுற்றிலும் நீலமாக இருந்தது. அந்த மனிதன் தரையில் குதித்து, கொட்டும் மழையில் வீட்டை நோக்கி ஓடினான். கதவைத் திறந்தான். நெருப்பு இல்லாத கணப்பின் வாடையடித்துக்கொண்டிருந்த இருட்டு அறை தென்பட்டது. அவனுக்குப் பின்னால் வந்த அராபியன் கணப்பை நோக்கி இருட்டில் நேராக நடந்து போனான். அறையின் நடுவில், வட்ட மேஜை ஒன்றின் மேல் தொங்கிக்கொண்டிருந்த பெட்ரோல் விளக்கை ஒரு நீண்ட தீக்குச்சியை உரசிப் பற்ற வைத்தான். சிவப்பு ஓடு பதித்த தொட்டியுடன் இருந்த சமையல் மேடை, கரண்டிகளும் தட்டுகளும் வைப்பதற்கான இழுப்பறை கொண்ட மேஜை, சுவரிலிருந்த ஈரமான காலண்டர் ஆகியவற்றை மிகக் குறுகிய நேரத்திலேயே அந்த மனிதன் கவனித்துவிட்டான். முதல் மாடிக்கு ஏறிச்சென்ற படிக்கட்டில் அதே மாதிரி சிவப்பு ஓடுகள் பதிக்கப்பட்டிருந்தன. ''கணப்பை மூட்டு,'' என்ற அவன் வண்டியை நோக்கித் திரும்பிச் சென்றான் (அந்தச் சிறிய பையனைத் தூக்கிக்

---

[a] அப்போது இரவா?

கொண்டானா?) அந்தப் பெண் எதுவும் பேசாமல் காத்திருந்தாள். அவளைத் தரையில் இறக்குவதற்காக அவளைத் தூக்கிக்கொண்டான். ஒரு கணம் அவளைத் தன்மேல் சாத்திக்கொண்டிருந்த அவன், அவளுடைய தலையைச் சற்றே தாழ்த்தினான். ''உன்னால் நடக்க முடியுமா?'' ''முடியும்'' என்றாள் அவள். நரம்பு முடிச்சுகள் தென்பட்ட தன் கையால் அவனுடைய புஜத்தை வருடினாள். வீட்டை நோக்கி அவளை அவன் அழைத்துச்சென்றான். ''கொஞ்சம் பொறு,'' என்றான். அராபியன் ஏற்கனவே கணப்பை மூட்டி, காய்ந்த திராட்சைக் கொடிக் குச்சிகளைத் திறமையாகவும் கச்சிதமாகவும் கையாண்டு நெருப்பில் சொருகினான். அவள் தன் கைகளை வயிற்றின் மேல் வைத்தபடி மேஜைக்கருகில் இருந்தாள். விளக்கை நோக்கித் திரும்பிய அவளுடைய அழகிய முகத்தில் சிறுசிறு வேதனை அலைகள் ஓடின. அங்கிருந்த ஈரப்பதத்தையோ, கவனிப்பின்மை, வறுமை ஆகியவற்றின் வாடையையோ அவள் உணர்ந்த மாதிரி தெரியவில்லை. மாடி அறைகளில் அந்த மனிதன் ஏதோ வேலை செய்துகொண்டிருந்தான். பிறகு படிக்கட்டுகளின் மேல்தளத்துக்கு வந்தான். ''படுக்கையறையில் கணப்பு இல்லையா?'' ''இல்லை,'' என்றான் அராபியன். ''மற்ற அறையிலும் இல்லை.'' ''சரி, இங்கே வா,'' என்றான் அந்த மனிதன். அவன் இருக்கும் இடத்துக்கு அராபியன் போனான். பிறகு, அவன் முதுகைக் காட்டியபடி மெத்தை ஒன்றைக் கீழே தூக்கிக்கொண்டும், மறுபக்கம் அந்த மனிதன் அதைப் பிடித்துக்கொண்டும் இருந்தது தெரிந்தது. மெத்தையை அவர்கள் கணப்பின் அருகில் போட்டார்கள். அந்த மனிதன் மேஜையை அறையின் மூலைக்கு இழுத்துப்போட்டான். அதற்குள் அராபியன் மாடிக்குப் போய்த் தலையணை ஒன்றையும், படுக்கை விரிப்புகளையும் எடுத்துக்கொண்டு இறங்கி வந்தான். ''இதில் படுத்துக்கொள்,'' என்று தன் மனைவியிடம் சொன்ன அந்த மனிதன், மெத்தையை நோக்கி அவளை அழைத்துச்சென்றான். அவள் தயங்கினாள். மெத்தையிலிருந்து ஈரமான குதிரை முடியின் வாடை வீசுவதை உணர முடிந்தது. இப்போதுதான் தான் வந்திருக்கும் இடத்தைத் தெரிந்துகொண்டதைப் போல சுற்றும்முற்றும் பயத்துடன் பார்த்தவாறு அவள் சொன்னாள்: ''என்னால் உடைமாற்றிக்கொள்ள முடியாது...'' ''நீ உள்ளாடையை மட்டும் கழட்டு,'' என்றான் அவன். திரும்பவும் சொன்னான்: ''உள்ளாடைகளைக் களைந்துவிடு.'' பிறகு அராபியனிடம் சொன்னான்: ''நன்றி. ஒரு குதிரையை அவிழ்த்து விடு. நான் கிராமம்வரை அதில் போகிறேன்.'' அராபியன் வெளியே போனான். தன் கணவனுக்கு முதுகைக் காட்டியபடி அவள் தன் வேலையைக் கவனிக்க, அவனும் மறுபக்கம் திரும்பிக்கொண்டான். பிறகு, அவள் படுத்துக்கொண்டாள். போர்வைகளைத் தன்மேல் இழுத்திப் போர்த்தி, நீட்டிப் படுத்தவுடனேயே வாயை நன்றாகத் திறந்தபடி ஒரே மூச்சில் நீண்ட கூக்குரல் ஒன்றை எழுப்பினாள்—ஏதோ இதுவரையில் வலி அவளுக்குள் சேர்த்துவைத்திருந்த அத்தனை கத்தல்களையும் ஒரேயடியாகக் கத்தித் தீர்த்துவிட விரும்பியவள்போல. மெத்தையின் அருகில் நின்றுகொண்டிருந்த அந்த மனிதன் அவள் கத்தி முடிக்கும்வரை இருந்துவிட்டுப் பிறகு அவள் அமைதியடைந்தவுடன் தன் தக்கைத் தொப்பியைக் கழற்றிவிட்டு, ஒரு காலை மடித்துத் தரையில் மண்டியிட்டு, மூடிய அவளுடைய கண்களுக்கு

மேல் அவளுடைய அழகிய நெற்றியில் முத்தமிட்டான். பிறகு, தன் தொப்பியை அணிந்துகொண்டு, மழையில் வெளியே போனான். அவிழ்த்துவிடப்பட்டிருந்த குதிரை தன் முன்னங்கால்களைச் சாம்பல் பரப்பின் மேல் ஊன்றி, தன்னைத் தானே சுற்றி வட்டமிட்டுக்கொண்டிருந்தது. ''சேணம் ஒன்று எடுத்து வருகி றேன்,'' என்றான் அராபியன். ''இல்லை. கடிவாளம் மட்டும் இருக்கட்டும். நான் அதன்மேல் அப்படியே ஏறிவிடுகிறேன். பெட்டிகளையும், மற்ற சாமான் களையும் சமையலறையில் வைத்துவிடு. உனக்கு மனைவி இருக்கிறாளா?'' ''இறந்துவிட்டாள். வயதானவள்.'' ''உனக்கு மகள் இருக்கிறாளா?'' ''இல்லை, கடவுள் புண்ணியத்தில். ஆனால் என் மகனுடைய மனைவி இருக்கிறாள்.'' ''அவளை வரச் சொல்.'' ''அப்படியே செய்கிறேன். கவலைப்படாமல் போய் வா.'' லேசான மழையில் அசையாமல் நின்றிருந்த முதிய அராபியனை அந்த மனி தன் பார்த்தான். தன்னுடைய ஈரமான மீசைக்கடியில் அவனைப் பார்த்து அரா பியன் புன்முறுவல் செய்தான். அந்த மனிதன் இப்போதும் புன்முறுவல் செய்ய வில்லையென்றாலும், அராபியனை உற்றுப் பார்த்தான். பிறகு அவனை நோக்கித் தன் கையை நீட்டினான். அவனோ விரல் நுனிகளால் மற்றவனின் கையைப் பற்றி, தன் வாயருகே கொண்டு சென்றான். காலடியில் சாம்பல் சரசரக்கத் திரும்பிய அந்த மனிதன், குதிரையை நோக்கி நடந்து, இருக்கையின்றி இருந்த அதன் முதுகின் மேல் அப்படியே ஏறி, அதன் கனத்த கதியில் கிளம்பிச் சென்றான்.

பண்ணையை விட்டு வெளியே வந்தபின், கிராமத்தின் விளக்குகளை முதல் முறை அவர்கள் பார்த்த நாற்சந்தி இருந்த திசையை நோக்கிப் போனான். இப் போது அந்த விளக்குகள் இன்னும் பிரகாசமாக ஒளி வீசிக்கொண்டிருந்தன. மழை நின்றுவிட்டிருந்தது. வலதுபுறத்தில் விளக்குகளுக்கு இட்டுச்சென்ற பாதை, கொழுகொம்பின் இரும்புக் கம்பிகள் இங்கும்அங்குமாக பளிச்சிட்டுக்கொண் டிருந்த திராட்சைத் தோட்டங்களினூடே நேர்கோட்டில் அமைந்திருந்தது. கிட் டத்தட்ட பாதி வழியில் குதிரை தானாகவே வேகத்தைக் குறைத்துக்கொண்டு, சற்று முன்னால் சென்றது. செவ்வக வடிவிலிருந்த ஒரு கட்டடத்தை அவன் நெருங்கிக்கொண்டிருந்தான். ஒரே ஒரு அறை கொண்ட அதன் ஒரு பகுதி கல் லாலும், மற்ற பகுதி மரப்பலகைகளாலும் கட்டப்பட்டு, முன்புறம் தாழ்ந்த கூரையுடன் கடையைப் போல இருந்தது. சிமெண்ட்டினால் ஆன பகுதியில் பொருத்தப்பட்டிருந்த கதவில் ''திருமதி. மூாக்கின் பண்ணை உணவகம்'' என்று பொறிக்கப்பட்டிருந்தது. கதவிடுக்கில் விளக்கின் ஒளி கசிந்தது. கதவுக்கு வெகு அருகில் குதிரையை நிறுத்திய அந்த மனிதன், கீழே இறங்காமலேயே கதவைத் தட்டினான். உள்ளிருந்து கணீரென்ற, உரத்த குரலொன்று கேட்டது: ''என்ன வேண்டும்?'' ''நான் சேன்-அபோத்ர் பண்ணைக்கு வந்திருக்கும் புதிய மேலாளர். என் மனைவிக்குப் பிரசவ நேரம். எனக்கு உதவி தேவை.'' யாரும் பதிலளிக்க வில்லை. சற்று நேரம் கழித்துத் தாழ்ப்பாள்களை நீக்கிவிட்டு, குறுக்குக் கட்டை களை விலக்கி இழுத்த பிறகு, கதவு லேசாகத் திறந்தது. கொழுத்த கன்னங்கள், பெரிய உதடுகளின் மேல் அகன்று காணப்பட்ட மூக்கு, கரிய சுருட்டை முடி இவற்றுடன் இருந்த ஐரோப்பியப் பெண் ஒருத்தியை அவன் பார்க்க முடிந்தது.

''என் பெயர் ஆன்ரி கோர்மெரி. என் மனைவியுடன் போய் இருக்க உங்களால் முடியுமா? நான் போய் ஒரு மருத்துவரை அழைத்துவருகிறேன்.'' ஆண்களையும் இன்னல்களையும் எடைபோட்டுப்பார்க்கப் பழகியிருந்த கண்களால் அவனை அவள் சற்று நேரம் உற்றுப் பார்த்தாள். மேலும் ஒரு வார்த்தைகூடப் பேசாமல் அவனும் உறுதியுடன் அவளுடைய பார்வையை எதிர்கொண்டான். ''நான் போகி றேன்,'' என்றாள் அவள். ''சீக்கிரம் வந்துவிடுங்கள்.'' அவன் நன்றி சொல்லி விட்டுக் குதிகால்களால் குதிரையைத் தட்டினான். சிறிது நேரத்துக்குப் பின், காய்ந்த மண்ணால் ஆன மதில் போன்று இருந்த சுவர்களிடையே சென்று கிராமத்தை அவன் அடைந்தான். இருப்பதே அது ஒன்றுதான் என்று தோன்றிய ஒரு தெரு அவனுக்கு முன்னால் நீண்டிருந்தது. எல்லாம் ஒரே மாதிரியாக இருந்த, மாடிகளற்ற சிறிய வீடுகள் இருபுறமும் இருந்தன. அந்தத் தெருவின் வழியாக பொடிக்கற்கள் பரவியிருந்த சதுக்கம் ஒன்றை அவன் அடைந்தபோது, சற்றும் எதிர்பாராதவிதமாக, உலோகத் தூண்களால் அமைக்கப்பட்ட, இசைக் குழுவுக்கான மேடை ஒன்று இருந்ததைக் கண்டான். அந்தத் தெருவைப் போலவே அந்தச் சதுக்கமும் ஆளரவமின்றி இருந்தது. கோர்மெரி ஏற்கனவே அவற்றில் ஒரு வீட்டை நோக்கிப் போய்க்கொண்டிருக்கும்போது, குதிரை நெஞ்சைச் சற்று விடைத்துக்கொண்டது. மங்கலாக, சற்றுக் கிழிந்துபோயிருந்த புர்னூஸ்[1] அணிந்த அராபியன் ஒருவன் இருட்டிலிருந்து அவனை நோக்கி நடந்து வந்தான். ''மருத் துவர் வீடு எது?'' என்று கோர்மெரி சட்டென்று கேட்டான். அராபியன் கோர் மெரியை ஏறஇறங்கப் பார்த்தான். நன்றாகப் பார்த்துவிட்ட பின் ''வா'' என் றான். அவர்கள் அதே தெருவில் வந்த வழியே போனார்கள். வெள்ளையடிக் கப்பட்ட படிக்கட்டு இட்டுச்சென்ற உயர்ந்த தளத்தில் இருந்த கட்டடத்தில் ''சுதந்திரம், சமத்துவம், சகோதரத்துவம்'' என்று எழுதப்பட்டிருந்தது. அதை ஒட்டி, நன்கு பூசப்படாத மதிற்சுவர்களுக்கு நடுவே சிறிய தோட்டம் ஒன்று இருந்தது. அதன் கோடியில் இருந்த ஒரு வீட்டை அராபியன் சுட்டிக்காட்டினான்: ''இதுதான்,'' என்றான். கோர்மெரி குதிரையிலிருந்து குதித்து, சோர்வைச் சற்றும் வெளிப்படுத்தாத நடையில் தோட்டத்தைக் கடந்து போகும்போது, அதன் நட்ட நடுவில், அடிப்பாகத்தில் அழுகிக் காய்ந்த இலைகளுடன் இருந்த குட்டை ஈச்சை மரம் ஒன்று மட்டுமே இருந்தது கண்ணில் பட்டது. கதவைத் தட்டி னான். யாரும் பதிலளிக்கவில்லை.[a] அவன் திரும்பிப் பார்த்தான். அராபியன் காத் திருந்தான், மௌனமாக. அந்த மனிதன் மீண்டும் கதவைத் தட்டினான். கதவுக்குப் பின்புறம் காலடியோசை கேட்டது, கதவை நெருங்கியவுடன் நின்றுவிட்டது. ஆனால் அந்தக் கதவு திறக்கப்படவில்லை. கோர்மெரி மீண்டும் கதவைத் தட்டி, ''நான் மருத்துவரைத் தேடி வந்திருக்கிறேன்,'' என்றான். உடனேயே தாழ்ப்பாள் கள் விலக்கப்பட்டு, கதவு திறக்கப்பட்டது. ஒருவர் தோன்றினார். கொழுகொழு வென்ற இளம் முகம், ஆனால் கிட்டத்தட்ட முழுவதும் நரைத்துவிட்ட முடி.

[1] புர்னூஸ்: அராபியர்கள் அணியும், கம்பளியினாலான தொப்பியுடன் கூடிய நீண்ட, கைக ளில்லாத அங்கி.

[a] நான் மோரோக்கோவினருடன் போர் செய்திருக்கிறேன். (புரிந்துகொள்ள முடியாத பார்வை யுடன் இருக்கும்) மோரோக்கோவினர் நல்லவர்கள் அல்ல.

கட்டுமஸ்தாக, நல்ல உயரம். கால்களை இறுகப் பற்றியிருந்த கால் சட்டை. வேட்டைக்காக அணியும் கோட்டு ஒன்றை அணிந்திருந்தார். சிரித்தபடியே, ''அடே, எங்கிருந்து வருகிறீர்கள் நீங்கள்? உங்களை நான் பார்த்ததே இல்லையே,'' என்றார். வந்தவன் எல்லாவற்றையும் விளக்கமாகச் சொன்னான். ''அடே, ஆமாம். மேயர் முன்பே என்னிடம் சொல்லியிருந்தார். ஆனால், பிரசவத்துக்கு இந்தக் குக்கிராமத்துக்கா வர வேண்டும்?'' பிரசவம் இன்னும் காலம் தாழ்ந்து நிகழும் என்று தான் எதிர்பார்த்திருந்ததாகவும், தான் தப்புக்கணக்குப் போட்டிருக்கலாம் என்றும் அந்த மனிதன் சொன்னான். ''சரி, எவருக்கும் நடப்பதுதான். கிளம்புங்கள். நான் என் குதிரை மாடடோருக்குச் சேணத்தைப் பொருத்தி உங்கள் பின்னால் வருகிறேன்.''

திரும்பி வரும் வழியில் பாதியில், மீண்டும் பெய்யத் தொடங்கிய மழையில், தோலில் சாம்பல் நிற வட்டங்கள் இருந்த குதிரை மேல் இருந்த மருத்துவர், நன்கு பருமனாக இருந்த பண்ணைக் குதிரையின் மேல் நிமிர்ந்து உட்கார்ந்திருந்த, ஆனால் முற்றிலும் நனைந்துவிட்டிருந்த கோர்மெரியை எட்டிப் பிடித்தார். ''வேடிக்கையான வருகைதான்,'' என்று உரக்கச் சொன்னார் மருத்துவர். ''ஆனால் பார்க்கத்தான்போகிறீர்கள், இந்தப் பிரதேசத்தில் நல்ல விஷயங்களும் உண்டு, கொசுக்களையும் இந்த வட்டாரத்துக் கொள்ளைக்காரர்களையும் தவிர்த்துவிட்டால்,'' (கூட வந்தவனுடன் அதே கதியில் அவர் வந்தார்.) ''கொசுக்களைப் பொறுத்தவரை, வசந்த காலம் வரும்வரை பிரச்சினை இல்லை. ஆனால் கொள்ளைக்காரர்களோ...'' அவர் சிரித்தார், ஆனால் மற்றவனோ எதுவும் பேசாமல் தொடர்ந்து முன்னே போய்க்கொண்டிருந்தான். மருத்துவர் அவனை ஆவலுடன் பார்த்தார்: ''பயப்பட வேண்டாம். எல்லாம் நல்லபடியே நடக்கும்,'' என்றார். கோர்மெரி நேரே பார்த்துக்கொண்டிருந்த தன் பார்வையை மருத்துவரை நோக்கித் திருப்பி, சற்றே தென்பட்ட நட்புணர்வுடன் சொன்னான்: ''எனக்குப் பயமில்லை. சோதனைகளை எதிர்கொள்வது எனக்குப் பழக்கம்தான்.'' ''இதுதான் உங்களுடைய முதல் குழந்தையா?'' ''இல்லை. என்னுடைய நான்கு[1] வயதுப் பையனை அல்ஜேயில் பாட்டியிடம் விட்டுவிட்டு வந்திருக்கிறேன்.'' அவர்கள் நாற்சந்தியை அடைந்து, பண்ணைக்கு இட்டுச்செல்லும் பாதையில் போனார்கள். விரைவிலேயே, குதிரைகளின் கால்களுக்குக் கீழே பொறி பறக்கத் தொடங்கியது. குதிரைகள் வீட்டை அடைந்து நின்று, மீண்டும் அமைதி நிலவிய போது, வீட்டிலிருந்து ஒரு பெரிய கூக்குரல் கேட்டது. இரண்டு ஆண்களும் குதிரைகளிலிருந்து இறங்கினார்கள்.

நீர் சொட்டிக்கொண்டிருந்த திராட்சைக் கொடிகளின் கீழே ஒதுங்கியிருந்த நிழலுருவம் ஒன்று அவர்களுக்காகக் காத்திருந்தது. அருகில் வந்தபோது, பெரிய சாக்கு ஒன்றை முக்காடாகப் போட்டுக்கொண்டு தன்னை மூடிக்கொண்டிருந்த முதிய அராபியனை அடையாளம் கண்டுகொண்டார்கள். ''வணக்கம், கதூர்,'' என்றார் மருத்துவர். ''என்ன சேதி?'' ''எனக்குத் தெரியாது. மேலும், பெண்கள்

---

[1] முரண்பாடு: 'நான்கு வயதுச் சிறுவன் ஒருவன் அவள்மேல் சாய்ந்தபடி தூங்கிக்கொண்டிருந்தான்.' P 10.

இருக்கும் இடத்தில் நான் நுழைவதே இல்லை." "நல்ல கொள்கை, அதுவும் பெண்கள் கத்திக்கொண்டிருக்கும்போது," என்றார் மருத்துவர். ஆனால் உள்ளேயிருந்து இப்போது எந்தக் கத்தலும் வரவேயில்லை. மருத்துவர் கதவைத் திறந்து உள்ளே போனார், கோர்மெரி பின்தொடர்ந்தான்.

அவர்களுக்கு முன்னால் இருந்த கணப்பில் திராட்சைக் கொடிக் குச்சிகள் கொழுந்துவிட்டு எரிந்துகொண்டிருந்தன. செம்பு விளிம்புடனும் மணிகளுடனும் தொங்கிக்கொண்டிருந்த பெட்ரோல் விளக்கைவிட, அந்த அறையில் நெருப்பின் ஒளி அதிகமாக இருந்தது. அவர்களுக்கு வலது பக்கத்தில், சமையல் மேடைத் தொட்டியில் இப்போது திடீரென்று உலோகக் குவளைகளும், துவட்டிக்கொள்ளும் துண்டுகளும் நிரப்பியிருந்தன. இடது பக்கத்தில், கரண்டி, தட்டுகள் வைக்கும் இழுப்பறையுடன் வெறும் மரத்தினால் ஆன, ஆடிக்கொண்டிருந்த மேஜையின் முன்னால் அறையின் நடுவிலிருந்த மேஜை நகர்த்தி வைக்கப்பட்டிருந்தது. ஒரு பழைய பயணப் பை, தொப்பிகளின் அட்டைப் பெட்டி, இன்னும் சில பொட்டலங்கள் மேஜைமேல் பரவலாக இருந்தன. வில்லோ மரப் பிரம்பினால் செய்யப்பட்ட பெரிய பெட்டி உட்பட இன்னும் பல பழைய மூட்டைகள் அறையின் எல்லா மூலைகளையும் ஆக்கிரமித்ததனால், கணப்புக்கு அருகே அறையின் மத்தியில் மட்டும் கொஞ்சம் காலி இடம் இருந்தது. அந்த இடத்தில் கணப்புக்குச் செங்குத்தாகப் போடப்பட்டிருந்த மெத்தையில் உறை போடாத தலையணையில் தலையைப் பின்னால் சாய்த்தபடி, அப்போதுதான் அவிழ்த்து விடப்பட்டிருந்த முடியுடன் அந்தப் பெண் படுத்திருந்தாள். இப்போது மெத்தையின் ஒரு பாதியைத்தான் அந்தப் படுக்கை விரிப்புகள் மூடியிருந்தன. மெத்தையின் இடது பக்கத்தில், மூடப்படாமல் இருந்த மெத்தையின் பகுதியை மறைத்தபடி உணவகத்தின் சொந்தக்காரி முழங்காலிட்டு உட்கார்ந்திருந்தாள். பெரிய கிண்ணம் ஒன்றின் மேல் அவள் ஒரு துண்டை முறுக்கிப் பிழிந்துகொண்டிருந்தாள். அதிலிருந்து சிவந்த நீர் சொட்டிக்கொண்டிருந்தது. வலது பக்கத்தில் முக்காடு அணியாத அராபியப் பெண் ஒருத்தி சப்பணமிட்டபடி உட்கார்ந்து, சற்றே எனாமல் உதிர்ந்த வாய் அகன்ற பாத்திரம் ஒன்றை ஆவி பறக்கும் வெந்நீருடன் ஏதோ கடவுளுக்கு சமர்ப்பிப்பது மாதிரி வைத்துக்கொண்டிருந்தாள். பிரசவிக்கும் பெண்ணுக்கு அடியில் மடிக்கப்பட்டிருந்த ஒரு விரிப்பின் இருபுறமும் இரண்டு பெண்களும் இருந்தார்கள். சுண்ணாம்பு அடிக்கப்பட்ட சுவர்கள்மீதும், அறையை அடைத்துக்கொண்டிருந்த பயணச் சாமான்கள்மீதும் கணப்பின் ஒளி, நிழலுடன் சேர்ந்து உயர்ந்து, தாழ்ந்து, கணப்பின் அருகே இருந்த இரண்டு தாதிப் பெண்களின் முகங்களையும், போர்வைக்கடியில் சுருண்டிருந்த மனைவியின் உருவத்தையும் சிவக்கச் செய்துகொண்டிருந்தது. அந்த இரண்டு ஆண்களும் உள்ளே வந்தபோது அராபியப் பெண் அவர்களை சட்டென்று பார்த்துவிட்டு, லேசாகச் சிரித்தபடி அவளுடைய மெல்லிய, பழுப்பு நிறக் கைகளால் பாத்திரத்தை இன்னமும் நீட்டிக்கொண்டு, நெருப்பை நோக்கித் திரும்பினாள். அவர்களைப் பார்த்த உணவகச் சொந்தக்காரி மகிழ்ச்சியுடன் உற்சாகமாகச் சொன்னாள்: "உங்களுக்குத் தேவையே இருக்கவில்லை, டாக்டர். எல்லாம் தானாகவே

நடந்துவிட்டது.'' அவள் எழுந்தாள். படுத்திருந்த பெண்ணுக்கு அருகில் ஓசையின்றி நெளிந்து அசைந்துகொண்டிருந்த, உருவமற்ற, ரத்தம் தோய்ந்த ஏதோவொன்றை அவர்கள் பார்த்தார்கள். அதிலிருந்து ஈனமான, அமுக்கப்பட்ட கிறீச்சிடும் ஒலி தொடர்ந்து வந்துகொண்டிருந்தது.[a] ''நீங்கள் அப்படிச் சொல்லலாம்,'' என்றார் மருத்துவர். ''நீங்கள் தொப்புள்கொடியைத் தொடவில்லையே?'' ''இல்லை,'' என்றாள் மற்றவள், சிரித்துக்கொண்டே. ''உங்களுக்கு ஏதாவது விட்டு வைக்க வேண்டாமா!'' அவள் எழுந்து, மருத்துவருக்கு இடம் கொடுத்தாள். கதவருகிலேயே நின்றுகொண்டு தன் தொப்பியைக் கழற்றிவிட்டிருந்த கோர்மெரியின் பார்வையிலிருந்து, குழந்தையை இப்போது மருத்துவர் மீண்டும் மறைத்துக்கொண்டிருந்தார். மருத்துவர் குத்துக்காலிட்டு உட்கார்ந்து, தன்னுடைய உபகரணப் பையைத் திறந்தார். அராபியப் பெண்ணிடமிருந்து பாத்திரத்தை வாங்கிக்கொண்டார். அவள் வெளிச்சத்திலிருந்து கணப்பருகே இருந்த இருட்டுப் பகுதிக்குள் தஞ்சம் புகுந்தாள். மருத்துவர் இன்னமும் கதவுக்கு முதுகைக் காட்டியபடி கைகளைக் கழுவிக்கொண்டு, மது தயாரிப்பதற்கான திராட்சைச்சாறின் மணத்தை அறை முழுவதும் பரப்பிய எரிசாராயத்தைத் தன் கைகளில் ஊற்றிக்கொண்டார். அந்தத் தருணத்தில், பிரசவித்த பெண், தலையைத் தூக்கித் தன் கணவனைப் பார்த்தாள். களைப்புற்றிருந்த அந்த அழகிய முகத்தை அற்புதமான புன்முறுவல் ஒன்று மாற்றிவிட்டிருந்தது. கோர்மெரி மெத்தையை நோக்கி நகர்ந்தான். ''வந்துவிட்டான்'' என்று ஹீனமான குரலில் அவனைப் பார்த்து அவள் சொன்னாள். குழந்தையை நோக்கிக் கையை நீட்டினாள். ''ஆமாம்,'' என்றார் மருத்துவர், ''ஆனால் கொஞ்சம் அமைதியாக இருங்கள்.'' யார் அவர் என்று கேட்பதைப் போல் அந்தப் பெண் பார்த்தாள். மெத்தையின் கால்மாட்டில் இருந்த கோர்மெரி அவளை அமைதிப்படுத்தும் வகையில் சைகை செய்தான். ''படுத்துக்கொள்.'' அவள் பின்புறமாகச் சாய்ந்தாள். அந்தச் சமயத்தில் கூரையின் பழைய ஓடுகளின் மேல் மழை இருமடங்காகப் பெய்யத் தொடங்கியது. விரிப்புக்கு அடியில் மருத்துவர் தன் பணியைச் செய்துகொண்டிருந்தார். பிறகு அவர் எழுந்து நிமிர்ந்து, தனக்கு முன்னால் எதையோ ஆட்டியதைப் போலத் தோன்றினார். சிறிய குரலொன்று ஒலிப்பது கேட்டது. ''பையன் பிறந்திருக்கிறான்,'' என்றார். ''நல்ல திடமான குழந்தை.'' ''வாழ்க்கையை நன்றாகத் தொடங்கியிருக்கிறான்,'' என்றாள் உணவகத்தின் சொந்தக்காரி, ''புது வீட்டிற்கு வந்து.'' மூலையிலிருந்த அராபியப் பெண் சிரித்துக்கொண்டே இரண்டு முறை கைதட்டினாள். கோர்மெரி அவளைப் பார்த்தான். அவள் முகத்தைத் திருப்பிக்கொண்டாள் சங்கடத்துடன். ''சரி, இப்போது கொஞ்ச நேரம் எங்களைத் தனியாக விடுங்கள்,'' என்றார் மருத்துவர். கோர்மெரி மனைவியைப் பார்த்தான். ஆனால் அவள் முகம் இன்னமும் பின்புறமாகச் சாய்ந்திருந்தது. அழுதுவடிந்த அந்த அறையைச் சற்று முன்வரை நிரப்பி அதன் தன்மையையே மாற்றிவிட்டிருந்த புன்னகையை நினைவுபடுத்த எஞ்சி இருந்தவை சொரசொரப்பான விரிப்பின் மேல் துவண்டு இருந்த அவள் கைகள் மட்டுமே. அவன் தொப்பியை அணிந்துகொண்டு கதவை நோக்கிப் போனான்.

---

[a] உருப்பெருக்காடியின் கீழ் இருக்கும் சில செல்களைப் போல.

‘‘அவனுக்கு என்ன பெயர் வைக்கப்போகிறீர்கள்?’’ என்று கேட்டாள் உணவகச் சொந்தக்காரி. ‘‘தெரியாது, அதைப் பற்றி யோசிக்கவில்லை.’’ அவன் அவளைப் பார்த்தான். ‘‘நீங்கள் இங்கு இருந்ததால் அவனை ‘ழாக்’ என்று அழைப்போமே.’’ அவள் வாய்விட்டுச் சத்தமாகச் சிரித்தாள், கோர்மெரி வெளியே போனான். வெளியே திராட்சைக் கொடியின் கீழே அராபியன் இன்னமும் சாக்கினால் தன்னைப் போர்த்தியபடி காத்திருந்தான். அவன் கோர்மெரியைப் பார்த்தான், அவன் ஒன்றும் பேசவில்லை. ‘‘இந்தா,’’ என்ற அராபியன், சாக்கின் இன்னொரு மூலையை அவனிடம் நீட்டினான். கோர்மெரி அதனடியில் புகுந்துகொண்டான். முதிய அராபியனின் தோள்பட்டையையும், அவனுடைய உடைகளிலிருந்து எழும்பிய புகையின் வாடையையும், அவர்கள் இருவரின் தலைக்கு மேலே சாக்கில் விழுந்துகொண்டிருந்த மழையையும் அவனால் உணர முடிந்தது. ‘‘பையன் பிறந்திருக்கிறான்,’’ என்றான் கோர்மெரி தன்னுடன் இருந்தவனைப் பார்க்காமலேயே. ‘‘எல்லாம் இறைவன் அருள்,’’ என்றான் அராபியன். ‘‘இப்போது நீதான் தலைவன்.’’ ஆயிரக்கணக்கான கிலோமீட்டர் தொலைவிலிருந்து வந்த நீர் அவர்களுக்கு முன்னால் இருந்த சாம்பல் தரைமேல் பற்பல குட்டைகளாகத் தரையைக் குழியாக்கியவாறு, நிற்காமல் விழுந்துகொண்டிருந்தது. இன்னும் தொலைவில் திராட்சைக் கொடிகளின் மேலும் விழுந்தது. அவற்றைச் சுற்றிக் கட்டப்பட்டிருந்த இரும்புக் கொழுகொம்புகள் மழை நீரில் பளபளத்தன. கிழக்கிலிருக்கும் கடல்வரை அந்த நீர் போகப்போவதில்லை. அது இந்தப் பிரதேசம் முழுவதையும், ஆற்றுக்கு அருகேயிருந்த சதுப்புப் பகுதிகளையும், சுற்றிலும் இருந்த மலைகளையும் வெள்ளமாக்கவிருந்தது. கிட்டத்தட்ட மனித நடமாட்டமே இல்லாத பரந்த நிலப்பரப்பிலிருந்து எழும்பிய பலமான வாடை ஒரே சாக்கின் கீழே நெருக்கிக்கொண்டிருந்த இரண்டு மனிதர்கள் இருக்கும் இடம்வரை வீச, அவர்களுக்குப் பின்னாலிருந்து பலவீனமான ஒரு ஒலி விட்டுவிட்டுக் கேட்டுக் கொண்டிருந்தது.

வெகு நேரம் கழித்து இரவில், இரண்டாவது மெத்தையில் நீண்ட கால் சட்டையும் பனியனும் அணிந்து தன் மனைவிக்கு அருகில் படுத்திருந்த கோர்மெரி, தீச்சுவாலைகள் அறையின் மேற்கூரையில் நடனமாடிக்கொண்டிருந்ததைப் பார்த்தான். இப்போது அறையில் சாமான்கள் கிட்டத்தட்ட ஒழுங்காக வைக்கப்பட்டிருந்தன. மனைவிக்கு மறுபக்கத்தில் ஒரு பழைய துணிக் கூடையில் குழந்தை சத்தமில்லாமல்—அவ்வப்போது தொண்டையிலிருந்து கிளம்பிய சிறு களகள வென்ற ஓசையைத் தவிர—படுத்திருந்தது. கோர்மெரியின் மனைவியும் அவன் இருந்த பக்கமாகத் திரும்பியபடி, சற்றே திறந்த வாயுடன் தூங்கிக்கொண்டிருந்தாள். மழை நின்றுவிட்டிருந்தது. அடுத்த நாள், பணிகளைத் தொடங்க வேண்டும். அவனுக்கு அருகில், வேலை செய்துசெய்து மரம்போல் ஆகியிருந்த அவனுடைய மனைவியின் கையும் அவனுடைய பணிகளை அவனுக்கு நினைவூட்டின. அவன் தன் கையை நீட்டி, அவளுடைய கை மேல் மென்மையாக வைத்து, பின்புறமாகச் சாய்ந்து, கண்களை மூடிக்கொண்டான்.

***

2. சேன்-ப்ரியுக்

[a]நாற்பது ஆண்டுகளுக்குப் பிறகு, சேன்-ப்ரியுக்குக்குச் செல்லும் ரயிலில், பயணிகள் நடக்கும் வழியில் நின்றிருந்த ஒருவன், வசந்த காலத்தின் மதிய வேளையின் மங்கலான சூரிய வெளிச்சத்தில், பாரிஸிலிருந்து இங்கிலிஷ் கால் வாய்வரை இருந்த குறுகிய, தட்டையான பிரதேசத்தின் அழகற்ற வீடுகளும், கிராமங்களும் எதிர்த் திசையில் விரைவதை இணக்கமற்ற பார்வையுடன் பார்த்துக்கொண்டிருந்தான். பல நூற்றாண்டுகளாக ஒரு சதுர மீட்டர்கூட விடாமல் விவசாயம் செய்யப்பட்டிருந்த புல்வெளிகளும், வயல்களும் அவன் கண்முன் விரைந்தன. தொப்பி அணியாத தலை, மிகக் குட்டையாக வெட்டப்பட்ட முடி, கவர்ச்சியான லட்சணங்களைக் கொண்ட நீண்ட முகம். நல்ல உயரம், நேராகப் பார்க்கும் நீல நிறக் கண்கள். நாற்பது வயதைத் தாண்டியும் அவன் அணிந்திருந்த மழைக்கோட்டில் ஒல்லியாகத் தோற்றமளித்தான் அந்த மனிதன். வண்டியின் குறுக்குக் கம்பியில் கைகளை நன்றாக ஊன்றி, உடல் பாரம் முழுவதையும் ஒரு பக்கமாக அழுத்தி, நெஞ்சை நிமிர்த்தியிருந்த அவன், நல்ல பலசாலியாகவும் திற மையானவன் போலவும் தோன்றினான். அப்போது ரயில் வண்டி மெதுவாகச் சென்று, அழுதுவடிந்துகொண்டிருந்த ஒரு சிறு நிலையத்தில் நின்றது. சற்று நேரத்தில், அந்த மனிதன் நின்றுகொண்டிருந்த ரயில் பெட்டியின் கதவுக்கெதிரே ஒரு பெண் கடந்து சென்றாள். ஒரு கையிலிருந்த பெட்டியை இன்னொரு கைக்கு மாற்றிக்கொள்வதற்காக அவள் சற்று நின்றபோது, அந்த மனிதனைப் பார்த்தாள். அவன் புன்முறுவல் செய்தபடியே அந்தப் பெண்ணைப் பார்த்தான். அவளாலும் பதிலுக்குப் புன்முறுவல் செய்யாமல் இருக்க முடியவில்லை. அந்த மனிதன் கதவின் ஜன்னல் கண்ணாடியை இறக்கினான், ஆனால் அதற்குள் வண்டி மீண்டும் கிளம்பிவிட்டது. ''அட, சே,'' என்றான் அவன். அந்தப் பெண் இன்னமும் அவனைப் பார்த்துப் புன்முறுவல்செய்துகொண்டிருந்தாள்.

அந்த மனிதன் உள்ளே போய் மூன்றாம் வகுப்புப் பெட்டி ஒன்றில் கதவோரமாக இருந்த தன்னுடைய இருக்கையில் உட்கார்ந்தான். மிகக் குறைவாகவே இருந்தாலும் படிய வாரப்பட்டிருந்த முடியுடனும், உண்மையான வயதைக் கூட்டிக் காட்டியபடி இருந்த, உப்பிய, சிவப்புப் புள்ளிகள் நிறைந்த முகத்துடனும் ஒருவர் அவனுக்கு எதிரே, தன்னைக் குறுக்கிக்கொண்டு கண்களை மூடியபடி உட்கார்ந்திருந்தார். செரிமானக் கோளாறு இருப்பதைப் போலத் தோன்றிய அவருக்குப் பலமாக மூச்சிரைத்தது. அவ்வப்போது தனக்கு எதிரில் இருந்தவரின் பக்கம்[b] பார்வையை வீசிக்கொண்டிருந்தார். அவர் இருந்த அதே பெஞ்சில், போகும் வழியின் அருகே இருந்த குடியானவப் பெண் ஞாயிற்றுக்கிழமைக்கேற்ப நேர்த்தியாக உடுத்தியிருந்ததுடன், மெழுகினால் செய்யப்பட்ட திராட்சைப் பழங்கள் அலங்கரித்த விசித்திரமான தொப்பி ஒன்றை அணிந்திருந்தாள். மங்கிய, சோர்ந்துவிட்ட முகத்துடனும், சிவப்பு முடியுடனும் தலையுடனும் இருந்த ஒரு

---

[a] தொடக்கத்திலிருந்தே, ழாக்கை 'விசித்திரமானவன்' என்று அழுத்தமாகக் காட்ட வேண்டும்.

[b] மங்கலான.

குழந்தையின் மூக்கைச் சிந்த வைத்துக்கொண்டிருந்தாள். அந்த மனிதனின் புன்முறுவல் மறைந்துவிட்டிருந்தது. அவன் பாக்கெட்டிலிருந்து ஒரு பத்திரிகையை எடுத்து, கொட்டாவி வரவழைத்த கட்டுரை ஒன்றைக் கவனம் செலுத்தாமல் படித்தான்.

கொஞ்ச நேரம் கழித்து, ரயில் நின்றது. 'சேன்-ப்ரியுக்' என்று எழுதப்பட்டிருந்த சிறிய பலகை ஒன்று மெதுவாக அவனுடைய ரயில் பெட்டி ஜன்னலுக்கு முன் தோன்றியது. உடனே அவன் எழுந்து நின்று, பக்கவாட்டில் விரியும் வசதிகொண்ட பெரிய சூட்கேஸை, மேலேயிருந்த, சாமான்கள் வைக்கும் தட்டிலிருந்து சிரமமின்றி எடுத்தான். பின்னர் அவன் தன்னுடைய சக பயணிகளுக்கு வணக்கம் தெரிவித்துவிட்டு, சற்று வியப்படைந்த அவர்கள் பதில் வணக்கம் தெரிவிக்க, விரைந்து வெளியேறி, ரயில் பெட்டியின் மூன்று படிகளில் வேகமாக இறங்கினான். நடைமேடையில் இறங்கியவுடன் அவன் இதுவரை பற்றிக்கொண்டிருந்த பித்தளைக் கம்பியில் படிந்திருந்த கரிப்புகையால் அழுக்கான தன் இடது கையைப் பார்த்தான். கைக்குட்டையை எடுத்துக் கவனமாகக் கையைச் சுத்தம்செய்துகொண்டான். பிறகு வெளியே செல்லும் வழியை நோக்கிச் சென்ற அவன், பொலிவற்ற நிறத்தில் உடைகள் அணிந்து, கடுகடுத்த முகத்துடன் இருந்த மற்ற பயணிகளின் கும்பலுடன் கொஞ்சம்கொஞ்சமாகக் கலந்துகொண்டான். சிறிய தூண்கள் கொண்ட நுழைவாயிலில் தன்னுடைய பயணச்சீட்டைப் பரிசீலனைக்குக் கொடுப்பதற்காகப் பொறுமையாகக் காத்திருந்தான். அந்த உம்மணாமூஞ்சி ஊழியர் பயணச்சீட்டைத் தன்னிடம் திரும்பக் கொடுப்பதற்காக இன்னும் கொஞ்சம் காத்திருந்தான். பிரான்ஸின் பிரகாசமான தென்கடற்கரைப் பிரதேசத்தைக்கூட அழுக்கடைந்து மங்கலாகக் காட்டிய சில பழைய சுவரொட்டிகள் மட்டுமே அலங்கரித்த, அழுக்கான வெற்றுச் சுவர்கள் கொண்ட ஓய்வுக்கூடத்தைக் கடந்து, ரயில் நிலையத்திலிருந்து நகரத்தை நோக்கிச் சென்ற தெருவில், பிற்பகல் சூரியனின் சாய்ந்துகொண்டிருந்த ஒளியில் இறங்கி நடந்தான்.

விடுதியில் தான் ஏற்கனவே முன்பதிவு செய்திருந்த அறை எதுவென்று கேட்ட அவன், தன்னுடைய பெட்டியை எடுத்துவர விரும்பிய, உருளைக்கிழங்கு போன்ற உருவத்துடன் இருந்த, அறைப் பணிப்பெண்ணின் சேவையை மறுத்தான். இருந்தாலும், அந்தப் பணிப்பெண் அவனுடைய அறைக்கு அவனை இட்டுச் சென்ற பின், அவளுக்கு அவன் இனாம் அளிக்க, அது அவளுடைய முகத்தில் தோழமை உணர்வை வரவழைத்தது. பிறகு அவன் மீண்டும் தன் கைகளைக் கழுவிக்கொண்டு அறைக் கதவைப் பூட்டாமலே அதே வேகத்தில் கீழே இறங்கி வந்தான். வரவேற்புக் கூடத்தில் அறையின் பணிப்பெண்ணைச் சந்தித்து, அந்த ஊரின் கல்லறைத் தோட்டம் இருக்கும் இடத்தைப் பற்றி விசாரித்து, தேவைக்கு அதிகமாகவே விளக்கங்களைப் பெற்று, இன்முகத்துடன் அவற்றைக் கேட்டு, பிறகு அவள் சுட்டிக் காட்டிய திசையை நோக்கிப் போனான். விகாரமான சிவப்பு ஓடுகள் வேயப்பட்ட சாதாரணமான வீடுகளுக்கிடையே இருந்த குறுகிய, களையற்ற தெருக்கள் வழியே நடந்து போனான். இங்கும்அங்கும் மரக் கட்டுமானம் பாதி மட்டுமே நடந்திருந்த, சிலேட் தகட்டுக் கூரை கொண்ட வீடுகளைப் பார்க்க முடிந்தது. நவீன

மேற்கத்திய நகரங்கள் எல்லாவற்றிலும் காணப்படும் கண்ணாடியால் ஆன பொருள்களும், பிளாஸ்டிக் மற்றும் நைலானில் செய்யப்பட்ட அற்புதப் படைப்புகளும் மட்டமான பீங்கான் சாமான்களும் வைக்கப்பட்டிருந்த கடைகளின் கண்ணாடி ஜன்னல்கள் முன், மிக அரிதாகவே அங்கே போய்வந்து கொண்டிருந்தவர்கள்கூட நிற்கவில்லை. தின்பண்டக் கடைகள் மட்டுமே வளமாக இருந்தன. கல்லறைத் தோட்டம் அச்சுறுத்தும் பெரிய மதில் சுவர்களால் சூழப்பட்டிருந்தது. அதன் வாசல் அருகே ஒரு சில பூக்கடைகளும், சலவைக் கல் கடைகளும் மட்டுமே இருந்தன. அவற்றில் ஒரு கடையின் முன்னால் ஒரு மூலையில், இன்னும் எதுவும் பொறிக்கப்படாமல் இருந்த கல்லறைக் கல்லின் மேல் உட்கார்ந்து வீட்டுப் பாடம் எழுதிக்கொண்டிருந்த, பிரகாசமான பையனைப் பார்ப்பதற்காக அந்தப் பயணி கொஞ்சம் நின்றான். பிறகு அவன் உள்ளே நுழைந்து கல்லறைத் தோட்டப் பொறுப்பாளர் வீட்டுக்குச் சென்றான். பொறுப்பாளர் வீட்டில் இல்லை. மிகக் குறைந்த பொருள்களே இருந்த பொறுப்பாளரின் அலுவலக அறையில் காத்திருந்தான். அங்கிருந்த வரைபடம் ஒன்றை அவன் பார்த்துப் படித்துக்கொண்டிருக்கும்போது பொறுப்பாளர் உள்ளே வந்தார். பெரிய மூக்குடன், நரம்பு முடிச்சுகள் அதிகம் கொண்ட உயரமான அந்த மனிதர், தான் அணிந்திருந்த உயர்ந்த கழுத்துப் பகுதி கொண்ட கோட்டில், வியர்வை வாடையுடன் இருந்தார். 1914ஆம் வருடப் போரில் இறந்தவர்களின் கல்லறைகள் இருந்த பகுதியைப் பற்றி அவரிடம் அவன் விசாரித்தான். ''ஆமாம், அதோ,'' என்றார் மற்றவர். ''அந்தப் பகுதிக்குப் 'பிரெஞ்சு நினைவுகள்' என்று பெயர். நீங்கள் யார் பெயரைத் தேடுகிறீர்கள்?'' ''ஆன்ரி கோர்மெரி,'' என்று பதிலளித்தான் பயணி.

பழுப்புக் காகித அட்டை போடப்பட்டிருந்த பெரிய ஒரு பதிவேட்டைப் பொறுப்பாளர் எடுத்து, மண் அப்பியிருந்த தன் விரலால் பெயர்ப் பட்டியல் ஒன்றில் தேடினார். விரல் ஒரு இடத்தில் நின்றது. ''கோர்மெரி, ஆன்ரி. 'மார்ன்' போர்க்களத்தில் உயிரிழக்கும் வகையில் அடிபட்டு, சேன்-ப்ரியுக்கில் 1914 அக்டோபர் 11ஆம் தேதி இறந்தார்,'' என்றார். ''அதுதான்,'' என்றான் பயணி. பொறுப்பாளர் பதிவேட்டை மூடிவிட்டு ''என்னுடன் வாருங்கள்,'' என்றார். சில எளிமையாகவும், சில பகட்டாகவும் அசிங்கமாகவும் இருந்த கல்லறைகள் வரிசையினூடே அவனுக்கு முன்னால் பொறுப்பாளர் போனார். அந்தக் கல்லறைகளை மூடியிருந்த மலிவான சலவைக் கல் துண்டுகளும் மணிகளும் உலகின் எந்த இடத்தையும் கேவலப்படுத்தும் வகையில் இருந்தன. ''அவர் உங்கள் உறவினரா?'' என்று கேட்டார் காவலாளி, எங்கேயோ பார்த்தபடி. ''என் தந்தை.'' ''என்ன கொடுமை,'' என்றார் மற்றவர். ''இல்லை. அவர் இறந்தபோது எனக்கு ஒரு வயதுகூட ஆகியிருக்கவில்லை. அதனால்தான் அப்படிச் சொல்கிறேன்.'' ''அப்படியா? இருந்தாலும் அதுவும் சோகம்தானே. அந்தப் போரில் நிறைய பேர் இறந்துபோனார்கள்.'' ழாக் கோர்மெரி ஒன்றும் பதில் சொல்லவில்லை. உண்மையில் நிறைய பேர்தான். ஆனால் அவனுடைய தந்தையைப் பொறுத்த வரை தன்னிடம் இருந்திராத ரத்த உணர்வுப் பாசம் எதையும் அவனால் தனக்கென்று ஏற்படுத்திக்கொள்ள முடியவில்லை. அவன் பிரான்ஸில் வாழ்ந்துவந்த

இத்தனை வருடங்களாக, அல்ஜீரியாவிலேயே தங்கிவிட்ட தன்னுடைய தாயார் நீண்ட நாட்களாக அவனிடம் கேட்டுக்கொண்டிருந்த வேண்டுகோளை நிறை வேற்றுவதாகத் தன் தாய்க்கு வாக்களித்திருந்தான்: அவளே ஒருமுறைகூடப் பார்த் திருந்திருக்காத தன் தந்தையின் கல்லறையைப் பார்த்துவருவதாக. கோர்மெரி யைப் பொறுத்தவரை இந்த விஜயத்திற்கு அர்த்தமே இல்லை; தன் தந்தையைப் பார்த்திருக்காமலும், அவர் எப்படியெல்லாம் இருந்தார் என்று தெரிந்திருக்காம லும், போதாக்குறைக்கு இவை போன்ற சம்பிரதாய சைகைகள், சடங்குகளில் நம்பிக்கை இல்லாததாலும். அவனுடைய தாயைப் பொறுத்தவரையும் இந்த விஜயத்திற்கு எந்த அர்த்தமும் இல்லை. மறைந்துபோனவரைப் பற்றி ஒருபோதும் அவள் எதுவும் பேசியதில்லை; மேலும் கோர்மெரி பார்க்கப் போவதைப் பற்றி அவளால் கற்பனைகூட செய்துபார்க்க முடிந்திருக்காது, ஆனால் அவனுடைய முன்னாள் பேராசிரியர் ஓய்வுக்குப் பிறகு சேன்-ப்ரியுக்கில் வசிப்பதால், அவ ரைப் போய்ப் பார்த்து வருவதற்கு இது ஒரு நல்ல சந்தர்ப்பம் என்பதால் தனக்கு அன்னியனான இந்த மறைந்தவருக்கு வருகை தருவதென்று முடிவு செய்திருந் தான். மேலும் பழைய நண்பரைப் பார்ப்பதற்கு முன்னால் அதைச் செய்து முடித்துவிட்டால், பிறகு இஷ்டம் போலச் சுதந்திரமாக இருக்கலாம் என்பதிலும் குறியாக இருந்தான். ''இதோ, இங்கேதான்,'' என்றார் பொறுப்பாளர். பெரிய கருப்புச் சங்கிலியால் பிணைக்கப்பட்ட சாம்பல் நிறக் கற்கள் சுற்றிலும் வரம்பாக இருந்த ஒரு சதுர வடிவ நிலத்திற்கு முன்பாக அவர்கள் வந்தார்கள். சீரான இடை வெளி விட்டு அடுத்தடுத்த வரிசைகளில், எழுத்துகள் பொறிக்கப்பட்டுச் செவ்வக வடிவிலிருந்த ஏகப்பட்ட கற்கள் அனைத்துமே ஒரே மாதிரியாக இருந்தன. அவை ஒவ்வொன்றையும் சிறிய, புதிய மலர்கொத்து ஒன்று அலங்கரித்தது. ''இவற்றைப் பராமரிக்கும் வேலையை 'பிரெஞ்சு நினைவுகள்' நாற்பது வருடங்களாகப் பொறுப் பேற்றுக்கொண்டு செய்துவருகிறது. இதோ, இங்கே இருக்கிறது.'' முதல் வரிசையில் ஒரு கல்லைப் பொறுப்பாளர் சுட்டிக்காட்டினார். பூாக் கோர்மெரி அந்தக் கல்லிலிருந்து கொஞ்சம் தள்ளி நின்றான். ''நான் உங்களை இங்கே விட்டுச் செல் கிறேன்,'' என்றார் பொறுப்பாளர். கோர்மெரி கல்லின் அருகே சென்று வெறித்த பார்வையுடன் அதைப் பார்த்தான். ஆம், அது தன் தந்தையின் பெயர்தான். தன் பார்வையை அவன் உயர்த்தினான். வெளிறியிருந்த வானத்தில், வெள்ளையும் சாம்பல் நிறமுமாகச் சிறிய மேகங்கள் மெதுவாகப் போனதால் வானத்திலிருந்து மங்கிய ஒளியும், பிறகு இருட்டும் மாறிமாறித் தரையில் விழுந்தன. அவனைச் சுற்றி இருந்த, இறந்தவர்களின் விரிந்து பரந்த களத்தில் மௌனம் ஆட்சி புரிந்து கொண்டிருந்தது. நகரத்தின் அமுங்கிய முணுமுணுப்பு மட்டுமே உயர்ந்த மதில் சுவர்களைத் தாண்டி வந்துகொண்டிருந்தது. தொலைவிலிருந்த கல்லறைகளின் இடையே நிழலுருவம் ஒன்று சில சமயங்களில் கடந்து போயிற்று. வானத்தில் மேகங்களின் நிதானமான பயணத்தைப் பார்ப்பதற்காகத் தன் பார்வையை உயர்த்திய பூாக் கோர்மெரி, ஈரமான மலர்களுக்கு அப்பாலிருந்து தொலைவில் அசைவற்றிருந்த கடலிலிருந்து வந்த உப்புக் காற்றின் வாடையை இனம்கண்டு முகர்ந்துபார்க்க முயன்றுகொண்டிருந்தபோது ஒரு கல்லறையின் சலவைக் கல்லின்

மேல் வாளி ஒன்று இடிக்கும் சத்தம் கனவுலகிலிருந்து அவனை மீட்டது. அந்தத் தருணத்தில் கல்லறையின் மீது இருந்த தன் தந்தையின் பிறந்த தேதியைப் படித்தான்; இதுவரை தனக்கு அது தெரிந்திருக்கவில்லை என்பது அவனுக்குப் புலப்பட்டது. பிறகு கல்லறையில் இருந்த அந்த இரண்டு தேதிகளையும் படித்தான்: "1885-1914"; அனிச்சையாகக் கணக்குப் போட்டுப்பார்த்தான்: இருபத்தியொன்பது ஆண்டுகள். திடீரென்று ஒரு எண்ணம் பளிச்சிட்டு அவன் உடல் முழுவதையும் உலுக்கியது. கோர்மெரிக்கு வயது நாற்பது. இந்தக் கற்பலகைக்கு அடியில் புதைக்கப்பட்டிருந்த மனிதர், தன்னுடைய தந்தையாக இருந்தவர், தன்னைவிட இளையவராக இருந்திருக்கிறார்.[a]

திடீரென்று அவனுடைய இதயத்தில் பொங்கி வழிந்த கனிவும் அனுதாபமும் கலந்த அலை, மறைந்த தன் தந்தையின் நினைவை நோக்கி அவருடைய மகனை இட்டுச்சென்ற ஆத்மாவின் சலனம் அல்ல; மாறாக, நியாயமற்ற முறையில் கொல்லப்பட்ட குழந்தை நன்கு வளர்ந்த மனிதனிடம் ஏற்படுத்தும் மனதை உலுக்கும் பரிதாபம்—இங்கு ஏதோவொன்று இயற்கையின் ஒழுங்குமுறைப்படி இருக்கவில்லை; உண்மையில் இங்கு ஒழுங்குமுறை எதுவுமே இருக்கவில்லை; தந்தையைவிட மகனுக்கு வயது அதிகம் என்ற பைத்தியக்காரத்தனமும் குழப்பமும் மட்டுமே அங்கே இருந்தன. அசைவற்று நின்றுகொண்டிருந்த அவனைச் சுற்றி, அவன் இனியும் பார்த்துக்கொண்டிருக்காத கல்லறைகளுக்கு இடையே காலத்தின் ஓட்டமே பொடிப்பொடியாக நொறுங்கிக்கொண்டிருந்தது; தன் இலக்கை நோக்கி ஓடிக்கொண்டிருக்கும் இந்த நீண்ட நதியில் வருடங்கள் ஒழுங்காகத் தத்தம் இடத்தில் இருக்கவில்லை. மனஉளைச்சலிலும் மனவேதனையிலும் சிக்கித் திணறிக்கொண்டிருந்த கோர்மெரிக்கு முன்னால் வருடங்கள் வெறும் நுங்கும் நுரையும், அலைகளும் சுழல்களுமாக மட்டுமே இருந்தன.[b] மற்ற கல்லறைகளில் பொறிக்கப்பட்டிருந்த வாசகங்களைப் பார்க்கும் போது, இந்தக் கணத்தில் தாங்கள் வாழ்ந்துகொண்டிருப்பதாக நினைத்துக்கொண்டிருக்கும், நரை தோன்ற ஆரம்பித்துவிட்ட மனிதர்களின் தந்தைகளாக இருந்த குழந்தைகள் தூவப்பட்டிருக்கும் பூமி இது என்று அந்தத் தேதிகளிலிருந்து புரிந்துகொண்டான். ஏனென்றால், அவனும் இப்போது தான் உயிருடன் வாழ்ந்துகொண்டிருப்பதாக நினைத்துக்கொண்டிருந்தான், தனியாகவே தன்னை உருவாக்கிக்கொண்டிருந்திருக்கிறான், தன்னுடைய பலம், சக்தி எல்லாம் அவனுக்குத் தெரிந்திருந்தது, எல்லாவற்றையும் எதிர்கொண்டு தன்னைக் கட்டுக்குள் வைத்திருந்திருக்கிறான். ஆனால் அவனுக்கு அப்போதிருந்த வினோதமான தலைச் சுற்றலில், ஒவ்வொரு மனிதனும் நாளடைவில் தனக்கு எழுப்பிக்கொள்ளும் சிலை, ஆண்டுகளின் அக்னியில் இறுகிப்போகும் அந்தச் சிலை, எதற்குள்ளே அவனே நுழைந்து கடைசியில் தவிடுபொடியாவதற்குக் காத்திருக்கிறானோ அந்தச் சிலையில் ஏற்கனவே வேகமாக விரிசல்கள் தோன்றி, அந்தச் சிலை சிதையத் தொடங்கியிருந்தது. அவனுக்கு இருந்ததெல்லாம் வாழவேண்டுமென்ற பேராவலுடன் இருந்த,

---

[a] மாற்றம்.

[b] முதல் உலகப் போர் பற்றிய விவரணையை விரிவாக்க வேண்டும்.

உளைச்சலுக்கு ஆளான இந்த இதயம் மட்டுமே: இந்த உலகத்தின் மிக அபாய கரமான நியதிக்கு எதிராகக் கிளர்ச்சி செய்துகொண்டு நாற்பது ஆண்டுகளா கத் தனக்குத் துணையாக இருந்துகொண்டு, வாழ்க்கை முழுவதின் ரகசியத்தி லிருந்து தன்னைப் பிரித்த சுவருடன் போராடியபடி, இந்த உலகத்தின் மிக அபாய கரமான நியதிக்கு எதிராகக் கிளர்ச்சி செய்துகொண்டு, இன்னும் ஒரே வேகத்து டன் போராடியபடி, வெகு தூரம் போக விரும்பும், இன்னும் அப்பால் போக விரும்பும், தெரிந்துகொள்ள, சாவதற்கு முன் தெரிந்துகொள்ள—ஒரே கணம் என்றாலும் அறுதியாக ஒரு முறை தெரிந்துகொள்ள—தான் தானாக இருக்க விரும்பிய வலிமிகுந்த இதயம் மட்டுமே.

பைத்தியக்காரத்தனமாக, தைரியமாக, கோழையாக, பிடிவாதமாக, தனக்கு எதுவுமே தெரிந்திருக்காத இலக்கை எட்டிப் பிடிக்க முயன்றுகொண்டிருந்த தன்னுடைய வாழ்க்கையைக் கோர்மெரி திரும்பிப் பார்த்தான். பார்க்கப் போனால், தனக்கு இந்த வாழ்க்கையை அளித்துவிட்டு உடனேயே கடல் கடந்து முன்பின் தெரியாத மண்ணில் இறந்துவிட்ட மனிதர் எப்படி இருந்திருக்க முடியும் என்பதைக் கற்பனைசெய்துபார்க்கக்கூட முயலாமலேயே அவனுடைய வாழ்க்கை முழுவதும் கழிந்துவிட்டிருக்கிறது. இருபத்தியொன்பது வயதில் அவனும் பல வீனனாக, நோய்வாய்ப்பட்டவனாக, இறுக்கமாக, பிடிவாதக்காரனாக, உணர்ச்சி களின் அடிமையாக, கனவுலகில் மிதப்பவனாக, எதிலும் திருப்தியடையாத வனாக, தைரியசாலியாக இருந்திருக்கிறான் அல்லவா? ஆமாம், அவன் இவையெல் லாமும், இவற்றைத் தவிர்த்த மற்ற எல்லாமுமாக, அவன் உயிர்த்துடிப்புடன் இருந்திருக்கிறான். சுருக்கமாகச் சொன்னால், ஒரு மனிதனாக. ஆனால், அதோ அங்கே உறங்கிக்கொண்டிருந்தவரை உயிருள்ள ஒரு மனிதராகக் கோர்மெரி ஒருபோதும் எண்ணிப்பார்த்ததில்லை; மாறாக, தான் பிறந்த மண்ணுக்கு எப் போதோ ஒருமுறை சென்றிருந்த அந்நியனாக, போர்க்களத்தில் இறந்துபோன அவருடைய ஜாடையிலேயே தான் இருப்பதாகத் தன் அம்மா சொன்ன ஒரு வராக மட்டுமே நினைத்துப்பார்த்திருந்திருக்கிறான். இருந்தபோதும், கோர் மெரி எதைத் தெரிந்துகொள்ள வேண்டும் என்று புத்தகங்களிடையேயும் மனிதர் களிடையேயும் தேடிக்கொண்டிருந்தானோ, அந்த ரகசியம் இப்போது இந்த இறந்துபோய்விட்டவரிடம், வயதில் இளைய தந்தையிடம், அவர் என்னவாக இருந்து, என்னவாக ஆகிவிட்டாரோ என்பதுடன் நெருக்கமாகப் பிணைந்திருந் தது. மேலும், காலத்திலும் ரத்த உறவிலும் தனக்கு மிக அருகிலேயே இருந்ததைக் கோர்மெரி எங்கெல்லாமோ தொலைவில் தேடிக்கொண்டிருந்திருக்கிறான். உண் மையைச் சொன்னால், அவனுக்கு எந்த உதவியும் கிடைத்திருக்கவில்லை. மிகக் குறைவாகவே பேசிய, படிக்கவோ, எழுதவோ செய்யாத ஒரு குடும்பம், மகிழ்ச்சி யின்றி, சுரத்தின்றி இருந்த அம்மா—பரிதாபத்துக்குரிய இளைய தந்தையைப் பற்றி இவனுக்கு யார், என்ன சொல்லியிருக்க முடியும்? அம்மாவைத் தவிர யாருக்கும் அவரைத் தெரியாது, அம்மா அவரை மறந்துவிட்டிருந்தாள். அதைப் பற்றிக் கோர்மெரி நிச்சயமாக இருந்தான். ஒரு அந்நியனைப் போல, மிகக் குறு கிய காலமே இந்த மண்ணில் தோன்றி மறைந்து, இந்த உலகத்தில் யாராலும்

அறியப்படாமலேயே அவர் இறந்துவிட்டிருந்தார். ஆகவே, நிச்சயமாகக் கோர் மெரிதான் எல்லாவற்றையும் விசாரித்துக் கேட்டறிந்துகொள்ள வேண்டும். ஆனால் அவனைப் போன்ற ஒருவனுக்கு, தன்னிடம் ஒன்றும் இல்லாமல் உலகம் முழுவதையும் அடைய விரும்புகிறவனுக்கு, தன்னை உருவாக்கிக்கொண்டு உலகத்தை வெல்லவோ, புரிந்துகொள்ளவோ தன்னிடமுள்ள சக்தி முழுவதுமே போதாது. எப்படியிருந்தாலும், இப்போதும் காலம் கடந்துவிடவில்லை, அவன் இன்னமும் தேடலாம். உலகத்திலுள்ள மற்ற எந்தப் பிறவியையும்விடத் தனக்கு மிகவும் நெருங்கியவராக இப்போது தோன்றும் இந்த மனிதர் யாராக இருந்தார் என்று தெரிந்துகொள்ளலாம். அவன் முயன்றால் ...

பிற்பகல் முடிவுக்கு வந்துகொண்டிருந்தது. ஒரு பாவாடையின் சலசலப்பும் கரிய ஒரு நிழலும், கல்லறைகள் நிறைந்த அந்த இடத்துக்கும், அங்கே கவிழ்ந்திருந்த வானத்திற்கும் அவனைத் திரும்ப அழைத்துவந்தன. அவன் புறப்பட வேண்டும், இங்கே செய்வதற்கு இனியும் ஒன்றும் இருக்கவில்லை. ஆனால் அந்தப் பெயரிலிருந்தும், அந்தத் தேதிகளிலிருந்தும் தன்னை விடுவித்துக்கொள்ள அவனால் முடியவில்லை. இந்தக் கற்பலகைக்கு அடியில் இருந்தது வெறும் அஸ்தியும் புழுதியும் மட்டும்தான். அவனைப் பொறுத்தவரை அவனுடைய தந்தை மீண்டும் உயிர்பெற்றிருந்தார், ஒரு வினோத மௌன வாழ்க்கை. ஆனால் மீண்டும் தன் தந்தையைக் கைவிட்டுவிட்டுப் போவதாக, முடிவில்லாத தனிமையில் வீசப்பட்டு மீண்டும் ஒரு இரவைத் தொடர்ந்து அவர் கழிக்கும்படி அவரை விட்டுச் செல்வதாகக் கோர்மெரிக்குத் தோன்றியது. நிர்மலமான வானத்தில் திடீரென்று வெடிச் சத்தம் ஒன்று கேட்டது. கண்ணுக்குத் தெரியாத விமானம் அப்போதுதான் ஒலி வரம்பைத் தாண்டியிருந்தது. மேலும் தொடர்ந்து அங்கு இருக்க விரும்பாதவனாக, கோர்மெரி திரும்பி, தந்தையை மீண்டும் துறந்தான்.

***

3. சேன்-ப்ரியுக்கும் மாலனும் (J.G.)[a]

அன்றிரவு உணவருந்தும்போது, சமைத்துவைத்திருந்த ஆட்டுக்குட்டிக் காலின் இரண்டாவது துண்டைத் தன்னுடைய பழைய நண்பர் கவலையளிக்கும் பேராசையுடன் சாப்பிட்டுக்கொண்டிருப்பதைக் கோர்மெரி பார்த்தான்; கடற்கரைக்குச் செல்லும் பாதைக்கு வெகு அருகிலிருந்த ஒரு பகுதியிலிருந்த, தாழ்வான கூரையுடன் இருந்த அந்தச் சிறிய வீட்டைச் சுற்றி எழும்பி வந்துகொண்டிருந்த காற்று மென்மையாக உறுமிக்கொண்டிருந்தது. வரும் வழியில் நடைபாதையை ஒட்டியிருந்த திறந்த சாக்கடையில், கோர்மெரியின் பார்வையில் பட்ட காய்ந்த கடல் தாவரத் துண்டுகளும், உப்பின் வாடையும் மட்டுமே அருகிலேயே கடல் இருப்பதை உணர்த்தியது. வாழ்நாள் முழுவதும் சுங்கத்துறை நிர்வாகத்தில் பணி புரிந்திருந்த விக்டர் மாலன் ஓய்வுபெற்ற பிறகு இந்த ஊருக்கு வந்துவிட்டிருந்தார். இதை அவர் விரும்பித் தேர்வுசெய்திருக்கவில்லையென்றாலும், இங்கே தனிமையில் மௌனமாக சிந்தனை செய்வதை எதுவுமே—மிதமிஞ்சிய அழகோ, மிதமிஞ்சிய விகாரமோ, ஏன் தனிமையோகூட—கலைப்பதில்லை என்று, தேர்வு செய்துவிட்ட பிறகு நியாயப்படுத்தினார். அலுவலக நிர்வாகமும் மனிதர்களிடம் வேலை வாங்குவதும் அவருக்கு நிறையவே கற்றுக்கொடுத்திருந்தன; அதுவும் முதலாவதாக, நமக்குத் தெரிந்தவை மிகக் குறைவே என்பதைக் கற்றுக்கொண்டிருக்கிறார். இருந்தபோதிலும், அவரைவிட மிகப் பெரிய அறிவாளிகளெல்லாம் பெருமளவு சலிப்புத் தரும்வகையில் சராசரித்தனத்துடன் இருந்த காலகட்டத்தில், எந்த அளவுக்குச் சாத்தியமாக இருந்ததோ அந்த அளவுக்கு, அவருக்கே உரித்தான அசலான சிந்தனை வளம் இருந்ததாலும், அவருடைய விஷயஞானம் விரிவாகக் காணப்பட்டதாலும் கோர்மெரி எந்தத் தயக்கமும் இல்லாமல் அவரை உயர்வாகவே கருதினான். எல்லாச் சூழ்நிலைகளிலும் மேலெழுந்தவாரியாக ஒத்துப் போவதைப் போலத் தோன்றினாலும், இந்தச் சீர்தூக்கிப் பார்க்கும் சுதந்திரம் அவருடைய சிந்தனைக்குச் சமரசம் செய்துகொள்ளாத தனித்தன்மையை அளித்திருந்தது.

''நான் சொல்லவந்தது...,'' என்றார் மாலன். ''நீங்கள் அம்மாவைப் பார்க்கப் போகிறீர்கள் என்பதால், முதலில் உங்களுடைய தந்தையைப் பற்றிய சில விஷயங்களைத் தெரிந்துகொள்ள முயலுங்கள். பிறகு என்ன ஆயிற்று என்பதை விரைந்து வந்து என்னிடம் சொல்லுங்கள். மனம்விட்டுச் சிரிக்கும் தருணங்கள் குறைந்துகொண்டுவருகின்றன.''

''ஆமாம். வேடிக்கைதான். அந்த ஆர்வம் இப்போது எனக்கு வந்திருப்பதால், குறைந்தபட்சம் இன்னும் சில தகவல்களை இங்குமங்குமாகச் சேகரிக்க முயல வேண்டும். நான் இதுவரை இதைப் பற்றி அக்கறை கொள்ளாமலிருந்தது ஒரு வித நோய் என்று நினைக்கிறேன்.''

---

[a] எழுதி, நீக்கப்பட வேண்டிய அத்தியாயம்.

‘‘இல்லவே இல்லை. இந்த விஷயத்தில் இது தெளிவான அறிவு. நான் ‘மார்த்’தை மணம் செய்துகொண்டு முப்பது ஆண்டுகள் வாழ்ந்தேன், உங்களுக்குத்தான் தெரியுமே. அவள் ஒரு பரிபூரண மனைவி, அவள் இப்போது இல்லையே என்று இன்றும் நினைத்துக்கொள்கிறேன். அவள் தன் இல்லத்தை நேசித்தாள் என்றே நான் எப்போதும் நினைத்தேன்.’’[1]

‘‘நீங்கள் சொல்வது சரிதான்’’, என்றார் மாலன், தன் பார்வையைத் திருப்பியபடி. தான் ஆமோதித்ததைத் தொடர்ந்து வரப்போகும் அவருடைய மறுப்புக்காகக் கோர்மெரி காத்திருந்தான்.

மாலன் தொடர்ந்து பேசினார். ‘‘இருந்தாலும், நான் சொல்வது தவறாகவே இருக்கலாம், வாழ்க்கை எனக்குக் கற்பித்ததைவிட அதிகமாகத் தெரிந்துகொள்வதிலிருந்து என்னைக் கட்டுப்படுத்திக்கொள்வேன். ஆனால் இந்த வகையில் நான் ஒரு மோசமான முன்மாதிரி அல்லவா? மொத்தத்தில், நானாக முன்வந்து முயற்சி எதுவும் மேற்கொள்ளவில்லையென்றால், நிச்சயமாக அது என்னுடைய குறைபாடுகளில் ஒன்றுதான். ஆனால் நீங்களோ (இப்போது அவருடைய கண்களில் ஒருவிதமான குறும்புத்தனம் தென்பட்டது), உங்களுக்குச் செயல்கள் முக்கியம்.’’

மாலன் சீனரைப் போலத் தோன்றினார்: நிலவைப் போன்ற முகம், கொஞ்சம் தட்டையான[2] மூக்கு, கிட்டத்தட்ட இல்லாததைப் போலத் தோன்றும் புருவங்கள், குட்டையாக வட்டமாக வெட்டப்பட்ட முடி, தடித்த உணர்ச்சி ததும்பும் உதடுகளை மறைக்கப் போதுமானதாக இல்லாத பெரிய மீசை. மென்மையாகவும், உருண்டையாகவும் இருந்த உடலும், சற்றே பருத்து இருந்த விரல்களுடன் சதைப்பற்று மிக்க கைகளும் பொதுவாக விரைந்து நடந்துபோவதை விரும்பாத உயர்ந்த குலச் சீனர்களை நினைவூட்டின. கண்களைப் பாதி மூடியபடி சாப்பாட்டில் ஒன்றி அவர் சாப்பிடுவதைப் பார்க்கும்போது, பட்டு அங்கி அணிந்து கையில் சாப்ஸ்டிக்குகளுடன் இருப்பதாக அவரைக் கற்பனைசெய்துபார்ப்பதைத் தவிர்க்க முடியவில்லை. ஆனால் அவருடைய பார்வை எல்லாவற்றையும் மாற்றியிருந்தது. படபடப்புடனும் கவலையுடனும் இருந்த அவருடைய ஆழ்ந்த பழுப்பு நிறக் கண்கள், ஏதோ ஒரு குறிப்பிட்ட கருத்தை அவருடைய அறிவுகூர்ந்து ஆராய்ந்துகொண்டிருந்ததைப் போல சலனமுற்றும், திடீரென்று உன்னிப்பாக மாறியும் பார்க்கும் அந்தக் கண்கள், மிகுந்த நுண்ணுணர்வும் சீரிய பண்பாட்டுப் பின்னணியும் கொண்ட மேற்கத்திய மனிதரிடம் காணப்படும் கண்கள்.

வயதான பணிப்பெண் கொண்டுவந்த வைத்த பாலாடைக் கட்டித் தட்டை மாலன் ஓரக்கண்ணால் விழுங்கிவிடுவதைப் போலப் பார்த்தார். ‘‘எனக்குத் தெரிந்த ஒருவர்... அவர் முப்பது வருடங்கள் தன் மனைவியுடன் வாழ்ந்து, பின்னர்...’’ என்று தொடங்கினார். கோர்மெரி முனைப்புடன் கேட்க முற்பட்டான். ‘‘எனக்குத்

---

[1] இதுவும், இதற்கு முந்தைய இரண்டு பத்திகளும் அடிக்கப்பட்டிருக்கின்றன.

[2] பிரெஞ்சு மொழியில் மூக்கைக் குறிப்பிடும்போது 'camus' என்ற பெயரடைக்கு ‘தடையான’ என்று பொருள் (த.மொ.கு.).

தெரிந்த ஒரு மனிதர்... அல்லது ஒரு நண்பர்... அல்லது என்னுடன் பயணம் செய்த ஒரு ஆங்கிலேயர்..." என்றெல்லாம் மாலன் ஏதாவது சொல்லத் தொடங்கினால், அது அவரேதான் என்று நிச்சயமாகச் சொல்லலாம். "எனக்குத் தெரிந்த ஒரு மனிதருக்கு இனிப்புப் பண்டங்கள் பிடிக்காது, அவருடைய மனைவியும் ஒரு போதும் அவற்றைச் சாப்பிட்டது கிடையாது. அவளுடன் இருபது வருடங்கள் ஒன்றாக வாழ்ந்த பிறகு, ஒருநாள் 'கேக்' கடை ஒன்றில் அவள் இருப்பதை எதிர்பாராத விதமாக அவர் பார்த்தார். தொடர்ந்து கவனித்ததில், வாரத்தில் பல நாட்கள் அவள் அங்கே போய் 'காஃபி எக்லோ' என்ற இனிப்புத் தின்பண்டத்தை மூச்சுமுட்டத் தின்றுகொண்டிருந்தாள் என்று தெரியவந்தது. ஆமாம், இனிப்புப் பண்டங்கள் அவளுக்குப் பிடிக்காது என்று அவர் நினைத்திருந்தார், ஆனால் அவளுக்கோ 'காஃபி எக்லோ' மீது அலாதி விருப்பம்."

"அப்படியானால்," என்றான் கோர்மெரி. "யாரைப் பற்றியுமே நமக்குத் தெரியாது."

"அப்படியே வைத்துக்கொள்ளுங்கள். ஆனால் இன்னும் பொருத்தமான தென்று எனக்குத் தோன்றுவது என்னவென்றால், அதாவது நான் சொல்ல விரும்புவதும் என்னவென்றால்—எனக்கு எதையுமே உறுதியாகச் சொல்லச் சக்தி யில்லை என்றுகூட நீங்கள் குறை சொல்லலாம்—இருபது ஆண்டுகள் ஒன்றாக வாழ்ந்ததுகூட ஒருவரைப் பற்றித் தெரிந்துகொள்ளப் போதவில்லை என்றி ருக்கும்போது, ஒரு மனிதர் இறந்து நாற்பது ஆண்டுகளுக்குப் பிறகு மேற் கொள்ளப்படும் மேலெழுந்தவாரியான விசாரணை அவரைப் பற்றி மிகக் குறைந்த அளவிலான, ஆமாம், மிகக் குறைந்த அளவில் மட்டுமே அர்த்தமுள்ள தகவல் களைத்தான் அளிக்க முடியும். ஆனாலும், இன்னொரு விதமாகப் பார்த்தால்..."

விதியை வெல்ல முடியாது என்பது போன்ற தோரணையில், தட்டில் இருந்த வெள்ளாட்டுப் பாலாடைக் கட்டியின் மேல் கத்தியை வைத்திருந்த தன் கையை உறுதியாகக் கீழே இறக்கிக் கொண்டுவந்தார்.

"சரி, உங்களுக்குப் பாலாடைக் கட்டி வேண்டாமா? வேண்டவே வேண் டாமா? இன்னும் அதே கட்டுப்பாடு! உங்களை மகிழ்விப்பது கடினம்!"

பாதி மூடியிருந்த அவருடைய இமைகளுக்கு நடுவிலிருந்து மீண்டும் குறும்புத் தனமான மங்கிய ஒளி ஒன்று வடிந்தது. கோர்மெரிக்கு அவனுடைய நண்பரை இருபது ஆண்டுகளாகத் தெரியும். (ஏன், எப்படி என்பது இங்கு சேர்க்கப்பட வேண்டும்.) அவருடைய கிண்டல்களை இவனும் தோழமை உணர்வுடன் ஏற்றுக் கொண்டான்.

"மகிழ்விப்பது பற்றிய விவகாரம் எதுவும் இல்லை. மிக அதிகமாகச் சாப்பிட்டு விட்டால் பாரமாக உணர்கிறேன். அமிழ்ந்துபோய்விடுகிறேன்."

"ஆமாம், அப்படிப் போய்விட்டால் உங்களால் மற்றவர்கள் தலைக்கு மேல் பறக்க முடியாது."

வெள்ளையடிக்கப்பட்ட விட்டங்களுடன் கூரை தாழ்வாக இருந்த சாப்பாட்டு அறையை நிரப்பியிருந்த, அழகிய, பழைய மோஸ்தரிலான அறைகலன்களைக் கோர்மெரி பார்த்தான்.

"நண்பரே," என்றான் அவன், "நான் கர்வம்பிடித்தவன் என்று நீங்கள் எப்போதும் நினைத்திருக்கிறீர்கள். நான் கர்வம்பிடித்தவன்தான். ஆனால், எப்போதுமோ அல்லது எல்லோருடனுமோ நான் அப்படி இருப்பதில்லை. உதாரணமாக, உங்களிடம் என்னால் கர்வம் கொள்ள இயலாது."

மாலன் முகத்தைத் திருப்பிக்கொண்டார். அவரைப் பொறுத்தவரை உணர்ச்சி வசப்பட்டிருப்பதன் அறிகுறி அது.

"தெரியும். ஆனால் ஏன் அப்படி?" என்று கேட்டார்.

"ஏனென்றால், நான் உங்களிடம் அன்பு வைத்திருக்கிறேன்," என்றான் கோர்மெரி அமைதியாக.

குளிர்விக்கப்பட்ட பழத்துண்டுகள் இருந்த தட்டைத் தன் பக்கம் இழுத்துக் கொண்ட மாலன் எதுவும் சொல்லவில்லை.

கோர்மெரி தொடர்ந்தான்: "ஏனென்றால் நான் இளம்வயதினனாக, மிகவும் முட்டாள்தனமாகவும், மிகவும் தனிமையிலும் இருந்தபோது—உங்களுக்கு அல்ஜே நாட்கள் நினைவிருக்கிறதா? நீங்கள் என்மீது மிகுந்த அக்கறை கொண்டு, அதை வெளிக்காட்டாமலேயே, இந்த உலகத்தில் நான் விரும்பும் அனைத்தின் கதவுகளையும் திறந்துவிட்டீர்கள்."

"நீங்கள் இயல்பாகவே திறமைசாலி."

"நிச்சயமாக. ஆனால் எப்பேர்ப்பட்ட திறமைசாலிக்கும் அறிமுக ஆசான் அவசியம். உங்களுடைய பாதையில் வாழ்க்கை யாரை ஒருநாள் உங்கள் முன்னால் நிறுத்துகிறதோ, அவர் எப்போதும் உங்கள் பாசத்துக்கும் மரியாதைக்கும் உகந்தவர் ஆகிவிடுகிறார், அதற்கு அவர் எந்த விதத்திலும் பொறுப்பில்லாவிட்டாலும். அதில் எனக்கு ஆழ்ந்த நம்பிக்கை உண்டு!"

"ஆமாம், ஆமாம்," என்றார் மாலன் தன் உணர்ச்சியை வெளிக்காட்டாமல்.

"எனக்குத் தெரியும், உங்களுக்கு இன்னமும் சந்தேகம்தான். இங்கே பாருங்கள், உங்கள்மீது எனக்கிருப்பது ஒருவிதக் குருட்டுப் பாசம் என்று நினைக்காதீர்கள். உங்களிடம் பெரிய, மிகப் பெரிய குறைகள் இருக்கின்றன, குறைந்தபட்சம், என் பார்வையில்."

மாலன் தன்னுடைய தடித்த உதடுகளை நாக்கால் நக்கிக்கொண்டார். திடீரென்று ஆர்வம் கொண்டவராகத் தோன்றினார்.

"என்ன குறைகள்?"

"உதாரணத்துக்குச் சொன்னால், நீங்கள் ஒரு சிக்கனப் பேர்வழி. அது கஞ்சத்தனத்தால் அல்ல, ஆனால் ஒருவித பயம், தேவைப்படும்போது போதாமல் போய் விடுமோ என்ற பயம், இத்யாதி. இருந்தாலும் அது ஒரு பெரிய குறை, பொதுவாக எனக்குப் பிடிக்காத ஒன்று. ஆனால் எல்லாவற்றையும்விட, மற்றவர்களிடம்

ஏதாவது உள்நோக்கம் இருக்குமோ என்று சந்தேகப்படுவதை உங்களால் நிச்சயம் தவிர்க்க முடியாது. உங்களுடைய உள்ளுணர்வின்படி, மற்றவர்களின் தன்னல மற்ற எண்ணங்களில் உங்களுக்கு நம்பிக்கை இல்லை.''

''இதோ பாருங்கள்,'' என்றார் மாலன், தன்னுடைய 'வைன்' பானத்தை முடித்தபடி. ''நான் காபி அருந்தக் கூடாதுதான், இருந்தாலும்...''

ஆனால் கோர்மெரி நிதானம் இழக்கவில்லை.[a]

''நீங்கள் வெறுமனே கேட்டால் போதும், என்னிடம் இருப்பவை அனைத்தை யும் உடனேயே நான் உங்களுக்குத் தரத் தயாரென்று ஒரு பேச்சுக்கு நான் சொன் னால் அதை உங்களால் நம்ப முடியாதென்று எனக்கு நிச்சயமாகத் தெரியும்.''

மாலன் சற்றுத் தயங்கி, இம்முறை தன் நண்பனைப் பார்த்தார்.

''எனக்குத் தெரியும். நீங்கள் தாராள மனம் படைத்தவர்.''

''இல்லை, எனக்குத் தாராள மனம் இல்லை. என்னுடைய நேரம், என்னுடைய சக்திகள், என்னைச் சோர்வடையச் செய்யும் எல்லாவற்றிலும் நான் சிக்கனமாக இருக்கிறேன். அது எனக்கு வெறுப்பைத் தருகிறது. ஆனால் நான் சொன்னது நிஜம். நீங்களோ... நீங்கள் என்னை நம்பவில்லை. அதுதான் உங்களுடைய குறையும் உங்களுடைய இயலாமையும், என்னைவிட நீங்கள் உயர்ந்த மனிதராக இருந்த போதிலும். ஏனென்றால், நீங்கள் நினைப்பது தவறு. நீங்கள் ஒரு வார்த்தை சொன் னால் போதும், இந்தக் கணமே என்னிடம் இருப்பவை எல்லாம் உங்களைச் சேரும். உங்களுக்கு அது தேவையில்லை. மேலும், இது ஒரு உதாரணமே. ஆனால் இது ஏனோதானோவென்று முடிவுசெய்து சொல்லும் உதாரணம் அல்ல. உண்மையிலேயே என்னுடைய உடைமைகள் எல்லாம் உங்களுக்குத்தான்.''

''நன்றி. உண்மையிலேயே நன்றி,'' என்றார் மாலன், பாதி மூடிய கண்களுடன். ''நீங்கள் செல்வது என் மனதைத் தொடுகிறது.''

''சரி. நான் சொல்வது உங்களுக்குச் சங்கடமாக இருக்கிறது. உங்களுடன் மனம்திறந்து மற்றவர்கள் பேசுவது உங்களுக்குப் பிடிப்பதில்லை. உங்கள் குறை பாடுகளுடனேயே உங்களை நான் விரும்புகிறேன் என்று மட்டுமே சொல்ல நான் ஆசைப்பட்டேன். மிகக் குறைவான பிறவிகளையே நான் நேசிக்கவோ, வணங்கவோ செய்கிறேன். மற்றவர்கள் விஷயத்தில் என்னுடைய அலட்சிய மனோ பாவத்தை நினைத்து எனக்கு வெட்கமாக இருக்கிறது. ஆனால் நான் யாரை நேசிக் கிறேனோ ஒருபோதும் நானோ அல்லது நிச்சயமாக அவர்களோ எதுவுமே, நான் அவர்களை நேசிப்பதை விட்டுவிடும்படி செய்ய முடியாது. இவை போன்றவற் றைக் கற்றுக்கொள்வதற்கு எனக்கு நிறைய காலம் பிடித்திருக்கிறது; இப்போது எனக்கு அது தெரிகிறது. ஆகவே, நமது உரையாடலைத் தொடர்வோம். என்னு டைய தந்தையைப் பற்றி நான் விசாரித்து அறிந்துகொள்ள முயல்வதில் உங்களுக்கு உடன்பாடில்லை.''

---

[a] நான் அக்கறை கொள்ளாதவர்களுக்கும், அவர்களிடமிருந்து திரும்பி வராது என்று இருந் தாலும், அடிக்கடி பணம் கடன் கொடுக்கிறேன். காரணம், இல்லையென்று எனக்குச் சொல லத் தெரியாது, அது அலுப்பாகவும் இருக்கும்.

"இல்லை... இல்லை, நான் உங்களுடன் உடன்படுகிறேன். ஆனால், நீங்கள் ஏமாந்துபோக நேரிடுமோ என்றுதான் பயந்தேன். என்னுடைய நண்பர் ஒருவர் ஒரு இளம் பெண்ணுடன் நெருங்கிப் பழகி, அவளை மணந்துகொள்ள விரும்பி, அவளைப் பற்றிய விவரங்களைக் கேட்டுத் தெரிந்துகொள்ளும் தவறைச் செய்தார்."

"ஒரு பூர்ஷ்வா," என்றான் கோர்மெரி.

"ஆமாம்," என்றார் மாலன். "அது நான்தான்." இருவரும் வெடித்துச் சிரித்தார்கள்.

"நானோ இளைஞனாக இருந்தேன். எனக்குக் கிடைத்த விவரங்கள் பெருமளவு முரண்பட்டிருந்ததால், அவளைப் பற்றிய என்னுடைய கருத்து குழப்பமடைந்துவிட்டிருந்தது. அவளைக் காதலித்தேனா இல்லையா என்பது எனக்கு நிச்சயமாகத் தெரியவில்லை. மொத்தத்தில், நான் இன்னொருத்தியை மணந்து கொண்டேன்."

"நான் எனக்கு இன்னொரு தந்தையைத் தேடிக்கொள்ள முடியாது."

"முடியாதுதான், அதிர்ஷ்டவசமாக. ஒன்றே போதும், என்னுடைய அனுபவத்தை வைத்துப் பார்த்தால்."

"அது சரி," என்றான் கோர்மெரி. "எப்படியும் இன்னும் சில வாரங்களில் நான் என் தாயைப் பார்க்கப் போக வேண்டும். இது ஒரு நல்ல சந்தர்ப்பம். நான் ஏன் இதுபற்றி உங்களிடம் பேசினேன் என்றால், சற்று முன்பு எனக்குச் சாதகமாக இருக்கும் வகையில் என்னைப் பெரியவனாக்கிவிட்டிருந்த இந்த வயது வித்தியாசம் என்னைக் குழப்பத்தில் ஆழ்த்திவிட்டிருந்தது. ஆமாம், எனக்குச் சாதகமாகத்தான்."

"ஆமாம், புரிகிறது."

கோர்மெரி மாலனைப் பார்த்தான்.

"அவர் முதுமையடைந்திருக்கவில்லை என்று உங்களுக்கே சொல்லிக்கொள்ளுங்கள்," என்றார் மாலன். "அந்தத் துன்பம் அவருக்குத் தவிர்க்கப்பட்டுவிட்டது. அது நீண்டதொரு துன்பம்."

"சில இன்பங்களும் அதில் அடங்கும்."

"ஆமாம், நீங்கள் வாழ்க்கையை நேசிப்பவர். அதுவும் வேண்டியதுதான். நீங்கள் அதில் மட்டுமே நம்பிக்கை வைத்திருக்கிறீர்கள்."

மாலன் 'க்ரெடோன்' துணியினால் ஆன சாய்வு நாற்காலியில் அமிழ்ந்து உட்கார்ந்தார். விவரிக்க முடியாமல் படர்ந்த ஒரு சோகம் திடீரென்று அவருடைய முகபாவத்தை மாற்றியது.

"நீங்கள் சொல்வது சரி," என்றான் கோர்மெரி. "நான் வாழ்க்கையை நேசித்தேன், மிகுந்த வேட்கையுடன் அதை நேசிக்கிறேன். அதே சமயம் அது பயங்கரமானதாகவும் கைக்கெட்டாததாகவும் தோன்றுகிறது. ஆகவேதான் நான் கடவுள் நம்பிக்கை கொண்டிருக்கிறேன், நிச்சயமின்மையால். ஆமாம், நான் நம்ப விரும்புகிறேன், நான் வாழ விரும்புகிறேன், எப்போதும்."

கோர்மெரி மௌனமானான்.

''அறுபத்தைந்து வயதை அடைந்தபின், ஒவ்வொரு வருடமும் மரண தண்டனையை ஒத்திவைப்பதுதான்,'' மாலன் சொன்னார். ''நான் அமைதியாக இறக்க விரும்புகிறேன். இறப்பது எனக்கு பயமூட்டுகிறது. நான் எதையும் சாதிக்கவும் இல்லை.''

''இந்த உலக வாழ்க்கையை நியாயப்படுத்துபவர்கள் சிலர் இருக்கிறார்கள், தங்களுடைய இருத்தலினாலேயே மற்றவர்கள் வாழ உதவுபவர்கள்.''

''ஆம், அவர்களும் இறந்துவிடுகிறார்கள்.''

அவர்கள் இருவரும் மௌனமானார்கள். அந்த வீட்டைச் சுற்றி காற்று இன்னும் சற்று பலமாக வீசியது.

''நீங்கள் சொல்வது சரி, மூாக்,'' என்றார் மாலன். ''போய் விசாரித்துப்பாருங்கள். உங்களுக்கு இனிமேலும் ஒரு தந்தை அவசியம் இல்லை. நீங்களாகவே உங்களை வளர்த்துக்கொண்டிருக்கிறீர்கள். நேசிக்கத் தெரிந்திருக்கும் உங்களால் இப்போது அவரை நேசிக்க முடியும். ஆனால்...'' என்ற அவர், சற்றுத் தயங்கினார்: ''என்னைப் பார்க்கத் திரும்பி வாருங்கள். எனக்கு மீதமிருக்கும் நாட்கள் அதிகம் இல்லை. தவிர, என்னை மன்னியுங்கள்...''

''உங்களை மன்னிப்பதா?,'' என்றான் கோர்மெரி. ''நான் எல்லாவற்றுக்கும் உங்களுக்குக் கடமைப்பட்டிருக்கிறேன்.''

''இல்லை. நீங்கள் எனக்குப் பெரிதாக ஒன்றும் கடமைப்பட்டிருக்கவில்லை. நீங்கள் வைத்திருக்கும் பாசத்திற்குச் சில சமயங்களில் செவிசாய்க்கத் தெரியாமல் இருந்ததற்கு மட்டும் என்னை மன்னியுங்கள்...''

மேஜைக்கு மேல் தொங்கிக்கொண்டிருந்த பெரிய, பழங்கால விளக்கை மாலன் பார்த்துக்கொண்டிருந்தார்.

சற்று நேரம் கழித்து, ஊரின் ஆளரவமற்ற பகுதிகளில் காற்று வீசிக்கொண்டிருக்க, தனியாகப் போய்க்கொண்டிருந்த கோர்மெரியின் காதுகளில் இடைவிடாது மீண்டும்மீண்டும் ஒலித்துக்கொண்டிருந்த அந்த வார்த்தைகளை மாலன் சொன்னபோது அவருடைய குரல் சுரத்தின்றி ஒலித்தது:

''எனக்குள் ஒரு பயங்கர சூன்யத்தை உணர்கிறேன், மனதைப் புண்படுத்தும் ஒருவித அலட்சியம்...''[a]

***

---

[a] மூாக் / ஆரம்பத்திலிருந்தே, குழந்தைப் பருவத்திலிருந்து, நல்லது எது, கெட்டது எது என்று அறிந்துகொள்ள நானாகவே முயன்றிருக்கிறேன். ஏனென்றால், என்னைச் சுற்றியிருந்த எவராலும் அதைச் சொல்ல முடியவில்லை. பிறகு, இப்போது எல்லாம் என்னைக் கைவிட்டுவிட்ட நிலையில், எனக்கொரு வழிகாட்டி, என்னைப் பழி சொல்லவோ, புகழவோ—அதுவும் தன்னுடைய ஆதிக்கத்தால் அல்லாமல் தன்னுடைய அதிகாரத்தால்—ஒருவர் தேவை என்பதை உணர்கிறேன், எனக்கு என் தந்தை வேண்டும். எனக்கு அது தெரியும் என்றும், என்னை நான் என் கட்டுக்குள் வைத்திருந்தேன் என்றும் நினைத்தேன். இன்னும் எனக்குத் தெரியவில்லை.

4. சிறுவர் விளையாட்டுகள்

ஜூலை மாத வெப்பத்தில் கடலில் சிறிதாக எழும்பி வந்த நீர்ப்பரப்பு கப்பலை உருட்டுவதைப் போல ஆட்டியது. தன் அறையில் அரை நிர்வாணமாகப் படுத்திருந்த ழாக் கோர்மெரி, கடற்பரப்பில் பட்டுப் பிரதிபலித்த சூரிய வெளிச்சத்தின் ஒளித்துண்டுகள் தன்னுடைய அறையின் வட்ட வடிவக் கண்ணாடி ஜன்னலின் தாமிர விளிம்புகளின் மேல் நடனமாடியதைப் பார்த்தபடி இருந்தான். சட்டென்று எழுந்து, உடலின் மேல் வியர்வை வழிவதற்கு முன்பாகவே தோலின் மேல்பரப்பில் அதைக் காய வைத்த மின் விசிறியை நிறுத்தினான். வியர்த்துக் கொட்டுவதே மேல். கட்டில் எப்படி இருக்க வேண்டும் என்று விரும்பியிருந்தானோ அதேபோல் இருந்த கடினமான, குறுகிய சிறிய கட்டிலை நோக்கிப் போனான். இப்போது கப்பலின் ஆழத்திலிருந்து, பெரிய ராணுவப் படை ஒன்று தொடர்ச்சியாக அணிவகுத்துச் செல்வதைப் போல அமுங்கிய அதிர்வுகளுடன் இயந்திரங்களின் மெல்லிய ஒலி மேலெழும்பி வந்தது. தன்னைச் சுற்றிலும் விரிந்து பரந்த வெளியைக் கடல் தன்னுடைய பார்வைக்கு அளித்துக்கொண்டிருந்த நிலையில் இரவு பகலாக எழுந்த இந்த ஒலியும், எரிமலைமேல் நடந்து போவதைப் போன்ற உணர்வும் அவனுக்குப் பிடித்திருந்தன. ஆனால் கப்பலின் மேல்தளத்தில் வெயில் அதிகமாக இருந்தது. மதிய உணவுக்குப் பிறகு, நன்றாகச் சாப்பிட்டுவிட்டுக் களைப்பாக இருந்த பயணிகள் மதிய உறக்கத்திற்காக மேல்தளத்தின் கூரையிட்ட பகுதிக்குக் கீழே மடக்கு சாய்வு நாற்காலிகளில் சரிந்துவிட்டிருந்தார்கள் அல்லது தளத்தின் அடியிலிருந்த தாழ்வாரத்துக்கு விரைந்தார்கள். ழாக்குக்கு மதிய வேளை உறக்கம் பிடிக்காது. 'அ பெனிடோர்' என்று கசப்புணர்வுடன் நினைத்துக் கொண்டான். அல்ஜேயில் அவன் சிறுவனாக இருந்தபோது மதிய உறக்கத்துக்குத் தன்னுடன் வர வேண்டும் என்று அவனைக் கட்டாயப்படுத்திய பாட்டி வழக்கமாகச் சொன்ன விநோதமான தொடர் 'அ பெனிடோர்'. அப்போதெல்லாம் அல்ஜே நகரத்தின் ஏழ்மைப் பகுதியிலிருந்த, மூன்று அறைகள் கொண்ட அந்தக் குடியிருப்பை நல்ல கவனத்துடன் மூடப்பட்டிருந்த ஜன்னல் வழியாக வந்த வரிவரியான நிழல் போர்த்தியிருக்கும். வெளியே, புழுதி நிறைந்த வறண்ட தெருக்களில் வெப்பம் தகித்துக்கொண்டிருக்கும்.[a] அறைக்குள் மங்கிய வெளிச்சம் இருந்த பகுதியில் ஆகாய விமானமொன்றின் ரீங்கார ஓசையுடன் ஒன்றிரண்டு சுறுசுறுப்பான ஈக்கள் அயராமல் வெளியே போகும் வழியைத் தேடிக்கொண்டிருக்கும். தெருவில் இறங்கித் தன் நண்பர்களுடன்—அவர்களும் தத்தம் வீடுகளில் பிடித்து வைக்கப்பட்டிருப்பார்கள்—சேர்ந்துகொள்வதற்கு முடியாதபடி வெயில் மிகக் கடுமையாக இருக்கும். 'பார்தெய்யான்' அல்லது 'லேந்த்ரெபிட்' படிக்கலாமென்றால் அதற்கும் வெப்பம் தாங்க முடியாமல் இருக்கும்.[b] மிக அரிதாக

---

[a] கிட்டத்தட்ட பத்து வயது இருக்கும்போது.

[b] அசிங்கமான வண்ண அட்டையுடன் செய்தித்தாள் காகிதத்தில் அச்சடிக்கப்பட்ட தடிமனான புத்தகங்கள். அவற்றின் தலைப்பு அல்லது ஆசிரியரின் பெயரைவிட அவற்றின் விலை கொட்டை எழுத்துகளில் அச்சிடப்பட்டிருக்கும்.

பாட்டி வீட்டில் இல்லாமல் இருந்தாலோ அல்லது பக்கத்து வீட்டுக்காரியுடன் அரட்டையடித்துக்கொண்டிருந்தாலோ, தெருவைப் பார்த்தபடி இருந்த சாப் பாட்டு அறையின் ஜன்னல் சட்டங்களின் மீது மூக்கை நசுக்கியபடி சிறுவன் வெளியே பார்த்துக்கொண்டிருப்பான். தெரு வெறிச்சோடியிருக்கும். எதிரே இருந்த காலணிக் கடையிலும், மளிகைக் கடையிலும் சிவப்பு, மஞ்சள் திரைச் சீலை நாடாக்கள் தொங்கவிடப்பட்டிருக்கும்; புகையிலைக் கடையின் நுழை வாயிலில் பல வண்ண முத்துக்கள் கோத்த திரை இருக்கும்; ழானின் காப்பிக் கடையின் உள்ளே ஆட்களின்றி இருக்கும், மரத்தூள் மூடியிருந்த தரையின் விளிம்புக்கும் புழுதி படிந்த நடைபாதைக்கும் இடையே இருந்த இடத்தில் இறந்து விட்டதைப் போலத் தோன்றிய தூங்கும் பூனையைத் தவிர.

அப்போதெல்லாம் சிறுவன் வெள்ளையடிக்கப்பட்டு, மிகக் குறைந்த அறை கலன்களே இருந்த அறைக்குத் திரும்பி வருவான்: அறை நடுவில் ஒரு சதுர மேஜை, சுவரோடு ஒட்டிய சிறிய அலமாரி, பல கீறல்களுடனும் மைத்துளிக் கறைகளுடனும் இருந்த சிறிய எழுதும் மேஜை, அரைகுறையாகக் காது கேட் கும் அவனுடைய மாமா இரவில் வந்து உறங்குவதற்காகத் தரையில் ஒரு மெத்தை, ஐந்து நாற்காலிகள்.[a] மூலையில், மேல்பகுதியில் மட்டுமே சலவைக் கல் பதிக்கப்பட்டிருந்த கணப்பு. அதன் மேல், பொதுக் கண்காட்சிகளில் இருப் பதைப் போல மலர்கள் சொருகிவைக்கப்பட்டிருந்த, மெல்லிய கழுத்து கொண்ட ஜாடி. வெயில், நிழல் என்ற இரண்டு வெறுமைகளுக்கிடையே மாட்டிக் கொண்டுவிட்டிருந்த சிறுவன் ''எனக்குச் சலிப்பாக இருக்கிறது, போரடிக்கிறது'' என்று உச்சாடனம் போல் திரும்பத்திரும்பச் சொல்லியபடி வேகமாக அடி வைத்து மேஜையைச் சுற்றிச்சுற்றி வருவான். ஆனால் இந்த அலுப்புணர்வில் ஒருவித மகிழ்ச்சியும், களிப்பும் இருந்தது. ஒருவழியாகப் பாட்டி திரும்பிவந்து, 'அ பெனிடோர்' என்று சொல்வதைக் கேட்கும்போது அவனை ஆவேசம் பற்றிக் கொள்ளும், ஆனால் அவனுடைய எதிர்ப்புகள் எதுவும் பலனளிக்காது. குக்கிரா மத்தில் ஒன்பது குழந்தைகளை வளர்த்திருந்த பாட்டிக்குக் குழந்தைகளை வளர்த்து ஆளாக்குவதைப் பற்றிச் சொந்தக் கருத்துகள் இருந்தன. ஒரே தள்ளலில் சிறுவன் படுக்கையறைக்குள் தள்ளப்படுவான். முற்றத்தைப் பார்த்தபடி இருந்த இரண்டு அறைகளில் ஒன்று அது. இன்னொரு அறையில் இரண்டு கட்டில்கள்: அவனுடைய அம்மாவின் கட்டில், அவனும் அவனுடைய அண்ணனும் படுக்கும் கட்டில். பாட்டிக்கென்றே தனியாக ஒரு படுக்கையறை இருந்தது. ஆனாலும் அவ ளுடைய பெரிய, உயரமான மரக்கட்டிலுக்கு வரும்படி சில இரவுகளிலும், எல்லா மதிய உறக்கங்களுக்கும் அவனை அழைப்பாள். அவன் தன்னுடைய செருப்பு களைக் கழற்றிவிட்டு, கட்டிலின் மேல் எம்பிப் போவான். பாட்டி தூங்கிக் கொண்டிருக்கும்போது கட்டிலிலிருந்து நழுவிக் கீழே இறங்கி, தன்னுடைய உச்சா டனத்தைத் தொடங்கி மேஜையைச் சுற்றிச்சுற்றி வர ஆரம்பித்த நாளிலிருந்து,

---

[a] அதீத சுத்தமான அறை: ஒரு அலமாரி, சலவைக் கல் பலகைக்கு மேல் மரத்தில் செய்த ஒப்பனை மேஜை, முடிச்சுத் தையலுடன், தேய்ந்துபோன, அழுக்கான, விளிம்பில் நூலிழைகள் தொங் கும் மிதியடி.

கட்டிலில் சுவரை ஒட்டிய கோடிக்குப் போக வேண்டியதாகிவிட்டது. அந்தக் கோடிக்குச் சென்ற பிறகு, பாட்டி தன்னுடைய அங்கியைக் கழற்றி, மேல்புறத்தில் சுருக்குக் கயிற்றால் இறுக்கப்பட்டிருந்த, முரட்டுத் துணியினால் ஆன மேல்சட்டையைக் கயிற்றைத் தளர்த்திக் கழற்றுவாள். பிறகு, தன்னுடைய முறைக்குக் கட்டிலில் ஏறிக்கொள்வாள். முதிய சதையின் வாடையைத் தன்னருகில் முகர்ந்த சிறுவன், அவளுடைய தடித்த நீல நிற நரம்புகளையும் பாதங்களை உருமாற்றியிருந்த முதுமையின் தழும்புகளையும் பார்ப்பான். ''உம், ஆகட்டும்,'' என்பாள் அவள். 'அ பெனிடோர்' ''. அவள் சீக்கிரமே தூங்கிவிடுவாள்; சிறுவனோ கண்களைத் திறந்தபடி, அயராது சுற்றிக்கொண்டிருந்த ஈக்களைப் பார்த்துக்கொண்டிருப்பான்.

ஆமாம், பல வருடங்களாக இதை அவன் வெறுத்தான். பிறகும்கூட, பெரியவனாக வளர்ந்துவிட்ட பிறகும், உடல்நிலை மிகவும் மோசமாகிப்போன நாட்கள்வரை, கொளுத்தும் வெயிலில் மதிய உணவுக்குப் பிறகு காலை நீட்டிப் படுப்பதை அவன் ஏற்றுக்கொள்ளவில்லை. அதையும் மீறித் தூங்கிவிட நேர்ந்தால் எழுந்திருக்கும்போது மந்தமாகி, வாந்தியெடுக்கும் உணர்வு தோன்றும். கொஞ்ச நாட்களாகத்தான், தூக்கமின்மையினால் அவதிப்பட ஆரம்பித்ததிலிருந்து, அவனால் பகல் பொழுதில் அரை மணி நேரம் தூங்க முடிந்து, புத்துணர்ச்சியுடன் சுறுசுறுப்பாக எழுந்திருக்க முடிகிறது. 'அ பெனிடோர்...'

சூரிய வெளிச்சத்தின் சுமை தாங்காமல் காற்றின் வேகம் குறைந்துவிட்டதைப் போல இருந்தது. கப்பலின் லேசான பக்கவாட்ட ஆட்டம் குறைந்து, இப்போது அது நேராக முன் செல்வதைப் போலத் தோன்றியது. இன்ஜின் முழு வேகத்தில் இயங்க, மின்விசிறியின் இயக்கம் நீரின் ஆழங்களைத் துளையிட, ஒருவாறாகச் சீராக ஆகிவிட்ட பிஸ்டன்களின் ஒலிக்கும், கடலின் மேற்பரப்பில் வெயிலின் அமுங்கிய இடைவிடாத மென்மையான முணுமுணுப்புச் சத்தத்துக்கும் வித்தியாசம் தெரியாமல் இருந்தது. அல்ஜே நகரத்தையும் அதன் எல்லைப் பகுதிகளின் சிறிய ஏழ்மை வீடுகளையும் மீண்டும் பார்க்கப்போகிறோம் என்ற ஒருவித மகிழ்ச்சிப் படபடப்புடன் மூாக் அரைத் தூக்கத்தில் இருந்தான். ஒவ்வொரு முறையும் அல்ஜீரியாவுக்குப் போவதற்காகப் பாரிஸிலிருந்து கிளம்பும்போது வெற்றிகரமாகத் தப்பியோடிக் காவலாளிகளை ஏமாற்றிவிட்டபின் சிரிப்பதைப் போன்ற மனநிறைவு அவனுக்கு இருக்கும். ஏனென்றால், அவன் ஒவ்வொரு முறையும் பாரிஸுக்கு நெடுஞ்சாலை வழியாகவோ ரயிலிலோ திரும்பிவரும்போது, மரங்கள் அல்லது நீர்ப்பரப்புகள் என்ற அடையாளங்கள் எதுவுமின்றி, எப்படி இங்கு வந்து சேர்ந்தோம் என்றே தெரியாத புறநகர்ப் பகுதியின் வீடுகளைப் பார்க்கும்போது, அவனுக்கு மனமுடைந்து போகும்; வறுமையின், விகாரத்தின் நிணநீர்க் குழாய் வீக்கங்கள் பெரிதாகி, கொஞ்சம்கொஞ்சமாய் அந்நிய மனிதன் ஒருவனை நகரத்தின் மையப் பகுதிக்கு இட்டுச்செல்வதற்காகத் தனக்குள் கிரகித்துக்கொள்ளும் புற்றுநோயைப் போல அவை இருக்கும். அங்கு இரவும் பகலுமாக அவனைச் சிறைப்படுத்தி, தூக்கமின்றித் தவிக்கும்போதும் அவன் மனதில் வியாபித்திருக்கும், சிமெண்டினாலும் இரும்பினாலும் ஆன காட்டையும் மறக்க

வைக்கும் அளவுக்கு ஊரே ஒரு பிரமாதமான அரங்குபோல் இருக்கும். ஆனால் இப்போது அவன் தப்பிவிட்டான். கடலின் பரந்த முதுகின் மேல் இப்போது நன்றாக சுவாசிக்க முடிந்தது, வெயிலில் தாலாட்டப்பட்டு அலைஅலையாக சுவா சித்துக்கொண்டிருந்தான், ஒருவாறாக, இப்போது தூங்க முடிந்திருந்தது. அவன் இன்னும் ஒருபோதும் மீண்டு வந்திருக்காத அவனுடைய குழந்தைப் பருவத்துக் கும், அவனுடைய வாழ்க்கைக்கும் எல்லா வெற்றிகளுக்கும் துணைபுரிந்திருந்த சூரிய ஒளி, கதகதப்பான வறுமை இவற்றின் ரகசியத்துக்கும் அவனால் திரும்பி வர முடிந்திருந்தது. முன்பு பாட்டி தூங்கிக்கொண்டிருந்த இருட்டு அறையின் ஜன்னல் முழுவதிலும் ஒளியைப் பாய்ச்சி, அந்தக் கதவின் கீலுக்கு அருகே மரத்தின் முண்டு ஒன்று இடமளித்திருந்த ஒரே ஒரு சிறிய ஓட்டை வழியே மெல்லிய ஒரு ஒளிக்கத்தியைப் பாய்ச்சிய அதே சூரியனின் ஒளிதான் இப்போது ஆடாமல் அசையாமல் கப்பல் அறை ஜன்னலின் தாமிர விளிம்புகளில் பிரதி பலித்துக்கொண்டிருந்தது. இப்போது ஈக்கள் இல்லை; கூட்டமாக ரீங்காரம் செய்துகொண்டிருந்த ஈக்கள் இப்போது அவனுடைய அரைத் தூக்கத்தை ஆக்கிர மிக்கவில்லை. கடலில் ஈக்கள் கிடையாது. மேலும் வெயிலால் மயங்கியிருந்த இந்த உலகில், சத்தம் செய்துகொண்டிருந்தாலும் உயிர்த்துடிப்புடன் இருந்த, சிறுவன் விரும்பியிருந்த ஒரே பிறவிகளான அந்த ஈக்கள் இப்போது இறந்து விட்டிருந்தன; அவனைத் தவிர எல்லா விலங்குகளும் மனிதர்களும் இப்போது அசையாமல் ஒருக்களித்துப் படுத்துக்கொண்டிருந்தனர். அவனோ பாட்டிக்கும் சுவருக்கும் இடையில் கட்டிலில் இருந்த குறுகிய இடத்தில் புரண்டுகொண்டிருந் தான்; அவன் உயிர்த்துடிப்புடன் வாழ விரும்பினான். அவன் வாழ்வதற்கும் விளையாடுவதற்கும் இருந்த நேரத்தைத் தூக்கத்தின் நேரம் எடுத்துக்கொண்டுவிட் டிருந்தது. மாலை வேளைகளில் நீரூற்றப்பட்டதால் ஈர மண் வாசனை வீசிக் கொண்டிருந்த சிறிய தோட்டங்களுக்கும், நீர் ஊற்றினாலும் ஊற்றாவிட்டாலும் பூத்துக் குலுங்கும் தேன்சிட்டு மலர்களுக்கும் இடையே நீண்டிருந்த ப்ர வோஸ்ட்-பராதோல் தெருவில் அவனுடைய நண்பர்கள் நிச்சயம் அவனுக்காகக் காத்துக்கொண்டிருப்பார்கள். பாட்டி எழுந்தவுடனேயே அவன் நழுவி ஓடிவிடு வான், அத்தி மரங்களடியில் ஆளரவமற்று இருக்கும் லியோன் தெருவில் இறங்கி, ப்ரவோஸ்ட்-பராதோல் தெரு முனையிலுள்ள நீரூற்றை நோக்கி ஓடு வான். நீரூற்றின் மேல்புறத்திலிருக்கும் இரும்புக் கைப்பிடியை உற்சாகமாகத் திருப்புவான், குழாய்க்கடியில் நீட்டப்பட்ட தன்னுடைய தலையில் தடியாகக் கொட்டும் நீர் வழிந்தோடி அவனுடைய மூக்கு, காதுகளை நனைத்து, சட்டை யின் திறந்த கழுத்துப் பகுதிக்குள் வழிந்து, வயிறுவரை இறங்கி, கால்சட்டைக்குள் நுழைந்து கால்கள் வழியாகச் செருப்புவரை ஈரமாக்கிவிடும். அப்போதெல்லாம் பாதங்களுக்கும் செருப்பின் மேல்புறத்தோலுக்கும் இடையில் நீரின் சொத சொதப்பை உணர்ந்தவாறே மகிழ்ச்சியுடன், தன் நண்பன் பியரையும்[a] மற்ற தோழர்களையும் சந்திக்க மூச்சிரைக்க ஓடுவான். அந்தத் தெருவில் இருந்த ஒரே

---

[a] *பியர்:* அவனுடைய நண்பன் பியரின் அம்மாவும் போரில் கணவனை இழந்து, இப்போது அஞ்சல் துறையில் பணிபுரியும் விதவை.

ஒரு இரண்டடுக்கு மாடி வீட்டின் வாசலில் அவர்கள் உட்கார்ந்துகொண்டு, கானெட் விங்கா[1] விளையாட்டு விளையாடுவதற்காக, சுருட்டு வடிவிலிருந்த மரத்துண்டு ஒன்றைச் சீவிக்கொண்டு, நீலநிற மட்டையை வைத்துக்கொண்டு காத்திருப்பார்கள்.

எல்லாரும் வந்த பிறகு அவர்கள் கிளம்பி, வீடுகளின் முன்புறத் தோட்டத்தின் கிராதிகளில் தங்கள் மட்டையை உரசியபடி நடந்து சென்றபோது எழுந்த சத்தம் அந்த வட்டாரத்தையே எழுப்பியதோடு, அங்கிருந்த தூசி படிந்த பூக்கொடிகளின் நிழலில் தூங்கிக்கொண்டிருந்த பூனைகளையும் தூக்கிவாரிப் போடச் செய்யும். தெருவைக் கடந்து ஒருவரையொருவர் பிடிப்பதற்காக ஓடிக்கொண்டிருந்ததில் ஏற்கனவே நன்றாக வியர்த்துக் கொட்டியிருந்தாலும், அவர்களுடைய பள்ளிக்கு அருகில் நான்கு அல்லது ஐந்து தெருக்களுக்கு அப்பாலிருந்த 'பசும் வெளி'யை நோக்கி ஒரே திசையில் ஓடுவார்கள். ஆனால் போகும் வழியில் கட்டாய நிறுத்தம் ஒன்று இருக்கும். ஊற்று என்று அதைக் குறிப்பிடுவார்கள். ஓரளவு பரந்து இருந்த சதுக்கம் ஒன்றில் வட்ட வடிவில் இரண்டு அடுக்குகளாக இருந்த அலங்கார ஊற்றில் நீர் கொட்டிக்கொண்டிருக்காது. ஆனால் அதனடியில் வெகு நாட்களாக அடைத்துக்கொண்டிருந்த தொட்டியில் எப்போதோ அந்த ஊரில் கனமாகப் பெய்த மழை நீர் நிரம்பியிருக்கும். பல நாட்களாகச் சேர்ந்துவிட்டிருந்த பாசியும், முலாம்பழ, ஆரஞ்சுப் பழத்தோல்களும், இன்னும் பலவிதக் குப்பைகூளங்களுமாக இருந்த அந்த நீர், சூரிய வெப்பத்தில் நீராவியாகிப் போகும்வரையிலோ அல்லது நகராட்சி மன்றம் விழித்துக்கொண்டு அதை வெளியேற்றும் வரையிலேயோ அங்கேயே தேங்கியிருக்கும். ஆகவே குளத்தின் அடிப்பகுதியில் காய்ந்து போய், அழுக்காக, பாளம்பாளமாகச் சகதி பல நாட்களாகச் சேர்ந்துகொண்டே இருக்கும்; சூரியன் தன்னுடைய முயற்சியைத் தொடர்ந்து அதைப் பொடிப்பொடியாக்கி, காற்றோ அல்லது துப்புரவாளர்களின் துடைப்பங்களோ அங்கே சுற்றிலும் இருந்த அத்திமரங்களில் ஒளிர்ந்துகொண்டிருந்த பச்சை இலைகளின் மேல் அந்தத் தூசியை எறிவதற்காகக் காத்திருக்கும். எப்படியிருந்தாலும், கோடைகாலங்களில் குளம் காய்ந்துபோயிருக்கும்; ஆனால் மங்கிய நிறத்தில் பளபளப்பான கருங்கல்லினால் ஆன அதனுடைய விளிம்புகளைப் பலருடைய கைகளும், கால் சட்டைகளின் பிருஷ்ட பாகங்களும் சேர்ந்து வழவழப்பாகியிருக்கும். ழாக், பியர் மற்ற எல்லோருமாக அதன்மேல் தங்கள் பின்பகுதிகளை ஊன்றிச் சுற்றியபடி, மூத்திரத்தின் வாடையும், வெயிலின் காய்ந்த வாடையும் வீசிக்கொண்டிருந்த, அதிக ஆழமற்ற தொட்டியின் அடிப்பகுதியில் இறுதியாக, தவிர்க்க முடியாமல் விழும்வரை விளையாடிக்கொண்டிருப்பார்கள்.

பிறகு, இன்னமும் ஓடிக்கொண்டிருந்த அவர்கள், சூரிய ஒளியாலும் தூசியாலும் தங்கள் பாதங்களிலும் செருப்பிலும் படிந்திருந்த ஒரே மாதிரியான சாம்பல் நிறப் படலத்துடன் 'பசுமை வெளி'யை நோக்கித் தலைதெறிக்க விரைவார்கள். மரப் பீப்பாய் தயாரிக்கும் பட்டறைக்குப் பின்னால், துருப்பிடித்த இரும்பு வளையங்களுக்கும் பழைய உடைந்த பீப்பாய்த் துண்டுகளுக்கும் இடையே

[1] விளையாட்டு பற்றிய ஆசிரியரின் விளக்கம் பின்னால் கொடுக்கப்படுகிறது.

இருந்த வெட்ட வெளி அது. திட்டுதிட்டாக இருந்த சுண்ணாம்புப் பாறைகளுக் கிடையே நோஞ்சானாகச் சில செடிகள் முளைத்திருக்கும். பெரும் இரைச்சலு டன் சிறுவர்கள் அந்தத் திட்டின் மேல் வட்ட வடிவில் கோடு வரைவார்கள். அவர்களில் ஒருவன் கையில் மட்டையுடன் வட்டத்தின் நடுவில் நிற்பான். மற்றவர்கள், ஒருவர்பின் ஒருவராக, சுருட்டு வடிவ மரத்துண்டை வட்டத்தை நோக்கி வீசுவார்கள். மரத்துண்டு வட்டத்துக்குள் விழுந்துவிட்டால், அதை எறிந் தவன் மட்டையைத் தன் கையில் வாங்கிக்கொண்டு அந்த வட்டத்தைத் தன் முறைக்குப் பாதுகாப்பான். திறமை மிக்கவர்கள்[a] மரத்துண்டு பறந்து வந்துகொண் டிருக்கும்போதே அதை மட்டையால் அடித்து நீண்ட தொலைவில் போய் விழச் செய்வார்கள். அப்படிச் செய்யும் பட்சத்தில், அது விழுந்த இடம்வரை போய், சிறு மரத்துண்டின் ஒரு முனையில் மட்டையால் அடித்து, அது மேலே கிளம்பிப் போகும் வகையில், கையிலுள்ள மட்டையால் மறுபடியும் ஓங்கி அடித்து இன் னும் அதிகத் தொலைவில் போய் விழச்செய்யும் வாய்ப்பு அவர்களுக்கு அளிக் கப்படும். அப்படி அடிக்கத் தவறும் வரையிலோ அல்லது மரத்துண்டை யாரா வது ஒருவர் பிடித்துவிடும் வரையிலோ அந்த வாய்ப்புத் தொடர்ந்து அளிக்கப் படும். வாய்ப்பை இழந்துவிட்டால், எதிராளி வேகமாகவும் சாமர்த்தியமாகவும் மரத்துண்டை வட்டத்தை நோக்கி வீசுவான்; வாய்ப்பை இழந்தவன் வேகமாகப் பின்நோக்கி ஓடி மீண்டும் வட்டத்துக்குக் காவலாக இருப்பான். சில சிக்கலான விதிமுறைகளுடன் இருந்த இந்த ஏழைகளின் டென்னிஸ் மாலை முழுவதும் நீடிக் கும். அவர்களில் பியர்தான் மிகச் சிறந்த ஆட்டக்காரன்; ழாக்கைவிடக் குள்ள மாக, ஒல்லியாக, கிட்டத்தட்ட நோஞ்சானாக இருந்தான்; கண் இமைகள்வரை வந்து விழுந்த பழுப்பும் வெண்மையும் கலந்த முடியின் கீழ் மிரளமிரளப் பார்த்த நீலநிறக் கண்கள் நேராக, வியப்புற்று, சற்றே புண்பட்டவாறு தோன் றின. அவன் லாவகமற்று இருப்பதைப் போலத் தோன்றினாலும், அவனுடைய விளையாட்டில் சீரான, கச்சிதமான திறமை வெளிப்பட்டது. ழாக்கோ நம்ப முடியாத தற்காப்பு ஆட்டங்களை வெற்றிகரமாக ஆடுவான்; ஆனால் புறங் கையால் அடிக்கும் எளிய வீச்சுகளைத் தவற விட்டுக்கொண்டிருப்பான். முதலா வதன் திறமையாலும், நண்பர்களின் பாராட்டைப் பெற்ற வெற்றிகளாலும் தான்தான் சிறந்த ஆட்டக்காரன் என்று நம்பியதுடன் அடிக்கடி பீத்திக்கொள் வான். உண்மையில், பியர் தொடர்ந்து அவனைத் தோற்கடித்துக்கொண்டிருப் பான்; அதைப் பற்றி ஒருபோதும் எதுவும் சொல்ல மாட்டான். ஆனால் விளை யாட்டின் முடிவில், ஒரு சென்டிமீட்டர்கூடக் குறையாமல் தன் முழு உயரத்தைக் காட்டி நிமிர்ந்து நின்று, மற்றவர்கள் சொல்வதைக் கேட்டு அமைதியாகப் புன் முறுவல் செய்துகொண்டிருப்பான்.[b]

நேரமோ அல்லது மனநிலையோ இந்த விளையாட்டுக்கு உகந்ததாக இல்லாத போது, தெருவிலோ வெட்ட வெளியிலோ ஓடிக்கொண்டிருப்பதற்குப் பதிலாக, முதலில் அவர்கள் ழாக்கின் வீட்டுத் தாழ்வாரத்தில் கூடுவார்கள். அங்கிருந்து,

---

[a] திறமையான பாதுகாப்பவன் என்று ஒருமையில் இருக்க வேண்டும்.

[b] பசுமை வெளியில்தான் 'தோனாட்' சண்டைகள் நடக்கும்.

கோடியிலிருக்கும் கதவைத் திறந்து, சற்றுக் கீழே இறங்கி, மூன்று வீடுகளின் சுவர் களுக்கு மத்தியில் இருந்த ஒரு முற்றத்துக்கு வருவார்கள். நாலாவது பக்கத்தில் ஒரு தோட்டத்தின் மதில் சுவரைத் தாண்டி பெரிய ஆரஞ்சு மரத்தின் கிளைகள் நீண்டிருந்தன. மரம் பூத்துக் குலுங்கும்போது அவற்றின் நறுமணம் அங்கிருந்த ஏழ்மையான வீடுகளின் வழியாக மேலெழும்பி, தாழ்வாரம் வழியாகவோ அல் லது ஒரு சிறிய கல் படிக்கட்டின் வழியாகவோ முற்றத்தில் வீசும். முற்றத்தின் ஒரு பக்கத்தையும் இரண்டாவது பக்கத்தின் பாதியையும் அணைத்து 'ட' வடிவத்தில் அமைந்த ஒரு கட்டடத்தில், அந்தத் தெருவில் கடை வைத்திருந்த ஸ்பானிய முடிதிருத்துநரும், ஒரு அராபியக் குடும்பமும்[a] வசித்துவந்தார்கள்; அந்த இல்லத் தரசி சில மாலை வேளைகளில் முற்றத்தில் காபிக்கொட்டை வறுத்துக்கொண் டிருப்பாள். மூன்றாவது பக்கத்தில், அங்கே குடியிருந்தவர்கள் மரச் சட்டங்களா லும் இரும்பு வலைகளினாலும் ஆன உயரமான, பழைய கூண்டுகளில் பெட் டைக் கோழிகளை வளர்த்துவந்தார்கள். படிக்கட்டுக்கு இரு புறங்களிலும் இருந்த நான்காவது பக்கத்தில், அந்தக் கட்டடத்தின் கீழ்த்தள அறைக்குச் செல்லும் பெரிய இருட்டு நுழைவாயில்கள் வாயைப் பிளந்தபடி இருந்தன; பூஞ்சாணத் தால் பச்சையாகிவிட்டிருந்த நான்கு படிக்கட்டுகள் வழியாக இறங்கி, தடுப்பு கள் எதுவுமில்லாமல் ஈரம் கசிந்துகொண்டிருந்த, நிலத்துக்குள் குடையப்பட்டு வெளியே போகும் வழியோ விளக்கு வெளிச்சமோ இல்லாமலிருந்த குகைகள். அந்தக் கட்டடத்தில் குடியிருந்தவர்கள் தங்களுடைய பொருள்களை அங்கே தாறுமாறாக அடுக்கியிருந்தார்கள், அதாவது, கிட்டத்தட்ட எதற்கும் உதவாத பொருள்கள்: மக்கிப்போய்க்கொண்டிருந்த பழைய பைகள், மர அலமாரித் துண்டுகள், துருப்பிடித்து ஓட்டையாகிப்போய்விட்ட பழைய கையலம்பும் தொட்டிகள். மொத்தத்தில், வெட்ட வெளியில் இறைந்துகிடக்கும், பரம ஏழை களுக்கும்கூட எவ்விதப் பயனுமற்ற பொருள்கள். அங்குதான், அந்தக் குகைகள் ஒன்றில் சிறுவர்கள் கூடுவார்கள். ஸ்பானிய முடிதிருத்துநரின் இரண்டு மகன் களும், அதாவது ழானும் ஜோசப்பும், அங்கே விளையாடுவது வழக்கம். அவர் களுடைய சிறிய குச்சின் வாசலில் இருந்த அதுவே அவர்களுடைய சொந்தத் தோட்டமாக ஆகியிருந்தது. குண்டாக இருந்த குறும்புக்கார ஜோசப் எப்போதும் சிரித்துக்கொண்டே, தன்னிடம் இருந்ததையெல்லாம் மற்றவர்களுக்குக் கொடுத்து விடுவான். குள்ளமாக, ஒல்லியாக இருந்த ழான், கண்ணில் படும் சிறுசிறு ஆணி களையும் திருகாணிகளையும் பொறுக்கி வைத்துக்கொண்டு, முக்கியமாகக் கோலி குண்டுகளையும் அவர்களுடைய விளையாட்டுக்குத் தேவையான ஆப்ரிகாட் பழக் கொட்டைகளையும்[b] பொறுத்தவரை கஞ்சத்தனம் காட்டுவான். இந்த இணை

---

[a] இந்தக் குடும்பத்தில் அவர்களுடைய மகன் பெயர் ஓமார்; தந்தை நகராட்சியில் துப்புர வாளர்.

[b] மூன்று பழக்கொட்டைகளை முக்கோண வடிவில் அடுக்கி, அவற்றின் மேல் ஒரு கொட்டை வைக்கப்பட்டிருக்கும். குறிப்பிட்ட தூரத்திலிருந்து ஒருவன் ஒரு கொட்டையை வீசி இந்த அமைப்பைத் தகர்க்க வேண்டும். வெற்றிகரமாகச் செய்பவனுக்கு நாலு கொட்டை களும் சொந்தமாகும். இலக்கைத் தவறவிட்டால், அந்தக் கொட்டையும் அமைப்பை வைத்திருப்பவனுக்குச் சேரும்.

பிரியா சகோதரர்களைவிட ஒருவருக்கொருவர் முரண்பட்டிருப்பவர்களைக் கற்பனைசெய்துபார்க்க முடியாது. பியர், மூாக் இவர்களுடன் மூன்றாவது கூட்டாளியான மாக்ஸும் நாற்றமடிக்கும் அந்த ஈரமான குகையில் அமிழ்ந்துவிடுவார்கள். கிழிந்தும், மக்கியும்போய்த் தரையில் இருந்த சாக்குகளை எடுத்து, முதுகில் இரண்டு மெல்லிய ஓடுகளைக் கொண்ட கரப்பான் பூச்சிகளை (வெள்ளெலி என்று அவர்கள் அதைச் சொல்வார்கள்) அவற்றிலிருந்து விரட்டிவிட்டு, செங்குத்தாக இருந்த கம்பிகளின் மேல் சாக்குகளை இழுத்துப் பொருத்துவார்கள். இந்த மட்டரகமான கூடாரத்தில்தான் ஒருவாறாகத் தங்கள் சொந்த இல்லத்தில் இருப்பதைப் போல உணர்வார்கள் (பார்க்கப்போனால், தங்களுக்கென்று சொல்லிக்கொள்ளும் படியாகத் தனியாக அறையோ, கட்டிலோகூட அவர்களுக்கு ஒருபோதும் இருந்திருக்கவில்லை). அங்கு அவர்கள் சிறிதாக நெருப்பு மூட்டுவார்கள்; அங்கிருந்த ஈரக்காற்றுடன் அடைபட்டிருந்த சூழலில் அது அணைந்துபோய், புகையத் தொடங்கும். முற்றத்திலிருந்து சுரண்டி எடுத்துவந்திருந்த ஈரமண்ணைக் கொண்டு அதை அணைக்கும்வரை, அவர்களை அந்தக் குகையிலிருந்து அது துரத்திவிடும். அப்போது அந்தச் சிறிய மூானுடன், அவனுடன் வாக்குவாதம் செய்தால் ஒழிய கிடைக்காத புதினா மணம் கொண்ட பெரிய மிட்டாய்களையும், காய வைத்து உப்புத் தடவியிருந்த நிலக்கடலையையும் கொண்டைக்கடலையையும், 'த்ரெமூஸ்' என்று சொல்லப்பட்ட 'லூபின்' கொட்டைகளையும், பார்லியில் செய்யப்பட்ட இனிப்புகளையும் அவர்கள் பகிர்ந்துகொள்வார்கள். உருளைகள் பொருத்திய தாங்கிகளின்மேல், ஈக்கள் மொய்த்துக்கொண்டிருந்த மரப்பெட்டியில் பல வண்ணங்களிலிருந்த அந்த இனிப்புகளைத் திரையரங்க வாசல்களில் அராபியர்கள் விற்றுக்கொண்டிருப்பார்கள். கன மழை பெய்த நாட்களில், திறந்த முற்றத்தில் நிரம்பும் நீர் வழிந்து குகைகளில் நுழைந்து வெள்ளம் ஏற்படுவது சகஜம். அப்போது, பழைய மரப்பெட்டிகளின்மீது ஏறி நின்றுகொண்டு நிர்மலமான ஆகாயம், கடல் காற்று ஆகியவற்றிலிருந்து விலகியிருந்த தங்களுடைய ஏழ்மையின்[a] சாம்ராஜ்ஜியத்தில் வெற்றிகரமாக ராபின்சென் க்ரூஸோ விளையாட்டை விளையாடிக்கொண்டிருப்பார்கள்.

ஆனால் சுகமான வானிலை நிலவிய நாட்களில் ஏதாவது நல்ல சாக்கைச் சொல்லி மதிய உறக்கத்தைத் தவிர்த்த அந்த நாட்கள்தான் அவர்களின் மிக இனிய[*] நாட்கள். ஏனென்றால் அப்போது குதிரை லாயங்கள் இருந்த பேட்டையைக் கடந்து, புறநகர்ப் பகுதியில் மஞ்சள் நிறமும் சாம்பல் நிறமும் கலந்திருந்த தெருக்கள் வழியாக, டிராம் வண்டியில் போவதற்குக் காசு இல்லாததால், நடந்துதான் போவார்கள். உட்புறப் பிரதேசங்களுக்குக் குதிரை வண்டிகளை வாடகைக்குக் கொடுத்த நிறுவனங்கள் அல்லது தனிநபர்கள் அந்த லாயங்களை வைத்திருந்தார்கள். பக்கவாட்டில் திறக்கும், சக்கரம் பொருத்திய கதவுகளுக்குப் பின்னால் குதிரைகளின் கால்கள் மிதிக்கும் சத்தத்தையும், அவற்றின் தொங்கிய உதடுகளைத் துடிக்க வைத்த மூச்சிரைப்பு ஓசைகளையும், கழுத்துக் கயிறுக்குப்

---

[a] கலூஃபா

[*] மகத்தான

பதிலாக இருந்த இரும்புச் சங்கிலிகள் தீவனத் தொட்டியின் மரத்தின் மேல் மோதும் ஓசையையும் கேட்பார்கள். சிறுவர்களுக்குத் தடைசெய்யப்பட்டிருந்த இந்த இடத்திலிருந்து காற்றில் மிதந்து வந்த குதிரைச் சாணம், வியர்வை, புல் எல்லாம் கலந்த வாடையை அவர்கள் ரசித்து முகர்வார்கள். தூங்கும்வரை ழாக் இவற்றைப் பற்றியே எண்ணிக்கொண்டிருப்பான். அங்கே பிரான்ஸிலிருந்து வந்த, நீண்ட கால்களைக் கொண்ட பெரிய குதிரைகளைப் பராமரித்துக்கொண்டிருந்த திறந்த குதிரை லாயத்தின் முன் கொஞ்சம் நிற்பார்கள்; வெப்பத்தாலும் ஈக்களின் தொல்லையாலும் அசந்துவிட்டிருந்த அவற்றின் கண்கள் புலம்பெயர்ந்தவர்களின் கண்களைப் போல இருக்கும். பிறகு, அங்கிருந்த வண்டிக்காரர்களால் துரத்தப்பட்டு, மிகவும் அரிதான உயர்ந்த ரகக் குதிரைகள் பராமரிக்கப்படும் பெரிய தோட்டத்தை நோக்கி ஓடுவார்கள். குளங்களும் மலர்களும் நிரம்பியிருந்த விசாலமான வெளியைத் தாண்டி, கடற்கரைவரை நீண்டிருந்த அகலமான பாதையில், தங்களைக் கண்காணித்துக்கொண்டிருக்கும் காவலாளிகளுக்கு முன்னால், நாகரிகமும் அலட்சியமும் கலந்த பாவனையுடன் உலாவுவதுபோல் நடிப்பார்கள். ஆனால், உடனேயே கண்ணில் பட்ட முதல் குறுக்குப் பாதையில் தோட்டத்தின் கிழக்குப் பகுதியை நோக்கி ஓடுவார்கள். அங்கே பிரம்மாண்டமாக வளர்ந்திருந்த அலையாத்தி மரங்களுக்கு இடையே இருந்த—மிக அடர்த்தியாக இருந்த அவற்றின் நிழலில் இரவைப் போல இருக்கும்—பெரிய ரப்பர் மரங்களை[a] நோக்கி ஓடுவார்கள். இந்தப் பெரிய மரங்களின் முதல் கிளைகளிலிருந்து தரையை நோக்கி இறங்கிய விழுதுகளுக்கும் வேர்களுக்கும் வித்தியாசம் இருக்காது. பிறகு, இன்னும் தொலைவில் அவர்களுடைய பயணத்தின் நிஜமான இலக்கான ஒருவித உயர்ந்த ரக ஈச்சை மரங்களை, 'கோகோஸ்' என்று அவர்கள் அழைத்த சிறிய, உருண்டை வடிவ ஆரஞ்சுப் பழங்களை நெருக்கமான கொத்துகளாக உச்சியில் தாங்கியிருந்த மரங்களை நோக்கி ஓடுவார்கள். அங்கே சுற்றுப்புறத்தில் காவலாளிகள் யாராவது இருக்கிறார்களா என்று அறிந்துகொள்ள நோட்டம்விட வேண்டும். பிறகு தங்களுடைய ஆயுதங்களை, அதாவது கூழாங்கற்களை, தேடிப் பிடிக்கத் தொடங்க வேண்டும். பின்னர் தங்கள் கால்சட்டைப் பைகளில் கற்கள் நிரம்பியிருக்க, எல்லா மரங்களையும்விட உயரத்தில் வானத்தில் மெதுவாக ஆடிக்கொண்டிருக்கும் 'கோகோஸ்' பழக் கொத்துகளைக் குறிபார்த்துக் கல்லை வீசுவார்கள். இலக்கைத் தொட்ட ஒவ்வொரு வீச்சிலும் சில பழங்கள் கீழே விழும்; கல்லை எறிந்த அதிர்ஷ்டக்காரனுக்கே அவை சொந்தம். தான் கொள்ளையடித்ததை அவன் பொறுக்கிக்கொள்ளும்வரை மற்றவர்கள் காத்திருக்க வேண்டும். இந்த விளையாட்டில் திறமையுடன் வீசிய ழாக், பியருக்குச் சமமாக இருந்தான். ஆனால், அவ்வளவு அதிர்ஷ்டமில்லாத மற்றவர்களுடன் தாங்கள் எடுத்துக்கொண்டவற்றை இருவரும் பகிர்ந்துகொள்வார்கள். மூக்குக்கண்ணாடி அணிந்து சற்று பார்வைக் கோளாறுடன் இருந்த மாக்ஸ் மிகவும் திறமைக்குறைவானவனாகவே இருந்தான். குட்டையாகவும் கட்டுமஸ்தாகவும் இருந்த அவன் ஒரு முறை சண்டை போடுவதை அவர்கள் பார்த்த நாளிலிருந்து, அவன் எல்லோருடைய மதிப்புக்கும்

---

[a] மரங்களின் பெயர்களைக் கொடுக்க வேண்டும்.

உரியவன் ஆகியிருந்தான். ஏனென்றால், அவர்கள் கலந்துகொண்ட, அடிக்கடி நடந்த, தெருச்சண்டைகளில் அவர்கள் எல்லோருமே, குறிப்பாக, தன்னுடைய கோபத்தையும் முரட்டுத்தனத்தையும் அடக்க முடியாத பூாக்கும், தாங்கள் பல மாகப் பதிலடி வாங்கும் அபாயம் இருந்தது என்றாலும், கூடிய மட்டும் விரைவி லும் பெருமளவிலும் அடித்துக் காயப்படுத்த எதிராளிமீது பாய்ந்துவிடுவார்கள். ‘ழிகோ’[1] என்று அவர்கள் அழைத்த, ஒரு கசாப்புக் கடைக்காரரின் வாட்ட சாட்டமான பையன், ஜெர்மானியப் பெயர் போல் இருந்த பெயரைக் கொண்ட மாக்ஸை ‘அசிங்க போஷ்’[2] என்று ஒரு நாள் சொன்னபோது, அவன் அமைதியாகத் தன் மூக்குக் கண்ணாடியைக் கழற்றி, பத்திரிகைகளில் தான் பார்த்திருந்த குத்துச் சண்டை வீரர்கள் பாணியில் தற்காப்பு நிலையில் நின்றபடி, அந்த இழிசொல்லை மீண்டும் சொல்லும்படி சவால் விட்டான். பிறகு, கொஞ்சம்கூட வியர்த்துக் களைத்துப்போவதைப் போலத் தோன்றாமல், ‘ழிகோ’வின் ஒவ்வொரு தாக்கு தலையும் தவிர்த்துவிட்டு, தன்மேல் சற்றும் படாமல் அவன் மேல் பல அடிகளைப் பொழிந்து, இறுதியில்—அதுதான் மகத்தான புகழ்—அவனுடைய ஒரு கண்ணைச் சுற்றிக் கறுப்பு வளையம் தோன்றும் வண்ணம் காயப்படுத்தித் திருப்தி அடைந் தான். அன்றிலிருந்து இந்தச் சிறிய குழுவில் மாக்ஸின் புகழ் நிரந்தரமாகிவிட்டிருந் தது. கால்சட்டைப் பைகளும் கைகளும் ‘கோகோஸ்’ பழங்களால் பிசுபிசுக்க, அவர்கள் தோட்டத்திலிருந்து வெளியேறிக் கடலை நோக்கி ஓடுவார்கள். தோட் டத்தின் வேலிகளைத் தாண்டியவுடனேயே “கோகோஸ்” பழங்களைத் தங்க ளுடைய அழுக்கான கைக்குட்டைகளின் மேல் குவித்து, நாருடன் இருந்த அந்தப் பழங்களைக் கடித்துத் தின்பார்கள்; குமட்டும் அளவுக்கு இனிப்பாகவும் சதைப் பற்றாகவும் இருந்தாலும், வெற்றியைப் போல லேசாகவும் ருசிகரமாகவும் அந்தப் பழங்கள் இருக்கும். பின்னர், கடற்கரையை நோக்கி ஓடுவார்கள்.

அங்கே போவதற்கு ‘செம்மறியாட்டுப் பாதை’ என்று அழைக்கப்பட்ட பாதை யைக் கடக்க வேண்டும். அல்ஜேவுக்குக் கிழக்கே, ‘மேஸோன்-காரே’ என்ற சந் தையை நோக்கியோ அல்லது அங்கேயிருந்தோ வரும் செம்மறியாட்டு மந்தை அடிக்கடி அந்தப் பாதை வழியாகத்தான் போகுமென்பதால் அந்தப் பெயர். குன்று களின் மேல் அரைவட்டமாக அமைந்திருந்த நகரத்தின் பரிதியின் வளைவைக் கடலிலிருந்து பிரித்த பாதைதான் அது. அந்தப் பாதைக்கும் கடலுக்கும் இடை யேயான பகுதியில் இருந்த தொழிற்சாலைகளுக்கும் செங்கல் சூளைகளுக்கும் எரிவாயு தொழிற்சாலைகளுக்கும் இடையே இருந்த மணற்பரப்பைக் களிமண் திட்டுகளும், சுண்ணாம்புத் தூசியும் மூடியிருந்தன. அங்கே பழைய இரும்பு, மரத் துண்டுகள் போன்றவை வெளிறிப்போய்க்கொண்டிருந்தன. இந்தப் பாழ் நிலத்தைத் தாண்டித்தான் ‘சாய்லெட்’ கடற்கரைக்குப் போக முடியும். மணல் சற்று அழுக்காகவே இருக்கும்; முதல் அலைகளின் நீர் சில சமயங்களில் அவ்வளவு தெளிவாக இருக்காது. வலதுபுறத்தில், ஒரு நிறுவனம் குளியலறைகளை வாட கைக்குக் கொடுத்துக்கொண்டிருந்தது; விழாக்காலங்களில் நடனமாடுவதற்கென்று

---

[1] ழிகோ: ஆட்டிறைச்சியில் ஆட்டின் தொடைப் பகுதியைக் குறிக்கும் சொல் (த.மொ.கு.).

[2] போஷ்: ஜெர்மானியர்களை இழிவாகக் குறிக்கும் ஒரு பேச்சு வழக்குச் சொல் (த.மொ.பெ.).

மரத்தால் ஆன அரங்கம் ஒன்று நான்கு தூண்களின் மேல், உயரத்தில் அமைக்கப் பட்டிருந்தது. சீஸன் நாட்களில் 'பிரெஞ்ச் ஃப்ரை' வறுவல் வியாபாரி தன்னு டைய அடுப்பைத் தினமும் மூட்டுவான். பெரும்பாலும் ஒரு காகிதக் கூம்பு வறுவல் வாங்கக்கூட இந்தச் சிறிய குழுவினரிடம் பணம் இருக்காது. தப்பித்தவறி அவர்களில் யாராவது ஒருவனிடம் அதற்குத் தேவையான பணம்[a] இருந்தால், அவன் தனக்காக ஒரு கூம்பு வறுவல் வாங்கிக்கொண்டு, தன் தோழர்களின் மரியாதை கலந்த ஊர்வலம் பின்தொடர, கடற்கரையை நோக்கிக் கவனமாக நடந்து, கடலுக்கு முன்னால், உடைந்துபோயிருந்த படகொன்றின் நிழலில் மணலில் தன் பாதங்களை ஊன்றி, தன் பிருஷ்ட பாகம் தரையில் விழும்படி விழுவான்; ஒரு கையில் கூம்பைச் செங்குத்தாக இறுகப் பிடித்துக்கொண்டும், மொரமொரப்பான பெரிய வறுவல் ஒன்றைக்கூட தவறவிடாமல் மறு கையில் மூடிக்கொண்டும் இருப்பான். வழக்கம் என்னவென்றால், அவர்கள் ஒவ்வொரு வருக்கும் அவன் ஒரு வறுவல் கொடுக்க வேண்டும்; அவர்களும் அவன் அளித்த சூடான, எண்ணெய் மணம் பலமாக வீசிக்கொண்டிருந்த அந்த ஒரே ஒரு வறு வலை ரசித்துச் சாப்பிடுவார்கள். பிறகு எவ்விதச் சலனமுமின்றி மீதமிருந்த வறு வல்களை ரசித்துச் சாப்பிட்டுக்கொண்டிருந்த அதிர்ஷ்டக்காரனை அவர்கள் பார்த்துக்கொண்டிருப்பார்கள். எப்போதும் பொட்டலத்தின் அடியில் பொடிப் பொடியான வறுவல் துண்டுகள் இருக்கும். அவற்றையாவது பகிர்ந்தளிக்கும்படி நிறையவே தின்றுவிட்டவனிடம் கெஞ்சிக் கேட்பார்கள். பெரும்பாலும் அவ னும்—அது ழானாக இருந்தாலே ஒழிய—எண்ணெய்ப் பிசுக்கான காகிதத்தைப் பிரித்து, வறுவல் துண்டங்களைப் பரத்திப்போட்டு, ஒருவர் பின் ஒருவராக, ஆளுக்கொரு துண்டம் எடுத்துக்கொள்ள அனுமதிப்பான். யார் முதலில் எடுக்க வேண்டுமென்றும், அதன் மூலம் இருந்ததிலேயே மிகப் பெரிய வறுவல் துண் டத்தை எடுத்துக்கொள்ளவும், சாட் பூட் த்ரீ சொல்ல வேண்டியிருந்தது. இந்த விருந்து முடிந்து, மகிழ்ச்சியும் விரக்தியும் சடுதியில் மறந்துபோக, தகிக்கும் வெயிலில் கடற்கரையின் மேற்குக் கோடிக்கு, ஒரு காலத்தில் ஒரு சிறு வீட்டின் அடித்தளமாக இருந்திருக்கக்கூடிய, பாதி இடிந்த குட்டிச் சுவரை நோக்கி ஓடு வார்கள். அதற்குப் பின்புறத்தில்தான் அவர்கள் தங்கள் ஆடையைக் களைய முடியும். சில நொடிகளில் அவர்கள் நிர்வாணமாகி, அடுத்த நொடியில் நீரில் குதித்து, வேகமாகவும் தாறுமாறாகவும் நீந்துவார்கள். அவர்கள் கத்திக்கொண்டும்,[b] திட்டிக்கொண்டும், துப்பிக்கொண்டும், எம்பிக் குதிப்பதில் ஒருவருக்கொருவர் சவால் விட்டுக்கொண்டும், யார் நீருக்கடியில் அதிக நேரம் மூழ்கியிருப்பார்கள் என்று போட்டிபோட்டுக்கொண்டும் இருப்பார்கள். கடல் அமைதியாகவும், வெது வெதுப்பாகவும் இருக்கும், அவர்களுடைய ஈரமான தலைமேல் இதமான வெயில் அடித்துக்கொண்டிருக்கும். சூரிய ஒளியின் பிரகாசம் இந்த இளம் உடல்களின்

---

[a] இரண்டு பைசா.

[b] நீ மூழ்கிவிட்டால், உன்னுடைய அம்மா உன்னைக் கொன்றுவிடுவாள். இப்படி எல்லா வற்றையும் காட்டிக்கொண்டு நிற்கிறாயே, உனக்கு வெட்கமாக இல்லையா? உன் அம்மா எங்கே?

மேல் பொழிந்துகொண்டிருந்த மகிழ்ச்சிப் பெருக்கில் அவர்கள் ஓயாமல் கூக்குரலிட்டுக்கொண்டிருப்பார்கள். வாழ்க்கையின் மீதும் கடல் மீதும், ஆளுமை செலுத்திக்கொண்டிருந்த அவர்கள், ஈடற்ற தங்கள் செல்வத்தைக் குறித்து நிச்சயமாக இருந்த தனவான்களைப் போல, இந்த உலகத்தால் அவர்களுக்கு அளிக்க முடிந்த ஆடம்பர வெகுமதிகளைப் பெற்றுக்கொண்டு, அவற்றை மட்டற்றுப் பயன்படுத்திக்கொண்டிருப்பார்கள்.

கடலுக்கும் கரைக்குமிடையே மேலும்கீழும் ஓடியபடி, தங்கள் உடலை வழ வழப்பாக்கியிருந்த உப்பு நீரை மணலில் உலர வைத்தும், பின்னர் தங்கள் உடலைச் சாம்பல் நிறத்தில் மூடியிருந்த மணலை நீரில் கழுவியபடியும் நேரத்தை மறந்துவிட்டிருப்பார்கள். அவர்கள் ஓடிக்கொண்டே இருப்பார்கள். கடற்கரைக்கும் தொழிற்சாலைகளுக்கும் மேலே நீண்ட வாலுடைய உழவாரக் குருவிகள் வேகமாகக் கிறீச்சிட்டுக்கொண்டு தாழ்வாகப் பறக்கும். பகல் பொழுதின் வெக்கை விலகி, வானம் தெளிவாக மாறி, சற்றே பச்சை நிறமாகி வெளிச்சம் குறையத் தொடங்கும். கடற்கரையின் மறுகோடியில் இதுவரை ஒருவித மூட்டத்தினூடே வளைவான வரிசையில் தென்பட்ட வீடுகளும் நகரமும் துல்லியமாகத் தோன்றும். இன்னும் சூரிய ஒளி லேசாக இருந்தாலும், ஆப்பிரிக்க நாடுகளின் குறுகிய அந்திப் பொழுதைக் கருதி ஏற்றப்பட்ட விளக்குகள் எரியத் தொடங்கும். பொதுவாக, பியர்தான் எச்சரிக்கை செய்வான்: ‘‘நேரமாகிவிட்டது.’’ உடனேயே பரபரப்பும், துரிதமான விடைபெறுதலும். ஜோசப்புடனும் மூானுடனும் சேர்ந்து மூாக்கும் மற்றவர்களைப் பற்றிக் கவலைப்படாமல் தத்தம் வீடுகளை நோக்கி ஓடுவார்கள். மூச்சிரைக்கும்வரை வேகமாக ஓடுவார்கள். ஜோசப்பின் அம்மாவுக்குக் கை நீளம். மூாக்கின் பாட்டியோ... வேகமாக இருள் கவியும் அந்தி வேளையில், முதல் தெரு விளக்குகள் எரிவதையும், டிராம் வண்டிகளின் விளக்குகள் வேகமாக ஓடி மறைவதையும் பார்த்துப் பயந்தபடி ஓடி, ஏற்கனவே இருள் சூழ்ந்துவிட்டதைக் கண்டு அதிர்ச்சி அடைவார்கள்; வீட்டு வாசலில் ‘போய்வருகிறேன்’ என்றுகூடச் சொல்லிக்கொள்ளாமல் பிரிவார்கள். இது போன்ற மாலை வேளைகளில், மூாக் நாற்றமடிக்கும் இருண்ட படிக்கட்டுகளில் நின்று, இருளில் சுவரின் மேல் சாய்ந்து, துடிக்கும் தன் இதயம் அமைதியடையும்வரை காத்திருப்பான். ஆனால் அவனால் அதிகம் காத்திருக்க முடியாது; அந்த நினைப்பே அவனை இன்னும் மூச்சுவாங்க வைக்கும். மூன்றே தாவலில் படிக்கட்டின் மேல்தளத்துக்கு வந்து, அங்கிருந்த கழிப்பறைக் கதவைக் கடந்து, தன் இருப்பிடத்தின் கதவைத் திறப்பான். தாழ்வாரத்தின் கோடியிலிருந்த உணவருந்தும் அறையில் வெளிச்சம் தெரியும். உடல் சில்லிட, தட்டுகளில் ஸ்பூன்கள் படும் ஓசையைக் கேட்பான். உள்ளே நுழைவான். சாப்பாட்டு மேஜையில் பெட்ரோல் விளக்கின் வட்டமான ஒளியின் கீழ், அரை ஊமையான மாமா[a] சத்தமாகத் தன்னுடைய ‘சூப்’பை உறிஞ்சிக்கொண்டிருப்பார்; அடர்த்தியான பழுப்பு நிற முடியுடன் இன்னமும் இளமையாகத் தோற்றமளித்த அவனுடைய தாய், தன்னுடைய மென்மையான பார்வையால் அவனைப் பார்ப்பாள். ‘‘உனக்குத் தெரியும், இல்லையா...’’ என்று தொடங்குவாள். ஆனால்,

---

[a] சகோதரன்

கறுப்பு அங்கியில் நிமிர்ந்து நின்றபடி இருந்த பாட்டி தன் மகளை இடை மறிப்பாள்; இறுக்கமான முகத்துடனும், கண்டிப்பான தெளிவான பார்வையுடனும் இருந்த அவள், இவனுக்கு முதுகைக் காட்டியபடி இருப்பாள். ''எங்கிருந்து வருகிறாய்?'' என்று கேட்பாள். ''கணக்கில் வீட்டுப் பாடத்தை பியர் எனக்குக் காண்பித்தான்.'' பாட்டி எழுந்து அவனை நெருங்குவாள். அவனுடைய முடியை முகர்ந்து பார்த்துப் பின்னர், இன்னமும் மணல் ஒட்டிக்கொண்டிருந்த கணுக் கால்களைத் தடவிப் பார்ப்பாள்: ''கடற்கரையிலிருந்து வந்திருக்கிறாய்.'' ''அப் படியானால், நீ பொய் சொல்கிறாய்'', என்று வாயைத் திறந்து சொல்வார் மாமா. பாட்டி அவனுக்குப் பின்னால் சென்று, கதவுக்குப் பின்னால் தொங்கிக்கொண் டிருந்த, 'காளையின் நரம்பு' என்றழைக்கப்பட்ட முரட்டுச் சாட்டையை எடுத்து வந்து அவனுடைய கால்களிலும் பின்பக்கத்திலும் மூன்று அல்லது நான்கு முறை, அவனை அலற வைக்கும் அளவுக்கு, எரிச்சல் தரும்படி அடிப்பாள். சற்று நேரம் கழித்து, அவனுடைய வாயிலும் தொண்டையிலும் கண்ணீர் நிரம்பியிருக்க, அவனுடைய மாமா இரக்கப்பட்டு, தனக்கு முன்னால் வைத்த 'சூப்' நிரம்பி யிருந்த தட்டுக்கு முன்னால், தன் கண்ணீரைப் பொங்கி வழியாமல் கட்டுப் படுத்துவதற்காக ஒவ்வொரு நரம்பையும் முறுக்கிக்கொள்ள வேண்டியிருக்கும். அவனுடைய தாயோ பாட்டியை நோக்கிப் பார்வையை வீசிவிட்டு, மூாக் மிகவும் நேசித்த அவளுடைய முகத்தை அவன் பக்கம் திருப்புவாள். ''சூப் குடி, எல்லாம் முடிந்துவிட்டது,'' என்பாள். அப்பொழுதுதான், அவன் அழத் தொடங்குவான்.

மூாக் கோர்மெரி விழித்துக்கொண்டான். இப்பொழுது சூரிய வெளிச்சம் வட்ட ஜன்னலின் தாமிர விளிம்பில் பிரதிபலித்துக்கொண்டிருக்கவில்லை. ஆனால் சூரி யன் தொடுவானம்வரை தாழ்ந்து, அவனுக்கு முன்னாலிருந்த தடுப்புச் சுவரில் இப் போது தன் ஒளியை வீசிக்கொண்டிருந்தது. அவன் நன்றாக உடுத்திக்கொண்டு, கப்பலின் மேல்தளத்துக்குச் சென்றான். இரவு முடியும் வேளையில் அல்ஜே போய்ச் சேர்ந்துவிடுவான்.

***

5. தந்தை, அவருடைய மரணம், போர், குண்டு வீச்சு

வீட்டின் வாசலிலேயே அவன் அவளைத் தன் கைகளில் அணைத்துக்கொண் டான். படிக்கட்டில் ஏறிவரும்போது, படிகளின் உயரத்தைப் பற்றிய பழைய ஞாப கத்தைத் தன் உடல் இன்னும் மறக்கவில்லை என்பதைப் போல, ஒரு படியைக் கூடத் தவற விடாமல் நான்குநான்கு படிகளாகத் தாவி ஒரே பாய்ச்சலில் வந்த அவனுக்கு இன்னமும் மூச்சிரைத்துக்கொண்டிருந்தது. டாக்ஸியிலிருந்து இறங்கிய போது, ஏற்கனவே சுறுசுறுப்பாகியிருந்த தெருவில் காலையில்[a] தெளிக்கப்பட்ட நீரால் இங்குமங்குமாக மின்னிய பளபளப்பை, ஏறிக்கொண்டு வந்த சூரிய வெப்பம் ஆவியாக்கத் தொடங்கியிருந்தது. அந்த இருப்பிடத்தின் இரண்டு அறை களுக்கு நடுவே இருந்த குறுகிய, ஒரே பால்கனியில், பழைய நாட்களைப் போல அதே இடத்தில் அவள் இருப்பதைப் பார்த்துவிட்டிருந்தான். முடிதிருத்துநர் வீட்டுக் கதவுக்கு மேலிருந்த மூான், ஜோசப்பின் தந்தை அல்ல. (இந்த முடி திருத்துநர் ஏற்கனவே காசநோயால் இறந்துவிட்டிருந்தார், வெட்டப்பட்ட முடியை எப்போதும் சுவாசித்துக்கொண்டிருந்த இந்தத் தொழிலால்தான் என்று அவர் மனைவி சொல்வதுண்டு.) நெளிக்கப்பட்ட இரும்புக் கூரைக்கு மேற்புறத் தில், எப்போதும் போல அத்திப் பழங்களும், துண்டுக் காகிதக் குப்பைகளும், எரிந்துபோன சிகரெட் துண்டுகளும் இருந்தன. அடர்த்தியான, ஆனால், காலப் போக்கில் நரைத்துவிட்ட முடியுடன் எழுபத்திரண்டு வயதாகியும் நேராக நிமிர்ந்த படி அவள் அங்கே நின்றுகொண்டிருந்தாள்; அளவுக்கதிகமாக ஒல்லியாக, இன் னமும் உடலில் வலு இருப்பதைப் போலத் தோன்றிய அவளுக்குப் பத்து வயது குறைத்துத்தான் சொல்லத் தோன்றும். அந்தக் குடும்பமே அப்படித்தான்; எதைப் பற்றியும் கவலைப்படாத பாவத்துடன் ஒல்லியாகவும், சோர்வே அடையாத உடல் வலிமையும் கொண்ட அந்தக் குடும்பத்தைச் சேர்ந்தவர்களிடம் முதுமை எந்தப் பாதிப்பையும் ஏற்படுத்தாததைப் போலத் தோன்றும். ஐம்பது வயதான மாமா எமில்[1] அரை ஊமை, இன்னமும் இளைஞனைப் போலவே இருந்தார். தளர்ந்துபோவதற்கு முன்னேயே பாட்டி இறந்துபோனாள். அவன் இப்போது யாரை நோக்கி ஓடிக்கொண்டிருந்தானோ அவனுடைய அந்தத் தாயைப் பொறுத் தவரை, அவளுடைய மென்மையான சகிப்புத்தன்மையை எதுவுமே கரைத்து விட முடியாது என்று தோன்றியது; ஏனென்றால், அவளிடம் சிறுவன் கோர்மெரி இதயபூர்வமாகப் போற்றி நேசித்த இளம் பெண்ணைப் பல வருஷங்களின் கடின உழைப்பு பாதிக்காமல் விட்டிருந்தது.

கதவின் முன்பு அவன் வந்து நின்றபோது அவனுடைய தாய் அவனுடைய விரிந்த கைகளை நோக்கித் தாவினாள். அப்போது, அவர்கள் சந்திக்கும் ஒவ் வொரு முறையும் செய்வதைப் போல, அவனை இரண்டு அல்லது மூன்று முறை முத்தமிட்டுத் தன்னுடைய பலம் முழுவதையும் சேர்த்து இறுக அணைத்துக்

---

[a] ஞாயிற்றுக்கிழமை.
[1] பிறகு இவர் 'எத்தியென்' அல்லது 'எர்னெஸ்ட்' ஆகிவிடுவார்.

கொண்டாள். அவளுடைய விலாப் பகுதியையும், துடித்தபடியே கொஞ்சம் துருத்திக்கொண்டிருந்த கடினமான தோள்பட்டை எலும்புகளையும் தன் புஜங் களில் கோர்மெரி உணர்ந்தான்; அவளுடைய சருமத்தின் மென்மையான வாடையை அவன் சுவாசித்தபோது, குரல்வளைக்குக் கீழே அந்த இடம் அவ னுடைய நினைவுக்கு வந்தது; இப்போது அங்கே முத்தமிட அவனுக்குத் துணிவு இருக்கவில்லை; ஆனால் குழந்தையாக இருந்த நாட்களில், அவனைத் தன் மடி யில் அவள் எடுத்துக்கொண்ட அரிய சந்தர்ப்பங்களில், தன்னுடைய குழந்தைப் பருவத்தில் மிகவும் அரிதாகக் கிடைத்த கனிவுணர்வின் மணத்தை அளித்த இந் தச் சிறிய குழிவில் தன் மூக்கைப் பதித்தபடி தூங்குவதைப் போலப் பாசாங்கு செய்துகொண்டிருந்த அந்தச் சந்தர்ப்பங்களில் இந்தத் தொண்டைக் குழியைத் தடவி, முகர அவன் விரும்பியதுண்டு. அவள் அவனை முத்தமிட்டாள். பிறகு, பிடியைத் தளர்த்தி விடுவித்து அவனைப் பார்த்து, தனக்குள் இருந்த அல்லது தான் வெளிப்படுத்த விரும்பிய பாச உணர்வு முழுவதையும் அளந்துபார்த்துவிட்டு, அதில் ஏதோ இன்னும் ஒரு அளவு குறைந்துவிட்டது என்ற முடிவுக்கு வந்து விட்டவளைப் போல மீண்டும் ஒருமுறை அவனை முத்தமிடுவதற்காகத் தன் கைகளில் ஏந்திக்கொண்டாள். "மகனே," என்றாள் அவள். "நீ எங்கோ இருந்தாய்."[a] பிறகு, திடீரென்று தன் பார்வையைத் திருப்பி, வீட்டுக்குள் திரும்பிப் போய், தெருவைப் பார்த்தபடி இருந்த உணவறையில் உட்காரப் போனாள்; இப்போது—குறைந்தபட்சம் அவனுக்கு அப்படித்தான் தோன்றியது—ஏதோ அவன் அங்கே இருப்பதே அதிகம் போலவும், அவள் தன் தனிமையில் உழன்றுகொண்டிருந்த மூடிய, வெறுமையான குறுகிய உலகத்தில் அவன் இடைஞ்சலாக இருப்பதைப் போலவும் ஒருவித வினோதப் பார்வையுடன் அவ்வப்போது அவனைப் பார்த் தாள். மேலும் அன்று, அவன் அவளுக்கருகில் உட்கார்ந்த பிறகு, ஏதோ கவலை யால் பீடிக்கப்பட்டவளைப் போலத் தோன்றினாள்; அவ்வப்போது, சோகமான, கலங்கிய, தன்னுடைய அழகிய கண்களால் கள்ளத்தனமாகத் தெருவைப் பார்த்த அவளுடைய பார்வை ழாக் கோர்மெரியின் பக்கம் திரும்பியதும் சாந்தமடைந்தது.

தெருவின் இரைச்சல் இன்னும் பெரிதாகி, கனமான சிவப்பு நிற டிராம் வண்டி கள் உருளும் உலோகச் சத்தத்துடன் அடிக்கடி போய்வந்துகொண்டிருந்தன. வெள்ளைக் கழுத்துப் பட்டையுடன் சாம்பல் நிற மேல்சட்டை அணிந்திருந்த அவனுடைய தாய், தான் வழக்கமாக உட்காரும் சௌகரியமற்ற நாற்காலியில் ( )[1] ஜன்னலுக்கு எதிரே பக்கவாட்டில் உட்கார்ந்திருப்பதைக் கவனித்தான். வயதான தால் கொஞ்சம் வளைந்திருந்தாலும், நாற்காலியின் முதுகுப்புறத்தில் சாயாமல், கோத்திருந்த தன் கைகளின் விறைப்பான விரல்களுக்கிடையில் கைக்குட்டை ஒன்றை அவ்வப்போது பந்துபோல் சுருட்டி, பின்னர் அதைத் தன் அங்கியின் குழி வான பகுதியில் அசைவற்றிருந்த கைகளுக்கு நடுவே வைத்துவிட்டு, தெருவை நோக்கிச் சற்றே தலையைச் சாய்த்தபடி இருந்தாள். முப்பது ஆண்டுகளுக்கு முன்பு இருந்த அதே மாதிரி இருந்த அவளை, சுருக்கங்களுக்குப் பின்னால் அற்புதமான இளமையுடன் இருந்த அதே முகத்தை அவன் பார்த்தான்: நெற்றியுடனேயே

---

[a] மாற்றம்.

[1] படிக்க முடியாத இரண்டு எழுத்துகள்.

வார்க்கப்பட்டிருந்ததைப் போல இருந்த சீரான, பளபளக்கும் புருவங்கள், நேரான சிறிய மூக்கு, பல்செட்டினால் உதடுகளின் ஓரத்தில் சிறிது இறுக்கமாக இருந்தாலும் நேர்த்தியாக அமைந்த வாய். பொதுவாக விரைவில் உருக்குலையும் கழுத்தும், தசை நாண்கள் முடிச்சு விழுந்து தாடை சற்றே நெகிழ்ந்துவிட்டிருந்தபோதிலும், தன் வடிவத்தைத் தக்கவைத்துக்கொண்டிருந்தது. ''முடிதிருத்த நிலையத்துக்குப் போய் வந்திருக்கிறாய்,'' என்றான் ழாக். தவறுசெய்து மாட்டிக்கொண்டுவிட்ட சிறுமியைப் போல அவள் புன்முறுவல் செய்தாள்: ''ஆமாம். நீ வரப்போகிறாய் என்றுதான்.'' அவள் எப்போதுமே அவளுடைய பாணியில் ஒய்யாரியாக இருப்பாள், கிட்டத்தட்ட வெளியே காட்டிக்கொள்ளாமல். எவ்வளவு எளிமையாக உடை உடுத்தியிருந்தாலும், அழகில்லாத ஆடையை அவள் அணிந்து பார்த்ததாக அவனுக்கு நினைவில்லை. இப்போதும்கூட கருப்பிலும் சாம்பல் நிறத்திலும் அவள் உடுத்தியிருந்த ஆடைகள் நன்றாகத் தேர்ந்தெடுக்கப்பட்டிருந்தன. சதா வறுமையிலும், அல்லது பண வசதி இல்லாமல் இருந்தாலும் அல்லது சில ஒன்று விட்ட சகோதரர்கள் கொஞ்சம் வசதி படைத்தவர்களாக இருந்தாலும், அவள் வம்சத்தினரின் ரசனையே அப்படித்தான். எல்லோருமே, குறிப்பாக ஆண்கள், மத்தியதரைக்கடல் பிரதேச மக்கள் எல்லோரையும்போல, வெள்ளை நிற முழுக் கைச் சட்டையும் நன்றாக இஸ்திரி செய்யப்பட்ட கால்சட்டையும் அணிவதில் குறியாக இருந்தார்கள், ஆடைகள் வைக்கும் அலமாரிகள் குறைவாக இருந்த நிலையில் ஓயாமல் துவைத்து இஸ்திரி போடும் பெண்களின் வேலையை—தாயார்களோ மனைவிகளோ—இன்னும் அதிகப்படுத்தியது இயல்பானதே என்றும் கருதினார்கள். அவனுடைய தாயைப் பொறுத்தவரை,[a] துணிகளைத் துவைத்து, பிறருடைய வீட்டு வேலைகளைச் செய்தால் மட்டும் போதாது என்று கருதினாள். துணி துவைக்காத, இஸ்திரி போடாத பெண்களின் உலகத்துக்கு—வெகு தொலைவிலிருந்த அந்த உலகத்துக்கு—அவன் கிளம்பிப் போன நாள் வரை, ழாக்குக்கு நினைவு தெரிந்த நாட்களிலிருந்து தனக்கும் தன் அண்ணனுக்கும் இருந்த ஒரே ஒரு கால்சட்டைக்கு அவள் இஸ்திரி போடுவதைப் பார்த்திருக்கிறான். ''முடிதிருத்துநர் ஒரு இத்தாலியர்,'' என்றாள் அவனுடைய தாய். ''தன் தொழிலை நன்றாகச் செய்கிறார்.'' ''ஆமாம்'' என்றான் ழாக். ''நீ மிக அழகாக இருக்கிறாய்'', என்று சொல்ல வந்து நிறுத்திவிட்டான். அவன் தன் தாயைப் பற்றி எப்போதுமே அப்படி நினைத்ததுண்டு, ஆனால் ஒருபோதும் அதை அவளிடம் சொல்லத் துணிந்ததில்லை. அதை அவள் மறுத்துவிடுவாள் என்ற பயத்தினாலோ, அல்லது இது போன்ற பாராட்டு அவளை மகிழ்விக்காது என்று சந்தேகப்பட்டதாலோ அல்ல. எந்த வரம்புக்குப் பின்னால் வாழ்நாள் முழுவதும் அவள் தன்னைக் காத்துக்கொண்டிருந்தாளோ அந்த வரம்பை—மென்மையாக, அடக்கமாக, அனுசரித்துப்போய், எதிலும் ஆர்வம் காட்டாமல்—மீறுவதாக அது அமைந்துவிட்டிருக்கும். இருந்தாலும் யாரும் அல்லது எதுவும் தன்னை வெல்ல விடாமல், காதும் ஓரளவு கேட்காத நிலையில் தனிமைப்படுத்தப்பட்டு, குறைவான மொழித் திறனுடன், சந்தேகமில்லாமல் அழகாக, ஆனால் கிட்டத்தட்ட நெருங்க முடியாமல் இருந்த அவள், எத்தனைக்கெத்தனை இன்னும் இன்முகத்

[a] பளபளத்த புருவ எலும்பு வளைவுக்குக் கீழே பிரகாசித்த கவலையுற்ற, கரிய கண்.

துடன் இருந்தாளோ அத்தனைக்கத்தனை அவனுடைய இதயம் அவளை நோக்கிச் சென்றது. ஆமாம், முப்பது வருஷங்களுக்கு முன் அவளுடைய அம்மா ழாக்கைப் பிரம்பால் அடித்தபோது குறுக்கிடாமல் இருந்ததைப் போல, வாழ்நாள் முழுவதும் பயந்த, அடக்கப்பட்ட, ஆனாலும் விலகியிருந்த மனோபாவத்துடன் அவள் அதே பார்வையைக் கொண்டிருந்தாள்; ஒருபோதும் தன் குழந்தைகளை லேசாகத் தொடவோ, பார்க்கப்போனால், திட்டவோகூட செய்யாத அவள். அந்தப் பிரம்படிகள் அவளையும் காயப்படுத்தியிருக்கும் என்பதில் சந்தேகமில்லை; ஆனாலும் அயர்ச்சியாலும், சரிவரப் பேசத் தெரியாததாலும், தன் அம்மாவிடம் இருந்த மரியாதையாலும் தன்னால் குறுக்கிட முடியாமல் விட்டுவிட்டாள். பல வருஷங்களாக மற்றவர்களுக்குச் சேவை செய்வதற்காக நாள் முழுவதும் தன் கடின உழைப்பை எப்படித் தன் பங்குக்குப் பொறுத்துக்கொண்டிருந்தாளோ, அப்படியே தன்னுடைய குழந்தைகள் வாங்கிய அடியின் வலியையும் பொறுத்துக் கொண்டாள்: முழங்காலிட்டுத் தரையை மெழுகி, மற்றவர்களின் எண்ணெய்ப் பிசுக்கு மீதங்கள், அழுக்கு உள்ளாடைகளுக்கு மத்தியில் ஆறுதலோ, ஆண் துணையோ இல்லாத வாழ்க்கை, கடினமாக உழைத்த நீண்ட நாள் பொழுதுகள் ஒன்றோடொன்று சேர்ந்து ஒட்டுமொத்தமாக உருவாக்கிய ஒரு வாழ்க்கை, நம்பிக்கைகள் பறிக்கப்பட்ட நிலையில் எவ்வித மறுத்தலும் இன்றி, எதுவும் தெரியாமல், ஒரே குறியாக எல்லா இன்னல்களையும்—தன்னுடையதையும் மற்றவர்களுடையதையும்—வேறு வழியில்லாமல் ஏற்றுக்கொண்டுவிட்ட வாழ்க்கை. ஒருமுறைகூட அவள் இது குறித்துக் குறைப்பட்டுக்கொண்டதை அவன் கேட்டதில்லை, தனக்கு அசதியாக இருக்கிறதென்றோ அல்லது அதிகம் துணி துவைத்ததால் முதுகு வலிக்கிறதென்றோ அவள் சொன்னதைத் தவிர. தன்னுடைய தங்கை ஒருத்தியோ அல்லது மாமியோ தன்னிடம் அன்பாக இல்லையென்றும், அவர்கள் 'பெருமை' அடித்துக்கொள்கிறார்கள் என்றும் சொல்வதைத் தவிர, யாரைப் பற்றியும் ஒருபோதும் அவதூறாக அவள் பேசி அவன் கேட்டதில்லை. அதே சமயம், அவள் நன்றாக மனம்விட்டுச் சிரித்ததை அவன் கேட்டதும் அபூர்வம். இப்போது தன்னுடைய தேவைகளைத் தன் குழந்தைகள் நிறைவேற்ற ஆரம்பித்ததிலிருந்து அவள் கொஞ்சம் அதிகமாகச் சிரித்தாள். ழாக் அந்த அறையைப் பார்த்தான், அதுவும் மாறியிருக்கவில்லை. தனக்கு நன்றாகப் பழக்கமாகியிருந்த இந்தக் குடியிருப்பை விட்டுப் போக அவளுக்கு விருப்பமிருக்கவில்லை; அவளுக்கு எல்லாமே எளிதாக இருக்கும் இந்தப் பகுதியை விட்டுவிட்டு, இன்னும் அதிக வசதிகளுடன், ஆனால் எல்லாமே சிரமமாக இருந்திருக்கும் பகுதிக்குச் செல்ல விரும்பவில்லை. ஆமாம், அது அதே பழைய அறைதான். சில அறைகலன்கள் மாற்றப்பட்டு, இப்போது அவை ஏழ்மையைக் காட்டாமல் இன்னும் கொஞ்சம் கண்ணியமாக இருந்தன. ஆனால் அந்தப் பொருள்களும் வெறுமையாகச் சுவரை ஒட்டி வைக்கப்பட்டிருந்தன. ''நீ எப்போதும் ஏதாவது துழாவிக்கொண்டிருக்கிறாய்'', என்றாள் அவனுடைய தாய். அவன் எவ்வளவு வேண்டிக் கேட்டுக்கொண்டிருந்தபோதிலும், கரண்டிகளும் தட்டுகளும் வைக்கும் அறையில் கச்சிதமாகத் தேவையான அளவு மட்டுமே அவை இருந்தன; அந்த வெறுமை அவனைக் கவர்ந்தது. அவன் மேலும் திறந்துபார்த்த அதன் இழுப்பறைகளில் இந்த

வீட்டிலுள்ளவர்களுக்குப் போதுமானதாக இருந்த இரண்டு அல்லது மூன்று மருந்துகளும், ஒன்றிரண்டு பழைய செய்தித்தாள்களும், சில துண்டு நூல்களும், ஜோடி சேராத பித்தான்கள் நிரம்பிய சின்ன அட்டைப் பெட்டியும், பழைய அடையாள அட்டைப் புகைப்படம் ஒன்றும் இருந்தன. அவர்களிடம் தேவைக்கு அதிகமானது என்று இருந்தது மிகச் சொற்பமே; அதனால், பயன்படுத்தப்படாதது என்று எதுவுமே இல்லை. வசிக்கும் வீட்டைப் போல சாமான்கள் நிறைய இருக்கும் ஒரு சராசரி வீட்டில் இருந்தால் தன்னுடைய தாய் தேவையான பொருள்களை மட்டுமேதான் பயன்படுத்தியிருந்திருப்பாள் என்று அவனுக்கு நன்றாகத் தெரிந்திருந்தது. பக்கத்திலிருந்த தன் தாயின் அறையில் ஒரு சிறிய அலமாரி, குறுகிய கட்டில், மரத்தால் ஆன ஒப்பனை மேஜை, பிரம்பு நாற்காலி இவற்றுடன் திரைச்சீலை தொங்கவிடப்பட்டிருந்த ஒரே ஒரு ஜன்னலைத் தவிர, வேறு எந்தப் பொருளையுமே அவன் பார்க்க முடியவில்லை—காலியாக இருந்த மர ஒப்பனை மேஜைமீது பந்து போல் அவள் சுருட்டி வைத்திருந்த கைக்குட்டையைத் தவிர.

மற்றவர்களின் வீடுகளை அவன் முதன்முதலில் பார்த்தபோது—அவனுடைய மேல்நிலைப் பள்ளித் தோழர்களுடைய அல்லது இன்னும் வசதி படைத்தவர்களின் உலகத்திலிருந்த வீடுகளை—அவனை வியப்பில் ஆழ்த்தியது என்னவென்றால், அங்கே அறைகளைப் பெருமளவு நிரப்பியிருந்த அலங்கார ஜாடிகள், கோப்பைகள், சிலைகள், ஓவியங்கள் போன்றவையே. அவனுடைய வீட்டிலோ 'கணப்பின் மேலிருக்கும் ஜாடி', பானை, குழிவான தட்டுகள், இன்னும் கண்ணில் படும் பெயரற்ற பொருள்கள் இவற்றைப் பற்றித்தான் பேசினார்கள். உதாரணமாக, அவனுடைய மாமா வீட்டில் 'வோழ்' பிரதேசத்தின் மெருகேற்றிய வண்ணப் பூ ஜாடி எல்லோராலும் பாராட்டப்படும்; 'கேம்பர்'[1] உணவுக் கலன்களில்தான் உணவருந்துவார்கள். அவனைப் பொறுத்தவரையில், பொதுப் பெயரால் குறிக்கப்படும் பொருள்களின் மத்தியில், சாவைப் போல நிர்வாணமான ஏழ்மையில் முழுக்கமுழுக்க வளர்ந்திருக்கிறான்; அவனுடைய மாமா வீட்டில்தான் ஆடம்பரப் பொருள்களின் பெயர்களைத் தெரிந்துகொண்டிருக்கிறான். இன்னும்கூட, நன்றாக அலம்பிவிடப்பட்ட தரை ஓடுகளுடன் இருந்த அறையில், எளிய பளபளக்கும் மேஜைகளின் மேல் எதுவுமே இருக்கவில்லை; செம்பில் அடித்துச் செய்யப்பட்ட அராபியச் சாம்பல் கிண்ணமொன்றும் அதுவும் அவனுடைய வருகையை எதிர்நோக்கி, சுவரில் அஞ்சல் துறை நாட்காட்டி ஒன்றும் மட்டுமே இருந்தன. இங்கு பார்ப்பதற்கு எதுவும் இருக்கவில்லை, சொல்வதற்கு இருந்ததும் மிகக் குறைவே. ஆகவேதான் அவனுக்குத் தன் தாயைப் பற்றி ஒன்றும் தெரியாமல் இருந்தது, தானாக அறிந்துகொண்டதைத் தவிர. தந்தையைப் பற்றியும்தான்.

''அப்பா?'' அவள் அவனைப் பார்த்து, அவனுடைய கேள்வியைக் கவனமாகக் கேட்டாள்.[a]

— ''ஆமாம்...''

---

[1] ஆடம்பர உணவுக் கலன்களின் வணிகப் பெயர் (த.மொ.கு.).

[a] *தந்தை-விசாரணை-1914ஆம் வருடப் போர்-குண்டு வெடிப்பு.*

— அவர் பெயர் ஆன்ரி. அதைத் தவிர?

— எனக்குத் தெரியாது

— அவருக்கு வேறு பெயர்கள் இருக்கவில்லையா?

— இருந்ததென்று நினைக்கிறேன், நினைவில்லை.

திடீரென்று கவனம் திரும்பி, இப்பொழுது பளீரென்று வெயில் அடிக்கத் தொடங்கியிருந்த தெருவை உன்னிப்பாகப் பார்த்தாள்.

— அவர் என் சாயலா?

— ஆமாம், நீயேதான், அதே அச்சு அசல். அவருக்கு நீல நிறக் கண்கள்; நெற்றியும் உன்னுடையதைப் போலவே.

— அவர் பிறந்த வருடம் எது?

— தெரியாது. நான் அவரைவிட நான்கு வயது பெரியவள்.

— நீ, எந்த வருடம் நீ பிறந்தாய்?

— தெரியாது. அடையாள அட்டையைப் பார்.

மூாக் அவளுடைய அறைக்குப் போய், அலமாரியைத் திறந்தான். மேல்தட்டில், துவட்டிக்கொள்ளும் துண்டுகளுக்கிடையே குடும்ப அடையாள அட்டை, ஓய்வூதியப் புத்தகம், இன்னும் ஸ்பானிய மொழியிலிருந்த சில பழைய காகிதங்கள் இருந்தன. அவன் அந்த ஆவணங்களுடன் திரும்பி வந்தான்.

— அப்பா 1885இல் பிறந்தார். நீ 1882இல். அவரைவிட நீ மூன்று வயது பெரியவள்.

— ஆ! நான் நான்கு என்று நினைத்திருந்தேன். ரொம்ப காலம் ஆகிவிட்டது.

— அவர் மிகச் சிறிய வயதிலேயே தந்தையையும் தாயையும் இழந்துவிட்டார் என்றும், அவருடைய சகோதரர்கள் அவரை அனாதை இல்லத்தில் சேர்த்துவிட்டார்கள் என்றும் நீ சொல்லியிருக்கிறாய்.

— ஆமாம், அவருடைய தங்கையைக்கூட.

— அவருடைய பெற்றோருக்குப் பண்ணை ஒன்று இருந்ததா?

— ஆமாம். அவர்கள் அல்சாஸ் பிரதேசத்தைச் சேர்ந்தவர்கள்.

— ‘உலெத்-பாயெட்டில்’ பண்ணை இருந்தா?

— ஆமாம். நாங்கள் ‘ஷெராகா’வில் இருந்தோம். அதற்கு அருகில் இருந்த இடம்.

— எந்த வயதில் அவர் தன் பெற்றோர்களை இழந்தார்?

— தெரியாது. ஆ! அவருக்கு அப்போது இளம் வயது. அக்கா அவரைக் கைவிட்டுவிட்டாள். அவள் செய்தது சரியல்ல. அதற்குப் பின் தன் உடன்பிறப்புகளை அவர் பார்க்க விரும்பவில்லை.

— அவருடைய அக்காவுக்கு என்ன வயது ஆகியிருந்தது?

— தெரியாது.

— சகோதரர்கள்? இவர்தான் மிகச் சிறியவரா?

— இல்லை. இரண்டாவது.

— அதுதான், அவரைப் பார்த்துக்கொள்ள முடியாத அளவுக்கு அவர்களும் வயதில் இளையவர்களாக இருந்தார்கள்.

— ஆமாம். அதுதான் சரி.

— அப்படியானால், அது அவர்களுடைய தவறு இல்லை.

— ஆனால், அவர்களிடம் அவருக்குக் கோபம். அனாதை இல்லத்தில் இருந்துவிட்டுப் பதினாறாவது வயதில் சகோதரியின் பண்ணைக்குத் திரும்பினார். அவரிடம் எக்கச்சக்கமாக வேலை வாங்கினார்கள். ரொம்ப அதிகமாகவே.

— அவர் 'ஷெராகா'வுக்கு வந்தார் அல்லவா?

— ஆமாம். நாங்கள் இருந்த இடத்துக்கு.

— அங்குதான் உனக்கு அவர் அறிமுகமானாரா?

— ஆமாம்.

அவள் மீண்டும் தெருவை நோக்கித் தன் தலையைத் திருப்பினாள். இதே பாதையில் தொடர்வதற்குச் சக்தியற்றவன்போல் அவன் உணர்ந்தான். ஆனால் அவளாகவே வேறு ஒரு பாதையைத் தொடர்ந்தாள்.

— நீ ஒன்று புரிந்துகொள்ள வேண்டும். அவருக்கு எழுதப்படிக்கத் தெரிந்திருக்கவில்லை. அனாதை இல்லத்தில் எதுவும் கற்றுக்கொடுக்கவில்லை.

— ஆனால் போர் முனையிலிருந்து அவர் உனக்கு அனுப்பியிருந்த அஞ்சல் அட்டைகளை என்னிடம் காட்டியிருக்கிறாயே?

— ஆமாம். அவர் திரு. க்லாசியோவிடம் கற்றுக்கொண்டார்.

— 'ரிகோமி'ன் பண்ணையில் வேலை செய்தபோதா?

— ஆமாம். அங்கே திரு. க்லாசியோதான் மேலாளர். அவர்தான் எழுதப் படிக்கக் கற்றுக்கொடுத்தார்.

— எந்த வயதில்?

— இருபது வயதில் என்று நினைக்கிறேன். எனக்குத் தெரியாது. எல்லாம் மிகவும் பழைய கதை. ஆனால் எங்களுக்குத் திருமணம் ஆனபோது அவர் 'வைன்'களைப் பற்றி நன்றாகத் தெரிந்துவைத்திருந்தார், அவரால் எங்கு வேண்டுமானாலும் வேலைக்குப் போக முடிந்தது. அவருக்கு நல்ல மூளை.

அவள் அவனைப் பார்த்தாள்.

— உன்னைப் போலத்தான்.

— சரி, பிறகு?

— பிறகு உன் அண்ணன் பிறந்தான். உன்னுடைய அப்பா ரிகோமுக்காக வேலை செய்தார். ரிகோம் அவரை 'சேன்-அபோத்ர்' என்ற இடத்திலிருந்த தன் பண்ணைக்கு அனுப்பினார்.

— சேன்-அபோத்ர்?

— ஆமாம். பிறகுதான் போர் வந்தது. அவர் அதில் இறந்துவிட்டார். அவர்கள் அந்தத் தோட்டாச் சிதறலை எனக்கு அனுப்பிவைத்தார்கள்.

அதே அலமாரியில் துண்டுகளுக்குப் பின்னால் ஒரு சிறிய பிஸ்கெட் பெட்டியில் தன் தந்தையின் மண்டையைப் பிளந்துவிட்டிருந்த தோட்டாவின் சிதறல், போர்முனையிலிருந்து அவர் அனுப்பியிருந்த அஞ்சல் அட்டையுடன் இருந்தது; எளிமையான, சுருக்கமான அதன் வாசகம் ழாக்குக்கு மனப்பாடமாக ஆகியிருந்தது: ''பிரிய லூசி, நான் நலமாக இருக்கிறேன். நாளை எங்கள் ராணுவ நிலையை மாற்றப்போகிறோம். குழந்தைகளை நன்றாகப் பார்த்துக்கொள். அன்பு முத்தங்கள். உன் கணவர்.''

ஆமாம், அப்படி அவர்கள் இடம் மாறிக்கொண்டிருந்தபோதுதான், புலம் பெயர்ந்தவனாக, புலம்பெயர்ந்தவர்களின் குழந்தையாக, அவன் பிறந்த அதே இரவின் ஆழத்தில்தான், சில மாதங்களுக்குப் பிறகு ஒருசேர வெடிக்கவிருந்த ஐரோப்பாவின் பீரங்கிகளும் சரிபார்க்கப்பட்டுத் தயார் நிலையில் வைக்கப் பட்டுக்கொண்டிருந்தன. கோர்மெரி குடும்பம் 'சேன்-அபோத்ரி'லிருந்து விரட்டப்பட்டது: அல்ஜேயிலிருந்த ராணுவப் பிரிவை நோக்கி அவரும், கொசுக்கடியால் உடலெல்லாம் தடிப்புகள் இருந்த குழந்தையைக் கையில் எடுத்துக்கொண்டு 'சேழஸ்' என்ற இடத்தின் வறுமையான புறநகரில் இருந்த தன் அம்மாவின் சிறிய குடியிருப்பை நோக்கி அவளும்: ''சிரமப்படுத்திக்கொள்ளாதே, அம்மா. ஆன்ரி திரும்பியவுடன் நாங்கள் கிளம்பிப்போய்விடுவோம்.'' வெண்முடியைப் பின்புறமாக இழுத்து வாரிவிட்டுக்கொண்டு, விறைப்பாக, வெளிர்நிறக் கண்களால் கண்டிப்புடன் அவனுடைய பாட்டி: ''மகளே, இங்கே உழைத்தாக வேண்டும்.''

— அவர் ஸுவாவ் என்ற அல்ஜீரிய ராணுவப் பிரிவில் இருந்தார் அல்லவா?

— ஆமாம். அவர் மோரோக்கோவில் போர் புரிந்தார்.

உண்மைதான். ழாக் கோர்மெரிக்கு அது மறந்துபோய்விட்டிருந்தது. 1905இல் அவனுடைய தந்தைக்கு இருபது வயது. அவர் மோரோக்கோவினருக்கு எதிராக நடந்த சண்டையில்[a] போர்முனையில் இருந்தார். சில வருடங்களுக்கு முன்பாக அல்ஜேயின் தெரு ஒன்றில் தன்னுடைய பழைய பள்ளியின் முதல்வரைச் சந்தித்தபோது அவர் தன்னிடம் சொல்லியிருந்தது இப்போது ழாக்குக்கு நினைவு வந்தது. தன் தந்தை அழைக்கப்பட்ட அதே சமயத்தில்தான் திரு. லெவெஸ்க்கும் போருக்கு அழைக்கப்பட்டிருந்தார். ஆனால், இருவரும் ஒரே பிரிவில் ஒரு மாதம் மட்டுமே இருந்தனர். கோர்மெரி அதிகம் பேச மாட்டார் என்பதால் அவருக்கு அவரைப் பற்றி நன்றாகத் தெரியாது என்று சொன்னார். சோர்வால் மனம் தளராமலும், தேவையில்லாமல் பேசாமலும், பழகுவதற்கு எளியவராக, நியாய உணர்வு கொண்டவராக இருந்திருக்கிறார். ஒரே ஒருமுறைதான் கோர்மெரி பயங்கரமாகக் கோபமடைந்திருக்கிறார். மிகச் சிரமமான ஒரு பகல்பொழுதுக்குப் பிறகு அந்த ஒரு இரவில் கோபமடைந்தார். அட்லாஸ் மலைத்தொடரின் ஒரு பக்கத்தில், பாறாங்கற்களுக்கிடையே, குறுகிய கணவாய்க்குப் பின்னால், பாதுகாப்பாக இருந்த ஒரு சிறிய மலையுச்சியில் அவர்களுடைய படை முகாமிட்டி

[a] *14*

ருந்தது. கணவாயின் அடிவாரத்தில் கண்காணிப்புப் பணியில் இருந்த சிப்பாயை விடுவித்துப் பொறுப்பேற்க லெவெஸ்க்கும் கோர்மெரியும் போக வேண்டியிருந்தது. இவர்களுடைய உரத்த குரல்களுக்குப் பதில் வரவில்லை. முட்கள் நிறைந்த கள்ளிச் செடிகளின் அடியில், பின்புறமாகச் சாய்ந்திருந்த தலையை, வினோதமான வகையில், நிலவை நோக்கித் திருப்பியவாறு இருந்த தங்களுடைய தோழரைப் பார்த்தார்கள். ஏதோ ஒரு விசித்திரமான வடிவத்தில் இருந்த அந்தத் தலையை முதலில் அவர்களுக்கு அடையாளம் தெரியவில்லை. பின்னர் அது எளிதில் புரிந்துவிட்டது. அவருடைய கழுத்து அறுக்கப்பட்டிருந்தது, வாயில் அந்தக் கோரமான வீக்கத்தின் காரணம், அதில் அவருடைய ஆண்குறி திணிக்கப்பட்டிருந்தது. அப்போதுதான் அவர்கள் அந்த உடலைப் பார்த்தார்கள். கால்கள் விரிக்கப்பட்டு, ராணுவச் சீருடைக் கால்சட்டை கிழிந்து, அந்த விரிசலுக்கு நடுவே, மங்கிப் பிரதிபலித்த நிலவொளியில் சகதியாக இருந்த குட்டை.[a] நூறு மீட்டர் தள்ளி, இம்முறை ஒரு பெரிய பாறாங்கல்லுக்குப் பின்னால், இன்னொரு கண்காணிப்புச் சிப்பாய் அதே கோலத்தில் இருப்பதைப் பார்த்தார்கள். எச்சரிக்கை மணி ஒலிக்கப்பட்டு, கண்காணிப்புப் பணிச் சிப்பாய்கள் இரு மடங்காக உயர்த்தப்பட்டார்கள். விடிந்த பிறகு, முகாமுக்கு ஏறி வந்த பிறகு, அப்படிச் செய்தவர்கள் மனிதப் பிறவிகளே இல்லை என்று கோர்மெரி சொல்லியிருந்திருக்கிறார். இதைக் குறித்துக் கொஞ்சம் சிந்தித்த பிறகு, அவர்களைப் பொறுத்தவரை மனிதர்கள் அப்படித்தான் செய்ய வேண்டியிருந்தது என்றும், தாங்கள்தான் அவர்களுடைய நாட்டில் இருந்தார்கள் என்றும், அவர்கள் எல்லா வழிகளையும் கையாள வேண்டியிருந்தது என்றும் லெவெஸ்க் பதிலளித்திருந்தார். கோர்மெரியின் பார்வையில் பிடிவாதம் தெரிந்தது. ''இருக்கலாம். ஆனால் அவர்கள் செய்தது தவறு. ஒரு மனிதன் அவ்வாறு செய்ய மாட்டான்.'' அவர்களுடைய பார்வையில், குறிப்பிட்ட சில சூழ்நிலைகளில், மனிதன் எதை வேண்டுமானாலும் செய்யலாம் (எல்லாவற்றையும் அழிக்கலாம்). ஆனால், அதைக் கேட்ட கோர்மெரி ஆவேசம் பிடித்தவரைப் போலக் கத்தியிருந்திருக்கிறார்: ''ஒரு மனிதனுக்கு இதைத் தவிர்க்கத் தெரிந்திருக்க வேண்டும். அதுதான் ஒருவனை மனிதனாக்குகிறது, இல்லையென்றால்...'' பின்னர் அவர் அமைதியடைந்திருக்கிறார். ''நானோ,'' ஈனக்குரலில் அவர் தொடர்ந்து சொன்னார், ''நான் ஒரு ஏழை. அனாதை இல்லத்திலிருந்து வந்தேன், எனக்கு இந்தச் சீருடை அணிவித்துப் போரில் இழுத்துவிட்டார்கள். இருந்தாலும், நான் இதுபோன்ற செயலைத் தவிர்ப்பேன்.'' ''அப்படித் தவிர்க்காத பிரெஞ்சுக்காரர்கள் இருக்கிறார்கள்,'' என்று அப்போது லெவெஸ்க் சொல்லியிருக்கிறார். ''அப்படியானால், அவர்களும் மனிதர்கள் இல்லை, அவர்களும்கூடத்தான்.''

திடீரென்று கோர்மெரி கத்தியிருந்திருக்கிறார்: ''அசிங்கமான இனம்! என்ன மோசமான இனம்! எல்லோரும், எல்லோருமே...'' பிறகு, ஒரு துணியைப் போல் வெளிறிப்போய், கூடாரத்துக்குள் சென்றுவிட்டார்.

எண்ணிப்பார்க்கும்போது, இப்போது அவர் எங்கே இருந்தார் என்று தெரிந்திருக்காத இந்தப் பழைய ஆசிரியர்தான் தன் தந்தையைப் பற்றி அதிகமாகத்

---

[a] அது இருந்தோ, இல்லாமலோ செத்துப் போ, என்று சொல்லியிருந்தார் சார்ஜென்ட்.

தகவல்களைத் தனக்குத் தெரிவித்திருக்கிறார் என்பதை மூாக் உணர்ந்தான். ஆனாலும் தன் தாயின் மௌனங்களிலிருந்து தான் ஊகித்து அறிந்ததைவிட, சில விவரங்களைத் தவிர, இதில் இன்னும் அதிகமாக எதுவும் இருக்கவில்லை. உறுதியுடனும் கசப்புணர்வுடனும் வாழ்நாள் முழுவதும் உழைத்து, ராணுவக் கட்டளைக்கு அடிபணிந்து கொலைசெய்து, தவிர்க்க முடியாதவற்றையெல்லாம் ஏற்றுக்கொண்டிருந்தாலும், தன்னையும் மீறிச் சிலவற்றை தனக்குள் வர விடாமல் தடுத்து வந்திருக்கிறார். அவர், ஏழைதான். ஏனென்றால், ஏழ்மை என்பது ஒருவர் தானாகத் தேர்ந்தெடுத்துக்கொள்வதில்லை, ஆனால், ஒரு ஏழை தன்னைப் பாதுகாத்துக் கொள்ள முடியும். ஒன்பது வருடங்களுக்குப் பிறகு அதே மனிதர் எப்படி இருந்திருப்பார் என்று, தன் தாய் மூலமாகத் தெரிந்துகொண்ட சில தகவல்களை மட்டுமே வைத்துக்கொண்டு கற்பனைசெய்யக் கோர்மெரி முயன்றான்: திருமணமாகி, இரண்டு குழந்தைகளுக்குத் தந்தையாகி, இன்னும் கொஞ்சம் நல்ல வேலை கிடைத்து, போருக்குப் போவதற்காக அல்ஜே நகருக்கு அழைக்கப்பட்டு,[a] பொறுமை மிக்க மனைவியுடனும் சமாளிக்க முடியாத குழந்தைகளுடனும் நீண்ட நேரம் இரவுப் பயணம் செய்து, ரயில் நிலையத்தில் அவர்களைப் பிரிந்து, பிறகு மூன்று நாட்களுக்குப் பிறகு ஜூலை[*] மாத வெயிலில் கம்பளி ஆடையால் வியர்வையில் நனைந்து, உப்பியிருந்த கால்சட்டையுடன், சிவப்பும் நீலமும் கலந்த அழகான ஸுவாவ் ராணுவச் சீருடையில், பெல்கூரில் இருந்த சிறிய குடியிருப்புக்குத் திடீரென்று திரும்பிவந்து தன் குடும்பத்தினருக்கு முன்னால் தோன்றி, துறைமுக வளைவுக்கடியிலிருந்த கிடங்கிலிருந்து திருட்டுத்தனமாகத் தப்பிவந்ததனால் தலையில் அராபியத் தலைப்பாகையோ, தலைக்கவசமோ இல்லாமல், கையில் ஒரு ஓலைத் தொப்பியைப் பிடித்துக்கொண்டு, தான் ஒருபோதும் பார்த்திருந்திருக்காத பிரான்ஸுக்கு[b] அன்று மாலை கப்பல் ஏறுவதற்கு முன்—தன்னை ஒருபோதும் ஏற்றிச் சென்றிருக்காத கடல்மீது செல்வதற்கு முன் தன் குழந்தைகளையும் மனைவியையும் முத்தமிட்டு விடைபெறுவதற்காக ஓடி வந்திருக்கிறார். அவர் அவர்களை இறுக்கிச் சுருக்கமாக, முத்தமிட்டு, அதே வேகத்தில் திரும்பிச்சென்று, சிறிய பால்கனியிலிருந்து தனக்குக் கையசைத்துச் சைகை செய்த அந்தப் பெண்ணுக்குப் பதிலளித்து, தன்னுடைய ஓலைத் தொப்பியை ஆட்டுவதற்காகத் திரும்பி, வெயிலிலும் புழுதியிலும் சாம்பல் நிறமாகிவிட்ட தெருவில் மீண்டும் ஓட ஆரம்பித்து, மிகத் தொலைவில், பகல் பொழுதின் கண் கூசும் வெளிச்சத்தில் இனி ஒருபோதும் திரும்பி வரப்போகாத அவர், மறைந்து போயிருந்திருக்கிறார். அதற்குப் பின் நடந்தவற்றை மூாக்தான் கற்பனைசெய்தாக வேண்டியிருந்தது. அதுவும் வரலாறோ புவியியலோ தெரிந்திராத தன்னுடைய தாய் என்ன சொல்லியிருக்க முடியுமோ அதன் வாயிலாக அல்ல. அவளுக்குத் தெரிந்திருந்ததெல்லாம் அவள் ஒருபோதும் கடந்து சென்றிருக்காத இந்தக் கடலுக்கு மறுபுறம்தான் பிரான்ஸ் இருந்தது என்றும், அல்ஜே துறைமுகம் போல

[a] *1814*இல் அல்ஜேயின் பத்திரிகைகள் (பிழை. பதிப்).

[*] ஆகஸ்ட்.

[b] அன்று அவர் பிரான்ஸை ஒருபோதும் பார்த்திருக்கவில்லை. அவர் அதைப் பார்த்தார், அங்கு கொல்லப்பட்டார்.

இருக்கும் என்று அவள் கற்பனைசெய்திருந்த மார்சேய் துறைமுகம் வழியாகக் கப்பலில் இருட்டிய பிறகு சென்றடையும் ஒரு இருண்ட பிரதேசம்தான் பிரான்ஸ் என்றும், அங்கே மிக அழகிய நகரம் என்று பேசப்பட்ட பாரிஸ் நகரம் பிரகாசித்துக்கொண்டிருந்தது என்றும், அந்த நாட்டில் அல்சாஸ் என்ற பிரதேசம்தான் தன் கணவரின் பெற்றோர் பிறந்த இடம் என்றும், அங்கேயிருந்து ஜெர்மானியர்கள் என்றழைக்கப்பட்ட எதிரிகளால் பல வருடங்களுக்கு முன்பே விரட்டப்பட்டு, அல்ஜீரியா வந்து அவர்கள் குடியேறினார்கள் என்றும், அதே எதிரிகளிடமிருந்து இப்போது அல்ஜீரியாவை வென்று திரும்பப் பெற வேண்டியிருந்தது என்றும், அந்த எதிரிகள் எப்போதுமே கெட்டவர்களாகவும் கொடியவர்களாகவும்—குறிப்பாகக் காரணம் எதுவுமின்றி பிரெஞ்சுக்காரர்களிடம்—இருந்திருக்கிறார்கள் என்பதும்தான். இரக்கமற்ற, சண்டைக்காரர்களான அவர்களோடு பிரெஞ்சுக்காரர்கள் எப்போதும் தங்களைப் பாதுகாத்துக்கொள்ள வேண்டிய நிலையிலேயே இருந்திருக்கிறார்கள். இங்கேதான் அவளுடைய பெற்றோர்களும், எங்கேயிருக்கிறது என்று தனக்குத் தெரிந்திராத, ஆனாலும் வெகு தொலைவில் இல்லாத ஸ்பெயின் நாட்டிலிருந்து கிளம்பி, தன் கணவரின் பெற்றோர்களைப் போலவே அவ்வளவு வருடங்களுக்கு முன்பாக அல்ஜீரியாவுக்கு வந்திருந்திருக்கிறார்கள்; ஸ்பெயின் நாட்டின் மஹோான் தீவைச் சேர்ந்த அவர்கள், அங்கு பட்டினியால் வாடியிருந்திருக்கிறார்கள்; மஹோான் ஒரு தீவு என்பதோ, மேலும் ஒருபோதும் தீவைப் பார்த்திருந்திருக்காதலால் தீவு என்றாலே என்ன என்பதோ அவளுக்குத் தெரியாது. மற்ற நாடுகளைப் பொறுத்தவரை அவற்றின் பெயர்களைக் கேட்டால் சில சமயம் அவள் மனதில் ஒரு பொறி தட்டும், எப்போதுமே தன்னால் அவற்றைச் சரியாக உச்சரிக்கத் தெரியாதபோதும். எப்படியிருந்தாலும், ஆஸ்திரியா-ஹங்கேரியைப் பற்றியோ, செர்பியா பற்றியோ அவள் கேள்விப்பட்டதே இல்லை. இங்கிலாந்தைப் போலவே ரஷியாவும் ஒரு கடினமான பெயராக இருந்தது; (ஆஸ்திரியாவின் அரச பரம்பரையின் பட்டப் பெயரான) ஆர்ச்-ட்யூக் என்றால் என்னவென்று தெரியாது; சரயவோ நகரத்தின் நான்கு அட்சரங்களை ஒன்றாகக் கோக்க முடியாது. போர் மூண்டுவிட்டிருந்தது—இருண்ட மிரட்டல்களால் தீங்கு விளைவிக்கும் கரிய மேகத்தைப் போல. ஆனாலும், வானத்தை அது ஆக்கிரமிப்பதைத் தடுக்க முடிந்திருக்கவில்லை. அல்ஜீரியச் சமவெளிகளில் அழிவை ஏற்படுத்தும் புயலையோ, வெட்டுக்கிளிகளின் படையெடுப்பையோ எப்படித் தவிர்க்க முடியாமலிருந்ததோ அதைப் போல. மீண்டும் ஒருமுறை ஜெர்மானியர்கள் பிரெஞ்சுக்காரர்களைப் போருக்கு இழுத்திருந்தார்கள், நாங்கள் இன்னலுக்கு ஆளாகவிருந்தோம். இதற்கெல்லாம் காரணங்கள் இருக்கவில்லை. அவளுக்கு பிரான்ஸின் வரலாறோ, வரலாறு என்றால் என்னவென்றோ தெரிந்திருக்கவில்லை. அவளுக்குத் தன்னுடைய வரலாறு கொஞ்சமும், தான் நேசித்தவர்களின் வரலாறு அதைவிட அரிதாகவும் தெரிந்திருந்தது. அவளைப் போலவே அவளை நேசித்தவர்களும் அல்லல்பட வேண்டியிருந்தது. தனக்குத் தெரிந்திராத வரலாற்றின் இரவுக்குள், தன்னால் கற்பனைசெய்ய இயலாத உலகில் அதைவிட இருண்ட இரவு கவிந்திருந்தது; களைத்துப்போய் வியர்வை சொட்ட குக்கிராமம்வரை வந்த காவலர் ஒருவர் மூலமாக மர்மமான கட்டளைகள் வந்திருந்தன; திராட்சை அறுவடைக்கு

ஏற்கனவே தயாராகியிருந்த பண்ணையிலிருந்து அவர்கள் கிளம்ப வேண்டியிருந் தது. 'போன்' ரயில் நிலையத்தில் போருக்கு அழைக்கப்பட்டவர்களை வழி யனுப்பக் கிராமத்துப் பாதிரியார் வந்திருந்தார்: ''எல்லோரும் பிரார்த்திக்க வேண் டும்,'' என்றார் அவளிடம். ''சரி, திரு. பாதிரி அவர்களே'', என்று அவள் பதி லளித்தாள். ஆனால், பாதிரியார் போதுமான அளவு உரக்கச் சொல்லியிருக்காத தால், அவளுக்குக் காதில் விழுந்திருக்கவில்லை என்பதுதான் உண்மை. மேலும், பிரார்த்திக்க வேண்டுமென்ற எண்ணமே அவளுக்குத் தோன்றியிருக்காது; அவள் ஒருபோதும் யாரையும் தொந்தரவுசெய்ய விரும்பியதில்லை. இப்போது தன் கணவரோ அழகிய, பலவண்ணச் சீருடையில் கிளம்பிப் போய், வெகு விரைவில் திரும்பி வரவிருந்தார். ஜெர்மானியர்கள் தண்டிக்கப்படுவார்கள் என்று எல்லோ ரும் பேசிக்கொண்டார்கள். ஆனால் அப்படி நடக்கும்வரை ஏதாவது வேலை தேடியாக வேண்டியிருந்தது. அதிர்ஷ்டவசமாக, ராணுவத் தளவாடங்கள் கிடங் கைச் சேர்ந்த தோட்டாத் தொழிற்சாலையில் வேலைசெய்யப் பெண்கள் தேவைப் பட்டார்கள் என்றும், போருக்குச் சென்றிருந்தவர்களின் மனைவிகளுக்கு முன் னுரிமை அளிக்கப்படும் என்றும்—குறிப்பாக, குடும்பப் பொறுப்புச் சுமை இருந் தவர்களுக்கு—ழாக்கின் பாட்டியிடம் அண்டை வீட்டுக்காரர் சொல்லியிருந்தார். நாளொன்றுக்குப் பத்து மணி நேரம் சிறுசிறு அட்டைக் குழல்களை, அவற்றின் தடிமனையும் வண்ணத்தையும் பொறுத்து, அடுக்கிவைக்கும் வேலை கிடைக்கும் வாய்ப்பு இருந்தது; அதன் மூலம் கிடைக்கும் பணத்தைப் பாட்டியிடம் கொடுத்து, ஜெர்மானியர்கள் தண்டிக்கப்பட்டு ஆன்ரி திரும்பிவரும்வரை குழந் தைகளுக்கு உணவு கிடைக்கும்படி பார்த்துக்கொள்ள முடியும். ஆனால் உண் மையில், ரஷியப் போர்முனை ஒன்று இருந்தது என்றும், பொதுவாகப் போர்முனை என்றால் என்னவென்றோ அல்லது இந்தப் போரே பால்கன் நாடுகளுக்கும் மத் தியக் கிழக்கு நாடுகளுக்கும்—ஏன், இந்தக் கிரகம் முழுவதற்குமே—பரவக்கூடும் என்றோ அவளுக்குத் தெரிந்திருக்கவில்லை. ஜெர்மானியர்கள் முன்னறிவிப்பின்றி உள்ளே நுழைந்து, குழந்தைகளைக் கொன்றுகொண்டிருந்த பிரான்ஸில்தான் எல் லாமே நடந்திருக்கிறது. உண்மையில் எல்லாமே அங்கேதான் நடந்துகொண் டிருந்தது: ஆப்பிரிக்காவிலிருந்து ராணுவப் படைகளை, ஆன்ரி கோர்மெரியும் உள்பட—அவசரஅவசரமாக வண்டியில் ஏற்றி, 'மார்ன்' என்ற மர்மமான ஒரு பிரதேசத்துக்கு அனுப்பினார்கள்; போதுமான அளவு தலைக்கவசங்களைத் தயார் செய்யக்கூட அவகாசம் இருந்திருக்கவில்லை; துணிகளின் சாயம் வெளுத்துப் போகுமளவுக்கு அல்ஜீரியாவைப் போல் வெயில் அடிக்காததால், எழிலான பளிச் சிடும் சீருடையும் ஓலைத் தொப்பியும் அணிந்திருந்த அல்ஜீரியாவின் அராபிய, பிரெஞ்சுப் படை வீரர்களின் அலைகளை, சிவப்பும் நீலமும் கலந்த எளிய இலக்குகளாக பல நூறு மீட்டர்கள் தொலைவிலிருந்தே பார்க்க முடிந்திருக்கிறது; அணியணியாக முன்னேறிவந்த அவர்கள் அணியணியாகக் கொல்லப்பட்டிருந் திருக்கிறார்கள். இந்தக் குறுகிய நிலத்தில்தான் நான்கு ஆண்டுகளாக உலகெங்கு மிருந்து வந்தவர்கள் சேற்றால் ஆன சிறிய குகைகளுக்குள் குந்தி உட்கார்ந்து, ஒவ்வொரு மீட்டருக்கும் போராடி உரமாக மாறிவிட்டிருந்தார்கள்—வெடிகள் மின்னிக்கொண்டு, தோட்டாக்கள் கிறீச்சிட்டுக்கொண்டிருந்த வானத்தின் கீழே,

தங்கள்[a] தாக்குதலின் பயனின்மையை அறிவித்த பீரங்கிகளின் அரணுக்கு முன். ஆனால் இப்போது சேற்றால் ஆன குகைகள் இருக்கவில்லை; துப்பாக்கிச் சூட்டிற்கு முன் வண்ணவண்ண மெழுகுப் பொம்மைகளைப் போல உருகி விழுந்த ஆப் பிரிக்கப் படைகள் மட்டுமே இருந்தன; நாள்தோறும் அல்ஜீரியாவின் ஒவ்வொரு மூலையிலும் நூற்றுக்கணக்கான அராபிய, பிரெஞ்சு அனாதைகள் தோன்றினார் கள்: பாரம்பரியத்தை இழந்து, வழிகாட்டி இல்லாமல் இனி மேல் வாழக் கற்றுக் கொள்ள வேண்டியிருந்த, தந்தையை இழந்த மகன்களும் மகள்களும். சில வாரங்களுக்குப் பிறகு ஒரு ஞாயிறு காலையில், ஒரே மாடியைக் கொண்ட தங்கள் குடியிருப்பின் படிக்கட்டுகளின் மேல்தளத்தின் உட்புறத்தில், படிக்கட்டுக்கும் இரண்டு இருட்டான கழிப்பறைகளுக்குமிடையே—சிமெண்ட் தரையில் துருக் கிய பாணியில் இரண்டு ஓட்டைகளுடன் இருந்த, ஓயாமல் கிருமிநாசினியால் கழுவிவிடப்பட்டும், ஓயாமல் நாற்றமடித்துக்கொண்டும் இருந்த கழிப்பறை கள்—லூசி கோர்மெரியும் அவளுடைய அம்மாவும் இரண்டு தாழ்வான நாற் காலிகளில் உட்கார்ந்துகொண்டு, படிக்கட்டின் மேலிருந்த ஜன்னல் வழியாக வந்த வெளிச்சத்தில் பருப்பிலிருந்து கல் பொறுக்கிக்கொண்டிருந்தார்கள். அருகே துணிக் கூடை ஒன்றில் ஒரு குழந்தை எச்சிலில் ஊறிய காரட்டைச் சப்பிக் கொண்டிருந்தது. அப்போது, நன்கு உடையணிந்த மரியாதை நிறைந்த பார்வை யுடன் இருந்த ஒருவர் கையில் ஒரு காகித உறையுடன் படிக்கட்டில் தோன்றி னார். ஆச்சரியமடைந்த அந்த இரண்டு பெண்களும் தாங்கள் சுத்தம் செய்து கொண்டிருந்த பருப்பைத் தங்களுக்கிடையே இருந்த பாத்திரத்தில் கொட்டி, அந்தத் தட்டுகளைக் கீழே வைத்துவிட்டு, கைகளைத் துடைத்துவிட்டுக்கொண் டார்கள். கடைசிப் படிக்கு முந்தைய படியில் அந்த மனிதர் நின்றுகொண்டு அவர்களை எழுந்திருக்க வேண்டாம் என்று கேட்டுக்கொண்டு, திருமதி. கோர்மெரி யார் என்று கேட்டார். "இதோ, இவள்தான்," என்றாள் பாட்டி. "நான் அவ ளுடைய அம்மா." வந்தவர் நகர மேயர் என்று தன்னை அறிமுகம் செய்துகொண்ட பின்னர், தான் ஒரு சோகமான செய்தியைக் கொண்டுவந்திருப்பதாகவும், அவ ளுடைய கணவர் போரில் வீர மரணம் அடைந்துவிட்டார் எனவும், அவருக் காகக் கண்ணீர் விடும் அதே சமயத்தில், பிரான்ஸ் நாடு அவரைப் பற்றிப் பெருமை அடைந்ததாகவும் சொன்னார். லூசி கோர்மெரிக்கு அவர் சொன்னது காதில் விழவில்லை, ஆனாலும் எழுந்து நின்று, மிக்க மரியாதையுடன் அவரை நோக்கிக் கையை நீட்டினாள். பாட்டியும் கையால் வாயைப் பொத்தியபடி எழுந்து நின்று, ஸ்பானிய மொழியில் "கடவுளே!" என்று திரும்பத்திரும்பச் சொன்னாள். லூசியின் கையைத் தன் கையில் பிடித்தபடி கொஞ்ச நேரம் இருந்த பிறகு அவர் இரு கைகளாலும் மீண்டும் அவள் கையைக் குலுக்கி, சிறு ஆறுதல் சொற்களை முணுமுணுத்துவிட்டு, காகித உறையை அவளிடம் கொடுத்து, சோகமாகப் படிக் கட்டுகளில் திரும்பி இறங்கிச் சென்றார். "அவர் என்ன சொன்னார்?" என்று கேட்டாள் லூசி. "ஆன்ரி இறந்துவிட்டார். அவர் கொல்லப்பட்டுவிட்டார்." லூசி காகித உறையைப் பார்த்தாள், திறந்து பார்க்கவில்லை, அவளுக்கும் சரி,

---

[a] விரிவாக விவரிக்க வேண்டும்.

அவளுடைய தாய்க்கும் சரி, படிக்கத் தெரியாது, அவள் அதைத் திருப்பிப் பார்த்தாள்—ஒரு வார்த்தை சொல்லாமல், ஒரு சொட்டுக் கண்ணீர் இல்லாமல், புரிபடாத ஒரு இரவின் ஆழங்களில் மிகமிகத் தொலைவில் நிகழ்ந்த அந்த மரணத்தைக் கற்பனைசெய்து பார்க்க இயலாதவளாக. பிறகு, தன் சமையலறை அங்கியின் பாக்கெட்டில் அந்த உறையை வைத்துக்கொண்டு, குழந்தையைப் பார்க்காமலேயே அதைக் கடந்து சென்று, தன் இரு குழந்தைகளுடன் பகிர்ந்துகொண்ட படுக்கையறைக்குப் போய், அறைக் கதவையும் முற்றத்தை நோக்கியிருந்த ஜன்னல் கதவுகளையும் சாத்திவிட்டு, படுக்கையில் நீட்டிப் படுத்தாள். அங்கேயே, ஒன்றும் பேசாமலும், கண்ணீர் சிந்தாமலும், பாக்கெட்டிலிருந்த, அவளால் படிக்க முடியாத உறையைப் பல மணி நேரம் பிடித்துக்கொண்டு தனக்குப் புரிந்திருக்காத சோகத்தை இருட்டில் வெறித்துப் பார்த்தபடி இருந்தாள்.[a]

*** ***

‘‘அம்மா,’’ என்று அழைத்தான் ழாக்.

அவள் இன்னும் அதே பாவனையுடன் தெருவைப் பார்த்தபடி இருந்தாள். ஒல்லியான, சுருக்கங்கள் நிறைந்த அவளுடைய கையைத் தொட்டான். புன்முறுவலுடன் அவள் அவனை நோக்கித் திரும்பினாள்.

— அப்பாவைப் பற்றிய தகவல் அட்டைகள், உனக்குத்தான் தெரியுமே, மருத்துவமனையிலிருந்து வந்தவை.

— ஆமாம்.

— மேயர் வந்துபோன பிறகுதான் உனக்கு அனுப்பினார்களா?

— ஆமாம்.

தோட்டாவின் சிதறல் ஒன்று அவர் மண்டையைப் பிளந்துவிட்டிருந்தது. இறந்தவர்களை அப்புறப்படுத்துவதற்காக சேன்-ப்ரியூக்கிலிருந்த மருத்துவமனைக்கும், படுகளத்துக்கும் இடையில் வைக்கோலும் காயக்கட்டுகளும் சிதறி, ரத்தம் சொட்டிக்கொண்டிருந்த மருத்துவ வண்டி ஒன்றில் எடுத்துச்செல்லப்பட்டிருந்திருக்கிறார். அங்கு அவரால் இரண்டு அஞ்சல் அட்டைகளை உத்தேசமாகக் கிறுக்க முடிந்திருக்கிறது, சரியாகப் பார்க்க முடியாததால். ‘‘நான் காயமடைந்திருக்கிறேன். அது ஒன்றும் பெரிதல்ல. உன் கணவர்.’’ (அங்கேயிருந்த) செவிலி எழுதியிருந்தாள்: ‘‘இதுவே நல்லது. இல்லையென்றால் அவர் பார்வை இழந்தவராகவோ மனநோயாளியாகவோ ஆகியிருந்திருப்பார். கடைசிவரை தைரியமாகவே இருந்தார்.’’ பிறகுதான் அந்தத் தோட்டாச் சிதறல்.

வீட்டுக்குக் கீழே தெருவில், ஆயுதமேந்திய மூன்று பாராசூட் வீரர்கள் நாற்புறமும் பார்த்துக்கொண்டு ரோந்து போய்க்கொண்டிருந்தார்கள். அவர்களில் உயரமாகவும் கச்சிதமான உடற்கட்டோடும் இருந்த கறுப்பினத்தவர் ஒருவர், சூழலுக்கேற்பத் தன்னை மறைத்துக்கொள்ளும் அழகான பிராணிபோல் தோன்றினார்.

---

[a] தோட்டாக்கள் தாங்களாகவே வெடிக்கும் என்று அவள் நம்புகிறாள்.

‘‘கொள்ளைக்காரர்களுக்காகத்தான் இந்த ரோந்து,’’ என்றாள் அவள். ‘‘நீ கல்லறையைப் போய்ப் பார்த்துவிட்டு வந்ததில் எனக்கு மகிழ்ச்சி, எனக்கோ ரொம்ப வயதாகிவிட்டது, மேலும், அது வெகு தொலைவில் இருக்கிறது. அங்கே அழகாக இருக்கிறதா?’’

— எது? கல்லறையா?

— ஆமாம்.

— அழகாக இருக்கிறது. மலர்கள் வைத்திருக்கிறார்கள்.

— ஆம், பிரெஞ்சுக்காரர்கள் ரொம்ப நல்லவர்கள்.

அவள் அப்படிச் சொன்னாள், அப்படி நம்பினாள், இப்போது மறந்துபோய் விட்டிருந்த தன் கணவரையோ, அவருடனே மறந்துவிட்டிருந்த, வெகு நாட்களுக்கு முன்பு நடந்த அந்த இழப்பையோ பற்றி மேலும் எண்ணிப்பார்க்காமல். தவிர, அவளுக்குள்ளேயோ அல்லது இந்த வீட்டிலேயோ, பிரபஞ்சத் தீ ஒன்றில் விழுங்கப்பட்டுவிட்ட இந்த மனிதரில் எதுவுமே மிஞ்சியிருக்கவில்லை; காட்டுத் தீயில் எரிந்துபோன பட்டாம்பூச்சியின் சிறகின் சாம்பலைப் போல, தொட்டுணர முடியாத ஒரு நினைவைத் தவிர.

‘‘அடுப்பில் கூட்டுத் தீய்ந்துவிடும்போல் இருக்கிறது, கொஞ்சம் இரு.’’

[a]அவள் சமையலறைக்குப் போவதற்காக எழுந்திருந்தாள். அவள் இருந்த இடத்தைத் தான் எடுத்துக்கொண்டு தன் முறைக்கு இத்தனை வருடங்களிலும் மாறாத இருந்த தெருவையும், வெயிலில் காய்ந்து வெளுத்துப்போய் அல்லது செதில் செதிலாக வந்துகொண்டிருந்த வண்ணங்களுடன் இருந்த அதே பழைய கடைகளையும் ழாக் பார்த்துக்கொண்டிருந்தான். எதிரே இருந்த புகையிலைக் கடைக்காரர் மட்டுமே நாணல் குழல்களினால் ஆன தன் கடையின் திரைச்சீலையை நீண்ட, பல வண்ண பிளாஸ்டிக் நாடாக்கள் கொண்டு மாற்றியிருந்தார்; பத்திரிகைகள், புகையிலை இவற்றின் இனிய மணத்தினூடே உள்ளே போய், தான் ரசித்துப் படித்த வீர சாகசக் கதைகள் அடங்கிய ‘லேந்தர்பிட்’ பத்திரிகையை முன்பெல்லாம் வாங்கப் போனபோதெல்லாம் ஒலித்த நாணல் குழல்களின் அந்த ஓசை இன்னமும் அவன் காதுகளில் ஒலித்துக்கொண்டிருந்தது. ஞாயிறு காலையின் துடிப்பு இப்போது அந்தத் தெருவில் தெரிந்தது. புதிதாகத் துவைத்து இஸ்திரி செய்யப்பட்டிருந்த வெள்ளைச் சட்டை அணிந்த ஊழியர்கள் மூன்று அல்லது நான்கு பேர்களாக, சோம்பின் மணமும் குளிர் நிழலின் மணமும் வீசிக்கொண்டிருந்த காபிக் கடையை நோக்கி அரட்டையடித்தபடி போய்க்கொண்டிருந்தார்கள். சில அராபியர்கள், ஏழைகளாக இருந்தாலும் கண்ணியமாக உடையணிந்து, முக்காடு அணிந்திருந்தாலும் நவீன லூயி XV மோஸ்தர் காலணிகளை அணிந்திருந்த தங்கள் மனைவிகளுடன் போய்க்கொண்டிருந்தார்கள். அவ்வப்போது சில அராபியக் குடும்பத்தினர் அனைவரும் தங்களுடைய ஞாயிற்றுக்கிழமை ஆடைகளை அணிந்து சென்றுகொண்டிருந்தார்கள். ஒரு குடும்பத்துடன் மூன்று குழந்தைகள்—அவர்களில் ஒருவன் பாராசூட் வீரரின் உடையில்—வந்துகொண்டிருந்தார்கள். அப்போதுதான் பாராசூட் வீரர்களின்

[a] குடியிருப்பில் மாற்றங்கள்.

ரோந்து மீண்டும் கடந்து சென்றது, இயல்பான தோரணையில், அலட்சிய பாவத்து டன். லூசி கோர்மெரி அறைக்குள் நுழைந்த அதே கணத்தில் வெடிகுண்டு ஒன்று வெடித்தது.

முடிவற்ற அதிர்வுகளால் நீண்டுகொண்டேபோன அது பிரம்மாண்டமாக, மிக அருகிலேயே வெடித்ததைப் போல இருந்தது. அந்தச் சத்தம் கேட்டு வெகு நேரம் கழிந்துவிட்டதைப் போல இருந்தாலும், உணவு அறையில் கண்ணாடிக் கூண்டுக்குள் இருந்த பல்பு இன்னும் அதிர்ந்துகொண்டிருந்தது. அவனுடைய தாய், முகம் வெளிறி, தன்னால் கட்டுப்படுத்த முடியாத பீதி கண்களில் தெரிய, கொஞ்சம் தள்ளாடியவாறு பின்வாங்கி அறையின் கோடிக்குப் போயிருந்தாள். ''இதோ, இங்கேதான், இங்கேதான்,'' என்றாள். ''இருக்காது'', என்றான் ழாக்; ஜன்னலை நோக்கி ஓடினான். தெருவில் மக்கள் ஓடிக்கொண்டிருந்தார்கள், எங்கே என்று தெரியவில்லை; அராபியக் குடும்பம் ஒன்று, குழந்தைகளை அவசரப்படுத்தியபடி, எதிரே இருந்த தையல் சாமான்கள் இருந்த கடையில் நுழைந்தது. கடைக்காரர் அவர்களை உள்ளே நுழையவிட்டு, கதவின் கைப்பிடியைப் பிடுங்கி எடுத்துக் கொண்டு, தெருவைக் கவனித்துப் பார்ப்பதற்காகக் கண்ணாடி ஜன்னலுக்குப் பின்னால் நின்றுகொண்டார். அந்தச் சமயத்தில் பாராசூட் வீரர்கள் மூச்சிரைக்க ஓடியபடி எதிர்த் திசையில் திரும்பி வந்தார்கள். நடைபாதையை ஒட்டியபடி மோட்டார் வாகனங்கள் அவசரஅவசரமாக ஒதுங்கி நின்றுவிட்டிருந்தன. சில நொடிகளில் தெரு காலியாகிவிட்டது. ஜன்னல் வழியே எட்டிப்பார்த்த ழாக், 'ம்யுசே' திரையரங்குக்கும் டிராம் வண்டி நிலையத்துக்கும் இடையே ஒரு பெரிய கூட்டம் போய்க்கொண்டிருப்பதைப் பார்த்தான். ''நான் போய்ப் பார்த்து வரு கிறேன்,'' என்றான்.

ப்ரவோஸ்ட் - பராதோல்[a1] தெரு முனையில், மக்கள் கூட்டம் ஒன்று கத்திக் கொண்டிருந்தது. காபிக் கடையின் அருகேயிருந்த ஒரு பெரிய கதவின் மேல் ஒட்டியபடி நின்றிருந்த அராபியன் ஒருவனைப் பார்த்து, ''இதோ, இந்தக் கேவல மான இனம்தான்'', என்றான், பனியன் அணிந்திருந்த குட்டையான ஊழியன் ஒருவன். ''நான் ஒன்றும் செய்யவில்லை,'' என்றான் அராபியன். ''நீங்கள் எல் லோரும் கூட்டு, தேவடியாப் பயல் கும்பல்,'' என்றபடி அவன் மீது பாய்ந்தான் அந்த ஊழியன். மற்றவர்கள் அவனைத் தடுத்து நிறுத்தினார்கள். ''என்னுடன் வா,'' என்று சொல்லிவிட்டு ழாக் அந்த அராபியனைக் காபிக் கடைக்குள் அழைத்துச் சென்றான். தன்னுடைய சிறு வயதுத் தோழனும், முடிதிருத்துநரின் மகனுமான ழான், இப்போது அந்தக் காபிக் கடையை நடத்திவந்தான். ழான் அங்கே இருந் தான், முன்பு மாதிரியே, ஆனால் சுருக்கம் விழுந்து, குட்டையாக, ஒல்லியாக, தந் திரமும் எச்சரிக்கையும் கலந்த முகபாவத்துடன். ''இவன் ஒன்றும் செய்யவில்லை,'' என்றான் ழாக். ''இவனை உள்ளே அழைத்துப் போ.'' காபிக் கடையின் அலுமினிய

---

a - அவன் தாயைப் பார்க்க வருவதற்கு முன் அதைப் பார்த்தானா?
- 'கெஸ்ஸு'வில் நடந்த குண்டுவீச்சைப் பற்றி மூன்றாம் பகுதியில் மீண்டும் எழுத வேண்டும். அப்படியானால் இங்கு அதைப் பற்றிச் சுருக்கமாகக் குறிப்பிட வேண்டும். இன்னும் சில பக்கங்களுக்குப் பிறகு.

1 இங்கிருந்து ''அவதியினாலா என்று தெரியவில்லை'' என்பதுவரை, இந்தப் பகுதி முழுவது மாகக் கேள்விக்குறியுடன் வட்டமிடப்பட்டிருக்கிறது.

மேடையைத் துடைத்துக்கொண்டே ழான் அந்த அராபியனைப் பார்த்தான். ''வா'' என்றான். கடையின் கோடியில் அவர்கள் பார்வையிலிருந்து மறைந்தார்கள்.

ழாக் வெளியே வந்தபோது, அந்த ஊழியன் அவனை வெறுப்புடன் பார்த்தான். ''அவன் ஒன்றும் செய்யவில்லை,'' என்றான் ழாக். ''அவர்கள் எல்லோரையுமே கொல்ல வேண்டும்'' என்றான் ஊழியன். ''கோபத்தில் எல்லோரும் அப்படித்தான் சொல்வார்கள். சிந்தித்துப்பார்''. அந்த ஊழியன் தோளை உயர்த்தி, ''அங்கே போ, அந்தக் களேபரத்தைப் பார்த்துவிட்டு வந்த பிறகு நீ என்ன சொல்வாய் என்று பார்க்கலாம்,'' என்றான். ஆம்புலன்ஸ் மணியோசைகள் அதிகரித்துக்கொண்டே போயின, வேகமாக, அவசரஅவசரமாக. டிராம் வண்டி நிறுத்தம்வரை ழாக் ஓடினான். டிராம் நிறுத்தத்துக்கு அருகே இருந்த மின்கம்பத்தில் குண்டு வெடிப்பு நடந்திருந்தது. நிறைய மக்கள், எல்லோரும் தங்களுடைய ஞாயிற்றுக்கிழமை உடைகளில், டிராம் வண்டிக்காகக் காத்துக்கொண்டிருந்திருக்கிறார்கள். அங்கே இருந்த சிறிய காபிக் கடை அலறல்களால் நிரம்பியிருந்தது; அவை கோபத்தினாலா, அவதியினாலா என்று தெரியவில்லை.

தன்னுடைய தாய் இருந்த இடத்துக்கு திரும்பி வந்தான். அவள் இப்போது நிமிர்ந்து நின்றிருந்தாள், வெளிறிப்போய். ''உட்கார்,'' என்ற அவன், மேஜைக்கு வெகு அருகிலிருந்த நாற்காலிக்கு அவளை அழைத்துச்சென்றான். அவளுடைய கைகளைப் பிடித்துக்கொண்டு அவளுக்கு அருகில் உட்கார்ந்தான். ''இந்த வாரம் இரண்டு முறை,'' என்றாள் அவள். ''எனக்கு வெளியே போகப் பயமாக இருக்கிறது.'' ''இது ஒன்றுமில்லை. முடிந்துவிடப்போகிறது.'' ''ஆமாம்,'' என்றாள் அவள். தன்னுடைய மகனின் அறிவில் தனக்கிருந்த நம்பிக்கைக்கும், நம்மால் எதுவும் செய்ய முடியாமல் வெறுமனே பொறுத்துக்கொள்ள மட்டுமே முடிந்த இன்னல்களால் நிரம்பியிருப்பதுவே நம் வாழ்க்கை என்பதில் தனக்கிருந்த நிச்சயத்துக்கும் இடையே மாறிமாறிக் குழம்பி, தடுமாற்றம் அடைந்தவளைப் போன்ற ஒரு வினோத பாவத்துடன் அவனைப் பார்த்தாள். ''இதோ பார், எனக்கு வயதாகிவிட்டது,'' என்றாள் அவள். ''என்னால் ஓட முடியாது.'' இப்போது அவளுடைய கன்னங்களில் ரத்த ஓட்டம் திரும்பியிருந்தது. தொலைவில் ஆம்புலன்ஸ்களின் மணியோசைகள் கேட்டுக்கொண்டிருந்தன, வேகமாக, அவசர அவசரமாக. ஆனால் அவளுக்கு அவை கேட்கவில்லை. ஆழ்ந்து சுவாசித்துக்கொண்டு, இன்னும் சற்று அமைதியடைந்து, தன் அழகான தைரியப் புன்முறுவலுடன் மகனைப் பார்த்தாள். தன்னைச் சுற்றியிருந்த எல்லோரையும் போலவே அவளும் ஆபத்துகளுக்கு நடுவேதான் வளர்ந்திருக்கிறாள்; ஆபத்துகள் என்னதான் அவளுடைய நெஞ்சைப் பிழிந்தாலும் மற்ற எல்லாவற்றையும் போல அவற்றைத் தாங்கிக்கொண்டிருந்திருக்கிறாள். ஆனால் அவளிடம் திடீரென்று தென்பட்ட, மரண வேதனையில் சுருங்கிவிடும் அந்த முகத்தைத் தாங்கிக் கொள்ள முடியாமல் இருந்தது அவன்தான். ''என்னுடன் பிரான்ஸுக்கு வந்துவிடு'', என்றான் அவன். ஆனால் தீர்மானமான சோகத்துடன் அவள் தலையை ஆட்டினாள், ''இல்லை. வேண்டாம். அங்கே குளிராக இருக்கும். இப்போது எனக்கு ரொம்ப வயதாகிவிட்டது. நம் வீட்டிலேயே இருப்பதுதான் எனக்குப் பிடிக்கிறது.''

6. குடும்பம்

“நீ இங்கிருப்பது எனக்கு மகிழ்ச்சியாக இருக்கிறது,” என்றாள் அவனுடைய தாய். “ஆனால் நீ மாலையில் வந்தால் எனக்குச் சலிப்புக் குறைவாக இருக்கும். அதுவும் குறிப்பாக, குளிர்காலத்தில் மாலையில் சீக்கிரமே இருட்டிவிடுகிறது. எனக்குப் படிக்க மட்டும் தெரிந்திருந்தால்... விளக்கு வெளிச்சத்தில் பின்னல் கைவேலை செய்யவும் என்னால் முடிவதில்லை, கண் வலிக்கிறது. எத்தியன் இங்கே இல்லையென்றால் நான் படுத்துக்கொண்டு சாப்பாட்டு வேளை வரும் வரை காத்திருப்பேன். இரண்டு மணி நேரம் இப்படியே இருப்பது என்பது மிக நீண்ட நேரம். அந்தக் குட்டிப் பெண்கள் என்னுடன் வந்து இருந்தால், அவர்களுடன் பேசிக் கொண்டாவது இருப்பேன். ஆனால் அவர்களும் வந்து விட்டு உடனே கிளம்பிப் போய்விடுகிறார்கள். எனக்கு ரொம்ப வயதாகிவிட்டது. ஒருவேளை என்னிடம் மோசமான வாடை இருக்கலாம். அதனால், இப்படியே, தன்னந்தனியாக...”

இதுவரை மௌனமாக இருந்துவிட்ட அவளுடைய சிந்தனைகளைக் கொட்டித்தீர்த்துவிடுபவளைப் போல, ஒன்றன்பின் ஒன்றாகத் தொடர்ந்து வந்த சின்னச்சின்ன வாக்கியங்களாக, ஒரே மூச்சில் பேசிக்கொண்டிருந்தாள். பிறகு, தன் எண்ணங்கள் வறண்டுபோய்விட்ட நிலையில், வாயை இறுக மூடிக்கொண்டு, அதே இடத்தில் அதே அசௌகரியமான நாற்காலியில் உட்கார்ந்து, தெருவிலிருந்து எழும்பி வந்த, மூச்சுத்திணற வைக்கும் வெளிச்சத்தை, தன்னுடைய கனிவான விரக்தியுற்ற பார்வையுடன் பார்த்துக்கொண்டு மீண்டும் மௌனமானாள். அவளுடைய மகன் அந்தப் பழைய நாட்களைப் போலவே அறையின் நடுவிலிருந்த மேஜையைச் சுற்றிச்சுற்றி வந்துகொண்டிருந்தான்.[a]

அவன் மேஜையைச் சுற்றி வருவதை அவள் மீண்டும் பார்த்துக்கொண்டிருந்தாள்.[b]

— சோல்ஃபெரினோ, அங்கே அழகாக இருக்கிறதா?

— ஆமாம். படுசுத்தமாக இருக்கிறது. நீ கடைசியாகப் பார்த்ததைவிட இப்போது அது மிகவும் மாறியிருக்க வேண்டும்.

— ஆமாம். எல்லாமே மாறிவிடுகின்றன.

— அந்த மருத்துவர் உன்னைப் பற்றி விசாரித்தார். உனக்கு அவரை நினைவிருக்கிறதா?

— இல்லை. ரொம்ப காலம் ஆகிவிட்டது.

— யாருக்கும் அப்பாவை நினைவில்லை.

— நாங்கள் நிறைய நாட்கள் அங்கே தங்கியிருக்கவில்லை. தவிர, அவர் அதிகம் பேசியதில்லை.

---

[a] அண்ணன், ஆன்ரியுடனான உறவு: சண்டைகள்.

[b] அவர்கள் வழக்கமாகச் சாப்பிட்டவை: ‘காட்’ போன்ற பெரிய, கடல் மீன்களின் உள்பகுதியும், கொண்டைக் கடலையும் சேர்த்துச் செய்யப்பட்டது. (கூட்டு போன்ற உணவு வகை. (த.மொ.கு.))

— அம்மா?

கவனமின்றி, மென்மையாக அவனைப் புன்னகையின்றிப் பார்த்தாள்.

— நீயும் அப்பாவும் ஒன்றாக அல்ஜேயில் ஒருபோதும் வசித்திருக்கவில்லை என்று நான் நினைத்தேன், என்றான் கோர்மெரி.

— இல்லை, இல்லை.

— நான் கேட்டதைப் புரிந்துகொண்டாயா?

அவளுக்குப் புரிந்திருக்கவில்லை என்பதை ஏதோ மன்னிப்புக் கேட்பவளைப் போலச் சற்றே மிரண்டு தோன்றிய அவளுடைய முகபாவத்திலிருந்து அவனால் ஊகிக்க முடிந்தது. சொற்களை அழுத்தமாக உச்சரித்து அதே கேள்வியைத் திரும்பக் கேட்டான்.

— நீங்கள் இருவரும் ஒன்றாக அல்ஜேயில் ஒருபோதும் வசித்ததில்லை அல்லவா?

— இல்லை, என்றாள் அவள்.

— அப்படியானால், பியரெத்தின் தலை துண்டிக்கப்பட்டதை அவர் பார்க்கப் போனாரே, அது எப்போது?

அவள் புரிந்துகொள்வதற்காகத் தன் புறங்கைப் பகுதியால் தன் கழுத்தில் அடித்துக்காட்டினான். ஆனால் அவள் உடனேயே பதிலளித்தாள்.

— ஆமாம். அவர் பார்பெரூஸ் என்ற இடத்துக்குப் போவதற்காக அதிகாலை மூன்று மணிக்கே எழுந்துவிட்டார்.

— அப்படியானால் நீங்கள் அல்ஜேயில் இருந்தீர்கள்?

— ஆமாம்.

— அது எந்த வருடம்?

— தெரியாது. அவர் ரிகோம் பண்ணையில் வேலைசெய்துகொண்டிருந்தார்.

— அதாவது, நீங்கள் சோல்ஃபெரினோவுக்குப் போகும் முன்னால்?

— ஆமாம்.

அவள் ''ஆமாம்'' என்றாள், ஒருவேளை அது இல்லையாகவும் இருக்கலாம். மூட்டமாக இருந்த நினைவுகளின் ஊடாகக் காலத்தில் பின்நோக்கிச் செல்ல வேண்டியிருந்தது, எதுவுமே நிச்சயமாக இருந்திருக்கவில்லை. ஏழை மக்களின் நினைவு ஏற்கனவே செல்வந்தர்களின் நினைவைவிட வளம் குன்றியிருக்கும்; தாங்கள் வசிக்கும் இடத்தை விட்டு அவர்கள் மிக அரிதாகவே வெளியே செல்வதால் வெளியில் அவர்களின் நினைவுக்கு என்று அடையாளச் சின்னங்கள் எதுவும் இருப்பதில்லை, பிரகாசமற்ற ஒரே மாதிரியான அவர்களுடைய வாழ்க்கையில் காலத்தின் சுவடுகளும் நினைவில் இன்னும் குறைவாகவே இருக்கும். இதயத்தின் நினைவு என்பது நிச்சயமாக நம்பக்கூடியது என்றும் சொல்லப்படுவது உண்டுதான். ஆனாலும் கடும் உழைப்பினாலும் சோகத்தினாலும் தளர்ந்துவிடுகிற இதயம், அயர்ச்சியின் சுமையில் விரைவில் மறந்துவிடுகிறது. கடந்த கால நினைவுகள்

செல்வந்தர்களுக்கு மட்டுமே. ஏழைகளுக்கு அவை மரணத்தின் பாதையில் மங்கிய சுவடுகள்தான். மேலும், எல்லாவற்றையும் நன்றாகத் தாங்கிக்கொள்ள வேண்டுமென்றால், தேவையின்றி எல்லாவற்றையும் நினைவில் கொள்ளாமல் கடந்து செல்லும் ஒவ்வொரு நாளையும், ஒவ்வொரு மணி நேரத்தையும் இறுகப் பற்றிக்கொள்ள வேண்டும், அவனுடைய தாய் சந்தேகமில்லாமல் ஒரு நிர்ப்பந்தத்தால் செய்துகொண்டிருந்ததைப் போல. ஏனென்றால், அவளுடைய இளவயது உடல்நலமின்மை (அதுவும் கூட, பாட்டி சொல்வதைப் பார்த்தால், அது டைஃபாய்ட் நோய். ஆனால் டைஃபாய்டு நோய் இவை போன்ற பின்விளைவுகளை ஏற்படுத்தாது. ஒருவேளை டைஃபஸ் நோயாகக்கூட இருந்திருக்கலாம். இங்கேயும் எல்லாம் இருட்டாகத்தான் இருந்தது), அந்த இள வயது உடல்நலமின்மை அவளைச் செவிடாக்கி, பேச்சுத் திறனும் குறைந்தவளாக அவளைச் செய்து, மிகவும் கீழ்நிலையில் இருந்தவர்களுக்குக் கற்றுக்கொடுப்பதைக்கூட அவளைக் கற்றுக்கொள்ள விடாமல் செய்துவிட்டது. அதனாலேயே பேசாமல் தன் விதியை ஏற்றுக்கொள்ளும்படி செய்துவிட்டிருந்தது. மேலும், வாழ்க்கையை எதிர்கொள்ள அவளுக்குத் தெரிந்திருந்த வழியும் அது ஒன்றுதான். அவளால் வேறு என்னதான் செய்திருக்க முடியும், அவளுடைய நிலைமையில் வேறு வழியை யார்தான் கண்டுபிடித்திருக்க முடியும்? நாற்பது வருடங்களுக்கு முன்பே இறந்து போய்விட்ட ஒரு மனிதரைப் பற்றி, ஐந்து வருடங்களாக எவருடன் தன் வாழ்க்கையைப் பகிர்ந்துகொண்டிருந்தாளோ (உண்மையிலேயே பகிர்ந்துகொண்டிருந்தாளா?) அந்த மனிதரைப் பற்றி, விவரமாகப் பேச அவள் ஆர்வம் கொண்டிருந்திருக்க வேண்டும் என்று அவள் விரும்பியிருந்திருக்கலாம். அவளுக்கு அது முடியவில்லை. அவள் அந்த மனிதரைத் தீவிரமாக நேசித்திருப்பாளா என்பதுகூட நிச்சயமாக அவனுக்குத் தெரிந்திருக்கவில்லை. எப்படியிருந்தாலும், அவனால் அவளிடம் அதைப் பற்றிக் கேட்கவும் முடியவில்லை, ஒரு விதத்தில் அவனும் தன் பங்குக்கு அவளுக்கு முன்னால் பேச்சிழந்து செயலற்று இருந்தான். அவர்களுக்கிடையே என்ன இருந்தது என்று தெரிந்துகொள்ள அடிப்படையில் ஒருபோதும் அவன் விரும்பவும் இல்லை. ஆகவே, அவளிடமிருந்து எதுவும் தெரிந்துகொள்வதை அவன் கைவிட வேண்டியதாகிவிட்டிருந்தது. சிறு வயதில் தன்னை மிகவும் பாதித்திருந்த, தன் வாழ்நாள் முழுவதும்—ஏன், கனவுகளில்கூட—தன்னை விடாமல் துரத்திக்கொண்டிருந்த அந்த ஒரு நிகழ்வைப் பற்றி, பிரபல குற்றவாளி ஒருவனின் தலை துண்டிக்கப்படுவதைப் பார்ப்பதற்காக அதிகாலை மூன்று மணிக்கே தன் தந்தை எழுந்துவிட்டிருந்ததைப் பற்றித் தன் பாட்டி மூலமாகத்தான் அவன் தெரிந்துகொண்டிருந்தான். அல்ஜேவுக்கு அருகிலிருந்த சாஹேல் பண்ணையில் ஊழியனாக வேலைசெய்த பியரெத் என்பவன்தான் அந்தக் குற்றவாளி. தன்னுடைய எஜமானர்களையும், அந்த வீட்டிலிருந்த மூன்று குழந்தைகளையும் அவன் சுத்தியலால் அடித்துக் கொலைசெய்திருந்தான். ''திருடுவதற்கா?'' என்று கேட்டிருந்தான் மூாக். ''ஆமாம்'' என்று சொல்லியிருந்தார் மாமா எத்தியென். ''இல்லை'' என்று மறுத்துவிட்டிருந்தாள் பாட்டி, வேறு விளக்கம் எதுவும் சொல்லாமல். அங்கே சிதிலமடைந்திருந்த உடல்களையும், சுவரில் கூரை வரை தெரிந்திருந்த இரத்தக் கறைகளையும், எல்லோரையும்விட வயதில் மிக

இளையவனாக இருந்த ஒரு சிறுவன் கட்டிலுக்கு அடியில் இன்னும் மூச்சு விட்டுக்கொண்டிருந்ததையும் கண்டுபிடித்திருக்கிறார்கள். அவனும் பிறகு இறந் தாலும், வெள்ளையடித்திருந்த சுவரில் இரத்தம் தோய்ந்த தன் விரலால் ''அது பியர்தான்'' என்று எழுதுவதற்குப் போதுமான சக்தி அவனுக்கு இருந்திருக்கிறது. கொலையாளியைத் தொடர்ந்து துரத்தியவர்கள் கிராமப்புறம் ஒன்றில் மிரளமிரள விழித்துக்கொண்டிருந்த அவனைக் கண்டுபிடித்திருக்கிறார்கள். அதிர்ச்சியுற்ற மக் கள் கருத்து அவனுக்கு மரண தண்டனை அளிக்கப்பட வேண்டும் என்றது; தயக்கமின்றி அது ஏற்றுக்கொள்ளப்பட்டது. அல்ஜேயில் பார்பெரூஸ் சிறைக்கு முன்பாக, கணிசமான ஒரு மக்கள் கூட்டத்துக்கு முன்னிலையில் தண்டனை நிறைவேற்றப்பட்டது. பாட்டி சொல்லியபடி பார்த்தால், ழாக்கின் தந்தையை மிகவும் உலுக்கியிருந்த கொலைக்குற்றத்துக்கு அளிக்கப்பட்ட, முன்னுதாரண மாக இருந்த தண்டனையைப் பார்ப்பதற்காக அவர் நடுஇரவிலேயே எழுந்து கிளம்பிப் போயிருந்திருக்கிறார். ஆனால் அங்கு என்ன நடந்தது என்று ஒருவருக் கும் ஒருபோதும் தெரிந்திருக்கவில்லை. எவ்வித அசம்பாவிதமும் இல்லாமல் தண்டனை நிறைவேறியிருக்கும் போலிருந்தது. ஆனால் ழாக்கின் தந்தை மிகவும் வெளிறிப்போய்த் திரும்பிவந்து, படுக்கச் சென்று, வாந்தியெடுப்பதற்காகப் பல முறை எழுந்து போய், மீண்டும் தூங்கப் போயிருந்திருக்கிறார். பின்னர், அவர் பார்த்தவற்றைப் பற்றிப் பேச ஒருபோதும் அவர் விரும்பியதில்லை. இந்தச் சம்பவக் கதையை ழாக் கேட்டிருந்த இரவில், தன்னுடன் எப்போதும் அருகில் படுத்துக்கொள்ளும் அண்ணன்மீது படுவதைத் தவிர்ப்பதற்காகக் கட்டிலின் ஓர மாகத் தன்னைக் குறுக்கிக்கொண்டு படுத்தபடி, தன்னிடம் சொல்லப்பட் டிருந்த இந்தச் சம்பவம் பற்றிய விவரங்களையும், இன்னும் தான் கற்பனை செய்திருந்தவற்றையும் அசைபோட்டுக்கொண்டிருந்ததில் தனக்குள் எழும்பிய பயம் கலந்த குமட்டல் உணர்வை விழுங்கிக்கொண்டிருந்தான். மேலும், தன்னு டைய வாழ்நாள் முழுவதும், இரவுகளில்கூட, இந்தக் காட்சிகள் அவனைத் துரத்திக்கொண்டிருந்தன; அவ்வப்போது, ஆனால் தவறாமல், பலவித வடிவங் களில் ஒரே விஷயத்தைத் தாங்கி வந்த அதே கொடிய கனவு திரும்பத்திரும்ப வந்துகொண்டிருந்தது: மரண தண்டனை அளிப்பதற்காகத் தன்னைத் தேடி வந்துகொண்டிருக்கிறார்கள் என்று. மேலும், ரொம்ப காலமாக, கண்விழித்துப் பார்த்தவுடனேயே தன்னுடைய பயத்தையும் மனஉளைச்சலையும் உதறிவிட்டு, நிச்சயமாகத் தனக்கு மரண தண்டனை அளிப்பதற்கான சாத்தியக்கூறுகள் எது வுமே இருந்திருக்கவில்லை என்ற உண்மை நிலையை உணர்ந்து பெரும் ஆறு தலை அடைந்திருக்கிறான். அவன் வளர்ந்து பெரியவனான பிறகு, மரண தண் டனை என்பது பொதுவாக, சாத்தியக்கூறில்லாத நிகழ்வு என்று சொல்ல முடிந்த நிலை மாறி, அது எதிர்பார்க்கக்கூடிய நிகழ்வுகளில் ஒன்றுதான் என்று நினைக்கும் நிலைமைக்கு உலக வரலாறு ஆகிவிட்டிருந்தது; உண்மை நிலை கொடிய கனவு களுக்கு ஆறுதல் அளிக்கும் வகையில் இனியும் இருக்கவில்லை. மாறாக, தன் தந்தையைப் பெரிதும் பாதித்ததோடல்லாமல், அவர் தனக்கு விட்டுச் சென்றி ருந்த நிதர்சனமான, நிச்சயமான ஒரே ஒரு சொத்தான மன உளைச்சலால் அந்த உண்மை நிலை வளப்படுத்தப்பட்டிருந்தது. ஆனால் சேன்-ப்ரியுக்கிலிருந்த, தான்

அறிந்திராத அந்த இறந்தவருடன் (பார்க்கப் போனால், அவரும்கூடத் தனக்குக் கொடிய சாவு நேரக்கூடும் என்று நினைத்துக்கூடப் பார்த்திருக்க மாட்டார்) தன்னைப் பிணைத்திருந்தது புதிரான ஒரு பிணைப்பாகவே இருந்தது. அந்த நிகழ்வைப் பற்றித் தெரிந்திருந்த, அவர் வாந்தியெடுத்ததைப் பார்த்திருந்த, பின்னர் காலம் மாறிவிட்டிருந்ததைப் பற்றித் தெரியாததைப் போலவே அதையும் மறந்துவிட்டிருந்த தாய்க்கும் அப்பால் ஏற்பட்டுவிட்ட பிணைப்பு. அவளைப் பொறுத்தவரை எல்லாம் ஒரே காலம்தான்; எவ்வித எச்சரிக்கையும் இல்லாமல் எந்த நேரத்திலும் எவ்வித ஆபத்தும் முளைக்கலாம்.

மாறாக, பாட்டிக்கோ[a] எல்லா விஷயங்களும் கச்சிதமாகத் தெரிந்தன. ழாக்கிடம் அடிக்கடி ''தூக்கு மேடையில்தான் உனக்கு முடிவு'', என்று அவள் சொல்லிக்கொண்டே இருப்பாள். ஏன் கூடாது? அது ஒன்றும் அசாதாரணமானதாக இனியும் இருக்கவில்லை. அவளுக்கு அதைப் பற்றித் தெரிந்திருக்கவில்லை என்றாலும், அவளுடைய சுபாவத்தின்படி பார்த்தால் எதுவுமே அவளை வியப்படையச் செய்திருக்காது. எதுவும் தெரியாமலும், பிடிவாதத்துடனும், நீண்ட கருப்பு அங்கியில் தீர்க்கதரிசியைப் போல நிமிர்ந்து நின்றுகொண்டிருந்த அவளுக்குக் குறைந்தபட்சம் விதியை ஏற்றுக்கொண்டு சும்மா இருக்கத் தெரிந்திருக்கவில்லை. தவிர, வேறு எவரையும்விட அவள்தான் ழாக்கின் இளமைப் பருவத்தை ஆக்கிரமித்திருந்திருக்கிறாள். ஸ்பெயின் நாட்டின் மஹோான் தீவைச் சேர்ந்த தன் பெற்றோர்களால், சாஹெலின் ஒரு சிறிய பண்ணையில் வளர்க்கப்பட்டிருந்த அவள், அதே மஹோான் தீவைச் சேர்ந்த, ஒல்லியான, ஒடிசலான ஒருவனை மிகச் சிறிய வயதிலேயே திருமணம் செய்துகொண்டாள். அவனுடைய இரண்டு சகோதரர்களும் தங்களுடைய தந்தை வழிப் பாட்டனின் சோக மரணத்தை அடுத்து, 1848இல் அல்ஜீரியாவில் குடியேறியிருந்தார்கள். தன்னுடைய நாட்களில் அவ்வப்போது கவிதைகள் எழுதிவந்த அந்தப் பாட்டன், அந்தத் தீவில் காய்கறித் தோட்டங்களைச் சுற்றியிருந்த, கல்லினால் ஆன சிறிய மதில் சுவர்களுக்கிடையில் கழுதை ஒன்றின் மேல் உட்கார்ந்து வலம் வந்தபடி கவிதைகளை எழுதிக் கொண்டிருப்பான். அப்படி வலம் வந்துகொண்டிருந்தபோதுதான் ஒரு முறை அவனுடைய நிழலுருவத்தையும், அகன்ற விளிம்பு கொண்ட கரிய தொப்பியையும் பார்த்த, அவமதிக்கப்பட்ட கணவன் ஒருவன், அவனைக் கள்ளக் காதலன் என்று தவறாக நினைத்திருந்திருக்கிறான்; கவிதையின் முதுகில் சுட்டுவிட்டான்; தன் குழந்தைகளுக்கென்று எதுவும் விட்டுச்செல்லாவிட்டாலும்கூட, குடும்ப நெறிகளின் முன்னுதாரணமாக இருந்த ஒருவனைச் சுட்டுவிட்டான். இரக்கமற்ற வெயிலின் கீழ் ஆளை அசத்தும் உடல் உழைப்பில் மட்டுமே ஈடுபடுத்தப்பட்டு, பள்ளிக்குப் போகாமல் இனவிருத்தி செய்துகொண்டிருந்த, எழுதப் படிக்கத் தெரியாதவர்களின் கூட்டம் ஒன்று பிற்காலத்தில் அல்ஜீரியாவின் கடலோரப் பகுதியில் நிலைகொண்டது, அந்தக் கவிஞன் சாவுக்குக் காரணமாக இருந்த, சோகமான அந்த ஆள் மாறாட்டத்தின் விளைவு. ஆனால் புகைப்படங்களில் இருந்ததைப் பார்க்கும்போது, ழாக்கின் பாட்டியின் கணவன், தன்னுடைய கவிஞன் பாட்டனின்

---

[a] மாற்றம்.

சில அம்சங்களைப் பெற்றிருந்தான்; பெரிய நெற்றியின் கீழ் சிக்கென்று இருந்த ஒல்லியான முகமும், கனவுலகில் மிதக்கும் பார்வையும் அந்தத் துடிப்பான, அழகிய, இளம் மனைவியைத் தாக்குப்பிடிக்கும் வகையில் அமைந்திருக்கவில்லை என்பதைக் காட்டியது. அவனுக்கு அவள் ஒன்பது குழந்தைகளைத் தந்தாள். அவற்றில் இரண்டு குழந்தைப் பருவத்தில் இறந்துவிட்டன, ஒரு குழந்தையின் உயிரைக் காப்பாற்ற ஊனமாக்க வேண்டியதாகிவிட்டது, இன்னொரு குழந்தை பிறவியிலேயே காது கேளாமலும், பாதி ஊமையாகவும் இருந்துவிட்டது. அந் தச் சிறிய, அழுதுவடிந்துகொண்டிருந்த பண்ணையில் இருந்த கடினமான பணி களில் தன் பங்கைத் தொடர்ந்து செய்துகொண்டு, தன் குஞ்சுகளைப் பாட்டி அடைகாத்து வளர்த்துவந்தாள்; உணவருந்தும் மேஜையில் ஒரு கோடியில் உட் கார்ந்திருந்த அவளுடைய கையிலிருந்த நீண்ட கம்பு எந்த வீண் பேச்சுக்கும் இடமளிக்காமல் தவறு செய்தவர்களின் தலையில் உடனே அடிக்கப் பயன்பட் டது. ஸ்பெயின் நாட்டு வழக்கப்படி அவளுக்கும் அவளுடைய கணவனுக்கும் மரியாதை அளித்து 'நீங்கள்' என்று அழைக்க வேண்டும் என்று தன் குழந்தை களைக் கட்டாயப்படுத்தியிருந்தாள். அவளுடைய கணவனால் நிறைய நாட்கள் இந்த மரியாதையை அனுபவிக்க முடியவில்லை: வெகு சீக்கிரமே இறந்துவிட் டான். வெயிலினாலும் வேலைச் சுமையினாலும் வாடியதனாலா, அல்லது ஒரு வேளை தன்னுடைய திருமண வாழ்க்கையினாலா, எந்த நோயினால் இறந்தா னென்று ழாக்கினால் ஒருபோதும் தெரிந்துகொள்ள முடிந்திருக்கவில்லை. தனி யாக விடப்பட்ட பாட்டி தன்னுடைய சிறிய பண்ணையை விற்றுவிட்டு, உதவி யாளாக வேலை செய்யும் வயதையடைந்த குழந்தைகளையெல்லாம் வேலைக்கு அனுப்பிவிட்டு, மற்ற சிறிய குழந்தைகளுடன் அல்ஜேயில் குடியேறிவிட் டிருந்தாள்.

ஏழ்மையோ, வாழ்வின் இன்னல்களோ அவளை ஊனமாக்கியிருக்கவில்லை என்பதை பெரியவன் ஆன பிறகு ழாக்கினால் பார்க்க முடிந்தது. அவளுடைய மூன்று குழந்தைகள் மட்டுமே அவளுடன் இருந்தார்கள்: பிறர் வீடுகளில் வேலை செய்துகொண்டிருந்த காதரின் கோர்மெரி,[1] மரப் பீப்பாய் தயாரிக்கும் பட்டறை யில் கடினமான பணியைச் செய்துகொண்டிருந்த ஊனமுற்ற கடைசி மகன், திரு மணம் செய்துகொள்ளாமல் ரயில்வேயில் வேலைசெய்து வந்த பெரியவன் ஜோசப். இவர்கள் மூவருக்கும் கிடைத்த சொற்ப ஊதியம் மொத்தம் ஐந்து பேர் அடங்கிய குடும்பத்தை வாழவைக்கப் போதுமானதாக இருந்தது. வீட்டுச் செலவுகளைப் பாட்டிதான் பார்த்துக்கொண்டாள். ஆகவேதான் அவளிடம் ழாக்கை வியப் படையச் செய்த முதல் அம்சம் அவளுடைய கறார் குணம்; கஞ்சத்தனம் என்று சொல்ல முடியாவிட்டாலும், நாம் சுவாசிக்கும், நம்மை வாழவைக்கும் காற்றுக் காக எப்படிப் பேராவல் கொள்கிறோமோ அதைப் போன்ற பேராவல்.

குழந்தைகளுக்கு ஆடைகள் வாங்கியது அவள்தான். ழாக்கின் தாய் மாலை யில் தாமதமாகத் திரும்பி வருவது வழக்கமாக இருந்ததால், மற்றவர்கள் பேசு

---

[1] முதல் அத்தியாயம்: ழாக் கோர்மெரியின் தாயின் முதற்பெயர் 'லூசி' என்றிருந்தது. இனி அவளுடைய முதற்பெயர் 'காதரின்' என்றிருக்கும்.

வதைக் கேட்டுக்கொண்டும் பார்த்துக்கொண்டும் இருப்பதில் திருப்தியடைந்து கொண்டிருந்தாள். பாட்டியின் சோர்வில்லாத சக்தியில் அசந்துபோய், எல்லாவற்றையும் அவளிடமே விட்டுவிட்டிருந்தாள். அப்படித்தான் தன் குழந்தைப் பருவம் முழுவதும் தனக்கு மிகவும் பெரிதாக இருந்த மழைக்கோட்டுகளையே ழாக் அணிய வேண்டியதாகியிருந்தது. ஏனென்றால், நீண்ட நாட்கள் அவை உழைக்க வேண்டுமென்பதற்காக, ஆடையின் அளவைக் குழந்தை எட்டிவிடும் என்ற இயல்பை நம்பிப் பாட்டி செயல்பட்டாள். ஆனால் ழாக்கோ நிதானமாக உயர்ந்து கொண்டிருந்தான், பதினைந்து வயதுவரை வளர வேண்டாம் என்று உண்மையிலேயே விரும்பியதுபோல். உடையின் அளவுக்கு அவன் வளருவதற்குள் அது கிழிந்துவிட்டிருக்கும். ஆனால் அதே சிக்கனக் கொள்கையின் அடிப்படையில் இன்னொரு மழைக்கோட்டு வாங்கப்பட்டு, ழாக்கின் தோழர்கள் கேலிசெய்வதை எதிர்கொள்ள, கேவலமாக இருந்த உடையைப் பொருத்தமான ஒன்றாகக் காட்டுவதற்காக இடுப்பைச் சுற்றி உப்பச் செய்வதைத் தவிர ழாக்குக்கு வேறு வழி இருந்திருக்கவில்லை. ஆனால் வகுப்பறையில் ழாக் முன்னிலையில் இருந்ததாலும், விளையாட்டு மைதானத்தில் கால்பந்தாட்டம் அவனுடைய ராஜ்ஜியமாக இருந்ததாலும், இந்தக் குறுகிய கால அவமானங்கள் விரைவில் மறக்கப்பட்டுவிட்டன. ஆனால் அந்த ராஜ்ஜியம் அவனுக்குத் தடை செய்யப்பட்டிருந்தது. ஏனென்றால், மைதானம் சிமெண்ட் தரையால் ஆனது, அதனால் காலணியின் அடிப்பாகங்கள் மிக விரைவில் தேய்ந்துவிடுகின்றன என்பதால், தன்னுடைய இடைவெளி நேரத்தில் ழாக் கால்பந்து விளையாடுவதைப் பாட்டி தடைசெய்திருந்தாள். சாகாவரம் பெற்றிருந்ததாக அவள் நம்பிய, திடமான, தடித்த காலணிகளைத் தன் பேரக் குழந்தைகளுக்காக அவளே வாங்கிவந்தாள். இருந்தபோதிலும், அவற்றின் வாழ்நாளை நீடிக்கச் செய்வதற்காகப் பெரிய, கூம்பு வடிவ ஆணிகளைக் காலணிகளின் அடிப்பாகத்தில் அடிக்கச் செய்திருப்பாள். அதனால் இரண்டு பயன்கள் இருந்தன: அடிப்பாகம் தேய்வதற்கு முன் ஆணிகள் தேயுமாறு செய்ய வேண்டும். மேலும், கால்பந்து விளையாடுவதற்கான தடை மீறல்களைக் கண்காணிக்கவும் அவை உதவின. ஏனென்றால், சிமெண்ட் தரையில் ஓடுவதால் அந்த ஆணிகள் விரைவில் தேய்ந்துவிடும்; புதிய தேய்மானத்தின் பளபளப்பு குற்றவாளியைக் காட்டிக்கொடுத்துவிடும். தினமும் மாலையில் ழாக் வீடு திரும்பியவுடனேயே, சமையலறையில் கரிய பாத்திரங்களுடன் ஆட்சி புரிந்துகொண்டிருந்த அந்த காஸான்ட்ராவுக்கு முன்னால் சென்று, முழங்காலை மடக்கி, லாடம் அடிக்கப்படும் குதிரையைப் போலத் தன் காலணிகளின் அடிப்பாகத்தை அவளிடம் தூக்கிக் காட்ட வேண்டியிருந்தது. அவனோ தோழர்களின் அழைப்பையோ, அவனுடைய பிரியமான விளையாட்டின் ஈர்ப்பையோ தவிர்க்க முடியாத நிலையில் இருப்பான். அவனுக்குச் சாத்தியமில்லாத ஒரு கட்டுப்பாட்டைக் கடைப்பிடிப்பதைவிட, தன் குற்றத்தை மூடி மறைப்பதிலேயே அவனுடைய கவனம் முழுவதும் இருக்கும். ஆகவே பள்ளிக்கூடத்திலிருந்து, பிறகு மேல்நிலைப் பள்ளியிலிருந்து, கிளம்பிய பிறகு காலணிகளின் அடிப்பாகத்தை ஈர மண்ணில் தேய்ப்பதில் நிறைய நேரத்தைக் கழிப்பான். இந்த உத்தி சில சமயங்களில் பலிக்கும்.

ஆனால் சில சமயங்களில் ஆணியின் தேய்மானம் மிகக் கேவலமாக ஆகிவிடும், அல்லது காலணியின் அடிப்பாகம்வரைகூடத் தேய்ந்துபோயிருக்கும். அல்லது—இன்னும் பெரிய விபத்து—தரையிலேயோ, மரங்களின் கீழ் இருந்த இரும்புக் கிராதியிலேயோ தாறுமாறாக எட்டி உதைத்ததால் காலணியின் மேல்பகுதி அடிப் பாகத்திலிருந்து பிய்ந்துபோய், பிளந்திருந்த அதன் வாயைச் சுற்றி நூலால் கட்டி யிருந்த காலணியுடன் ழாக் வீடு திரும்பி வர வேண்டியதாகியிருக்கும். அது போன்ற மாலைகள் 'காளையின் நரம்பு' என்று சொல்லப்பட்ட தோல் சாட் டைக்கான மாலைப்பொழுதுகள். அப்போதெல்லாம், அழுதுகொண்டிருந்த ழாக் குக்குத் தாய் சொன்ன ஒரே ஆறுதல்: ''காலணிகள் விலை அதிகம் என்பது உனக் குத் தெரியாதா? நீ ஏன் கவனமாக இருந்திருக்கக் கூடாது?'' ஆனால் அவளோ ஒருபோதும் தன் குழந்தைகளைத் தொட்டது கிடையாது. அடுத்த நாள், அவ னுக்கு முரட்டுத் துணியால் ஆன மட்டமான காலணியை அணிவித்து, அவ னுடைய காலணிகளைச் செருப்புத் தைப்பவரிடம் எடுத்துக்கொண்டு போவார் கள். இரண்டு அல்லது மூன்று நாட்களுக்குப் பிறகு, புது ஆணிகள் அடிக்கப்பட்டுக் காலணிகள் திரும்பி வரும்; வழுக்கிவிடும், நிலையற்ற அந்த அடிப்பாகங்களுடன் தடுமாறாமல் நடக்க அவன் பழகிக்கொள்ள வேண்டும்.

பாட்டியால் அதற்கும் மேலேகூடப் போக முடிந்தது. இத்தனை வருடங்களுக் குப் பிறகும் அருவருப்பும் அவமானமும்* ஒன்றுசேர உடல் குறுகிப்போகாமல் ழாக்கினால் அந்த நிகழ்ச்சியை எண்ணிப்பார்க்க முடியவில்லை. எப்போதாவது அவனுடைய அண்ணனும் அவனும் கடை ஒன்றை வைத்திருந்த மாமாவையோ, வசதியாகத் திருமணம் செய்துகொண்டிருந்த சித்தியையோ பார்க்கப்போகும் சமயங்களைத் தவிர, அவர்களுக்குக் கைச் செலவுக்குப் பணம் கிடைக்காது. மாமாவை அவர்களுக்குப் பிடித்திருந்ததால் அங்கே போவது எளிதாக இருந் தது. ஆனால் சித்தியோ தான் இவர்களைவிட வசதியாக இருந்ததைச் சொல்லிக் காட்டிக்கொண்டிருந்ததால், அங்கு போய் அவமானப்படுவதைவிடக் கைக்காசும், அதனால் வரும் இன்பங்களும் இல்லாமல் இருப்பதே மேல் என்று நினைப்பார் கள். கடலும், சூரிய வெளிச்சமும், அந்தப் பேட்டையின் விளையாட்டுகளும் இலவசமாகக் கிடைத்தாலும், உருளைக்கிழங்கு வறுவல்களுக்கும், இனிப்பு மிட் டாய்களுக்கும், அராபிய கேக் வகைகளுக்கும்—இன்னும், ழாக்கைப் பொறுத்த வரை சில கால்பந்தாட்டப் போட்டிகளுக்கும்—கொஞ்சம் பணம், குறைந்த பட்சம் சில காசுகளாவது, தேவைப்பட்டது. அப்போது ஒரு நாள் மாலையில், அந்தப் பேட்டையில் அடுமனை வைத்திருந்தவரிடம் கொடுத்து, அங்கே சமைக் கப்பட்டு வாங்கி வருவதற்காக ஆப்பிளும் பாலாடைக்கட்டியும் கொண்ட உணவுப் பண்டத்தைக் கைகளில் ஏந்தியபடி ழாக் வீட்டுக்குத் திரும்பி வந்து கொண்டிருந்தான். (அவர்கள் வீட்டில் சமையல் எரிவாயுவோ, நவீன மின்சார அடுப்போ கிடையாது. எரிசாராய அடுப்பு ஒன்றில்தான் சமையல் செய்யப் படும். ஆகவே அடுமனை போன்ற அடுப்பு இருக்கவில்லை. அதில் சமைக்கப்பட வேண்டிய உணவுப் பண்டம் தேவையானால், அதற்கு வேண்டிய சாமான்களைத்

---

* அருவருப்பும் அவமானமும் கலந்த உணர்வு.

தயார்செய்து, அந்தப் பேட்டையிலிருந்த அடுமனைக்காரரிடம் தந்து, கொஞ்சம் காசு கொடுத்தால், அடுப்பில் வைத்து மேற்பார்வையிட்டு, சமைத்துத் தருவார்.) தெருவின் புழுதியிலிருந்து அதைப் பாதுகாக்கவும், தட்டை இரண்டு பக்கங்களி லும் பிடிக்க வசதியாகவும் இருந்த துணியின் வழியே அவனுடைய முகத்துக்கு முன்னால் ஆவி பறந்துகொண்டிருந்தது. மிகக் குறைந்த அளவிலேயே வாங்கி யிருந்த சில மளிகைச் சாமான்கள் இருந்த, அதிகக் கனமில்லாத பை (அரை பவுண்டு சர்க்கரை, கால் பவுண்டு வெண்ணெய், ஐந்து காசுகளுக்குத் துருவிய பாலாடைக் கட்டி, இத்யாதி) மடக்கிய அவனுடைய வலது கையில் தொங்கிக்கொண்டிருந் தது. அந்த 'க்ரேதன்' உணவுப் பண்டத்திலிருந்து வந்த நல்ல மணத்தைச் சுவாசித்த படியும், அந்த நேரத்தில் நடைபாதைகளில் போய்வந்துகொண்டிருந்த மக்கள் நெரிசலைத் தவிர்த்தபடியும், அவன் லாவகமாக நடந்துகொண்டிருந்தான். அப் போது அவனுடைய பாக்கெட்டின் ஓட்டை வழியாக இரண்டு ஃபிராங்க் நாண யம் ஒன்று நழுவி, நடைபாதையில் விழுந்து ஒலியெழுப்பியது. ழாக் அதைக் கையில் எடுத்து, மீதிச் சில்லறையை எண்ணிப்பார்த்து, சரியாகத்தான் இருக்கிறது என்று தெரிந்த பின்னர், அதை மற்றொரு பாக்கெட்டில் வைத்துக்கொண்டான். ''நான் அதைத் தொலைத்திருக்கக்கூடும்,'' என்று அவனுக்குத் திடீரென்று தோன் றியது. இதுவரை அவன் மனதிலிருந்து அவன் விரட்டிவிட்டிருந்த அடுத்த நாள் கால்பந்தாட்டப் போட்டி திடீரென்று அவனுக்கு ஞாபகம் வந்தது.

பார்க்கப்போனால், நல்லது எது, கெட்டது எது என்று யாருமே அந்தச் சிறு வனுக்கு ஒருபோதும் கற்றுக்கொடுத்திருக்கவில்லை. சில விஷயங்களைச் செய்யக் கூடாது என்று இருந்தது; மீறல்கள் கடுமையாகத் தண்டிக்கப்பட்டன. பள்ளியில் பாடங்கள் முடிந்து, மீதமிருந்த சில நேரங்களில் ஆசிரியர்கள், சிறுவர்களிடம் ஒழுக்கநெறிகளைப் பற்றிப் பேசுவார்கள். ஆனால் அப்போதும்கூட, விளக்கங் களைவிடத் தடைகள்தான் துல்லியமாக இருந்தன. பிழைத்திருப்பதற்குக் கடின உழைப்பைத் தவிர வேறு வழிகள் இருந்திருக்க முடியும் என்று எவருமே ஒரு போதும் நினைத்துக்கூடப் பார்த்திருக்காத உழைப்பாளிக் குடும்பமொன்றின் அன்றாட வாழ்க்கை மட்டும்தான் ழாக் பார்த்து உணர முடிந்திருந்த ஒரே ஒரு ஒழுக்க நியதி. ஆனால் அதுவும்கூட மன தைரியத்தைப் பற்றிய பாடமே ஒழிய, ஒழுக்க நியதியைப் பற்றியது அல்ல. ஆனாலும், அந்த இரண்டு ஃப்ராங்குகளை ஒளித்து வைப்பது தவறு என்று ழாக் அறிந்திருந்தான். அப்படிச் செய்யவும் அவன் விரும்பவில்லை; ஒருவேளை, முன்பு செய்திருந்ததைப் போல, ராணுவ அணி வகுப்பு மைதானத்திலிருந்த பழைய விளையாட்டு அரங்கத்தின் இருக்கைப் பல கைகளுக்கு இடையே உடலை நுழைத்துக்கொண்டு, காசு கொடுக்காமலேயே விளையாட்டுப் போட்டியைப் பார்த்திருந்திருக்க முடியும். ஆகவேதான், தான் கொண்டு வந்திருந்த மீதிக் காசை ஏன் திருப்பித் தரவில்லை என்றும், சற்று நேரம் கழித்து, கழிப்பறையிலிருந்து வெளியே வந்து, கால்சட்டையைக் கழற்றும் போது இரண்டு ஃப்ராங்கு நாணயம் ஒன்று கழிப்பறை ஓட்டையில் விழுந்து விட்டது என்று ஏன் அறிவித்தான் என்றும் அவனுக்கே புரியவில்லை. ஒரே ஒரு மாடி இருந்த அந்த வீட்டின் படிக்கட்டின் மேல்தளத்தில் செங்கல்லால் கட்டப் பட்டிருந்த குறுகிய இடத்தைக் கழிப்பறை என்று சொல்வதே மிகவும் கண்

ணியமான ஒரு பெயர். காற்று, மின்விளக்கு, குழாய் இவை எதுவுமில்லாமல், கதவுக்கும் பின்புறச் சுவருக்கும் இடையில் சிறிய ஒரு மேடையில் துருக்கியக் கழிப்பறையைப் போல இருந்த ஓட்டையில், அதைப் பயன்படுத்திய பிறகு சில தகர டின்கள் நீரை ஊற்ற வேண்டும். ஆனால், இந்த இடத்திலிருந்து படிக் கட்டுகளையும் தாண்டி துர்நாற்றம் வீசுவதை எதுவுமே தடுக்க முடியாமல் இருந் தது. மூாக் அளித்த விளக்கம் ஏற்றுக்கொள்ளக் கூடியதாக[a] இருந்தது. மேலும் தொலைந்த காசைத் தேடுவதற்காக மீண்டும் தெருவுக்குத் துரத்தப்படுவதை அது தவிர்த்ததோடல்லாமல், இந்த விவகாரத்தை அத்தோடு முடித்துவிட முடிந்தது. ஆனால், இந்தச் சோகச் செய்தியை அறிவிக்கும்போது நெஞ்சைப் பிழிவதைப் போல அவன் உணர்ந்தான். சமையலறையில் பல நாள் உபயோகத்தில் பள்ளங் கள் விழுந்து பச்சையாகிப்போயிருந்த மரப்பலகையில் பூண்டையும், பெர்ஸி இலைகளையும் பாட்டி நறுக்கிக்கொண்டிருந்தாள். தன் வேலையை நிறுத்தினாள், அவளிடமிருந்து கோப வெடிகளை எதிர்பார்த்த மூாக்கை அவள் பார்த்தாள். அவளோ எதுவும் பேசாமல், பனிக்கட்டி போன்ற தெளிவான, கண்களால் அவ னைத் துருவிப் பார்த்தாள். ''உனக்கு நிச்சயமாகத் தெரியுமா?'' என்றாள் அவள் கடைசியாக. ''ஆமாம், அது விழுவதை உணர்ந்தேன்.'' அவள் மீண்டும் அவனைப் பார்த்தாள். ''சரி,'' என்றாள். ''நாம் போய்ப் பார்ப்போம்.'' மிரண்டுபோய்விட்ட மூாக், பாட்டி தன் சட்டையின் வலது கையைச் சுருட்டிவிட்டுக்கொண்டு, நரம்பு முடிச்சுகள் கொண்ட வெண்மையான தன் கையை வெளியே நீட்டி, படிக்கட் டின் மேல்தளத்துக்குக் கிளம்பிப் போவதைப் பார்த்தான். குமட்டலைத் தாங்க முடியாமல், உணவறைக்கு விரைந்தான். அவள் அவனைக் கூப்பிட்டபோது, அவள் கையலம்பும் தொட்டியின் முன்னால் நின்று, சாம்பல் நிறச் சோப்பு நுரை அப்பி யிருந்த தன் கையை நிறைய நீரை ஊற்றிக் கழுவிக்கொண்டிருந்ததைப் பார்த் தான். ''அங்கே எதுவும் இல்லை,'' என்றாள் அவள். ''நீ ஒரு பொய்யன்.'' அவன் திக்கித் தடுமாறி ''அது நீரில் அடித்துச் சென்றிருக்கக் கூடும்'' என்று சொன்னான். அவள் தயங்கினாள். ''இருக்கலாம். ஆனால் நீ மட்டும் பொய் சொல்லியிருந்தால், அது உன்னுடைய துரதிருஷ்டம்தான்.'' ஆம், அது அவனுடைய துரதிருஷ்டம் தான். ஏனென்றால், பாட்டியை மலக்குழியில் கையால் துழாவச் செய்தது பேராசை இல்லை என்றும், மாறாக இரண்டு ஃப்ராங்குகளே இந்த வீட்டில் கணிசமான ஒரு தொகை என்று செய்துவிட்டிருந்தது கொடிய தேவைதான் என்றும் அவன் அந்தக் கணமே புரிந்துகொண்டுவிட்டான். தன்னுடைய குடும்பத்தின் உழைப்பிலிருந்து இரண்டு ஃப்ராங்குகளைத் திருடிவிட்டிருந்தான் என்பதை வெட்க அலை அவ னுள் எழ, அவன் புரிந்துகொண்டான், தெளிவாக உணர்ந்தான். இன்னும்கூட, ஜன்னலுக்கு முன்னால் உட்கார்ந்திருந்த தாயைப் பார்த்துக்கொண்டிருந்த மூாக் குக்கு எப்படித் தன்னால் அந்த இரண்டு ஃப்ராங்குகளைத் திருப்பித்தர முடியாமல் போயிருந்தது என்றும், எப்படி அதற்கு அடுத்த நாள் அந்தக் கால்பந்தாட்டப் போட்டியைப் பார்ப்பதில் மகிழ்ச்சியடைய முடிந்தது என்றும் விளக்க முடிய வில்லை.

---

[a] இல்லை. ஏற்கனவே ஒருமுறை பணத்தைத் தெருவில் தொலைத்துவிட்டதாகச் சொல்லியிருந் ததால், இம்முறை வேறு விளக்கத்தைத் தேட வேண்டியதாகிவிட்டது.

பாட்டியைப் பற்றிய இன்னும் சில நினைவுகள் சற்றே நியாயமற்ற சில அவமானங்களுடனும் சம்பந்தப்பட்டிருந்தன. ழாக்கின் அண்ணன் ஆன்ரியை வயலின் கற்றுக்கொள்ள அனுப்ப அவள் விரும்பினாள். ழாக் படிப்பில் முன்னிலையில் இருந்ததால் வயலின் வகுப்புக்குப் போய்க் கூடுதலாக உழைப்பது சாத்தியமில்லை என்று கூறி ஏய்த்துவிட்டான். ஆகவே, அவனுடைய அண்ணன் மரத்துப்போன ஒரு வயலினைத் தேய்த்து, கொடூரமான ஓசைகளை எழுப்பக் கற்றுக்கொண்டிருந்தான்; தவிர, அன்றைய நாட்களில் பிரபலமாக இருந்த சில பாடல்களை அபஸ்வரமாக வயலினில் அவனால் வாசிக்கவும் முடிந்தது. ஓரளவு போதுமான குரல்வளம் பெற்றிருந்த ழாக்கும் அதே பாடல்களை விளையாட்டாகக் கற்றுக்கொண்டிருந்தான். வெகுளித்தனமான இந்தச் செயலின் ஆபத்தான பின்விளைவுகளைக் கற்பனைகூடச் செய்துபார்த்திருக்கவில்லை. பாட்டி ஞாயிற்றுக்கிழமைகளில், திருமணமாகியிருந்த தன்னுடைய பெண்களையோ (அதில் இருவர் போர்க்கால விதவைகள்) அல்லது சாஹெலில் ஒரு பண்ணையில் வசித்து வந்த, ஸ்பானிய மொழியைவிட மஹோான் தீவின் வட்டார மொழியை நன்றாகப் பேசிய தன்னுடைய தங்கையையோ வீட்டுக்கு அழைப்பது வழக்கம். மெழுகுத் துணி மேஜைவிரிப்பின் மீது பெரிய கோப்பைகளில் பால் இல்லாத காபியை அவர்களுக்கு வழங்கிய பிறகு, தன்னுடைய பேரக் குழந்தைகளை முன்னறிவிப்பில்லாமல் இசை நிகழ்ச்சிக்கு அழைப்பாள். எதிர்பாராமல் மாட்டிக்கொண்டுவிட்ட அவர்கள், பிரபல மெட்டுகள் அடங்கிய இரண்டு பக்க இசை நோட்டையும், அதைத் தாங்கும் உலோகத் தாங்கியையும் எடுத்துவருவார்கள். இனி நிகழ்த்திக் காட்ட வேண்டும். ஆன்ரியின் வயலினுடைய கோணல்மாணலான ஏற்ற இறக்கங்களைக் கூடிய மட்டும் பின்பற்றி 'ராமோனா' என்ற பாடலை ழாக் பாடுவான்: ''அற்புதக் கனவொன்று கண்டேன், ராமோனா, ஒன்றாகப் போய்விட்டோம்,'' அல்லது ''நடனமாடு, என் பிரிய ஜல்மே, இன்றிரவு நான் உன்னைக் காதலிப்பேன்'', அல்லது கீழைநாடுகள் திசையில் சென்று, ''சீன இரவுகளே, தழுவல்களின் இரவுகளே, காதரின் இரவே, மயக்கத்தின், பாசத்தின் இரவே...'' சில சமயங்களில் எதார்த்தமான பாடலைப் பாட்டி விரும்பிப் பாடச் செய்வாள். அப்போது ழாக் பாடுவான்: ''என்னுடையவன் நீதானா, நான் அவ்வளவு காதலித்த, ஒருபோதும் என்னை அழவிட மாட்டேன் என்று வாக்களித்திருந்த, கடவுளுக்கே தெரியுமே, நீதானா... ,'' மேலும், உண்மையான உணர்ச்சிப்பெருக்குடன் ழாக் பாட முடிந்திருந்தது இந்த ஒரு பாடலைத்தான். ஏனென்றால், இதன் நாயகி தன்னுடைய கட்டுக்கடங்காத காதலனின் மரண தண்டனையை வேடிக்கை பார்த்துக்கொண்டிருந்த கூட்டத்தின் நடுவே, இறுதியில், இதே துயரப் பல்லவியைத்தான் மீண்டும் பாடுவாள். ஆனால், பாட்டிக்கு மிகவும் பிடித்திருந்த 'டோசெலெ'யின் ''செரனேட்'' பாடலில் இருந்த, அவளுடைய சொந்த இயல்பில் தேடினாலும் கிடைக்காத சோகத்தையும் கனிவையும் அவள் மிகவும் விரும்பினாள். அந்தப் பாட்டு நினைவுபடுத்திய மயக்கும் மாலை வேளைக்கு அவர்களுடைய அல்ஜீரிய உச்சரிப்பு சற்று பொருத்தமற்றதாக இருந்தபோதும், அந்தப் பாடலை ஆன்ரியும் ழாக்கும் உற்சாகமாகப் பாடிக்காட்டுவார்கள். நல்ல

வெளிச்சமான மதிய வேளை ஒன்றில், ஸ்பெயின் நாட்டுக்கே உரித்தான கறுப்பு ஸ்கார்ஃபைக் கைவிட்டுவிட்டிருந்த—பாட்டியைத் தவிர—கறுப்பு உடையணிந் திருந்த நான்கு அல்லது ஐந்து பெண்கள், கரடுமுரடான வெண் சுவரும், மிகக் குறைந்த அறைகலன்களும் கொண்ட அறையில் வரிசையாக உட்கார்ந்தபடி, தலையை மெதுவாக அசைத்து, இசையின், பாடல் வரிகளின் பிரவாகத்தை ஆமோதிப்பார்கள். இசையின் முதல் ஸ்வரத்துக்கும் கடைசி ஸ்வரத்துக்கும் வித்தியாசம் தெரிந்திராத பாட்டி, ஸ்வரங்களின் பெயர்களைக்கூடச் சரியாக அறிந்திராத பாட்டி, அந்த இரண்டு கலைஞர்களிடமும் அவர்களுடைய குரல் வளையைத் திருகும் வகையில், 'நீ ஒரு தப்பு செய்துவிட்டாய்' என்று சொல்லி அவர்களுடைய பாட்டில் குறுக்கிடும்வரை அது தொடரும். பாட்டியின் ரசனை யைத் திருப்தி செய்யும் வகையில் முட்கள் நிறைந்த அந்தப் பகுதியை அவர்கள் மீண்டும் கடக்கும்போது, 'அந்த இடத்தில்தான் விட்டிருந்தோம்' என்பாள் பாட்டி. மீண்டும் எல்லோரும் மெதுவாகத் தலையசைத்து, இறுதியில் அந்த இசை விற்பன்னர்களைக் கைதட்டிப் பாராட்டுவார்கள்; அவர்களோ தெருவிலிருந்த தங்கள் தோழர்களுடன் போய்ச் சேர்ந்துகொள்வதற்காக, தங்கள் பொருள்களை அவசரஅவசரமாகக் கீழே வைப்பார்கள். காதரின் கோர்மெரி மட்டும் ஒன்றும் பேசாமல் ஒரு மூலையில் உட்கார்ந்திருப்பாள். இது போன்ற ஞாயிற்றுக்கிழமை மதியம் ழாக்குக்கு இன்னும் நினைவில் இருந்தது; இசைப் புத்தகங்களுடன் வெளியே செல்லும்போது அவனுடைய சித்திகளில் ஒருத்தி தன்னைப் பற்றி தன் அம்மாவிடம் புகழ்ந்து சொல்ல, ''ஆமாம், நன்றாக இருந்தது. அவன் புத்திசாலி'' என்று அவள் பதிலளித்திருந்தாள், ஏதோ அந்த இரண்டு கருத்துகளுக்கும் இடையே ஒரு தொடர்பு இருந்ததைப் போல. ஆனால் ஒருமுறை அவளைத் திரும்பிப் பார்த்தபோது, அந்தத் தொடர்பைப் புரிந்துகொண்டான். சற்றே துடிப்புடனும் கவலை தோய்ந்த கனிவுடனும் அவளுடைய பார்வை தன்மீது படிந்த விதத்தில் அவன் தனக்குள்ளேயே சுருங்கி, தயங்கி, பிறகு ஓடிவிட்டிருந்தான். ''அவள் என்னை நேசிக்கிறாள், அப்படியானால் அவள் என்னை நேசிக்கிறாள்'' என்று படிக்கட்டுகளில் இறங்கும்போது தனக்குள்ளேயே சொல்லிக்கொண்டான். அதே சமயத்தில், தானும் அவளை மிகத் தீவிரமாக நேசித்தான் என்பதையும், அவளும் தன்னை அதே மாதிரி நேசிக்க வேண்டும் என்று இதயபூர்வமாக விரும்பியிருந் தான் என்பதையும், இதுவரை அதைப் பற்றி எப்போதுமே தனக்குக் கொஞ்சம் சந்தேகம் இருந்திருக்கிறது என்பதையும் புரிந்துகொண்டான்.

திரைப்படங்கள் பார்க்கப் போனபோது வேறு பலவித இன்பங்கள் சிறுவனுக் காகக் காத்திருந்தன... அந்தச் சடங்கும் ஞாயிற்றுக்கிழமை மதியம் அல்லது சில வேளை வியாழக்கிழமைகளில் நடக்கும். திரையரங்கு அவர்கள் வீட்டுக்கு அருகில் சில அடிகள் தொலைவில் இருந்தது. 'ரொமான்டிக்' கவிஞர் ஒருவரின் பெயரைக் கொண்டிருந்த அந்த அரங்கம் அதே பெயருடைய தெருவில் இருந் தது. திரையரங்குக்குள் நுழைவதற்கு முன், வழியெல்லாம் தாங்கிகளின் மேல் தின்பண்டப் பெட்டிகளை வைத்துக்கொண்டிருந்த பல அராபிய வியாபாரி களைத் தாண்டி, சுற்றி வளைந்து போக வேண்டும்: நிலக்கடலை, உப்புத் தடவிய

வறுத்த கொண்டைக் கடலை, லுபின் கொட்டைகள், முகத்திலறைந்தாற் போன்ற வண்ணங்களில் ‘பார்லி’ சர்க்கரைக் கட்டிகள், பிசுபிசுக்கும் புளிப்பு மிட்டாய்கள், இத்யாதி. இன்னும் சில வியாபாரிகள் இளஞ்சிவப்பு நிறச் சர்க்க ரைத் தூள் தூவப்பட்டு சுருள் பிரமிட் வடிவத்தில் இருந்த கேக் வகை போன்ற பலவித வண்ண கேக்குகளையும், இன்னும் சிலர், எண்ணெயில் பொரித்த, தேன் சொட்டிக்கொண்டிருந்த இனிப்புப் பண்டங்களையும் விற்றுக்கொண்டிருப்பார் கள். அந்தத் தாங்கிகளைச் சுற்றிலும், அதே இனிப்புகளை நாடி மொய்த்துக்கொண் டிருந்த ஈக்களும் சிறுவர்களும் ரீங்காரம் செய்துகொண்டும் கூக்குரலிட்டுக் கொண்டும் இருக்க, தாங்கிகள் கவிழ்ந்துவிடுமோ என்று பயந்த வியாபாரிகள் திட்டிக்கொண்டே அவர்களை விரட்டி, ஈக்களையும் சிறுவர்களையும் நோக்கி ஒரே மாதிரியாகக் கையை வீசித் துரத்திக்கொண்டிருப்பார்கள். திரையரங்கின் ஒரு புறத்தில் கண்ணாடி ஜன்னலுடன் இருந்த நீண்ட தாழ்வாரத்தில் சில வியா பாரிகள் நிழலில் இருக்க, இன்னும் சிலர் கொளுத்தும் வெயிலிலும், சிறுவர்களின் விளையாட்டால் கிளம்பியிருந்த புழுதிக்கு மத்தியிலும் தங்களுடைய பிசுபிசுக் கும் செல்வங்களைக் கடைவிரித்திருப்பார்கள். பாட்டியுடன் ழாக் துணைக்குப் போவான்; அந்த நிகழ்வுக்காகப் பாட்டி தன்னுடைய நரைத்த முடியை இழுத்து வாரிக்கொண்டும், தான் சதா அணியும் கறுப்பு அங்கியை வெள்ளி ‘புரூச்’ கொண்டு இணைத்திருப்பாள். அங்கே கத்திக் கொண்டும் வழியை மறித்துக் கொண்டும் இருந்த சிறுவர்களை அலட்சியமாக விலக்கிவிட்டு, அங்கே இருந்த ஒரே ஒரு கௌண்டரில் முன்பதிவு செய்வதற்காகப் போய் நிற்பாள். உண்மை யில், படாலென்ற சத்தத்துடன் அடித்து மூடிக்கொள்ளும் மோசமான மர நாற்காலிகளைக் கொண்ட அந்த ‘முன்பதிவு’ இருக்கைகளையும், கடைசி நிமி டத்தில் மட்டுமே பக்கவாட்டுக் கதவு திறக்கப்பட்டு சிறுவர்கள் சண்டை போட்டுக்கொண்டு, முட்டி மோதி இடம் பிடித்த பெஞ்சுகளையும் தவிர, வேறு மாற்று எதுவும் அந்த அரங்கில் இருக்கவில்லை. பெஞ்சு வரிசைகளின் இரு கோடிகளிலும் ஒழுங்கைக் காப்பதற்காக நியமிக்கப்பட்ட கண்காணிப் பாளர்கள் கைகளில் முரட்டுச் சாட்டையுடன் இருப்பார்கள்; பெரிதாகச் சத் தம் போட்ட சிறுவனையோ பெரியவர்களையோ அவர்கள் வெளியேற்றுவது அரிதான நிகழ்வொன்றும் அல்ல. அந்த நாட்களில் திரையரங்குகள் மௌனப் படங்களையே காண்பித்தன: முதலில் செய்திப்படம், பின்னர் வேடிக்கையான ஒரு குறும்படம், பிரதானமான முழுநீளப் படம், இறுதியில் வாரத்துக்கு ஒரு பாகமாக, பல பாகங்கள் கொண்ட நீண்ட தொடர். ஒவ்வொரு வாரமும் திகி லுற்ற எதிர்பார்ப்புடன் முடிந்துவிட்ட தொடர்தான் குறிப்பாகப் பாட்டிக்குப் பிடிக்கும். உதாரணமாக, நீர் பெருக்கெடுத்து ஓடிக்கொண்டிருக்கும் பெரிய பள்ளத்தின் மேல் அமைந்திருந்த, தடித்த மரக்கொடிகளால் ஆன பாலத்தின் மேல் கட்டுமஸ்தான உடலுடன் நாயகன் காயமுற்றிருந்த, வெண்கேசம் கொண்ட இளம் பெண்ணைக் கைகளில் ஏந்திப் போய்க்கொண்டிருப்பான். தொடரின் அன்றைய பாகத்தின் கடைசிக் காட்சியில் பச்சை குத்தப்பட்டிருந்த கையொன்று கத்தியால் பாலத்தைத் தாங்கியிருந்த கொடிகளை அறுக்கும். பெஞ்சுகளிலிருந்த பார்வையாளர்களின் கூக்குரல் மிகுந்த எச்சரிக்கைகளையும் மீறி, நாயகன் தன்

பாதையில் பெருமையுடன் போய்க்கொண்டிருப்பான். அப்போது எழுந்த கேள்வி, அந்த ஜோடி இதிலிருந்து மீண்டுவிடுவார்களா என்பதல்ல—இந்த விவகாரத்தில் எவ்விதச் சந்தேகமும் அனுமதிக்கப்படவில்லை—ஆனால் எப்படி மீளப்போகிறார்கள் என்பதே. அந்த ஜோடியின் மரண வீழ்ச்சியிலிருந்து அவர்களை எப்படி ஒரு மரம் அதிர்ஷ்டவசமாகத் தடுத்தது என்பதை அடுத்த வாரம் பார்ப்பதற்காகத்தான் அவ்வளவு பார்வையாளர்களும்—அராபியரும் பிரெஞ்சுக்காரர்களும்—வந்தார்கள் என்பது தெளிவாகும். திரைப்படக் காட்சி முழுவதும் ஒரு முதிய பெண்மணி பியானோவில் பின்னணி இசைத்துக்கொண்டிருப்பாள்; வலைப் பின்னலால் ஆன கழுத்துப்பட்டையால் மூடப்பட்ட, 'மினரல்' நீர் புட்டியைப் போன்ற, மெல்லிய கழுத்துப் பகுதியுடன் இருந்த அவள், பெஞ்ச் பார்வையாளர்களின் ஏளனக் கூச்சல்களையெல்லாம் அசையாமல், சாந்தமாக எதிர்கொண்டிருப்பாள். கவனத்தை ஈர்த்த அவள், அங்கிருந்த கடுமையான வெக்கையிலும் விரல்களை மூடாத கையுறைகளை அணிந்திருந்தது மிகவும் கண்ணியமான செயல் என்று அப்போதெல்லாம் ழாக் நினைப்பதுண்டு. அவள் செய்த பணியும் எல்லோரும் நினைத்துக்கொண்டிருந்ததைப் போல அவ்வளவு எளிதானதல்ல. காட்சியில் காட்டப்பட்ட நிகழ்வுகளின் தன்மையைப் பொறுத்து, செய்திகளுக்கான இசை வர்ணனையின் மெட்டை மாற்ற வேண்டிய கட்டாயத்துக்கு அவள் ஆளாக வேண்டியிருக்கும். அவள் அப்படி மாற்றுவதை யாரும் உணராத வண்ணம், வசந்தகால ஆடை மோஸ்தரின் அழகான கண்காட்சிக்குப் பின்னணியாக இருக்கும் நடன இசையிலிருந்து, சைனாவில் வெள்ளம் அல்லது தேசிய அல்லது உலக அளவிலான முக்கியமான ஒரு தலைவரின் மறைவு போன்ற நிகழ்வுகளுக்கேற்ற ஷோபேனின் 'சவ ஊர்வலம்' மெட்டுக்கு அவளால் போக முடிந்தது. எப்படி இருந்தாலும், எந்த மெட்டாக இருந்தாலும், அது எந்தவிதத் தடுமாற்றமும் இன்றி, பழுப்பேறிய ஸ்வரக்கட்டைகள்மீது பத்து சிறிய இயந்திரக் கருவிகள் அறுதியாக விதிக்கப்பட்டுவிட்டதைப்போல் துல்லியக் காலப்பிரமாணத்தில் இயங்கி இசைக்கப்பட்டது. வெறுமையான சுவர்களும் நிலக்கடலைத் தோடுகள் சிதறிய தரையுமாக இருந்த அந்த அரங்கில் 'க்ரெஸில்' கிருமிநாசினியின் மணமும் பலத்த மனித வாடையும் கலந்திருக்கும். பியானோவின் மிதிகட்டைகளைப் பலமாக அழுத்தி, அன்றைய காலைப்பொழுதுக்கேற்ற சூழலை உருவாக்கும் அறிமுக மெட்டை இசைத்து, அங்கு நிலவிய, செவியைக் கிழிக்கும் சத்தத்தை ஒரேயடியாக நிறுத்துவதென்னவோ அந்த முதிய பெண்தான். திரையிடும் இயந்திரம் இயங்கத் தொடங்கிவிட்டதை மகத்தான ஒரு உறுமல் அறிவிக்கும், அப்போதுதான் ழாக்கின் தொல்லைகள் தொடங்கும்.

திரையில் காட்டப்பட்டவை மௌனப் படங்களாக இருந்ததால், நடக்கப் போவதை விளக்கும் வகையில் பல தகவல்கள் எழுத்து வடிவில் திரையில் காட்டப்படும். பாட்டிக்குப் படிக்கத் தெரியாததால் அவளுக்கு அதைப் படித்துக் காட்டும் வேலையை ழாக் செய்ய வேண்டும். வயதாகியிருந்தாலும் பாட்டிக்குக் காது கேட்காமல் இருக்கவில்லை. ஆனால் திரையரங்கில் தாராளமாக ஒலித்த ரசிகர்களின் ஆரவாரத்தையும், பியானோவின் சத்தத்தையும் மீறி அவன் தன் குரலை உயர்த்த வேண்டியிருக்கும். மேலும், திரையில் தோன்றிய வாசகங்கள் மிக எளி

மையாக இருந்தாலும், அதிலிருந்த பல சொற்கள் பாட்டிக்குப் பரிச்சயமற்றவை, சில சொற்கள் முற்றிலும் அந்நியமானவை. தவிரவும், அருகிலிருந்தவர்களுக்குத் தொந்தரவாக இருப்பதை அவன் விரும்பவில்லை; அதைவிட முக்கியமாக, பாட்டிக்குப் படிக்கத் தெரியாது என்பதை அரங்கம் முழுவதும் அறிவிக்கக் கூடாது என்பதாலும் (அவமான உணர்வால் அவளே சில சமயம் ''நீதான் எனக்குப் படித்துச் சொல்ல வேண்டும், கண்ணாடியை மறந்துவிட்டேன்'' என்று படம் தொடங்குவதற்கு முன்பே உரத்த குரலில் சொல்வாள்), அவனால் முடிந்த அளவுக்கு உரக்கப் படித்துச் சொல்ல மாட்டான். அதன் விளைவாக, பாட்டிக்குப் பாதிதான் புரியும்; அதை மீண்டும் சொல்ல வேண்டும் என்றும், இன்னும் உரத்த குரலில் சொல்ல வேண்டும் என்றும் அவள் அவனைக் கட்டாயப்படுத்துவாள். மூாக் உரக்கச் சொல்ல முற்படுவான், மற்றவர்களின் 'உஷ்' அவனை மோசமான ஒரு அவமானத்துக்கு ஆளாக்கும், அவன் திக்குவான், பாட்டி திட்டுவாள், அதற்குள் அடுத்த வாசகம் திரையில் தோன்றும், முந்தைய வாசகத்தையே புரிந்துகொண்டிருக்காத பரிதாபத்துக்குரிய அந்தக் கிழவிக்குக் குழப்பம் நீடித்துக்கொண்டே போகும், மூாக் சிக்கலான கட்டங்களை ஒரு சில வார்த்தைகளில் அடுக்கிச் சொல்லும் வழியைச் சமயோசிதமாகக் கண்டுபிடிக்கும்வரை. உதாரணத்துக்கு, மூத்த டக்ளஸ் ஃபேர்பேங்க்ஸ் நடித்த 'சோரோவின் சின்னம்' படத்தின் முக்கியமான காட்சியை பியானோ இசையிலோ, அரங்கத்திலோ ஏற்படும் சிறிய ஒரு மௌன இடைவெளியைப் பயன்படுத்தியோ இரண்டொரு சொற்களில் ''அவனிடமிருந்த அந்த இளம் பெண்ணை அபகரிக்க வில்லன் விரும்புகிறான்'' என்று ஆணித்தரமாக விளக்குவான். எல்லாம் தெளிவாகிவிடும், திரைப்படம் தொடரும், சிறுவன் பெருமூச்சு விடுவான். பொதுவாக அத்துடன் தொல்லைகள் ஒரு முடிவுக்கு வந்துவிடும். ஆனால் 'இரண்டு அனாதைகள்' போன்ற படங்கள் உண்மையிலேயே மிகவும் சிக்கலாக இருக்கும்; பாட்டியின் வற்புறுத்தல்களுக்கும், மேலும்மேலும் எரிச்சலடையும் அருகிலிருந்தவர்களுக்கும் இடையில் சிக்கிக்கொண்டுவிட்ட மூாக், இறுதியாக வாயை மூடிக்கொள்வான். முன்பு ஒருமுறை இது போன்ற காட்சி ஒன்றில், கோபமடைந்துவிட்ட பாட்டி வெளியே நடக்க, இவனும் அழுதுகொண்டே பாவம், பாட்டியின் மிக அரிய மகிழ்ச்சிகளில் ஒன்றையும், அதற்காக அவர்களிடம் இருந்த மிக அற்பத் தொகையிலிருந்து அவள் செலவு செய்ய வேண்டியிருந்த பணத்தையும்[a] வீணடித்துவிட்டோமோ என்ற நினைப்பில் தான் வேதனைப்பட்டதும் அவனுக்கு இன்னும் நினைவிருந்தது.

அவனுடைய தாயோ இந்தக் காட்சிகளுக்கு ஒருபோதும் வந்ததில்லை. அவளுக்குப் படிக்கவும் தெரியாது, போதாக்குறைக்குப் பாதி காது கேளாதவள். மேலும், அவளுடைய சொல்வளம் அவள் அம்மாவினுடையதைவிடக் குறைந்தது.

---

[a] ஏழ்மையின் அறிகுறிகளைச் சேர்க்க வேண்டும்—வேலையில்லாக் கொடுமை—மிலியானாவில் கோடை விடுமுறை முகாம்—ப்யூகல் ஒலி—வெளியேற்றப்படுதல்—அவளிடம் சொல்லத் துணிவில்லை—பேசு; சரி, இன்று மாலை காபி அருந்துவோம். அவ்வப்போது அது மாறும். அவன் அவளைப் பார்க்கிறான். கதையில் வரும் பெண் தைரியமாக இருந்த, ஏழ்மை பற்றிய கதைகளை அவன் அடிக்கடி படித்திருக்கிறான். அவள் புன்முறுவல் செய்யவில்லை. அவள் சமையலறைக்குப் போகக் கிளம்பிவிட்டாள், தைரியமாக. வேறு வழியில்லை என்று ஏற்றுக்கொள்ளவில்லை.

இன்றும்கூட, அவளுடைய வாழ்க்கை பொழுதுபோக்கு எதுவுமின்றி இருந்தது. கடந்த நாற்பது வருடங்களில் அவள் இரண்டு அல்லது மூன்றே முறைதான் திரைப்படம் பார்க்கப் போயிருந்திருக்கிறாள். எதுவும் அவளுக்குப் புரிந்திருக்கவில்லை; அவளை அழைத்துச் சென்றவர்களின் மனதைப் புண்படுத்தக்கூடாது என்பதற்காக, பெண்களின் ஆடைகள் அழகாக இருந்தன என்றும், மீசை வைத்திருந்த ஆள் கெட்டவன்போலத் தோன்றினான் என்றும் சொல்வாள். அவளால் வானொலியும் கேட்க முடிந்திருக்கவில்லை. செய்தித்தாள்களைப் பொருத்தவரை, படங்கள் இருந்த செய்தித்தாள்களைச் சில சமயம் புரட்டிப் பார்த்து, படங்களை விளக்கிச் சொல்லும்படி மகன்களிடமோ, பேத்திகளிடமோ கேட்டுக்கொண்டு, இங்கிலாந்தின் அரசி வருத்தமாக இருந்தாள் என்ற முடிவுக்கு வருவாள். பிறகு, எந்தத் தெருவைப் பார்ப்பதில் தன் வாழ்நாட்களில் பாதியைக் கழித்திருந்தாளோ, அதே தெருவின் சலனங்களை ஜன்னல் வழியாக மீண்டும் பார்ப்பதற்காகப் பத்திரிகையை மூடி வைத்துவிடுவாள்.[a]

***

[a] மாமா எர்னெஸ்டை வயதானவராக முதலில் கொண்டுவர வேண்டும்.—அவருடைய புகைப் படம் மூக்கும் அவன் அம்மாவும் இருக்கும் அறையில். அல்லது அவரைப் பிறகு வருமாறு செய்யவும்.

7. எத்தியென்

ஒருவிதத்தில் பார்த்தால், அவர்களுடன் வசித்துவந்த தன் தம்பி எர்னெஸ்டை[1] விட உலக வாழ்க்கையில் ழாக்கின் தாய் குறைவாகவே ஈடுபட்டிருந்தாள். தவிர, முற்றிலும் காது கேளாத அவர், தனக்குத் தெரிந்திருந்த நூறு சொற்களால் எந்த அளவுக்குத் தன்னை வெளிப்படுத்திக்கொண்டிருந்தாரோ அதே அளவுக்கு ஒலிக் குறிப்பாலோ அல்லது சைகைகளாலோ வெளிப்படுத்திக்கொள்வார். ஆனாலும், தன்னுடைய இளமையில் எந்த வேலையிலும் ஈடுபடுத்தப்பட முடியாதவராக இருந்த எர்னெஸ்ட், பள்ளி என்று சொல்லும் ஏதோ ஒன்றுக்குப் போயிருந் திருக்கிறார், சில எழுத்துகளை அடையாளம் காணக் கற்றுக்கொண்டிருந்திருக் கிறார். சில சமயங்களில் திரைப்படம் பார்க்கப் போவார்; அவர் புரிந்துகொள்ளத் தவறியவற்றை அவருடைய கற்பனை வளம் ஈடுகட்டிவிடும். படத்தைப் பற்றிய அவருடைய விவரணைகள் ஏற்கனவே அந்தப் படத்தைப் பார்த்திருந்தவர்களை அசத்திவிடும்; சாமர்த்தியமாகவும் தந்திரமாகவும் இருந்த அவருடைய இயல்பான புத்திசாலித்தனம், தன்னைப் பொறுத்தவரை தன்னிடம் பிடிவாதமாக, தன்னைக் கவனிக்காமல் இருந்த பிறவிகளிடையேயும், இந்த உலகிலும் பிழைத்துக்கொள்ள அவருக்கு உதவியது. அதே அறிவுதான் தினமும் செய்தித்தாள்களுக்குள் அவரை மூழ்க வைத்தது; அதன் தலைப்புச் செய்திகளை ஒருவாறாகப் படித்து, உலக விவ காரங்களைப் பற்றி மேலெழுந்தவாரியாகத் தெரிந்துகொள்வார். உதாரணமாக, வயது வந்த பையனாக இருந்த ழாக்கிடம் அவர் சொல்வார்: ''ஹிட்லர், அவர் சரியில்லை, இல்லையா?'' என்பார். ''இல்லை, அது சரியில்லைதான்''. ''அந்த 'போஷ்'கள்[2] எப்பவும் இப்படித்தான்,'' என்றும் சொல்வார். ''இல்லை. அப்படிச் சொல்லிவிட முடியாது.'' ''ஆம், நல்லவர்களும் இருக்கிறார்கள்,'' என்று ஒப்புக் கொள்வார் மாமா. ''ஆனால் ஹிட்லர் சரியில்லை.'' திடீரென்று அவருக்கு நகைச்சுவையில் இருந்த பிரியம் மேலோங்கிவிடும். ''லெவிக்கு (எதிரே இருந்த ஊசிநூல் வியாபாரி) பயமாக இருக்கிறது,'' என்பார். பெரிதாக வாய்விட்டுச் சிரிப் பார். ழாக் விளக்கமாக எடுத்துச் சொல்ல முயல்வான். அவரும் உடனேயே பொறுப்புணர்வுடன், ''ஆமாம், யூதர்களுக்கு ஏன் தீங்கிழைக்க வேண்டும்? அவர் ளும் மற்றவர்களைப் போலத்தானே,'' என்பார்.

தனக்கே உரிய பாணியில் அவருக்கு ழாக்கைப் பிடித்திருந்தது. அவன் தன் பள்ளியில் நன்றாகப் படித்ததைப் பாராட்டினார். கடின உழைப்பாலும் பலவிதக் கருவிகளைக் கையாண்டதாலும் காய்ப்பேறிப்போயிருந்த தன்னுடைய முரட் டுக் கையால் சிறுவனின் மண்டையில் தட்டுவார். ''இவன் இருக்கிறானே, இவ னுக்கு நல்ல தலை. கடினமானது.'' (தன் தடித்த முட்டியால் தன்னுடைய தலையி லேயே தட்டிக் கொள்வார்). ''ஆனால் நல்ல தலை.'' சில சமயங்களில், ''அவ

---

1 சில சமயம் எர்னெஸ்ட் என்றும், சில சமயம் எத்தியென் என்று அழைக்கப்படுவதும் ஒரு வரேதான்: ழாக்கின் மாமா.

2 'போஷ்' என்பது ஜெர்மானியர்களை இழிவாகக் குறிப்பிடும் ஒரு பேச்சு வழக்குச் சொல் (த.மொ.கு.).

னுடைய அப்பாவைப் போல,'' என்று மேலும் சொல்வார். அவர் அப்படிச் சொன்னதை ஒருமுறை பிடித்துக்கொண்டு, தன் தந்தை புத்திசாலியாக இருந்தாரா என்று மூாக் கேட்டான். ''உன்னுடைய அப்பா பிடிவாதக்காரர். தான் விரும்பியதையே செய்வார், எப்போதும். உன்னுடைய தாய் அவருக்கு ஆமாம், சரி, எப்போதும்.'' இதற்கு மேல் மூாக்கினால் வேறெதுவும் பெற முடியவில்லை. எதுவாக இருந்தாலும், எர்னெஸ்ட் சிறுவனைத் தன்னுடன் அடிக்கடி அழைத்துச்செல்வார். பேச்சிலோ அல்லது சமூக வாழ்க்கையின் சிக்கலான உறவுகளிலோ தன்னை வெளிப்படுத்திக்கொள்ள முடியாத அவருடைய வீரியமும் சக்தியும் அவருடைய உணர்ச்சிகளிலும் உடலுழைப்பிலும் வெடித்து வெளிப்படும். காது கேளாதவர்களின் ஊடுருவப்பட முடியாத ஆழ்ந்த தூக்கத்திலிருந்து அவரை யாராவது உலுக்கி எழுப்பும்போது, ஒவ்வொரு நாளும் தனக்கு அந்நியமான, விரோதமான உலகில் விழித்துக்கொள்ளும் கற்கால மிருகத்தைப் போல 'ஹ்ூம், ஹ்ூம்' என்று உறுமிக்கொண்டும், மலங்கமலங்க விழித்துக்கொண்டும் தலையைத் தூக்குவார். ஆனால் விழித்துக்கொண்ட பிறகு அவருடைய உடலும், அதன் செயல்பாடுகளும் இந்தப் பூமியில் அவருக்குப் பாதுகாப்பான உணர்வைக் கொடுத்தன. மரப் பீப்பாய் தயாரிக்கும் கடுமையான தொழிலைச் செய்துவந்தாலும், நீந்தப் போவதிலும் வேட்டையாடுவதிலும் அவருக்கு ஆர்வம் அதிகமாக இருந்தது. மூாக் சிறுவனாக[a] இருந்தபோது, அவனை அவர் ஸாப்லெத் கடற்கரைக்கு அழைத்துப்போவார். மூாக்கைத் தன் முதுகில் ஏற்றிக்கொண்டு உடனேயே கடலை நோக்கிப் போவார்: தன் பலம் முழுவதையும் காட்டி, சாதாரண நீச்சல் அசைவுகளுடன், நீரின் குளிர்ச்சியில் வியப்படைந்து, அதில் இருப்பது குறித்த மகிழ்ச்சியை அல்லது மோசமான அலை ஒன்றை எதிர்கொள்வதிலிருந்த எரிச்சலைத் தெரிவிக்கும் தெளிவற்ற சத்தங்களை எழுப்பிக்கொண்டிருப்பார். தூரமாகப் போகப்போக, ''உனக்குப் பயமாக இல்லையே'' என்பார் மூாக்கிடம். ஆமாம், அவனுக்குப் பயமாகத்தான் இருக்கும், ஆனால் அப்படிச் சொல்ல மாட்டான். பிரம்மாண்டமான கடல்; அதே போல் பிரம்மாண்டமான ஆகாயம். இரண்டுமே பரந்திருக்க, இரண்டுக்கும் இடையேயான இந்தத் தனிமையால் கவரப்பட்டிருப்பான். திரும்பிப் பார்க்கும்போது, கடற்கரை கண்ணுக்குப் புலப்படாத ஒரு கோடு போல இருக்கும், தன் வயிற்றில் பயத்தை உணர்வான்; மாமா மட்டும் பிடியைத் தளர்த்தினால் ஒரு கல்லைப் போலத் தான் மூழ்கிவிடக்கூடிய பிரம்மாண்ட, இருட்டான ஆழங்களை, மனதில் தோன்ற ஆரம்பித்திருக்கும் பெரும் திகில் உணர்வுடன் கற்பனை செய்துபார்ப்பான். அப்போதெல்லாம் தன் மாமாவின் சதைப்பற்றான கழுத்தைச் சிறுவன் இன்னும் இறுகப் பற்றிக்கொள்வான். ''உனக்குப் பயமாக இருக்கிறது,'' என்பார் அவர் உடனேயே. ''இல்லை. ஆனால் திரும்பிப் போ.'' மாமா பணிந்து திரும்பி, ஓரிரண்டு முறை நன்றாக மூச்சை இழுத்து, உறுதியான தரைமேல் இருப்பதைப் போன்ற அதே அளவு தன்னம்பிக்கையோடு மீண்டும் புறப்படுவார். கடற்கரையை அடைந்து, சற்றும் இரைக்காமல், பெரிய சிரிப்பு வெடிகளுடன் மூாக்கின் உடலை வேகமாக அழுத்தித்

---

[a] ஒன்பது வயது.

தேய்த்துவிட்டுப் பிறகு பெரிய சத்தத்துடன் சிறுநீர் கழிப்பதற்காகத் திரும்பி, சிரிப்பை நிறுத்தாமலும் தன்னுடைய சிறுநீர்ப்பை நன்றாக வேலை செய்ததற் காகத் தன்னையே பாராட்டிக்கொண்டும், 'நல்லது, நல்லது' என்றபடி தன் வயிற்றில் தட்டிக்கொண்டும் இருப்பார்; அவருக்கு மகிழ்ச்சி தந்த உணர்ச்சிகள் ஏற்படும்போதெல்லாம் இப்படித்தான். மலம் கழிப்பதோ உணவருந்துவதோ எதுவாக இருந்தாலும் அவற்றிடையே அவர் எந்த வித்தியாசமும் பார்க்காமல், அவற்றிலிருந்து தான் பெற்ற மகிழ்ச்சியை ஒவ்வொரு முறையும் ஒரே விதமான வெகுளித்தனத்துடன் அழுத்தமாக வெளிப்படுத்துவார். அப்படி இந்த மகிழ்ச்சி யைத் தனக்கு நெருங்கியவர்கள் பகிர்ந்துகொள்ள வேண்டும் என்று விரும்பியது, சாப்பாட்டு மேஜையில் உட்கார்ந்திருக்கும்போது பாட்டி அதைக் கண்டிக்குமாறு தூண்டியது. பாட்டியே இவை போன்ற விஷயங்களைப் பேசுவதை அனுமதித் தது மட்டுமல்லாமல், அவளேகூடப் பேசுவாள் என்றாலும், அவள் சொல் படி ''சாப்பிடும்போது அது கூடாது'' என்பாள். இருந்தாலும், சிறுநீர் சுரக்க வைப்பதற்குப் பெயர்போன தர்ப்பூசணிப் பழக் காட்சியை அவள் பொறுத்துக் கொள்வாள்; மாமா இந்த விளையாட்டைப் பெரிதும் விரும்பினார். பழத்தைச் சாப்பிடத் தொடங்கும்போது அவர் சிரிப்பார், பாட்டி இருக்கும் பக்கம் பார்த்துக் குறும்புத்தனமாகக் கண்ணடிப்பார்; பலமாக மூச்சை இழுத்து முகர்வது, ஏப்பம் விடுவது, சத்தமாகச் சப்புக்கொட்டுவது என்று பலவித ஓசைகளை எழுப்புவார்; பிறகு பழத்தின் தோல்வரை விடாமல் வாய் நிறையப் பல துண்டு கள் சாப்பிட்ட பிறகு, வெளிர் சிவப்பும் வெண்ணிறமும் கலந்த அந்த அழகான பழம் வாயில் தொடங்கி ஆண்குறிவரை மேற்கொள்வதாகக் கருதப்பட்ட பாதையை அவர் கைகளால் அபிநயம் பிடித்துத் திரும்பத்திரும்பக் காட்டி, கண் களை உருட்டியும் முகத்தைப் பலவிதமாகச் சுளித்தும், தான் மிகவும் ரசித்துச் சாப்பிடுவதை முகத்தில் வெளிப்படுத்திக்கொண்டு ''சபாஷ், நன்றாகக் கழுவி விடுகிறது, நன்றாகவே'' என்று அவர் சொல்லும்போது கட்டுப்படுத்த முடியாமல் அது எல்லோரையும் வெடித்துச் சிரிக்கவைக்கும். அவருடைய இதே ஆதாமின் வெகுளித்தனம்தான் தன் புருவத்தைச் சுருக்கிக்கொண்டு, தன்னுடைய உறுப்பு களின் புதிரான இருளுக்குள் ஆராய்ந்து பார்ப்பதைப் போன்ற உள்நோக்கிய பார்வையுடன், தனக்கு இருப்பதாக அவர் குறைபட்டுக்கொண்ட பலவித உபா தைகளுக்கு மிதமிஞ்சிய முக்கியத்துவத்தை அளிக்கத் தூண்டியது. ஒருவித வலி அடிக்கடி ஒரு இடம் என்றில்லாமல் மாறியவாறு இருப்பதாகச் சொல்வார்; அல்லது ஏதோ ஒரு 'புடைப்பு' உடல் முழுவதும் சுற்றிக்கொண்டிருக்கிறது என்று முறையிடுவார். பிறகு, லூாக் மேல்நிலைப் பள்ளிக்குப் போன நாட்களில், எல்லோருக்கும் பொருந்துவது ஒரே அறிவியல்தான் என்ற நம்பிக்கையில், தன் இடுப்பின் பின்பக்கம் குழிவாக இருக்கும் பகுதியைக் காட்டி ''இங்கே இழுப் பதைப் போல வலிக்கிறது, அது கெடுதலா?'' என்று கேட்பார். ''இல்லை, அது ஒன்றுமில்லை.'' நிம்மதி அடைந்துவிட்டவராக, படிக்கட்டுகளில் சிறுசிறு எட்டுக ளாக அடிவைத்து இறங்கி, அந்தப் பேட்டையின் காபிக் கடையில் தன் நண்பர் களைப் பார்க்கப் போவார். மரத்தூளின் வாடையும், சோம்பில் தயாரிக்கப்

படும் மதுபானத்தின் வாசமும் சேர்ந்து, காபிக் கடைக்கேயான அலுமினிய மேடையும், மரத்தால் ஆன அறைகலன்களும் இருந்த அந்தக் கடைக்குத்தான் சாப்பாட்டு வேளையில் அவரை அழைத்துவர மூாக் சில சமயங்களில் போகவேண்டியிருக்கும். அங்கே மேடைக்கு முன்னால், தன் நண்பர்களின் வட்டத்துக்கு மத்தியில் உட்கார்ந்துகொண்டு, அவர்களுடைய அட்டகாசச் சிரிப்புக்கிடையே மூச்சுவிடாமல் பேசிக்கொண்டிருந்த, காது கேளாத-பாதி ஊமையுமான அந்த மனிதரைப் பார்த்துச் சிறுவன் அடைந்த வியப்பு சிறிது அல்ல. ஏனென்றால், யாரும் அவரைக் கேலி செய்ய மாட்டார்கள்; எர்னெஸ்ட்டின் நண்பர்கள் அவரை நேசித்தது அவருடைய நல்ல குணத்திற்காகவும் தாராள மனதிற்காகவுமே.[abcd]

பீப்பாய்ப் பட்டறைத் தொழிலாளிகள், துறைமுக அல்லது ரயில்வே ஊழியர்கள் என்றிருந்த மாமாவின் நண்பர்களுடன் அவர் வேட்டைக்குப் போகும்போது இவனையும் அழைத்துச் சென்றபோது அவருடைய நல்ல பண்புகளை மூாக் உணர்ந்திருக்கிறான். அவர்கள் அதிகாலையிலேயே எழுந்துவிட்டிருந்தார்கள். எந்த அலாரமும் எழுப்ப முடியாத மாமாவை, சாப்பிடும் அறையில் தூங்கிக்கொண்டிருந்த மாமாவை எழுப்புவது மூாக்கின் பொறுப்பாக இருந்தது. அலாரம் அடித்ததும் மூாக் விழித்துக்கொள்வான், அவனுடைய அண்ணனோ முணுமுணுத்துக்கொண்டே படுக்கையில் புரண்டு படுத்துக்கொள்வான். இன்னொரு கட்டிலில் அவனுடைய தாய் எழுந்திருக்காவிட்டாலும் லேசாக அசை

---

[a] மூாக்குக்காக சேமித்துவைத்து, அவனுக்கு அவர் கொடுத்த பணம்

[b] சராசரி உயரம், வில் போல் வளைந்த கால்கள், சதைப் பற்றான தடித்த கூட்டுக்குக் கீழேயிருந்த லேசான கூன் போட்டிருந்த முதுகு. இவற்றுடன், ஒல்லியாக இருந்தாலும் ஒரு அசாதாரண வீரியம் நிறைந்து இருப்பதைப் போன்ற உணர்வை ஏற்படுத்தினார். அவருடைய முகம் பதின்பருவ வாலிபனின் முகத்தைப் போல, வெகு நாட்கள்வரை நீடித்தது: துல்லியமாக, சீராக, ஒரு மாதிரி (இங்கு ஒரு வார்த்தை ஆசிரியரால் அடிக்கப்பட்டுள்ளது—பதிப்பாசிரியர்) தன்னுடைய சகோதரியைப் போல ஆழ்ந்த அழகிய பழுப்பு நிறக் கண்கள், நேரான மூக்கு, அடர்த்தியில்லாத புருவம், சீரான முகவாய்க் கட்டை, அழகான, அடர்த்தியான—இல்லை, சற்றே அலைஅலையான—முடி. அவருடைய உடலழகு மட்டுமே, அவருடைய ஊனத்தையும் மீறி, பெண்களுடன் அவருக்கு ஏற்பட்டிருந்த பல உறவுகளை விளக்கப் போதுமானது. திருமணத்தில் முடியாமல், தவிர்க்க முடியாமல் குறுகிய காலமே நீடித்த இந்த உறவுகள் பொதுவாகக் காதல் என்று சொல்லப்படக்கூடிய உறவுகளாகச் சில சமயங்களில் அமைந்துவிட்டிருந்தன; அந்தப் பேட்டையிலிருந்த, வியாபாரத்தில் ஈடுபட்டிருந்த திருமணமான பெண் ஒருத்தியுடன் அவருக்கு இருந்த தொடர்பைப் போல. சில சமயங்களில் சனிக்கிழமை மாலையில் கடலை நோக்கியிருந்த ப்ரெஸ்ஸோன் சதுக்கத்தில் நடக்கும் இசை நிகழ்ச்சிக்கு அவர் மூாக்கை அழைத்துப்போவார். ராணுவ இசைக்குழு அங்கே ஒரு மேடையில் 'கார்ன்வில் மணிகள்' அல்லது 'லாக்மே' மெட்டுகளை இசைத்துக்கொண்டிருக்கும்போது, இரவில் அங்கே சுற்றிவந்துகொண்டிருந்த கூட்டத்தின் மத்தியில், ஞாயிற்றுக்கிழமைக்கேற்ற உடையணிந்திருந்த எர்னெஸ்ட், பட்டு ஆடை உடுத்தியிருந்த காபிக் கடைக்காரர் மனைவியைச் சந்திக்க ஏதாவது ஒரு வழியைக் கண்டுபிடித்துவிடுவார். அவர்கள் தோழமைப் புன்னகைகளைப் பரிமாறிக்கொள்வார்கள். எர்னெஸ்ட் தனக்குப் போட்டியாக இருக்கக் கூடுமென்று ஒருபோதும் நினைத்திருக்காத அவளுடைய கணவரும், நட்பு கலந்த சில வார்த்தைகளைப் பேசுவார்.

[c] 'லா மூனா' என்ற சலவைக் கடை.

[d] கடற்கரை-வெளிரிப்போன மரக்கட்டைத் துண்டுகள், தக்கைகள், கடல் நீர் அரித்த கண்ணாடித் துண்டுகள்... நெட்டித் தண்டுகள்.

வாள். அவன் எழுந்து, நெருப்புக் குச்சி ஒன்றை உரசி, இரண்டு கட்டில்களுக்கும் நடுவில் இருந்த பெட்ரோல் விளக்கை ஏற்றுவான் (ஆ! இந்த அறையிலிருந்த அறைகலன்கள்: இரண்டு இரும்புக் கட்டில்கள், அம்மா படுத்திருந்த ஒருவருக் கான கட்டில் ஒன்றும், குழந்தைகள் படுத்திருந்த இருவருக்கான கட்டில் ஒன் றும். இரண்டுக்கும் இடையே இரவில் பயன்படும் மேஜை, கண்ணாடி பொருத் திய துணிகள் வைக்கும் அலமாரி. அம்மாவின் கட்டிலின் கால்மாட்டில் முற் றத்தை நோக்கிய ஜன்னல் ஒன்று அந்த அறையில் இருந்தது. ஜன்னலுக்கு அடி யில் வலைப் பின்னல் உறையுடன் மூங்கிலால் ஆன ஒரு பெரிய பெட்டி. மூாக் உயரம் குறைவாக இருந்த நாட்களில், ஜன்னல் கதவுகளை மூடுவதற்குப் பெட்டி மேல் முட்டிபோட்டு அவன் ஏற வேண்டியிருந்தது. மேலும் அறையில் நாற்காலி கிடையாது.) பின்னர், சாப்பிடும் அறைக்குப் போய், மாமாவை உலுக்கி எழுப்பு வான். அவர் உறுமலுடன் விழித்துக்கொள்வார், தன் தலைக்கு மேலிருந்த விளக் கைப் பயத்துடன் பார்த்த அவர், பிறகு நினைவுக்கு வருவார். அவர்கள் ஆடை அணிந்துகொள்வார்கள். சிறிய எரிசாராய அடுப்பொன்றில் மீதமிருந்த காபியை மூாக் சுட வைத்துக்கொண்டிருக்கும்போது, மாமா தோள் பையில் உணவுப் பண் டங்களை நிரப்புவார்: பாலாடைக் கட்டி, உலரவைக்கப்பட்டிருந்த பன்றிக் கறி யால் ஆன 'சூப்ரசாட்', உப்பும் மிளகுப் பொடியும் தூவப்பட்டிருந்த தக்காளிப் பழத் துண்டுகள், இரண்டாக வெட்டப்பட்டு, பாட்டி தயார்செய்து வைத்திருந்த பெரிய ஆம்லெட் திணிக்கப்பட்டிருந்த ரொட்டி. பிறகு, இறுதியாக ஒரு முறை தன்னுடைய இரட்டைக் குழல் வேட்டைத் துப்பாக்கியையும், தோட்டாக்களை யும் மாமா சரிபார்ப்பார். அதற்கு முந்தைய இரவில் அதற்காக ஒரு பெரிய சடங்கே நடத்தப்பட்டிருக்கும். இரவு உணவுக்குப் பிறகு, மேஜை மேல் இருந்த வற்றை அப்புறப்படுத்தி, மெழுகுத்துணி மேஜைவிரிப்பு சுத்தப்படுத்தப்பட் டிருந்திருக்கும். மேஜையின் ஒரு கோடியில் உட்கார்ந்திருந்த மாமா, தான் ஏற்கனவே துப்பாக்கியிலிருந்து பிரித்தெடுத்து, கவனமாக மசகு எண்ணெய் தடவிவைத்திருந்த அதன் வெவ்வேறு பாகங்களை, மேலேயிருந்து தொங்கிக் கொண்டிருந்த பெரிய பெட்ரோல் விளக்கொளியின் கீழே, தனக்கு முன்னால் மேஜைமேல் வைத்திருந்திருப்பார். மற்றொரு கோடியில் உட்கார்ந்திருந்த மூாக் தன்னுடைய முறைக்காகக் காத்திருப்பான். 'பிரில்லியன்ட்' என்று அழைக்கப் பட்ட அவருடைய நாயும்கூடத்தான். குட்டையாக இருந்த, ஒரு ரக ஆங்கிலேயே வேட்டை நாய் அவரிடம் இருந்தது. அளவற்ற நல்ல குணம் கொண்ட அந்த நாயால் ஒரு கொசுவுக்குக்கூடத் தீங்கிழைக்க முடியாது. அதற்குச் சான்று, பறந்து கொண்டிருக்கும் கொசுவைக் கவ்விப் பிடித்தவுடனேயே, முகத்தில் அருவருப் புடன் அதைத் துப்பிவிட்டு, நாக்கை நீட்டி உதட்டைச் சப்புக்கொட்டுவதைப் போலச் செய்யும். எர்னெஸ்டையும் அவருடைய நாயையும் பிரிக்க முடியாத படி அவர்கள் கச்சிதமாக ஒத்துப்போனார்கள். அவர்கள் முழுமையாகப் பரஸ் பரம் புரிந்துகொண்டார்கள். அவர்களை ஒரு ஜோடியாக எண்ணிப் பார்ப் பதைத் தவிர்க்க முடியாமல் இருந்தது. (நாய்களைப் பற்றித் தெரியாமலோ அவற்றைப் பிடிக்காமலோ இருந்தாலே ஒழிய எவரும் இதை ஒரு கேலியாக நினைக்க முடியாது.) அந்த மனிதருக்கு அடிபணியவும் அவரிடம் அன்பு செலுத்

தவும் அந்த நாய் கடமைப்பட்டிருந்தது; அவரும் அந்த நாய்க்கான முழுப் பொறுப்பை ஏற்றுக்கொள்ள ஒப்புக்கொண்டிருந்தார். அவர்கள் ஒருபோதும் ஒரு வரை விட்டு ஒருவர் பிரியாமல் ஒன்றாகவே வசித்துவந்தார்கள், ஒன்றாகவே உறங்கினார்கள் (சாப்பாட்டு அறையிலிருந்த திவானில் அவரும், கட்டிலுக்கடியில் நூலிழைகள் பிரிந்து தேய்ந்துபோயிருந்த கேவலமான மிதியடியின் மேல் அந்த நாயும்); ஒன்றாகவே வேலைக்குப் போனார்கள் (பட்டறையின் பணிமேடை யின் கீழ் அதற்கென்று அமைக்கப்பட்ட மரத்தூள் படுக்கையில் நாய் படுத் திருக்கும்); ஒன்றாகவே காபிக் கடைக்கும் போனார்கள். அங்கு தன்னுடைய பிரசங்கங்களை அவர் முடிக்கும்வரை பொறுமையாக அவருடைய கால்களுக் கிடையே அது காத்திருக்கும். தங்களுக்குள் பொருள் பொதிந்த ஓசைகள் மூலம் உரையாடிக்கொள்வார்கள்; தங்கள் உடலின் வாடைகளைப் பரஸ்பரம் விரும்பி னார்கள். அரிதாகவே குளிப்பாட்டப்பட்ட அந்த நாய் மோசமான வாடை கொண்டிருந்தது என்று—அதுவும் மழை பெய்த பிறகு—சொல்லிவிடக் கூடாது. ''அதுவா? வாடை ஒன்றுமில்லையே,'' என்பார். துடிக்கும் அதனுடைய பெரிய காதுகளுக்குள் வாஞ்சையுடன் முகர்ந்துபார்ப்பார்: வேட்டைக்குப் போவது அவர் கள் இருவருக்கும் கொண்டாட்டம்தான். தன்னுடைய தோள் பையை எர் னெஸ்ட் வெளியில் எடுத்துவிட்டாலே போதும், சாப்பாட்டு அறைக்குள் நாய் இங்குமங்குமாக ஓடத் தொடங்கித் தன் பின்பகுதியால் நாற்காலிகளைத் தட்டி விட்டு ஆடச் செய்து, அந்த அறையின் அலமாரியின் பக்கவாட்டில் தன் வாலால் தட்டிச் சத்தம் செய்யும். எர்னெஸ்ட் சிரிப்பார். ''அவனுக்குப் புரிந்துவிட்டது, புரிந்துவிட்டது.'' பிறகு அதை அமைதிப்படுத்துவார். அது தன் வாயை மேஜை மேல் வைத்துக்கொண்டு, அந்த ரம்யமான காட்சி முடியும்வரை அங்கிருந்து போகாமல், அவ்வப்போது கொட்டாவி விட்டபடி, கிளம்புவதற்கான சிறுசிறு முன்னேற்பாடுகளைக் கவனித்துக்கொண்டிருக்கும்.[ab]

துப்பாக்கியின் பாகங்களை ஒன்றுசேர்த்துத் தயார்செய்த பிறகு மாமா அதை பூாக்கிடம் கொடுப்பார். மரியாதையுடன் அதைப் பெற்றுக்கொண்ட பூாக், பழைய கம்பளித் துணியால் துப்பாக்கியின் குழல்களுக்குப் பளபளப்பேற்றுவான். அந் தச் சமயத்தில், மாமா தோட்டாக்களைத் தயார்செய்வார். தோள் பையிலிருந்து எடுத்த, செம்பால் ஆன அடிப்பாகத்துடனிருந்த வண்ணவண்ண அட்டைக் குழல்கள் அவருக்கு முன் இருக்கும். அதே பையிலிருந்து வெடிமருந்து, ஈயக் குண்டுகள், சில்க் நூல் துண்டுகள் அடங்கிய, சுரைக்காய் வடிவத்திலிருந்து புட்டி ஒன்றை எடுப்பார். அவற்றையெல்லாம் குழல்களில் கவனமாக நிரப்புவார். அதே பையிலிருந்து எடுத்த கருவி ஒன்றில் குழல்களைப் பொருத்துவார். குழல்களின் வாயை இறுக்குவதற்காகக் கருவியின் கைப்பிடியைச் சுற்றுவதின் மூலம் மூடி ஒன்று குழல்களின் மேல்பகுதியை நெருக்கும். தோட்டாக்கள் தயாராக ஆக, எர்னெஸ்ட் அதை பூாக்கிடம் ஒன்றன்பின் ஒன்றாகக் கொடுப்பார். பூாக் அவற் றைத் தனக்கு முன்னால் இருந்த இடுப்புப் பட்டையின் பையில் பக்தியுடன்

---

[a] வேட்டையா? அதை நீக்கிவிடவும்.

[b] பொருள்களாலும் சதையாலும் புத்தகம் கனக்க வேண்டும்.

அடுக்குவான். அன்று காலையில் ஏற்கனவே இரட்டைக் கம்பளிச் சட்டைக ளால் குண்டாகத் தெரிந்த தன்னுடைய இடுப்பைச் சுற்றி அந்தப் பட்டையை எர்னெஸ்ட் பொருத்திக்கொண்டதுதான் அவர்களின் புறப்பாட்டுக்கு அறிகுறி. தன் முதுகுக்குப் பின்னால் அதை அவர் பொருத்திக்கொள்வார். எழுந்ததிலிருந்து மௌனமாக மேலும்கீழும் போய்வந்துகொண்டிருந்த பிரில்லியன்ட் யாரையும் எழுப்பிவிடாமல் தன்னுடைய மகிழ்ச்சியைக் கட்டுப்படுத்திக்கொள்ளப் பழக்கப் படுத்தப்பட்டு, ஆனாலும் தனக்கு எட்டும் தூரத்திலிருந்த பொருள்களின் மீதெல் லாம் தன்னுடைய உற்சாகத்தை மூச்சாக விட்டுக்கொண்டு, தன் எஜமானின் நெஞ்சின்மேல் முன்னங்கால்களைத் தூக்கிவைத்துத் தன் கழுத்தையும் முதுகின் கீழ்ப்பகுதியையும் நீட்டி, தான் நேசித்த அவருடைய முகத்தை நன்றாக அழுத்தி நக்கும்.

அத்திமரங்களின் பசுமையான வாடை காற்றில் மிதந்து வர, சற்றே வெளுத் திருந்த பின்னிரவின் வானத்தின் கீழ் அகா ரயில் நிலையத்தை நோக்கி அவர்கள் நடந்தார்கள்; அவர்களுக்கு முன்னால் வளைந்துவளைந்து வேகமாக ஓடிக்கொண் டிருந்த நாய் இரவின் பனியில் இன்னமும் ஈரமாக இருந்த நடைபாதையில் அவ்வப்போது வழுக்கி, மற்றவர்களைத் தவறவிட்டுவிட்டோமோ என்ற பயம் கண்களில் தெரிய, திரும்ப ஓடிவந்தது. எத்தியெனின் முதுகில் தடித்த, கனமான கான்வாஸ் உறையில் குழல் பகுதி கீழே பார்த்தபடி இருந்த துப்பாக்கியும், ஒரு தோள் பையும், வேட்டையாடியவற்றை வைத்துக்கொள்ளும் பையும் இருந்தன. இரண்டு தோள்களிலுமாக முதுகில் மாட்டிக்கொள்ளும் பையுடன், தன்னுடைய குட்டையான கால்சட்டைப் பைகளுக்குள் கைகளை நுழைத்தபடி ழாக் நடந்து வந்தான். ரயில் நிலையத்தில் அவருடைய நண்பர்கள் தத்தம் நாய்களுடன் காத்துக்கொண்டிருந்தார்கள். மற்ற நாய்களின் வாலுக்கடியில் ஆராய்ந்து பார்ப் பதற்காகப் போவதைத் தவிர, தங்கள் எஜமானர்களை விட்டு விலகிச் செல்லாத அந்த நாய்கள். எர்னெஸ்ட்டின் பட்டறைத் தோழர்களான தானியெலும், பியரும்[a] அங்கே இருந்தார்கள்: தானியெல் எப்போதும் சிரித்த முகத்துடன் நம்பிக்கை மிகுந்தவராக இருந்தார். பியர் இறுக்கமாகவும், எதையும் முறையாகச் செய்பவராகவும், மனிதர்களைப் பற்றியும் மற்ற விஷயங்களைப் பற்றியும் தனக்கே என்று அபிப்பிராயங்களைக் கொண்டவராகவும் மனமுதிர்ச்சி கொண்டவ ராகவும் இருந்தார். அவர்களுடன், எரிவாயுத் தொழிற்சாலையில் பணிபுரிந்து கொண்டு, அவ்வப்போது குத்துச்சண்டைப் போட்டிகளிலும் கலந்துகொண்டு, கொஞ்சம் கூடுதலாகப் பணம் சம்பாதித்த ஜார்ஜும் இருந்தார். அதைத் தவிர, அடிக்கடி வழக்கமாக வருபவர்களைத் தவிர, இரண்டு அல்லது மூன்று நண் பர்கள், குறைந்தபட்சம் இது போன்ற சந்தர்ப்பங்களிலாவது நல்லவர்களாக இருந் தவர்கள், வேலையிலிருந்தோ தங்களுடைய நெரிசலான சிறிய இருப்பிடங்களி லிருந்தோ, சில சமயம் தங்கள் மனைவிகளிடமிருந்தோ ஒரு நாளைக்குத் தப் பித்துக்கொண்டு, குறுகிய கால, முரட்டுத்தனமான, சிறிய மகிழ்ச்சிக்காக ஒன்று கூடும் ஆண்களிடையே காணப்படும், எதைப் பற்றியும் கவலைப்படாமல், எல்லா

---

[a] கவனம் தேவை. பெயர்களை மாற்றவும்.

வற்றையும் விளையாட்டாக எடுத்துக்கொள்ளும் தன்மையுடனும் இருந்தார்கள். ரயிலின் ஒவ்வொரு பெட்டியிலும் நடைமேடையை நோக்கித் திறக்கும் கதவுகள் இருந்தன. அதில் அவர்கள் உற்சாகமாக ஏறி, தங்கள் முதுகுப் பைகளை மற்றவர்களிடம் மாறிமாறிக் கொடுத்து, நாய்களையும் ஏறச்செய்து, மகிழ்ச்சியுடன் அருகருகே உட்கார்ந்துகொண்டு, ஒரே கதகதப்பை எல்லோரும் பகிர்ந்துகொண்டார்கள். இது போன்ற ஞாயிற்றுக்கிழமைகளில் சக மனிதர்களுடன் சேர்ந்து இருப்பது நல்லதேயென்றும் இதயத்துக்கு அது ஊட்டமளிக்க வல்லது என்றும் மூாக் கற்றுக்கொண்டான். ரயில் வண்டி கிளம்பி, பிறகு சிறுசிறு மூச்சுகளில் வேகத்தைக் கூட்டி, எப்போதாவது அரைத் தூக்கம் கலந்த குரலை எழுப்பியது. சாஹெலின் ஒரு கோடியைக் கடந்து, வயல்வெளிகள் தோன்ற ஆரம்பித்தவுடனேயே, வியக்கத்தக்க வகையில், எப்போதும் இரைச்சல் போட்டுக்கொண்டிருக்கும் இந்தக் கட்டுமஸ்தான மனிதர்கள் அமைதியடைந்து, கவனமாக உழப்பட்டிருந்த நிலங்களின் மேல் சூரியன் உதயமாவதைக் கவனித்துக்கொண்டிருந்தார்கள். வயல்களைப் பிரித்த, காய்ந்த, நாணல் புல் வேலிகளின் மேல் அதிகாலைப் பனி மேல்துண்டு பறப்பதைப் போலப் பின்னால் வந்து கொண்டிருந்தது. இன்னும் உறக்கத்திலிருந்த, வெள்ளையடிக்கப்பட்ட பண்ணை இல்லத்துக்கு அரணாக இருந்த மரங்களின் கூட்டம் ரயிலின் ஜன்னலுக்கு எதிரே நழுவிச் சென்றது. இருப்புப் பாதையை அணைத்திருந்த கரையை ஒட்டிய வடிகாலிலிருந்து விரட்டப்பட்ட பறவை ஒன்று திடீரென்று அவர்கள் இருந்த உயரத்துக்கு மேலெழும்பி, ரயிலின் வேகத்துடன் அதுவும் போட்டிபோட விரும்பியதைப் போல அதே திசையில் பறந்து, எதிர்பாராத விதத்தில் ரயில் சென்ற திசைக்குச் செங்கோணத்தில் திரும்பியது. அப்போது அது, ஜன்னல் கதவிலிருந்து திடீரென்று இழுக்கப்பட்டு, ரயில் ஓட்டத்தின் காற்று விசையில் ரயிலின் பின்புறத்தை நோக்கி வீசியெறியப்பட்டதைப் போலத் தோன்றியது. பச்சையான தொடுவானம் இளம் சிவப்பாக மாறி, ஒரு நொடியிலேயே நன்றாகச் சிவந்துவிட, சூரியன் மேலே கிளம்பி முழுவதும் தெரியும் வண்ணம் வானத்தில் ஏறிக்கொண்டிருந்தது. பரந்த வெளியின் பனியை அது முழுவதும் உறிஞ்சி, இன்னும் மேலே போய்க்கொண்டிருந்தது. திடீரென்று ரயில் பெட்டிக்குள் வெப்பம் அதிகரிக்கவே, அந்த ஆண்கள் முதலில் ஒரு கம்பளிச் சட்டையைக் கழற்றி, பிறகு மற்றொன்றையும் கழற்றி, படபடப்புடன் இருந்த நாய்களையும் படுக்க வைத்து, ஒருவருக்கொருவர் கேலியும் கிண்டலும் பரிமாறிக்கொண்டிருந்தார்கள். ஏற்கனவே எர்னெஸ்ட் உணவைப் பற்றி, உடல்நலக் குறைவைப் பற்றி, எப்போதுமே தான் ஜெயித்துக்கொண்டிருந்த சண்டைகளைப் பற்றிய கதைகளைத் தன்னுடைய பிரத்தியேக பாணியில் சொல்லிக்கொண்டிருந்தார். அவ்வப்போது அவருடைய தோழர்கள் மூாக்கிடம் அவனுடைய பள்ளியைப் பற்றி விசாரிப்பார்கள், பிறகு, வேறு எதையாவதைப் பற்றிப் பேசுவார்கள், அல்லது எர்னெஸ்ட் செய்யும் கோமாளித்தனம் ஏதாவதொன்றுக்கு அவனைச் சாட்சியாக அழைப்பார்கள். ‘‘உன்னுடைய மாமா, அவர் ஒரு கில்லாடி.’’

இப்போது நிலப்பரப்பு மாறிக்கொண்டுவந்தது; பாறைகள் அதிகம் இருந்தன; ஆரஞ்சு மரங்களுக்குப் பதிலாக ஓக் மரங்கள் தென்பட்டன. பெரும் நீராவிப் புகையைக் கக்கியபடி ரயில் மூச்சுவாங்கிக்கொண்டு சென்றது. அந்தப் பயணி களுக்கும் சூரியனுக்கும் இடையே மலை குறுக்கிட்டதால் திடீரென்று குளிர் அதிகமாயிற்று; மணி இன்னும் ஏழுகூட ஆகியிருக்கவில்லை என்பதை உணர்ந் தார்கள். ரயில் கடைசியாக ஒருமுறை ஒலி எழுப்பிவிட்டு, வேகத்தைக் குறைத்து, குறுகிய ஒரு வளைவில் திரும்பி, பள்ளத்தாக்கில் தனித்திருந்த ஒரு ரயில் நிலை யத்தை அடைந்தது; ஆளரவமற்று அமைதியாக இருந்த அந்த நிலையம் தொலை விலிருந்த சுரங்கங்களுக்குப் போவதற்காக அமைக்கப்பட்டிருந்தது; அந்த நிலை யத்தில் நடப்பட்டிருந்த யூகலிப்டஸ் மரங்களின் அரிவாள் வடிவத்திலிருந்த இலைகள் காலை வேளையின் லேசான காற்றில் படபடத்தன. பேச்சும் கூச்சலு மாக அவர்கள் வண்டியிலிருந்து இறங்கினார்கள், பெட்டியிலிருந்து இறங்கும் கிட்டத்தட்ட செங்குத்தான இரண்டு படிகளைத் தாண்டி நாய்கள் கீழே குதித் தன; சங்கிலிபோல் வரிசையாக நின்றிருந்த அவர்கள் துப்பாக்கிகளையும் பைக ளையும் கீழே இறக்கி வைத்தார்கள். ஆனால், ரயில் நிலையத்துக்கு வெளியே வந்தவுடனேயே தொடங்கிய முதல் ஏற்றத்தில் அவர்களுடைய இரைச்சலையும் கூக்குரல்களையும் காடுகளின் பயங்கர அமைதி மூழ்கடித்துவிட்டது. அவர்களைச் சுற்றிச்சுற்றி ஓயாமல் ஓடிவந்துகொண்டிருந்த நாய்களுடன் ஏற்றத்தில் அவர்கள் அமைதியாக ஏறிச்சென்றார்கள். தன்னைவிட அதிக விறுவிறுப்புடன் வந்து கொண்டிருந்த பெரியவர்கள் மிகவும் முன்னால் போய்விடாதபடி ழாக் நடந் தான். தன்னுடைய ஆட்சேபணைகளையும் மீறித் தன்னுடைய முதுகுப் பையைத் தனக்குப் பிடித்தமான தானியெல் வாங்கிக்கொண்டுவிட்டிருந்தபோதி லும், அதே வேகத்தில் போவதற்கு அவர்களுடைய ஒரு அடிக்கு ஈடாக இவன் இரண்டு அடிகள் எடுத்துவைக்க வேண்டியிருந்தது; சுருக்கென்று தைத்த காலைப் பொழுதின் காற்று அவனுடைய நுரையீரல்களில் எரிச்சலைத் தந்தது. ஒருவழி யாக ஒரு மணி நேரத்துக்குப் பிறகு, குட்டையான ஓக் மரங்கள், ஜானிபர் மரங் களுடன் அதிக மேடு பள்ளங்கள் இல்லாத, பரந்திருந்த நிலப்பரப்பை நோக்கி அவர்களுடைய பாதை விரிந்தது; அதன்மேல் லேசான வெயிலில் புத்துணர்ச்சி அளித்த பிரம்மாண்ட வானத்தின் வெளி இன்னும் விஸ்தாரமாகவிருந்தது. அது தான் அவர்கள் வேட்டையாடப் போகும் பூமி. மனிதர்களைச் சுற்றிலும் நாய்கள் எச்சரித்து வைத்ததுபோல் ஒன்றுசேர்ந்துவிட்டிருந்தன. அந்த நிலப்பரப்பின் விளிம்பில் வசதியாக இருந்த ஒரு சிறிய நீரூற்றுக்கு அருகே அடர்த்தியான பைன் மரங்களுக்குக் கீழே மதியம் இரண்டு மணிக்கு உணவருந்த அவர்கள் சந்திப்பது என்று பேசிவைத்துக்கொண்டார்கள். எதிரேயிருந்த பள்ளத்தாக்கையும் தொலை விலிருந்த சமவெளியையும் அங்கிருந்து பார்க்க முடிந்தது. ஒரே நேரம் காட்டும் வகையில் தத்தம் கடிகாரங்களை அவர்கள் சரிசெய்துகொண்டார்கள். வேட் டையாளர்கள் இரண்டுஇரண்டு பேராகப் பிரிந்து, தங்கள் நாய்களை விசி லடித்து அழைத்துக்கொண்டு வெவ்வேறு திசைகளில் போனார்கள். எர்னெஸ்ட் டும் தானியெலும் ஒரு குழு. வேட்டையாடியவற்றைப் போட்டுக்கொள்ளும்

பை மூாக்கிடம் கொடுக்கப்பட்டது, அதை அவன் கவனமாகத் தோளில் குறுக்கே மாட்டிக்கொண்டான். மற்ற எல்லாரையும்விட அதிகமான முயல்களையும் கவுதாரிகளையும் தான்தான் பிடித்து வரப்போவதாகச் சற்று தூரம் சென்ற பிறகு எர்னெஸ்ட் மற்றவர்களுக்கு அறிவித்தார். அவர்கள் சிரித்துக்கொண்டே கைகளை ஆட்டி வாழ்த்துகளைத் தெரிவித்துப் பிறகு மறைந்தனர்.

அற்புதம் கலந்த ஏக்க உணர்வுடன் மூாக், தன் மனத்தில் எப்போதும் போற்றிப் பாதுகாத்த பேரானந்தம் அப்போதுதான் தொடங்கியது. ஒரே சீராக இரண்டு மீட்டர் இடைவெளியில் ஒரே திசையில் பார்த்துக்கொண்டு முன்னேறிக்கொண்டிருந்த ஆண்கள், அவர்களுக்கு முன்னால் நாய், எப்போதும் பின்னாலேயே வரும்படி சொல்லப்பட்டிருந்த மூாக், முரட்டுத்தனமும் தந்திரமும் திடீரென்று தோன்றியிருந்த பார்வையால் அவனைக் கண்காணித்துக்கொண்டிருந்த மாமா, கிழிக்கும் அலறலுடன் சில சமயங்களில் திடீரென்று கிளம்பிப் பறந்த பறவைகள் இருந்த புதர்களைக் கடந்து, மௌனமாக முடிவில்லாமல் தொடர்ந்த அவர்களுடைய நடை, செங்குத்தான பாறைகளுக்கிடையே பலவித மணங்கள் வீசிக்கொண்டிருந்த இறக்கத்தில் இறங்கிச் சென்றது, பிறகு பிரகாசமும் வெக்கையும் அதிகரித்துக்கொண்டே போன வானத்தை நோக்கி மேலே வந்தது, அவர்கள் கிளம்பியபோதுகூட ஈரமாக இருந்த மண்ணை வேகமாகக் காய வைத்துக்கொண்டிருந்த வெயிலின் ஏற்றம், பள்ளத்தின் மறுபக்கத்திலிருந்து வந்த வெடிகுண்டு ஓசை, நாய் துரத்திக் கிளப்பிவிட்ட தூசி நிறக் கவுதாரிக் கூட்டத்தின் சிறகுகள் உண்டாக்கிய உரத்த, குறுகிய, திடீர் படபடப்பு ஒலி, உடனேயே பின் தொடர்ந்து எழுந்த இரட்டை வெடிகுண்டு ஓசை, நாயின் பாய்ச்சல், ரத்தம் சொட்டச்சொட்டக் கத்தையாக இறக்கைகளைக் கவ்விக்கொண்டிருந்த வாயுடன் கண்களில் வெறித்தனம் தோன்றத் திரும்பிவந்தது, நாயின் வாயிலிருந்து அதை தானியெலும் எர்னெஸ்ட்டும் எடுத்துக்கொண்ட அடுத்த கணமே அவர்களிடமிருந்து வாங்கிக்கொண்ட மூாக்கிடம் தென்பட்ட பயமும் ஆர்வமும் கலந்த உணர்வு, இன்னும் ஏதாவது வேட்டை சிக்குமா என்ற தேடல், அப்படிக் கிடைத்து, சுடப்பட்டு விழுவனவற்றைப் பார்த்ததும், பிரில்லியன்டின் குரைப்பிலிருந்து வேறுபடுத்த இயலாமல் ஒலித்த எர்னெஸ்டின் குரைப்பு, தொடர்ந்து மேலே போதல். சூரியன் என்ற சுத்தியலின் கீழ் அடிவாங்கிக்கொண்டிருந்த பனையலைப் போல அந்த நிலப்பரப்பு அதிரத் தொடங்கிய நிலையில், தன்னுடைய சிறிய வைக்கோல் தொப்பியையும் மீறி வெயிலில் மூாக் துவண்டுகொண்டிருக்க, சில சமயங்களில் ஒன்று அல்லது இரண்டு வெடிச்சத்தங்கள் மட்டுமே கேட்டன. ஏனென்றால் வேட்டைக்காரர்களில் யாரோ ஒருவர் சிறிய அல்லது பெரிய முயல் ஒன்று விரைவதைப் பார்த்திருந்திருக்கிறார். எர்னெஸ்ட்டின் துப்பாக்கிப் பாதையில் அது குறுக்கிட்டால் அதன் நிலைமை அதோகதிதான். இம்முறை அவர் கிட்டத்தட்ட தன்னுடைய நாய் ஓடும் வேகத்திலேயே ஓடி, அதைப் போலவே கத்தி, இறந்துவிட்ட விலங்கை அதன் பின்னங்கால்களைப் பிடித்துத் தூக்கி, தொலைவிலிருந்த மூாக்குக்கும் தானியெலுக்கும் காட்ட, அவர்கள் கொண்டாட்டத்துடன் மூச்சிரைக்க வந்தார்கள். வேட்டையை வைக்கும் பையை மூாக்

அகலத் திறந்து, பரிசுப்பொருளை உள்ளே போட்டுவிட்டுத் தன்மேல் ஆதிக்கம் செலுத்திய சூரியனுக்குக் கீழே தள்ளாடியவாறு நடந்தான். இப்படியாக முடி வில்லாமல் மணிக்கணக்காக எல்லைகளற்ற நிலப்பரப்பில் வானத்தின் பிரம் மாண்ட வெளியிலும், கண்ணைக் கூசவைத்த வெயிலிலும் தன் தலை சுற்றிக் கொண்டிருக்க, சிறுவர்கள் உலகில் தானே பெரிய செல்வந்தனாக ழாக் தன்னை உணர்ந்தான். மதிய உணவுக்காக அவர்கள் முன்கூட்டியே பேசிவைத்திருந்த இடத்துக்கு வரும் வழியில், வேட்டைக்காரர்களின் பார்வை இன்னும் ஏதா வது வாய்ப்பைத் தேடியபடி இருந்தாலும், அவர்களுடைய மனம் அதில் லயித் திருக்கவில்லை. தள்ளாடியபடி கால்களை இழுத்துக்கொண்டு நடந்தார்கள்; நெற்றியைத் துடைத்துவிட்டுக்கொண்டார்கள்; அவர்கள் பசியுடன் இருந்தார்கள். இருவர்இருவராக அவர்கள் வந்தார்கள், தங்கள் வேட்டையை ஒருவருக்கொரு வர் காட்டியபடி, காலியாக இருந்த பைகளைக் குறித்துக் கேலிசெய்துகொண்டும், எப்போதும் அவை காலியாகவே இருப்பவைதான் என்றும் சொல்லிக்கொண்டும் இருவர்இருவராக அவர்கள் வந்தார்கள். அதே சமயம், தாங்கள் பிடித்தவற்றைப் பற்றிய கதைகளை—ஒவ்வொருவரும் ஏதாவது ஒரு சிறிய தகவலைக் கூடுதலாகத் தந்து—சொன்னார்கள். ஆனால் மற்ற எல்லோரையும்விட அதிகமாக அளந்தது எர்னெஸ்ட்தான். அவருக்குப் பேச வாய்ப்புக் கிடைத்ததும் கடைசியாக, பறவை கள் கிளம்பிப் பறந்ததையும், மிரண்டோடிய முயல் 'ரக்பி' விளையாட்டுக்காரர் இலக்குக் கோட்டுக்குப் பின்னாலிருந்து இலக்கைக் குறிவைப்பது போல இரண்டு முறை வளைந்துவளைந்து சுற்றியதையும், பிறகு விழுந்து உருண்டதையும், இதற் கெல்லாம் சான்றாக இருந்த தானியெல், ழாக் அவர்களுக்கு முன்னால் கச்சிதமான அங்கஅசைவுகளுடன் அபிநயம் பிடித்து விவரித்தது கவிஞர் எர்னெஸ்ட்தான். எதையும் முறைப்படி செய்யும் பியர், ஒவ்வொருவரிடமிருந்தும் அவர்களுடைய உலோகக் கோப்பைகளை வாங்கி அவற்றில் சோம்பினாலான மதுபானம் அனி ஸெட்டை ஊற்றி, பைன் மரங்களுக்குக் கீழேயிருந்த நீரூற்றுலிருந்து குளிர்ந்த நீரை அவற்றில் நிரப்பினார். மேஜை போன்ற ஒரு அமைப்பை உண்டாக்கி அதன் மேல் துணியைப் பரப்பித் தாங்கள் கொண்டுவந்திருந்த உணவுப் பண் டங்களை ஒவ்வொருவரும் வெளியே எடுத்தார்கள். ஆனால், சமையல் திறமை களைப் பெற்றிருந்த எர்னெஸ்ட் (கோடைகால மீன்பிடிக்கும் நிகழ்ச்சிகளின் போதெல்லாம், ஒரு ஆமையின் நாக்கைக்கூட எரியச் செய்திருக்கும் அளவுக்கு அவர் சமையல் செய்த 'புயாபேஸ்'[1] ஸூடன்தான் எல்லாம் தொடங்கும்), சில மெல்லிய குச்சிகளை எடுத்துக் கூராகச் சீவிக்கொண்டு அவர் கொண்டு வந்திருந்த சூப்ரெஸாட் என்ற பன்றிக்கறிப் பண்டத்தில் குத்தி, சிறிய சுள்ளி நெருப்பொன்றில் அது வெடித்துப் பிளக்கும்வரை வாட்டினார். அதிலிருந்து சிவப்புத் திரவம் தணல் மேல் சொட்டி, சடசடத்துத் தீப்பிடித்துக்கொண்டது. நல்ல வாசனையுடன் கொதிக்கும் சூட்டிலிருந்த சூப்ரஸாட்டை இரண்டு ரொட் டித் துண்டுகளுக்கு நடுவே வைத்து அவர் எல்லோருக்கும் தந்தார். பாராட்டு

[1] 'புயாபேஸ்' என்பது தென் பிரான்ஸில் செய்யப்படும், மீன், தக்காளி, காரமான மசாலா கலந்த பிரபலமான உணவு— (த.மொ.கு.).

மேலிட, அதை விரும்பி வாங்கிக்கொண்ட அவர்கள், நீரூற்றில் வைத்துக் குளிர் வித்திருந்த 'ரோஸ்' வைனையும் குடித்துக்கொண்டு, அதை மென்று விழுங்கினார் கள். பின்னர், அங்கே பயங்கரச் சிரிப்பும், வேலை பற்றிய கதைகளும், கலாட்டாப் பேச்சுகளுமாக இருந்தது. வாயும் கைகளும் அழுக்காகவும் பிசுபிசுவென்றும் ஆகி, சோர்ந்துபோயிருந்த ழாக், தூக்கக் கலக்கத்தில் இருந்ததால் எதுவுமே அவன் காதில் விழக்கூட இல்லை. ஆனால் உண்மையில் எல்லோரையுமே தூக்கம் பற் றிக்கொண்டு கொஞ்ச நேரம் எல்லோரும் அரைத் தூக்கத்திலிருந்தார்கள்—சிலர் தொலைவில் வெப்ப ஆவி கவிழ்ந்திருந்த சமவெளியை வெறித்துப் பார்த்தபடியோ அல்லது இன்னும் சிலர், எர்னெஸ்ட்டைப் போலக் கைக்குட்டையால் தங்கள் முகத்தை மூடிக்கொண்டோ நன்றாகவே உறங்கியபடி. எதுவாயிருந்தாலும், ஐந் தரை மணிக்கு வரவிருந்த ரயிலைப் பிடிப்பதற்காக அவர்கள் நாலு மணிக்கே கிளம்பிக் கீழே இறங்கிப் போக வேண்டியிருந்தது. இப்போது சோர்வு மிகுதியால் ஒருவர்மேல் ஒருவர் இடித்துக்கொண்டும், சாய்ந்து விழுந்தபடியும் அவர்களும், ரத்தம் தோய்ந்த கனவுகள் நிரம்பிய ஆழ்ந்த தூக்கத்தில் பெஞ்சுக்கடியிலோ அல் லது தங்களுடைய எஜமானர்களின் கால்களுக்கடியிலோ அந்த நாய்களுமாக ரயில் பெட்டி இருந்தது. சமவெளியின் விளிம்புகளில் பகலின் ஒளி கீழே போய்க் கொண்டிருக்க, அதன் பிறகு ஒரு ஆப்பிரிக்காவின் துரித அஸ்தமனம் நிகழ்ந்து, இது போன்ற பிரம்மாண்ட நிலப்பரப்பில் எப்போதும் மனதைக் கலக்கவல்ல இரவு—படிப்படியாக மாறாமல், சட்டென்று விழுந்துவிடும். பிறகு, மறுநாள் வேலைக்குப் போக வேண்டியிருந்ததால், சீக்கிரமே வீட்டுக்குப் போய் சாப் பிட்டுவிட்டுத் தூங்கவேண்டும் என்ற அவசரத்தில் இருந்த அவர்கள், தங்கள் ரயில் நிலையத்தில் அந்த இருளில் எதுவும் பேசாமல், ஆனால் மிகுந்த தோழ மையுடன் ஒருவர் முதுகில் ஒருவர் தட்டிக்கொடுத்துக்கொண்டு அவசரஅவசர மாகப் பிரிந்து சென்றார்கள். அவர்கள் விலகிப் போனது ழாக்கின் காதுகளில் ஒலித்தது, அவர்களுடைய இதமான கரகரத்த குரலைக் கேட்டான், அவர்களை அவனுக்குப் பிடித்திருந்தது. பிறகு, இன்னமும், உற்சாகம் குன்றாமல் நடந்து வந்துகொண்டிருந்த எர்னெஸ்ட்டுடன் சேர்ந்து கால்களை இழுத்துஇழுத்து நடந் தான். வீட்டுக்கு அருகில் இருட்டாக இருந்த தெருவில், மாமா அவனை நோக் கித் திரும்பினார்: "உனக்கு மகிழ்ச்சிதானே?" ழாக் பதில் சொல்லவில்லை. எர் னெஸ்ட் சிரித்துக்கொண்டே நாயைப் பார்த்து விசிலடித்தார். ஆனால், சில அடி கள் நடந்த பிறகு, சிறுவன் தன்னுடைய சிறிய கையைக் காய்ப்பேறிப்போயி ருந்த மாமாவின் முரட்டுக் கையில் மெதுவாக நுழைத்தான். அவர் பிடியை இறுக்கி அழுத்தினார். அவர்கள் மௌனமாக வீடு திரும்பினார்கள்.

[ab]ஆனால் அவருடைய மகிழ்ச்சிகளைப் போலவே எர்னெஸ்ட் சட்டென்று, முழுமையாகக் கோபத்துக்கு உள்ளாவார். அவருடன் நியாயம் பேசுவதிலோ அல்

[a] டால்ஸ்டாய் அல்லது கார்க்கி *(I) The Father.* அந்தச் சூழலிலிருந்து வந்தது தாஸ்தாயேவ்ஸ்கி *(II) The Son* அதுவே மூலங்களுக்குத் திரும்பி வந்து, அந்தக் காலத்தின் எழுத்தாளரை அளிக்கிறது *(III) The Mother.*

[b] திரு. ஜெர்மேன்—மேல்நிலைப் பள்ளி—மதம்—பாட்டியின் மரணம்—எர்னெஸ்ட்டின் கையு டன் முடிவு?

லது வெறுமனே விவாதம் செய்வதிலோ ஒருவர் எதிர்கொண்ட இயலாமையால் அவருடைய கோபங்கள் இயற்கையின் சீற்றம்போல ஆகிவிட்டிருந்தன. புயல் உருவாவதைப் பார்ப்போம், அது அடித்து ஓயும்வரை காத்திருப்போம். வேறெதுவும் செய்ய முடியாமல் இருக்கும். காது கேளாதவர்கள் பலரைப் போலவே அவருக்கும் அவருடைய முகரும் உணர்வு மிகவும் நுட்பமாக வளர்ந்திருந்தது (நாய் விஷயத்தில் தவிர). இந்தப் பிரத்தியேகத் திறமை அவருக்குப் பலவிதங்களில் மனநிறைவைத் தந்தது. குறிப்பாக, உடைத்த பட்டாணி சூப்பையோ அல்லது அவருக்கு மிகவும் பிடித்திருந்த உணவுப் பண்டங்களையோ முகர்ந்துபார்க்கும் போதெல்லாம்: அதன் கரும் எண்ணெயிலேயே சமைத்த ஸ்க்விட் மீன், உலர்ந்த பன்றிக்கறி போட்ட ஆம்லெட், காளையின் இதயம் அல்லது உட் பகுதிகளைக் கொண்டு தயாரித்த கூட்டு, வைனும் வெங்காயமும் சேர்த்து சமைத்த ‘பூர்கின் யோன்’ என்ற ஏழைகளின் உணவான மாட்டிறைச்சி (விலை மலிவாக இருந்ததால் பாட்டி அடிக்கடி அதைச் செய்வாள்); ஞாயிற்றுக்கிழமைகளில் சாப்பிட உட்காரும்போது விலை மலிவான ‘ஓ தெ கொலோன்’ அல்லது ‘போம்பெரோ’ என்ற வாசனைத் திரவியத்தை (அதைத்தான் ழாக்கின் தாயும் பயன்படுத்துவாள்) அடிக்கடி மேலே தெளித்துக்கொண்டு வருவார். (எலுமிச்சை ரகத்தைச் சேர்ந்த) ‘பெர்காமோட்’ என்ற பழ வாசனையைக் கொண்டிருந்த அந்த வாசனைத் திரவியத்தின் மென்மையான, காற்றில் தவழ்ந்து வந்த நறுமணம் சாப்பாட்டு அறையிலும் எர்னெஸ்ட்டின் முடியிலும் சுற்றிக்கொண்டிருக்கும். அந்தப் புட்டியை அவர் எப்பொழுதும் மூச்சை இழுத்து முகர்ந்துகொண்டிருப்பார்... ஆனால் முகரும் விஷயத்தில் அவருக்கிருந்த நுண்ணுணர்வு அவருக்குச் சில பிரச்சினைகளையும் தந்தது. சாதாரண மூக்குகளால் இயல்பாக உணரப்பட முடியாத சில வாடைகளை அவரால் பொறுத்துக்கொள்ள முடியாது. உதாரணமாக, சாப்பிடுவதற்கு முன்னால் தன்னுடைய பீங்கான் தட்டை முகர்ந்துபார்க்கும் வழக்கம் அவருக்கு இருந்தது. முட்டையின் வாடைதான் அதுவென்று அவர் ஆழமாக நம்பிய ஒரு வாடையைக் கண்டுபிடித்துவிட்டாரென்றால் அவருக்குக் கோபத்தில் முகம் சிவக்கும். அப்போதெல்லாம் பாட்டி தானே அந்தத் தட்டை எடுத்து, நன்றாக முகர்ந்துவிட்டு, அதில் எந்த வாடையும் வரவில்லை என்று அறிவிப்பாள். பிறகு அந்தத் தட்டை அவளுடைய மகளிடம், அவளுடைய அபிப்பிராயத்துக்காகக் கொடுப்பாள். காதரின் கோர்மெரி முகர்ந்துகூடப் பார்க்காமல், தன்னுடைய மென்மையான மூக்கைப் பீங்கான் தட்டின் மேல் உலாவ விட்டு, மெல்லிய குரலில் ஆமாம், அப்படியெல்லாம் இல்லை, அதில் வாடை வீசவில்லை என்பாள். தங்களுடைய முடிவைச் சரியாக நிலைநிறுத்துவதற்காக எல்லாத் தட்டுகளையும் முகர்ந்துபார்ப்பார்கள், சிறுவர்கள் வழக்கமாகச் சாப்பிடும் சற்றே குழிவான இரும்புத் தட்டுகளைத் தவிர. (மேலும் இரும்புத் தட்டுகளுக்கான காரணங்கள் புதிராகவே இருந்தன. ஒருவேளை பாத்திரங்களின் பற்றாக்குறையாக இருந்திருக்கலாம்; அல்லது பாட்டியே ஒருமுறை சொல்லியிருந்ததைப் போல உடைந்துபோவதைத் தவிர்ப்பதற்காகவும் இருக்கலாம்; உண்மையில் அவனோ அல்லது அவனுடைய அண்ணனோ லாவகமின்றி எதையும் கை தவறவிடுபவர்கள்

அல்ல. ஆனால் குடும்ப பழக்கவழக்கங்களுக்குப் பெரும்பாலும் வலுவான அடிப் படைக் காரணங்கள் இருப்பதில்லை. புதிராக இருக்கும் எத்தனையோ சடங்கு களுக்கான காரணங்களைத் தேடும் இனவியலாளர்கள் எனக்குச் சிரிப்பைத்தான் வரவழைக்கிறார்கள். இது போன்ற பல விஷயங்களில் உண்மையான புதிர் என்ன வென்றால், காரணம் என்று எதுவுமே இல்லை என்பதுதான்.) இறுதியாக, பாட்டி தீர்ப்பை அறிவிப்பாள்: அதில் வாடை வீசவில்லை. பார்க்கப்போனால், அவள் வேறு விதமாகத் தீர்ப்பு அளித்திருந்திருக்க முடியாது, குறிப்பாக, அதற்கு முந் தைய தினம் பாத்திரங்களைக் கழுவி வைத்தது அவளாக இருந்திருந்தால். வீட்டை நிர்வகிப்பதில் தனக்கிருந்த மதிப்பை அவள் விட்டுக்கொடுத்ததே இல்லை. அப்போதுதான் எர்னெஸ்ட்டின் உண்மையான கோபம் வெடிக்கும், தான் ஆணித்தரமாக நம்பியதை வெளிப்படுத்தச் சரியான வார்த்தைகள் கிடைக்க வில்லையே என்பதால் இன்னும் அதிகமாகவே.[a] அப்போது, சாப்பாட்டு நேரம் முழுவதும் அவர் முகத்தைத் தூக்கிவைத்துக்கொண்டிருந்தாலோ, தட்டைப் பாட்டி மாற்றிவிட்டிருந்தாலும் தட்டிலிருப்பவற்றை வெறுப்புடன் அளைந்து கொண்டிருந்தாலோ, அல்லது தான் உணவு விடுதிக்குப் போவதாகச் சொல்லிச் சாப்பாட்டு மேஜையை விட்டு எழுந்து வெளியேறச் சென்றாலோ, அந்தப் புயலை அடித்து ஓய விட்டுவிட வேண்டும். மேலும் உணவு விடுதி என்கிற நிறு வனத்தில் ஒருபோதும் அவரோ அல்லது அந்த வீட்டில் எவருமோ காலெடுத்து வைத்ததில்லை. இத்தனைக்கும், சாப்பாட்டின்போது ஏதாவது திருப்தியின்மை வெளிப்படுத்தப்பட்டபோதெல்லாம், ‘உணவு விடுதிக்குப் போ’ என்ற கொடிய விதியின் தீர்ப்பை அளிக்கப் பாட்டி தவறியதில்லை. அப்படிச் சொன்ன தருணத் திலிருந்தே, உணவு விடுதி என்பதே எல்லோருக்கும் பொய்யான கவர்ச்சிகளைக் காட்டி மயக்கும், பாவங்கள் நிரம்பிய இடங்களில் ஒன்று என்றும், அங்கு செல வழிக்கப் பணம் இருந்தால் எதுவுமே எளிது என்கிற எண்ணம் வந்துவிடும் என்றும், அது முதலில் அளிக்கும் குற்றரீதியான இன்பங்களுக்கான பலனை என்றாவது ஒரு நாள் தங்களுடைய வயிறு அனுபவிக்க வேண்டும் என்றும் தோன்றும். எப்படி யிருந்தாலும், தன்னுடைய கடைசி மகனுடைய கோபத்துக்குப் பாட்டி ஒரு போதும் பதிலளித்ததில்லை. அது பயனற்றதாக இருக்கும் என்பது மட்டுமல்ல, அவ ரிடம் அவளுக்கு எப்போதுமே இருந்துவந்த ஒருவித வினோதமான பலவீனமும் ஒரு காரணம்—ழாக் ஓரளவு புத்தகங்களைப் படிக்க ஆரம்பித்த பிறகு, எர்னெஸ்ட் டின் காது கேளாத அங்கீனம்தான் பாட்டியின் பலவீனத்துக்குக் காரணம் என்று கருதினான். (ஏற்கனவே நிலவும் இந்தக் கருத்துகளுக்கு மாறாக, ஏதாவது குறை உள்ள குழந்தையை வெறுத்து ஒதுக்கும் பெற்றோர்களும் நிறையவே இருக்கி றார்கள் என்பதையும் எடுத்துக்காட்ட முடியும்.) ஆனால், பல நாட்களுக்குப் பிறகு ஒருநாள், பாட்டியின் முகத்தில் தான் ஒருபோதும் பார்த்திருந்திருக்காத மென்மை அவளுடைய கண்களில் தெளிவாகத் தெரிய, மறுபக்கமாகத் திரும்பி தன்னுடைய மாமா அவருடைய ஞாயிற்றுக்கிழமைக்கான கோட்டை அணிந்து கொண்டிருப்பதை அவள் பார்த்தபோதுதான் ழாக் அதை நன்றாகப் புரிந்து

---

[a] அற்பசோகங்கள்

கொண்டான். ஆழ்ந்த நிறத் துணியில் இன்னும் ஒல்லியமாகத் தோன்ற, இளமையான, கச்சிதமான முகவெட்டுடன், சவரம் செய்துகொண்டதால் ஏற்பட்ட புத்துணர்ச்சியும் சேர, கவனமாகத் தலையைச் சீவிக்கொண்டு, அசாதாரணமாகச் சுத்தமாக இருந்த கழுத்துப்பட்டையும் 'டை'யும் அணிந்துகொண்டு, ஞாயிற்றுக் கிழமை ஒப்பனையுடன், கிரேக்க இடையனின் வசீகரத்துடன் இருந்த எர்னெஸ்ட், தன்னுடைய உண்மையான சொரூபத்தில் இருந்ததாக ழாக்குக்குத் தோன்றியது, அதாவது, நல்ல அழகனாக. பாட்டி எல்லோரையும் போலவே அவருடைய அழகையும் வலிமையையும் நேசித்தாள் என்றும், தன் மகனிடம் கொண்ட அன்பு அவருடைய உடல் அழகினால் தோன்றியது என்றும் அப்போதுதான் அவன் புரிந்துகொண்டான்; கிட்டத்தட்ட நம் எல்லோரையுமே இளக வைத்து, அதுவும் உவகை கொள்ளும் வகையில், இந்த உலகை ஏற்றுக்கொள்ளத்தக்கதாகச் செய்ய உதவுவது இந்த அம்சம்தான், அதாவது அழகிடம் நமக்குள்ள பலவீனம் தான் என்பதும் புரிந்தது.

மாமா எர்னெஸ்ட்டின் இன்னொரு கோபாவேசம் ழாக்குக்கு நினைவுக்கு வந்தது: அது இன்னும் மோசமானது, ஏனென்றால், ரயில்வேயில் பணிபுரிந்துவந்த இன்னொரு மாமா ழோசெஃபெனுடன் கிட்டத்தட்ட கைகலப்பு ஆகும் அளவுக்கு அது போய்விட்டிருந்தது. ழோசெஃபென் வழக்கமாக தன்னுடைய அம்மாவின் வீட்டுக்கு இரவில் தூங்க வர மாட்டார் (உண்மையில் அவர் வேறு எங்கு தூங்கியிருந்திருப்பார்?) அந்தப் பேட்டையில் அவருக்கு ஒரு அறை இருந்தது. (மேலும், அந்த அறைக்கு அவர் தன் குடும்பத்தினர் எவரையும் அழைத்ததும் இல்லை, ழாக்கும் ஒருபோதும் அதைப் பார்த்ததும் இல்லை.) சாப்பிடுவதற்கு அவர் பாட்டி வீட்டுக்கு வருவார், அதற்கு ஒவ்வொரு மாதமும் ஒரு சிறிய தொகையையும் கொடுத்துவந்தார். தன்னுடைய தம்பியிடமிருந்து எவ்வளவு சாத்தியமோ அந்த அளவுக்கு அவர் மாறுபட்டிருந்தார். பத்து வயது பெரியவரான அவர், சிறிய மீசையுடனும் பருமனாகவும், குட்டையாக வெட்டப்பட்டிருந்த முடியுடனும், எவருடனும் கலகலப்புடன் இல்லாமல், குறிப்பாக, எல்லாவற்றிலும் கணக்குப் பார்ப்பவராகவும் இருந்தார். எர்னெஸ்ட் பொதுவாகத் தன் அண்ணனின் பேராசையைக் குற்றமாகச் சொல்வார். பார்க்கப்போனால், ''அந்த மஸாபிட்'' என்று மட்டும் சுருக்கமாகக் குறிப்பிடுவார். 'மஸாபிட்' என்பவர்கள் அந்த வட்டாரத்தில் மளிகைக் கடை வைத்திருந்தவர்கள்; 'மஸாப்' என்ற பிரதேசத்திலிருந்து வந்தவர்கள்தான்—பாலைவனத்தின் நடுவே இருந்த 'மஸாப்' பிரதேசத்தின் ஐந்து ஊர்களிலிருந்து பிழைப்புக்காக இங்கே வந்திருந்த அவர்கள், தங்கள் மனைவிகளை அழைத்துக்கொண்டு வராமல், தங்களுடைய கடைகளுக்ுப் பின்னால் எண்ணெய், லவங்கப்பட்டை போன்றவற்றின் மணம் சுற்றி வந்துகொண்டிருந்த இடத்தில், தாங்கள் மட்டும் தனியாக மிகக் குறைந்த வசதிகளுடன் வசித்துவந்தார்கள். மாற்றுக் கருத்துகளுடன் இஸ்லாத்தின் வேற்றாளாகக் கருதப்பட்ட இவர்கள், தங்களுக்கென்று சில தீவிர ஒழுக்கநெறிகளைப் பின்பற்றிய இவர்கள், ஆசார இஸ்லாமியர்களால் கொன்று அழிக்கப்பட்டதால், பல நூற்றாண்டுகளுக்கு முன்பே இங்கே, வெறும் பாறைகள் மட்டுமே இருந்த இந்த

இடத்தை, யாரும் தங்களுடன் சண்டைக்கு வர மாட்டார்கள் என்பதால், தேர்ந்தெடுத்துக் குடிபுகுந்தார்கள்; உயிரினங்கள் வசிக்காத, பெரும் பள்ளங்கள் நிறைந்த ஒரு கிரகம் பூமியிலிருந்து எவ்வளவு விலகி இருக்குமோ அதே அளவுக்கு இருந்த கடற்கரைப் பகுதியிலிருந்து விலகி, அரைகுறையான நாகரிகத்துடன் இருந்த இடம் அது. தண்ணீர் வருமா என்று அந்த இடம் இருந்தது; மிகக் குறைந்த அளவே நீர்வளம் இருந்த இடத்தில் ஐந்து ஊர்களை நிறுவுவதற்காக அவர்கள் தங்கிவிட்டிருந்தார்கள்; உடல் வலிமை மிக்க ஆண்களை வியாபாரம் செய்யத் தொலைவில் அனுப்பிவிடும் இந்த வினோதமான துறவு வாழ்க்கையை, இந்த மனோபாவத்தை, இந்த மனோபாவத்தை மட்டுமே உருவாக்கி, அதற்கு ஆதரவாக இந்த வாழ்க்கை முறையை உருவாக்கி, பிறகு அவர்களுக்குப் பதிலாக மற்றவர்கள் வந்து அவர்கள் இடத்தை எடுத்துக்கொள்ளும்வரை வியாபாரத்தில் ஈடுபடுவார்கள். அதற்குப் பிறகு, மண்ணாலும் சேற்றாலும் அரண் அமைக்கப்பட்ட, தங்களுடைய ஆன்மீக நம்பிக்கைக்காகத் தாங்கள் அடைந்த மண்ணுக்குத் திரும்பிவருவார்கள். 'மஸாபிட்'களின் கடுமையான வாழ்க்கை முறையையும், அவர்களுடைய பேராசையையும் இந்த உன்னதமான குறிக்கோள்களைக் கணக்கில் எடுத்துக்கொண்டுதான் மதிப்பிட முடியும். ஆனால் இஸ்லாத்தைப் பற்றியோ, அதன் மாறுபட்ட கருத்துகளைப் பற்றியோ தெரிந்திராத அந்த வட்டாரத்தின் தொழிலாளி வர்க்கம் வெளித் தோற்றத்தை மட்டுமே பார்த்தது. மற்றவர்களைப் போலவே எர்னெஸ்ட்டுக்கும் தன்னுடைய அண்ணனை ஒரு 'மஸாபிட்'டுக்கு ஒப்பிடுவது என்பது, அவரை ஹார்பகோனுக்கு[1] ஒப்பிடுவதற்குச் சமமாக இருந்தது. பண விஷயத்தில் ழோசெஃபென் சிக்கனமாக இருப்பார்; மாறாக, எர்னெஸ்டோ பாட்டி சொன்னதைப்போல, 'தாராள மனதுடையவர்.' (ஆனால், அவரிடம் கோபமாக இருக்கும்போது, அதே கையைப் பாட்டி 'ஓட்டைக் கை' என்பாள்.) அவர்களிடையே இருந்த இயல்பான வேறுபாடுகளைத் தவிர, எத்தியெனைவிட ழோசெஃபென் கொஞ்சம் அதிகமாகச் சம்பாதித்தார் என்ற உண்மையும் இருந்தது; ஏழ்மை நிலையில் ஆடம்பரமாக இருப்பது எப்போதுமே எளிது. ஆடம்பரமாக இருப்பதற்காக வழிகள் கைவசம் வந்த பிறகும் தொடர்ந்து தாராளமாக இருப்பவர்கள் மிக அரிது. அது போன்றவர்கள் மனிதர்களிடையே அரசர்கள்; அவர்களுக்குத் தலை வணங்க வேண்டும். ழோசெஃபென் தங்கத்தில் புரண்டுகொண்டிருக்கவில்லை என்பதென்னவோ உண்மைதான். ஆனால், ஒழுங்காக நிர்வகிக்கப்பட்ட தன் சம்பளத்தைத் தவிர (பணத்தைப் பிரித்துக் காகித உறைகளில் வைத்துச் செலவழிப்பது என்ற வழிமுறையை அவர் பின்பற்றினார். ஆனால் நல்ல உறைகளை வாங்குவதில் அவர் மிதமிஞ்சிய கஞ்சத்தனம் பிடித்ததால், செய்தித்தாள் அல்லது மளிகைக் கடைக் காகிதங்களைக் கொண்டு அவர் உறைகளைச் செய்தார்), நன்றாக யோசித்துச் செய்த பேரங்கள் மூலம் கூடுதல் வருமானத்தையும் பெற்றார். ரயில்வே பணியாளராக இருந்ததால், இரண்டு வாரங்களுக்கு ஒருமுறை ரயிலில் இலவசமாகப் பயணம் செய்யும்

[1] மோலியரின் நாடகம் ஒன்றில் பேராசைக்கு இலக்கணமாக அமைந்த ஒரு பாத்திரத்தின் பெயர் ஹார்பகோன் (த.மொ.கு.).

வசதி அவருக்கு இருந்தது. ஆகவே, இரண்டு வாரங்களுக்கு ஒருமுறை ஞாயிற்றுக்கிழமை உள்பகுதி என்று அவர்களால் அழைக்கப்பட்ட நாட்டுப்புறத் துக்கு ரயிலில் போய், அங்கிருந்த அராபியப் பண்ணைகளில் அலசித் தேடி, மலிவு விலையில் முட்டைகளையும், நோஞ்சான் கோழிகளை அல்லது முயல் களையும் வாங்குவார். அவற்றைக் கொண்டுவந்து நியாயமான லாபத்துக்கு அக் கம்பக்கத்திலிருப்பவர்களுக்கு விற்றுவிடுவார். எல்லா விதங்களிலும் அவருடைய வாழ்க்கை ஒழுங்காக அமைக்கப்பட்டிருந்தது. அவருடைய வாழ்க்கையில் பெண் கள் இருந்ததாகத் தெரியவில்லை. தவிர, வேலைசெய்த வார நாட்களுக்கும் வியா பாரத்துக்காக ஒதுக்கிய ஞாயிற்றுக்கிழமைகளுக்கும் இடையே உடலின்பங்களில் ஈடுபடத் தேவையான ஓய்வு நேரம் நிச்சயமாக அவருக்குக் கிடைத்திருக்கவில்லை. ஆனால் நாற்பது வயதுக்குப் பிறகு நல்ல வசதியுடன் இருக்கும் பெண்ணைத் திருமணம் செய்துகொள்ளப்போவதாக எப்போதும் அறிவித்துக்கொண்டிருப்பார். அதுவரை, அவர் தன்னுடைய அறையில் இருந்து கொண்டு, பணத்தைச் சேர்த்து வைத்து, வாழ்வின் ஒரு பகுதியைத் தன் தாய் வீட்டில் கழித்தபடி இருப்பார். அவருடைய கவர்ச்சிக் குறைவைப் பார்க்கும்போது என்னதான் விசித்திரமாகத் தோன்றினாலும், அவர் சொல்லியிருந்தபடியே தன்னுடைய திட்டத்தை நிறை வேற்றி, விகாரம் என்று கொஞ்சம்கூடச் சொல்ல முடியாத, பியானோ ஆசி ரியை ஒருத்தியை மணந்துகொண்டார்; அவளும் குறைந்தபட்சம் சில வருடங் களுக்கு, தான் கொண்டுவந்திருந்த அறைகலன்களுடன், ஒரு வசதிபடைத்த நடுத்தர வாழ்க்கையின் மகிழ்ச்சியை அவருக்கு அளித்தாள். கடைசியில் அவர் அந்த அறைகலன்களை—அந்தப் பெண்ணை அல்ல—மட்டும் தன்னுடன் வைத் துக்கொள்ளும்படி ஆனது என்னவோ உண்மைதான். ஆனால் அது வேறு கதை; ழோசெஃபென் எதிர்பார்த்திருந்திருக்காத ஒரே விஷயம் என்னவென்றால், எர் னெஸ்ட்டுடன் சண்டை போட்டுக்கொண்டுவிட்ட பிறகு தன்னுடைய அம்மா வீட்டில் சாப்பிட முடியாத நிலைக்கு ஆளாகி, உணவு விடுதிகளில் அதிக விலை கொடுத்து உணவைத் தேடிப் போக நேரிட்டதுதான். அந்தக் கூத்தின் கார ணங்கள் ழாக்குக்கு நினைவில் இருக்கவில்லை. சில சமயங்களில் காரணமற்ற சச்சரவுகள் குடும்பத்தில் பிளவை ஏற்படுத்திவிடும்; அதன் மூலங்களைத் தெரிந்து கொள்ள யாருக்கும் இயலாமல் போயிருந்திருக்கும்; போதாக்குறைக்கு அவர்கள் எல்லோருக்குமே ஞாபகசக்தி குறைவாகவே இருந்ததால், சச்சரவின் காரணங் கள் நினைவில் இல்லாத நிலையில், அவர்கள் ஏற்றுக்கொண்டு ஜீரணித்துவிட் டிருந்த அதன் விளைவுகளை மட்டுமே இயந்திரத்தனமாக அசைபோட்டுக் கொண்டிருந்தார்கள். அதன் விளைவுகளை மட்டுமே இயந்திரத்தனமாக நீடிக்க விட்டிருந்தார்கள். அந்தச் சம்பவத்தன்று, சாப்பாட்டின் நடுவே எர்னெஸ்ட் மேஜைக்கு அருகில் எழுந்து நின்று, ('மஸாபிட்' என்ற ஒன்றைத் தவிர) புரி படாத வசைச் சொற்களை உரத்த குரலில் பொழிந்தது, அவருடைய அண்ணன் இன்னமும் உட்கார்ந்துகொண்டு தொடர்ந்து சாப்பிட்டுக்கொண்டிருந்தது மட் டுமே ழாக்குக்கு நினைவிருந்தது. பிறகு எர்னெஸ்ட் தன்னுடைய அண் ணனை அறைய, அவர் எழுந்து பின்புறமாக விழுந்து, பின்னர் இவர் மேல் பாய்ந் தார். ஆனால் பாட்டி ஏற்கனவே எர்னெஸ்ட்டை இறுக்கிப் பிடித்துக்கொள்ள,

ழாக்கின் தாய் உணர்ச்சிப் பெருக்கில் முகம் வெளிறி, ழோசெஃபெனைப் பின் னாலிருந்து பிடித்துக்கொண்டிருந்தாள். ''அவனை விட்டுவிடு, விட்டுவிடு,'' என் றாள் அவள். இரண்டு சிறுவர்களும், வெளிறிப்போய் வாயைப் பிளந்தபடி கோபமான வசைச் சொற்கள் ஒரே திசையில் பொழிந்துகொண்டிருந்ததை அசை யாமல் பார்த்துக்கொண்டிருந்தார்கள், ஊமைக் கோபத்துடன் ''அவன் ஒரு முரட்டு மிருகம், அவனை ஒன்றும் செய்ய முடியாது'', என்று ழோசெஃபென் சொல்லும்வரை. பிறகு அவர் மேஜையைச் சுற்றி வர, தன் அண்ணனுக்குப் பின்னால் ஓட முயன்ற எர்னெஸ்ட்டைப் பாட்டி தடுத்துக்கொண்டிருந்தாள். ''என்னை விடு, என்னை விடு, உன்னை அடித்துவிடுவேன்'', என்றார் எர்னெஸ்ட் தன் அம்மாவிடம். ஆனால் அவள் அவருடைய முடியைப் பிடித்து உலுக்கி: ''நீயா, உன் அம்மாவை நீ அடிப்பாயா?'' என்றாள். எர்னெஸ்ட் அழுதுகொண்டே நாற் காலியில் பொத்தென்று விழுந்தார்: ''இல்லை, அடிக்க மாட்டேன். நீ, நீ எனக்குக் கடவுளைப் போல.'' ழாக்கின் தாய் சாப்பாட்டை முடிக்காமல் படுத்துக்கொள்ளப் போய்விட்டாள். அடுத்த நாள் காலை அவளுக்குத் தலைவலி. அன்றைய தினத் திலிருந்து ழோசெஃபென் வீட்டுக்கு மீண்டும் வரவில்லை—எர்னெஸ்ட் அங் கில்லை என்று நிச்சயமாகத் தெரிந்துகொண்ட பிறகு அம்மாவைப் பார்க்க வரு வதைத் தவிர.

[a]ழாக்குக்குப் பிடிக்காத இன்னுமொரு கோபாவேசச் சம்பவமும் இருந்தது; அதன் காரணத்தை அறிந்துகொள்ள அவனுக்கு விருப்பம் இருக்கவில்லை. ஆந்த் வான் என்று எர்னெஸ்ட்டுக்குத் தெரிந்தவர் ஒருவர் இருந்தார்; மால்டாவைச் சேர்ந்த அவர் சந்தையில் மீன் விற்றுக்கொண்டிருந்தார்; ஒல்லியாகவும் உயரமாக வும், பார்ப்பதற்கு லட்சணமாக இருப்பார்; ஆழ்ந்த நிறத்தில் வினோதமான ஒரு 'டெர்பி' தொப்பியை அணிந்துகொண்டும், கட்டம்போட்ட கைக்குட்டை ஒன்றைச் சுருட்டிச் சட்டையின் உட்புறம் கழுத்தைச் சுற்றிக் கட்டிக்கொண்டும் இருப்பார். வழக்கமாக மாலை வேளையில் இரவு உணவு நேரத்துக்கு முன் அடிக் கடி வீட்டுக்கு வந்துகொண்டிருந்தார். அதைப் பற்றிப் பிறகு நினைத்துப்பார்த்த போது, முதல் முறை அவனுக்குப் பட்டிருக்காத ஒன்று கவனத்துக்கு வந்தது: அவ னுடைய தாய் வசீகரமாக உடையணிந்திருந்தாள். இடுப்பில் கட்டம் போட்ட சமையலறை அங்கியும், கன்னத்தில் லேசான சிவப்புச் சாயமும். அதுவரை நீண்ட கூந்தலுடன் இருந்த பெண்கள் முடியைக் குட்டையாக வெட்டிக்கொள்ளத் தொடங்கியிருந்த காலம் அது. தன்னுடைய தாயும் பாட்டியும் முடி அலங்கார விழாவை நிகழ்த்துவதைப் பார்ப்பது ழாக்குக்குப் பிடித்திருந்தது. தோளில் ஒரு துண்டைப் போட்டுக்கொண்டு, வாய் நிறைய கொண்டை ஊசிகளைக் கவ்விக் கொண்டு, நீண்டிருந்த வெண்ணிற அல்லது பழுப்பு நிற முடியை நிறைய நேரம் நன்றாக வாரிய பிறகு அதை மேலே தூக்கி, பின்கழுத்தின் கொண்டையின் மேல் ஒரு பட்டையை இறுக்கமாகப் பொருத்தி, உதடுகளைச் சற்றே பிரித்து, இறுகக் கடித்தபடி இருந்த பற்களிடையேயிருந்து ஊசிகளை ஒன்றன்பின் ஒன்றாக இழுத்து, அடர்த்தியான கொண்டையில் ஒன்றன் பின் ஒன்றாகச் சொருகி,

[a] எர்னெஸ்ட், காதரினின் குடும்பம், பாட்டியின் மறைவுக்குப் பிறகு.

கொண்டை முழுவதிலும் ஊசிகளைப் பொருத்திக்கொள்வார்கள். ஆனால், அன்றைய புதிய நாகரிகம் கேவலமானதும், ஒரு குற்றமாகவும் பாட்டிக்குத் தோன்றியது; இந்த நாகரிகத்தின் ஈர்ப்புச் சக்தியைக் குறைத்து மதிப்பிட்டிருந்த அவள், தர்க்கரீதியான வாதத்தைப் பற்றி அக்கறை கொள்ளாமல், 'ஒழுங்கீனமான வாழ்க்கை' வாழ்பவர்கள்தான் இது போலத் தங்களைக் கேவலப்படுத்திக்கொள்ள இசைவார்கள் என்று அடித்துச்சொல்வாள். இந்தக் கருத்தை ழாக்கின் தாய் முதலில் ஏற்றுக்கொண்டுவிட்டதைப் போலத் தோன்றியது. இருந்தாலும், ஒரு வருடத்துக்குப் பிறகு, கிட்டத்தட்ட ஆந்த்வான் அடிக்கடி வீட்டுக்கு வர ஆரம்பித்திருந்த நாட்களில், ஒருநாள் மாலை, முடியைக் குட்டையாக வெட்டிக்கொண்டு புத்துணர்ச்சியுடனும் இளமைத் தோற்றத்துடனும் வீட்டுக்கு வந்தாள்; லேசாகக் கலவரம் இழையோடியிருந்த போலி மகிழ்ச்சியுடன் எல்லோருக்கும் தான் வியப்பை அளிக்க விரும்பியதாக அறிவித்தாள்.

பாட்டிக்கு உண்மையிலேயே வியப்பாக இருந்தது; அவளை மேலும்கீழுமாக இளக்காரமாகப் பார்த்து, மீண்டுவர முடியாத இந்தப் பேரிடரை மதிப்பிட்டு, அவளுடைய மகனுக்கு முன்னாலேயே, இப்போது அவள் விலைமாதைப் போலத் தோன்றியது என்று மட்டுமே சொன்னாள். பிறகு, தன் சமையலறைக்குள் போய்விட்டாள். காதரின் கோர்மெரி புன்முறுவல் செய்துகொண்டிருந்ததை நிறுத்திவிட்டாள், உலகத்தின் அத்தனை சோகமும் சலிப்பும் அவளுடைய முகத்தில் தோன்றின. பிறகு தன் மகனுடைய கூர்மையான பார்வையைச் சந்தித்தாள், மீண்டும் புன்முறுவல் செய்ய முயன்றாள், ஆனால், அவளுடைய உதடுகள் துடிக்க அழுதவாறே தன் படுக்கையறைக்குள், தன்னுடைய ஓய்வு, தனிமை, சோகங்களுக்கு ஒரே புகலிடமாக இருந்த படுக்கைக்கு விரைந்தாள். ஆடிப்போயிருந்த ழாக், அவளருகே போனான். அவள் தலையணையில் தலையைப் புதைத்துக்கொண்டாள், கழுத்துத் தெரியும்படி இருந்த குட்டையான முடிச்சுருள்களும் மெல்லிய முதுகும் குலுங்கிக்கொண்டிருந்தன. "அம்மா, அம்மா," என்றான் ழாக், அவளைத் தன் கையால் பயந்தபடியே தொட்டு. "நீ இப்படியே மிக அழகாக இருக்கிறாய்." அவளுக்கு அது கேட்கவில்லை, தன் கையால் அவளை விட்டுவிடும்படி கேட்டுக்கொண்டாள். ழாக் நிலைப்படிவரை பின்வாங்கி, அருகால் மீது சாய்ந்து, இயலாமையினாலும் பாசத்தினாலும் அழ ஆரம்பித்தான்.*

அடுத்த பல நாட்களுக்குப் பாட்டி தன் மகளுடன் பேசவில்லை. அதே சமயம், ஆந்த்வான் வீட்டுக்கு வந்தபோதெல்லாம் மிகுந்த அலட்சிய பாவத்துடன் வரவேற்கப்பட்டார். எர்னெஸ்ட்டும் முகம்கொடுத்துப் பார்க்காமலே இருந்தார். மிகவும் சகஜமாக நன்றாகப் பேசிக்கொண்டிருந்தாலும், ஆந்த்வான் நிலமையை உணர்ந்திருந்தார். அப்போது என்னதான் நடந்தது? ழாக் பல முறை தன் அம்மாவின் அழகிய கண்களில் கண்ணீரின் சுவடுகளைப் பார்த்தான். எர்னெஸ்ட் பெரும்பாலும் மௌனமாக இருந்தார், நாய் பிரில்லியன்டைச் சீண்டிக்கொண்டிருந்தார். வெயில் காலத்தில் ஒருநாள் மாலை, பால்கனியில் அவர் எதையோ கவனித்துப் பார்த்துக்கொண்டிருப்பதைப் போல ழாக்குக்குத் தோன்றி

---

* சக்தியற்ற பாசத்தின் கண்ணீர்

யது. ''தானியெல் வரப்போகிறாரா?'' என்று கேட்டான் சிறுவன். அவர் உறுமி னார். பல நாட்களாக வந்திருக்காத ஆந்த்வான் வருவதை ழாக் திடீரென்று பார்த்தான். எர்னெஸ்ட் வேகமாக வெளியே போனார், சில நொடிகளில் படிக் கட்டு வழியாக, காதடைக்கும் இரைச்சல் மேலெழும்பி வந்தது. ழாக்கும் விரைந்து போய், அந்த இரண்டு ஆண்களும் இருட்டில் ஒன்றும் பேசாமல் ஒருவரையொரு வர் அடித்துக்கொண்டிருந்ததைப் பார்த்தான். தன்மேல் விழுந்த உதைகளைப் பொருட்படுத்தாமல் எர்னெஸ்ட் குத்திக்கொண்டிருந்தார், இரும்பு போன்றிருந்த தன் முட்டியால் குத்திக்கொண்டிருந்தார். அடுத்த கணம், ஆந்த்வான் படிக்கட் டின் அடிவரை உருண்டுபோய், வாயில் ரத்தம் சொட்ட எழுந்து, தன் கைக் குட்டையை வெளியே எடுத்து ரத்தத்தைத் துடைத்துக்கொண்டே, வெறி பிடித் ததைப் போலப் போய்கொண்டிருந்த எர்னெஸ்ட்டின் மீது வீசிய பார்வையை அகற்றாமலேயே அவரைப் பார்த்துக்கொண்டிருந்தார். ழாக் உள்ளே வந்தபோது அவனுடைய தாய் சாப்பாட்டு அறையில் அசையாமல், வெறித்த பார்வையுடன் உட்கார்ந்திருந்ததைப் பார்த்தான். அவனும் எதுவும் சொல்லாமல் உட்கார்ந்து கொண்டான்.[a] பிறகு, வசைச்சொற்களை முணுமுணுத்துக்கொண்டும் தன் அக்கா வின் மேல் கோபப் பார்வைகளை வீசிக்கொண்டும் எர்னெஸ்ட் உள்ளே வந்தார். இரவுச் சாப்பாடு எப்போதும்போல நடந்து முடிந்தது, ழாக்கினுடைய தாய் சாப் பிடவில்லை என்பதைத் தவிர; தன்னை வற்புறுத்திய தாயிடம் ''எனக்குப் பசிக்க வில்லை'' என்று மட்டுமே சொல்லிவிட்டிருந்தாள். சாப்பாடு முடிந்த பிறகு தன் னுடைய படுக்கையறைக்குப் போய்விட்டாள். இரவு முழுவதும் விழித்துக் கொண்டிருந்த ழாக், அவள் புரண்டுபுரண்டு படுப்பதைக் கேட்டான். அடுத்த நாளிலிருந்து அவள் தன்னுடைய கருப்பு அல்லது சாம்பல் நிற அங்கிகளுக்கு, ஏழைகளுக்கேயான ஆடைகளுக்கு, திரும்பிவிட்டாள். அவள் இன்னும் அழகாக, எப்போதையும்விட அழகாக இருப்பதாக—எல்லாவற்றிலிருந்தும் இன்னும் விலகி, எதிலும் சற்றும் கவனம் இல்லாமல், ஏழ்மையிலும் தனிமையிலும், தனக்கு வரவிருக்கும் முதுமையிலும் நிரந்தரமாகத் தங்கிவிட்டதால்[b]—ழாக்குக்குத் தோன்றியது.

பல நாட்கள்வரை ழாக் தன் மாமாவிடம் மனத்தாங்கல் கொண்டிருந்தான், அவரிடம் குறிப்பாக என்ன மாதிரியான குறை சொல்ல வேண்டும் என்று சரி வரத் தெரியாமலேயே. ஆனால் அவரிடம் எதற்காகவும் கோபம் கொள்ளக் கூடாது என்றும், ஏழ்மையும் உடல் ஊனங்களும், அந்தக் குடும்பத்தின் வாழ்க் கைக்கு அத்தியாவசியமாக இருந்த தேவைகளும் எல்லாவற்றையும் மன்னித்து விடவில்லையென்றாலும், அவற்றுக்குப் பலியாகியிருந்தவர்களை எதற்காகவும் குற்றம் சொல்ல முடியாமல் தடுத்தது என்றும், அதே சமயம் அவனுக்குத் தெரிந் திருந்தது.

---

[a] இன்னும் முன்னால் சொல்லப்பட வேண்டும்—சண்டை அல்ல, லூசியன்.

[b] ஏனென்றால், முதுமை வரவிருந்தது—அந்த நாட்களில்தான் தன் தாய் முதுமையடைந்து விட்டதாக ழாக் கருதினான். இவனுக்கு இப்போது என்ன வயதாகியிருந்ததோ அதேதான் அப்போது அவளுக்கும். ஆனால் இளமை என்பது சாத்தியக்கூறுகளின் ஒட்டுமொத்தமே, அவனுக்கு வாழ்க்கை வசதியாக அமைந்திருக்க... (இந்தப் பகுதி எழுதி அடிக்கப்பட்டுள்ளது.)

அவர்கள் தங்களுக்குள்ளேயே, வேண்டுமென்றே இல்லாவிட்டாலும், ஒரு வரையொருவர் புண்படுத்திக்கொண்டிருந்தார்கள், ஏனென்றால், அவர்களுடைய வாழ்க்கையின் கொடுமையான, இரக்கமற்ற தேவைகளின் அடையாளமாக ஒரு வருக்கொருவர் அவர்கள் இருந்தார்கள். எதுவானாலும் மூாக்கின் பாட்டியிடமும், அம்மாவிடமும், அவளுடைய குழந்தைகளிடமும் மாமாவுக்கு இருந்த, கிட்டத் தட்ட விலங்குகளுக்கு இருந்ததைப் போல் இருந்த நெருக்கமான பாசத்தைப் பற்றி மூாக்குக்குச் சிறிதளவும் சந்தேகம் இருக்கவில்லை. அவனைப் பொறுத்தவரை, அந்தப் பீப்பாய்ப் பட்டறையில் தனக்கு விபத்து நேர்ந்த அன்று அதை நன்றாக உணர்ந்தான்.[a] வியாழக்கிழமைகளில்[1] மூாக் பீப்பாய்ப் பட்டறைக்குப் போவது வழக்கம். வீட்டுப் பாடங்கள் ஏதாவது இருந்தால் அவற்றை அவசரஅவசரமாகச் செய்து முடித்துவிட்டு, முன்பெல்லாம் நண்பர்களோடு விளையாடுவதற்காக அவர்களைப் பார்ப்பதற்குப் போன அதே உற்சாகத்துடன் பீப்பாய்ப் பட்ட றையை நோக்கி வெகு வேகமாக ஓடுவான். ராணுவ அணிவகுப்பு மைதானத் துக்கு அருகில் பீப்பாய்ப் பட்டறை இருந்தது. ஓட்டை உடைசல்கள், பழைய இரும்பு வளையங்கள், எரிந்த நிலக்கரிச் சாம்பல், அணைந்துவிட்ட தணல்கள் நிரம்பியிருந்த ஒருவிதமான முற்றத்தில் பட்டறை இருந்தது. அதன் ஒரு பக்கத் தில், பளு குறைந்த கற்களால் ஆன தூண்கள் சீரான இடைவெளியில் இருக்க, அவற்றின் மேல் செங்கல் கூரை அமைக்கப்பட்டிருந்தது. இந்தக் கூரையின் கீழ் ஐந்து அல்லது ஆறு தொழிலாளிகள் வேலை செய்தார்கள். ஒவ்வொருவருக்கும் அவரவருக்கென்று ஒரு இடம் இருந்தது; அதாவது, சுவரை ஒட்டியபடி இருந்த வேலை செய்யும் மேஜை, அதற்கு முன்னால் சிறிய பீப்பாய்களையும் 'வைன்' குடுவைகளையும் சரியாகப் பொருத்தி அமைப்பதற்கான ஒரு காலி இடம். தவிர, நடுவில் பெரிய ஓட்டையுடன் நீண்ட ஒரு பெஞ்சு. இந்த ஓட்டையில் பீப்பாயின் மூடிகளைப் பொருத்தி, இறைச்சியைக் கொத்தும் கத்தி போல இருந்த, இரண்டு கைப்பிடிகளைக் கொண்ட கருவியால்[b] அதைச் சரியான வடிவத்துக்குக் கொண்டுவர வேண்டும். முதலில் பார்க்கும்போது, இந்த அமைப்பு சரியாகப் புரி யாது. ஆரம்பத்தில் நிச்சயமாக அது அப்படித்தான் அமைக்கப்பட்டிருந்திருக்கும், ஆனால் போகப்போக, அந்த பெஞ்சுகள் இங்குமங்குமாக நகர்த்தப்பட்டு, பணி மேஜைகளுக்கிடையே வளையங்கள் சேர்ந்துவிட்டிருக்கும்; அடிக்கப்பட வேண் டியிருந்த ஆணிகள் இருந்த பெட்டிகளும் இடம் மாற்றிக்கொண்டேயிருக்கும். ஆணிகளும் இடம் மாறியிருக்கும்; அதை நிறைய நேரம் கவனித்துப் பார்த் தாலோ, அல்லது அங்கேயே நிறைய நேரம் இருந்தாலோ (இரண்டுமே ஒன்று தான்), ஒவ்வொரு தொழிலாளியும் தன்னுடைய வேலையைத் தனக்கென்றே இருந்த இடத்தில் செய்துகொண்டிருந்தார்கள் என்பது தெரியவரும். மாமாவுக்குக் கொரிப்பதற்கென்று ஏதாவது எடுத்துக்கொண்டு வந்தபோது, பட்டறையை

---

[a] பீப்பாய்ப் பட்டறை அவருடைய கோபங்களுக்கு முன்னால், அல்லது ஒருவேளை எர்னெஸ்ட் பற்றிய விவரிப்பின் தொடக்கத்தில் இருக்க வேண்டும்.

[1] வியாழக்கிழமைகளும் ஞாயிற்றுக்கிழமைகளும் வாராந்திர விடுமுறை நாட்கள் (த.மொ.கு.).

[b] கருவியின் பெயரைக் கண்டுபிடிக்க வேண்டும்.

அடையும் முன்னரேயே, வளைந்த மரத்துண்டுகளை அவை இருக்க வேண்டிய இடத்தில் வைத்துப் பின்னர், பீப்பாயைச் சுற்றி இரும்பு வளையங்களை அழுந்தப் பொருந்துவதற்காக சுத்தியலால் அடித்துக்கொண்டே வளையத்தின் மறு முனை வரும்வரை பீப்பாயைத் திருப்பும் ஓசையை மூாக் அடையாளம் கண்டு கொண்டுவிடுவான். அல்லது பணிமேஜைகளின் மேல் இடுக்கியில் பொருத்தப் பட்ட வளையத்தில் ஆணி செலுத்தப்படும்போது எழும் பலமான, விட்டு விட்டு ஒலிக்கும் ஓசையை, அவன் ஊகித்தறிந்துகொண்டுவிடுவான். பட்டறை யில் பல சுத்தியல்களின் ஒட்டுமொத்த இரைச்சலுக்கு இடையில் தான் உள்ளே நுழையும்போது மூாக் எல்லோராலும் மகிழ்ச்சியுடன் வரவேற்கப்படுவான்; உட னேயே சுத்தியல்களின் நடனம் தொடரும். எர்னெஸ்ட் அவனை முத்தமிட்டு, தனக்கு உதவும்படி கேட்டுக்கொள்வார். ஒட்டுப் போடப்பட்ட பழைய நீல நிறக் கால்சட்டை, மரச்சிராய்கள் மூடியிருந்த முரட்டுத் துணிக் காலணிகள், மெல்லிய கம்பளியில் கையில்லாத சாம்பல் நிறச் சட்டை, தூசியும் மரத்தூளும் படர்ந்திருந்த அழகான முடியைப் பாதுகாத்த 'தர்பூஷ்' என்ற அராபியக் குல்லா— இவற்றை அவர் அணிந்திருப்பார். சில சமயங்களில் பனையல் ஒன்றில் நிறுத்தப் பட்டிருந்த இரும்பு வளையத்தின் மேல் ஆணிகளைப் பலமாக அடித்து முற்றி லுமாக உள்ளே செலுத்துவதற்காக மாமா சுத்தியலால் அடிக்கும்போது மூாக் அந்த வளையத்தைப் பிடித்துக்கொண்டிருப்பான். மூாக்கின் கைகளில் வளையம் அதிரும், சுத்தியலின் ஒவ்வொரு அடியும் அவனுடைய உள்ளங்கைகளில் வளை யத்தை அழுத்தும். அல்லது பெஞ்சின் மேல் குறுக்குவாட்டில் கால்களை இரண்டு புறமும் போட்டபடி எர்னெஸ்ட் உட்கார்ந்து பீப்பாயை அதன் வடிவத்துக்குக் கொண்டுவந்துகொண்டிருக்கும்போது, எதிர்த் திசையில் மூாக் அதே போல உட் கார்ந்து பீப்பாயின் கீழ்ப்பகுதியைப் பிடித்துக்கொண்டிருப்பான். ஆனால் மூாக் குக்கு இன்னும் அதிகமாகப் பிடித்திருந்தது என்னவென்றால், வளைந்த மரப் பலகைகளை முற்றத்துக்கு நடுவில் கொண்டுவந்து, அவற்றை இரும்பு வளையம் ஒன்றின் உதவியுடன் மாமா உத்தேசமாக ஒன்று சேர்க்க உதவுவதுதான். இரண்டு பக்கத்திலும் திறந்திருந்த பீப்பாய்க்குள் மரத்தூளை எர்னெஸ்ட் நிரப்ப, அதற்குத் தீ வைக்கும் வேலை மூாக்கிடம் கொடுக்கப்படும். மரத்தைவிட இரும்பு சூட்டில் பெரிதும் விரிவடையும் என்பதால், எர்னெஸ்ட் அந்த நேரத்தைப் பயன்படுத்திக் கொண்டு சுத்தியலாலும், உளியாலும் அடித்து, புகையால் இருவர் கண்களி லும் நீர் சொட்டச்சொட்ட, வளையத்தை இன்னும் நன்றாகப் பீப்பாயைச் சுற்றி உள்ளே தள்ளுவார். வளையம் இறக்கப்பட்ட பிறகு, முற்றத்தின் கோடி யிலிருந்த அடிகுழாயில் மூாக் தண்ணீரை அடித்து இரண்டு பெரிய மர வாளிகளில் கொண்டுவருவான்; அவன் தள்ளி நிற்க, எர்னெஸ்ட் பீப்பாயின் மேல் நீரை வேகமாக விசிறி ஊற்றுவார்; நீரின் குளிர்ச்சியில் சுருங்கிவிட்ட இரும்பு வளையம் மேலெழும்பி வரும் நீராவிக்கு மத்தியில் ஈரமான மரத்தில் இன்னும் நன்றாகப் பதிந்துவிடும்.[a]

---

[a] பீப்பாய் இத்துடன் முடிக்கவும்.

இடைவேளையின்போது வேலையை அப்படியே நிறுத்திவிட்டுச் சாப்பிடப் போவார்கள். குளிர்காலத்தில் சிராய்களும் மரங்களும் கொண்டு மூட்டிய தீயைச் சுற்றியும், வெயில் காலத்தில் கூரையின் நிழலிலும் ஒன்றுகூடுவார்கள். நிறையக் கொசுவங்களுடன் இடுப்பிலிருந்து கால்வரை கீழிறங்கி வந்த கால்சட்டை, இற்றுப்போயிருந்த கம்பளிச் சட்டையின் மேல் பழைய கோட்டு, தலையில் அராபியக் குல்லா இவற்றுடன் அஃப்தர் என்ற அராபியத் தொழிலாளி அங்கு இருப்பார்; மாமாவுக்கு உதவும்போது ழாக் செய்த அதே வேலையைத்தான் அவரும் செய்வது வழக்கம் என்பதால் ழாக்கை அவர் விசித்திரமான ஒரு உச்சரிப்புடன் ''என் தோழா'' என்று அழைப்பார். வேறொரு பெரிய, பெயரற்ற பீப்பாய்த் தொழிற்சாலைக்குத் தேவையான பீப்பாய்களைத் தன் உதவியாளருடன் சேர்ந்து தயாரித்து அனுப்பிக்கொண்டிருந்த, பழைய பீப்பாய்த் தொழில் வல்லுநர் ஒருவர்தான் இவர்களுடைய முதலாளி M [ ].[1] எப்போதும் ஜலதோஷத்துடனும் சோகமாகவும் தோன்றிய ஒரு இத்தாலியத் தொழிலாளி. இவர்களைத் தவிர, குறிப்பாக எப்போதும் ழாக்கைத் தன் பக்கம் அழைத்து அவனுடன் தமாஷ் செய்துகொண்டும் விளையாடிக்கொண்டும் இருந்த மகிழ்ச்சி நிரம்பிய தானியெல். ழாக் அவ்வப்போது இவர்களிடமிருந்து நழுவிச்சென்று, பட்டறையில் உலாவிக்கொண்டிருப்பான். மரத்தூள் படிந்திருந்த கறுப்பு நிறத் தொழிற்சாலை அங்கி, வெயில் அதிகமாக இருந்த நாட்களில் காலுறை எதுவும் இல்லாமல் மரத்தூள்களும் தூசியும் படிந்த பழைய செருப்புகள் இவற்றுடன், இழைத்த மரத்தின் மணத்தை அல்லது அதைவிடப் புத்துணர்ச்சியளித்த சிராய்களின் மணத்தை ஆழ்ந்து சுவாசித்தபடியோ, அல்லது நெருப்பின் அருகே வந்து அதிலிருந்து கிளம்பிய இதமான புகையை ரசித்து அசைபோட்டவாறோ இருப்பான்; சில சமயங்களில், பணி மேஜையின் இடுக்கி இறுக்கிப் பிடித்துக்கொண்டிருந்த மரக்கட்டையில், பீப்பாயின் அடிப்பாக விளிம்பைத் தயார்செய்யும் கருவியில் கவனமாக வேலை செய்வான்; அந்த வேலையில் தன் கைகளின் தொழில் நேர்த்தியில் மகிழ்ச்சி அடைவான்; எல்லாத் தொழிலாளிகளும் அவனைப் பாராட்டுவார்கள்.

இது போன்ற ஒரு இடைவெளியின்போது ஒரு நாள், அடிப்பாகம் ஈரமாக இருந்த செருப்புடன் முட்டாள்தனமாக பெஞ்சு மேல் ஏறி நின்றான். திடீரென்று பெஞ்சு பின் பக்கமாகச் சாய, இவன் முன்புறம் நோக்கி வழுக்கி, தன் முழு எடையையும் போட்டு பெஞ்சு மேல் விழ, அதனடியில் அவனது வலது கை நசுங்கியது. உடனேயே கையில் ஒருவித ஊமை வலியை உணர்ந்தான், இருந்தாலும், தன்னை நோக்கி ஓடிவந்த தொழிலாளர்களைப் பார்த்து, சிரித்தபடியே சட்டென்று எழுந்து நின்றான். ஆனால் அவன் சிரிப்பை நிறுத்துவதற்கு முன், எர்னெஸ்ட் அவன்மேல் பாய்ந்து, அவனைத் தன் கைகளில் எடுத்துக்கொண்டு மூச்சு இரைக்கஇரைக்கத் திக்கிக்கொண்டே, ''டாக்டர் வீட்டுக்கு, டாக்டர் வீட்டுக்கு'' என்று பட்டறைக்கு வெளியே விரைந்து ஓடினார். அப்போதுதான் தன்னுடைய நடுவிரல் நுனி முழுவதும் நசுங்கி, ரத்தம் சொட்டும் வடிவமற்ற, அழுக்

[1] பெயர் தெளிவில்லாமல் இருக்கிறது.

கான ஒரு பசையைப் போல இருந்ததைப் பார்த்தான். திடீரென்று நெஞ்சம் பதைத்து மயக்கமடைந்தான். ஐந்து நிமிடங்களுக்குப் பிறகு, அவர்கள் இருந்த இடத்துக்கு எதிரே வசித்த அராபிய டாக்டர் வீட்டில் அவர்கள் இருந்தார்கள். துணியைப் போல வெளிறிப்போயிருந்த எர்னெஸ்ட், ''அது ஒன்றுமில்லையே, டாக்டர்? ஒன்றுமில்லைதானே?'' என்றார். ''கொஞ்சம் ஒரு பக்கமாகத் தள்ளி இருங்கள், அவன் தைரியமாக இருப்பான்,'' என்றார் டாக்டர். அவன் தைரியமாக இருந்தாக வேண்டியிருந்தது; ஒட்டிவைத்ததுபோல் இன்றும் தோற்றமளிக்கும் அவனுடைய வினோதமான நடுவிரல் அதற்குச் சாட்சி. ஆனால், மெல்லிய சிறு உலோக நரம்பு பொருத்தப்பட்டுக் கட்டுப்போட்ட பிறகு, டாக்டர் அவனுக்கு இனிப்புப் பானம் ஒன்றைக் கொடுத்து, அவனுடைய தைரியத்துக்குச் சான்றிதழ் வழங்கினார். அப்படியும் தெருவைக் கடப்பதற்கும், வீட்டில் படிக்கட்டுகளில் ஏறுவதற்கும் அவனைக் கொண்டுபோகத்தான் (எர்னெஸ்ட்) விரும்பினார். விம்மிக் கொண்டே மூாக்குக்கு வலிக்கும் அளவுக்கு அவனைத் தன்னுடன் இறுகத் தழுவிக்கொண்டு முத்தமிடத் தொடங்கினார்.

*** ***

''அம்மா!'' என்றான் ழாக், ''யாரோ கதவைத் தட்டுகிறார்கள்.''

''அது எர்னெஸ்ட்தான்,'' என்றாள் அவனுடைய தாய். ''போய் அவனுக்குக் கதவைத் திறந்துவிடு. இப்போதெல்லாம் கொள்ளைக்காரர்களுக்குப் பயந்து நான் கதவைச் சாத்திவிடுகிறேன்.'' கதவருகே ழாக்கைப் பார்த்த மாமா எர்னெஸ்ட், ஆங்கிலச் சொல் 'how' என்பதைப் போல ஒரு ஒலியை எழுப்பித் தன் வியப்பை வெளிப்படுத்தி, நன்றாக நிமிர்ந்து, ழாக்கைக் கட்டிக்கொண்டார். முடி முற்றிலுமாக நரைத்துவிட்டிருந்தாலும், வியக்கத்தக்க வகையில் சீராகவும் மேடுபள்ளங்கள் இல்லாமலும் இளமையாக இருந்த முகம் அவரிடம் இன்னமும் காணப்பட்டது. ஆனால், தன்னுடைய கவட்டுக்கால்கள் இன்னும் அதிகமாக வளைந்தும் தோள்கள் குறுகியும் இருந்த எர்னெஸ்ட், கால்களையும் கைகளையும் விரித்து ஆட்டி நடந்தார். ''நன்றாக இருக்கிறீர்களா?'' என்றான் ழாக். அவ்வளவு நன்றாக இல்லை. உடலில் இருந்த வலிகள், வாயுப்பிடிப்பு மோசமாகத்தான் இருந்தது; சரி, ழாக்? நலம்தான், எல்லாம் நல்லபடியாகவே போய்க்கொண்டிருந்தது, அவன் திடமாக இருந்தான், அவளுக்கும் (காதரினை நோக்கித் தன் சுட்டு விரலை நீட்டி) அவனைப் பார்த்ததில் மகிழ்ச்சி. பாட்டி இறந்து, இரண்டு குழந்தைகளும் கிளம்பிப் போய்விட்ட பிறகு, அக்காவும் தம்பியும் ஒன்றாகவே வசித்துவந்தார்கள்; ஒருவர் இல்லாமல் இன்னொருவர் இருக்க முடியாது என்று ஆகிவிட்டிருந்தது. தன்னைப் பார்த்துக்கொள்ள அவருக்கு ஒருவர் தேவைப்பட்டதால், அந்த விதத்தில் அவள் அவருடைய மனைவிபோல் ஆகியிருந்தாள்: அவருக்காக உணவு தயாரித்து, துணிமணிகளை வெளுத்து, உடல்நலம் குன்றிய சமயங்களில் அவரைக் கவனித்துக்கொள்ளவும் செய்தாள். தன்னுடைய மகன்கள் பணம் அனுப்பிக் கொண்டிருந்ததால் அவளுக்குப் பணத் தேவை இருக்கவில்லை, ஆனால், ஒரு ஆண்

துணை தேவைப்பட்டது. எர்னெஸ்ட் இத்தனை ஆண்டுகளாகத் தன்னுடைய பாணியில் அவளைக் கவனமாகப் பார்த்துக்கொண்டிருந்தார், ஆமாம், கணவன் மனைவி போல, உடல்ரீதியில் அல்லாமல் ரத்த உறவில்: தங்களுடைய ஊனங்கள் தங்கள் வாழ்க்கையை மிகவும் கடினமானதாக ஆக்கினபோதும், ஒருவருக்கொருவர் வாழ உதவிசெய்துகொண்டும், துண்டுதுண்டான வாக்கியங்கள் அவ்வப்போது ஒளிவீசிய ஊமை உரையாடல்களைத் தொடர்ந்துகொண்டும், சராசரித் தம்பதிகளைவிட நன்றாகவே இசைந்தும், ஒருவரைப் பற்றி மற்றவர் நன்றாகப் புரிந்துகொண்டும் இருந்தார்கள். ''ஆமாம், ஆமாம், அவள் எப்போதும் ழாக், ழாக் என்று சொல்லிக்கொண்டிருக்கிறாள்,'' என்றார் எர்னெஸ்ட். ''இதோ, வந்து விட்டேனே,'' என்றான் ழாக். ஆமாம் இதோ, முன்பு போலவே, ழாக் அவர்களிடையேதான் இருக்கிறான், அவர்களிடம் எதுவும் உரையாட முடியாமலும், அவர்களை நேசிப்பதை ஒருபோதும் நிறுத்தாமலும்; அவனால் நேசிக்கப்படுவதற்குத் தகுதியான எவ்வளவோ பேரை நேசிக்கத் தவறிய அவனால், குறைந்தபட்சம் இவர்களை இன்னமும் நேசிக்க முடிந்தது என்பதாலேயே இன்னும் அதிகமாக அவனுக்கு இவர்களைப் பிடித்திருந்தது.

''தானியெல் எப்படி இருக்கிறார்?''

''நன்றாகத்தான் இருக்கிறார். என்னை மாதிரியே அவருக்கும் வயதாகிவிட்டது; அவருடைய சகோதரன் பியரோ சிறையில்.''

''ஏன்?''

''தொழிற்சங்கப் பிரச்சினை என்று அவர் சொல்கிறார். நானோ அவனுடைய அந்த அராபியர்கள் சகவாசத்தால்தான் என்று நினைக்கிறேன்.'' திடீரென்று கவலையுடன்: ''அதாவது, கொள்ளைக்காரர்கள், அப்படித்தானே?''

''இல்லை,'' என்றான் ழாக். ''மற்ற அராபியர்களுடன் தொடர்பு இருந்திருக்கலாம், கொள்ளைக்காரர்களுடன் இல்லை.''

''அப்படியா, எஜமானர்களுடன் எப்போதும் போராட்டம்தான் என்று உன் அம்மாவிடம் சொல்லியிருக்கிறேன். அதுவே கடினம்தான், ஆனால் கொள்ளைக்காரர்கள், ரொம்ப மோசம்.''

''ஆமாம்,'' என்றான் ழாக். ''ஆனால் பியரோவுக்கு நாம் ஏதாவது செய்தாக வேண்டும்.''

''சரி, நான் தானியெலிடம் சொல்கிறேன்.''

''தோனா எப்படி இருக்கிறார்?'' (தோனா என்பவர் எரிவாயுத் தொழிற்சாலையில் வேலை செய்துகொண்டு குத்துச் சண்டையிலும் ஈடுபட்டிருந்தவர்.)

''இறந்துவிட்டார். புற்றுநோயால். எல்லோருக்கும் வயதாகிவிட்டது.''

ஆமாம், தோனா இறந்துவிட்டிருந்தார். தன் அம்மாவின் அக்கா மார்கரித் பெரியம்மாவும் இறந்துவிட்டாள். அவர்கள் வீட்டுக்குத்தான் ஞாயிறு மதிய வேளைகளில் தன் பாட்டி அவனை இழுத்துக்கொண்டு போவாள், அவனுக்குப் பயங்கர சலிப்பாக இருக்கும், அவர்கள் வீட்டின் இருட்டான சாப்பாட்டு அறையில்

மெழுகுத்துணி விரித்த மேஜைமேல் பெரிய காபிக் கோப்பைகளுடன் அவர்கள் ஆழ்ந்திருந்த உரையாடல்களால் அலுப்படைந்துவிட்டிருந்த, வண்டியோட்டி யாக இருந்த அவனுடைய பெரியப்பா மிஷெல் வந்து அவனை அழைத்துச் செல்லும் நேரம் தவிர. அருகில் இருந்த தன்னுடைய குதிரை லாயத்துக்கு அவர் அவனை அழைத்துச்செல்வார். வெளியே மதிய வெயில் தெருவைச் சூடாக்கிக்கொண்டிருக்கும்போது, லாயத்தின் உள்ளே அரையிருளில் குதிரைக ளின் முடி, சாணம், வைக்கோல் ஆகியவற்றின் வாடையை அவன் உணர்வான். மரத்தால் ஆன தீவனத் தொட்டியின் மேல் குதிரைகளின் கடிவாளச் சங்கிலி இடிக்கும் ஓசையைக் கேட்பான்; நீண்ட இமை முடிகளுடன் இருந்த தங் கள் கண்களைச் சுழற்றிக் குதிரைகள் இவர்களைப் பார்க்கும். நீண்ட மீசை யுடன் உயரமாகவும், ஒல்லியாகவும் இருந்த பெரியப்பா மிஷெல்—அவரிட மும் வைக்கோல் மணம் தெரியும்—ழாக்கைக் குதிரையின் மேல் தூக்கி உட் காரவைப்பார், குதிரை அலட்டிக்கொள்ளாமல் மரத் தொட்டியில் முகத்தை ஆழ்த்தி ஓட்ஸை மெல்ல ஆரம்பிக்கும். பெரியப்பா அவனுக்குச் சில 'கரோப்' பழங்களைக் கொடுப்பார்; அவன் அவற்றை மகிழ்ச்சியுடன் சப்பி, கடித்துச் சாப் பிடுவான், தன் மனதில் எப்போதும் குதிரைகளுடனேயே சம்பந்தப்படுத்திப் பார்த்திருந்த பெரியப்பாவிடம் மிகுந்த தோழமை உணர்வுடன். அவருடன்தான் 'சிதி-ஃபெரூஷ்' காட்டில் புனித வார திங்கட்கிழமையன்று தன் குடும்பத்தில் அனைவருடனும் 'மூனா' விழாவுக்குப் போவான். இவர்கள் வசித்த பேட் டைக்கும் அல்ஜேயின் மையப் பகுதிக்கும் இடையே வழக்கமாகப் போய்வந்து கொண்டிருந்த, குதிரைகள் பூட்டி இழுக்கப்படும் வண்டிகளில் ஒன்றை மிஷெல் வாடகைக்கு எடுப்பார்: ஒருவருக்கொருவர் முதுகைக் காட்டியபடி உட்காரக் கூடிய பெஞ்சுகளுடன், சதுரம்சதுரமாக ஜன்னல்கள் கொண்ட கூண்டு வண்டி யில் நான்கு குதிரைகள் பூட்டப்படும்; அவற்றில் தலைமை ஏற்கும் பொறுப் பளிக்கப்படும் குதிரையைத் தன்னுடைய லாயத்திலிருந்து மிஷெல் தேர்ந் தெடுப்பார். கிளம்புவதற்கு இரண்டு நாட்களுக்கு முன்பிருந்தே பெரியம்மா வீட்டுக் குடும்பப் பெண்கள் அனைவருமாகச் சேர்ந்து தயாரித்திருந்த, கிட்டத் தட்ட வட்ட வடிவிலிருந்த 'மூனா' ரொட்டியையும், 'ஓர்ரெயெத்' என்ற லேசான கேக் பண்டத்தையும் பல பெரிய சலவைத்துணிக் கூடைகளில் நிரப்பி, அன்று அதிகாலையில் வண்டியில் ஏற்றுவார்கள். இரண்டு நாட்களுக்கு முன், உலர்ந்த மாவு தூவப்பட்ட மெழுகுத்துணி மீது பிசைந்த மாவை வைத்து, துணியை முழுவதுமாக அது மூடும்வரை குழவியால் தட்டையாக இட்டு, பிறகு கைப்பிடி வைத்த உருளும் பல்சக்கரக் கத்தியின் உதவியால் சிறுசிறு துண்டுகளாக வெட்டி, அவற்றைச் சிறுவர்கள் தட்டுகளில் எடுத்துச்சென்று, கொதிக்கும் எண்ணெய் இருந்த தாமிரச் சட்டியில் போட்டு, அவற்றைப் பொரித்து எடுத்தபின் சலவைத் துணிக் கூடையில் வரிசையாக அடுக்குவார்கள். அதிலிருந்து வரும் பிரமாதமான வெனிலா வாசனை சிதி-ஃபெரூஷ்வரை வழி நெடுக அவர்களுடன் காற்றில் மிதந்து வரும். மிஷெல்[a] சாட்டையால் அடித்து விரட்டிக்கொண்டிருந்த நான்கு

---

[a] ஓர்லியான்ஸ்வில் பூகம்ப நிகழ்ச்சியில் மீண்டும் மிஷெல் வர வேண்டும்.

குதிரைகளும் உற்சாகத்துடன் சுவாசித்துக்கொண்டிருந்த, கடலிலிருந்து கிளம்பிக் கடற்கரைச் சாலைவரை மிதந்து வந்த அலைகளின் மணத்துடன் வெனிலா வாசனையும் கலந்துவிடும். நடுநடுவே மிஷெல் சாட்டையை மூாக்கிடமும் கொடுப்பார். பலத்த மணியோசைகளுடன் தன் கண்களுக்குக் கீழே பக்கவாட்டில் மாறி மாறி ஆடிக்கொண்டிருந்த நான்கு குதிரைகளின் பிருஷ்ட பாகங்கள் அவனைக் கவரும்; அல்லது குதிரைகள் வாலைத் தூக்கி, தங்களுடைய பிருஷ்ட பாகங்களைத் திறந்து, அங்கிருந்து கீழே தள்ளும், கரிக்கும் மணத்துடனான சாணத்தை அவன் பார்த்துக்கொண்டிருக்கும்போது, லாடங்களிலிருந்து பொறி பறக்கும், குதிரைகள் தலையைத் தூக்கி ஆட்டும்போது மணிகளின் ஓசை இன்னும் வேகமாக ஒலிக்கும். காட்டில் மரங்களுக்குக் கீழே கூடைகளையும் துணிகளையும் மற்றவர்கள் எடுத்து வைத்துக்கொண்டிருக்கும்போது, குதிரையின் வியர்வையை வைக்கோல் கத்தையால் அழுத்தித் துடைத்துவிட்டு அவற்றின் கழுத்தின் கீழ் பழுப்பும் சாம்பலும் கலந்த நிறத்தால் ஆன தீவனப் பையைக் கட்டித் தொங்கவிடுவதற்கு மூாக் மிஷெலுக்கு உதவுவான். குதிரைகள் அந்தப் பைக்குள் தங்களுடைய தாடைகளை விட்டு அசைத்துக்கொண்டும், தங்களுடைய பெரிய சகோதரத்துவக் கண்களைத் திறந்தும் மூடியும் அல்லது பொறுமையிழந்த கால்களால் ஈயை விரட்டியபடியும் இருக்கும். மக்கள் கூட்டம் காட்டில் நிரம்பியிருக்கும், அருகருகே உட்கார்ந்துகொண்டு அவர்கள் சாப்பிடுவார்கள், சுற்றிலும் சிலர் அகார்டியன் அல்லது கிதார் இசைக்கு ஏற்ப நடனமாடிக்கொண்டிருப்பார்கள். மிக அருகில் கடல் உறுமிக்கொண்டிருக்கும் ஒலி கேட்கும்; அதில் குளிக்கப் போகும் அளவுக்கு வெப்பமாக இருக்காது, ஆனால் அலைகளின் ஆழமில்லாத பகுதிகளில் வெறுங்காலுடன் நடக்க முடியும். அப்போது சிலர் குட்டித் தூக்கம் போட, உணர முடியாத வகையில் சூரியனின் ஒளி தணிந்து, வானத்தின் எல்லையை இன்னும் பிரம்மாண்டமாக விரிக்கும்; அந்தக் கணத்தில் அற்புதமான வாழ்க்கையைக் குறித்த நன்றியுணர்வுடனும் மகிழ்ச்சியான கூக்குரலுடனும் கண்களில் நீர் பெருகுவதைச் சிறுவன் உணர்ந்தான். ஆனால் இப்போது அந்த மார்கரித் பெரியம்மா இறந்துவிட்டாள். அது, மிக அழகாக, நன்றாக உடை உடுத்திக்கொள்ளும் அவளுடைய —அவளை ஒய்யாரி என்றே சொன்னார்கள்—தவறு இல்லை; ஏனென்றால் சர்க்கரை வியாதியினால் ஆணி அடித்துவைத்ததைப் போல சோபாவில் உட்கார்ந்துகொண்டு, கவனிப்பற்ற அந்தக் குடியிருப்பில் உடல் ஊதிப்போய், பூதாகாரமாக வளர்ந்து, மூச்சுத்திணறும் அளவுக்கு உடல் பருத்து, அச்சுறுத்தும் அளவுக்கு விகாரமாகிவிட்டிருந்தாள். அவளைச் சுற்றி அவளுடைய இரண்டு மகள்களும், கால் ஊனமான மகனும்—அவன் காலணி பழுதுபார்க்கும் தொழிலில் இருந்தான்—எப்போது அம்மாவுக்கு மூச்சு நின்றுவிடுமோ என்று எல்லோரும் நெஞ்சைப் பிடித்தபடி இருந்தார்கள்.[ab] இன்சுலினைப் போட்டுப்போட்டு, இன்னும் அதிகமாகப் பருமனாகிக் கடைசியில் அவள் மூச்சும் நின்றுவிட்டது.[c]

---

[a] இரண்டாவது பகுதியில் ஆறாவது அத்தியாயம்.

[b] பிரான்சிஸும் இறந்துவிட்டார். (பின்னால் வரும் குறிப்புகளைப் பார்க்க.)

[c] டெனிஸ் பதினெட்டு வயதில் அவர்களை விட்டுப் பிரிந்து, விலைமாதாக வாழ்ந்து, இருபத்தியொரு வயதில் பணக்காரியாகத் திரும்பி வந்து, தன் தந்தையின் குதிரை லாயத்தைப் புனரமைத்தாள்—தொற்றுநோயில் இறந்துவிட்டாள்.

பாட்டியின் சகோதரி ஜீன் இறந்துவிட்டாள். ஞாயிற்றுக்கிழமை மதிய வேளை இசை நிகழ்ச்சிகளுக்கு வீட்டுக்கு வந்துகொண்டிருந்தவள் அவள்தான். வெள்ளை யடிக்கப்பட்ட பண்ணை வீட்டில் இறுதிவரை சமாளித்துக்கொண்டு, போர் விதவைகளாகியிருந்த தன்னுடைய மூன்று மகள்களுடன் வசித்தாள். அவள் வெகு நாட்களுக்கு முன்பே இறந்துவிட்டிருந்த தன்னுடைய கணவரைப் பற்றியே சதா பேசிக்கொண்டிருப்பாள்.[a] மஹோான் வட்டார மொழி மட்டுமே பேசத் தெரிந்த மாமா ஜோசப்பும் இறந்துவிட்டார். அழகான, இளம் சிவப்பு நிற முகத்துக்கு மேல் வெண்ணிற முடி இருந்ததால் அவரை ழாக்குக்கு மிகவும் பிடித்திருந்தது; அதன் மேல் அகல விளிம்பு கொண்ட ஸ்பானிஷ் தொப்பி 'சோம்ப்ரெரோவை' சாப்பாட்டு நேரத்திலும் அணிந்துகொண்டு, கிராமத்துக் குடும்பத் தலைவருக்கே உரித்தான பிரத்தியேகக் கண்ணியத் தோரணையுடன் இருந்தாலும், சாப்பாட்டுக்கு நடுவில் சில சமயங்களில் அவர் லேசாக எழுந்து அநாகரிகமாக ஒரு சத்தத்தை வெளிப்படுத்துவார்; அவரைச் சகித்துக்கொண்டாலும், அவரைக் கடிந்துகொண்ட மனைவியின் முன்னால் அதற்கு அவர் மன்னிப்புக்கோருவார். பாட்டியின் அண்டை வீட்டு மாசோன் குடும்பத்தில் எல்லோருமே இறந்துபோயிருந்தார்கள்: முதலில் அந்தக் கிழவி, பிறகு உயரமாக இருந்த மூத்த சகோதரி அலெக்ஸான்ட்ரா, அடுத்து 'அல்கசார்' திரையரங்கில் பகல் காட்சிகளின்போது உடலை வளைத்து வித்தைகள் செய்தும் பாடிக்கொண்டும் இருந்த, நீண்ட காதுகள் கொண்ட சகோதரன் ( ).[1] ஆம், எல்லோருமே இறந்துவிட்டார்கள், எல்லோரையும்விட இளைய வளாக இருந்த மார்த் உட்பட. அவளுக்குப் பின்னால்தான் ஆன்ரி சுற்றித் திரிந்து கொண்டிருந்தான், ஏன், அதைவிட ஒரு படி மேலேயே.

இப்போதெல்லாம் அவர்களைப் பற்றி யாரும் ஒருபோதும் பேசுவதில்லை. மறைந்துவிட்ட உறவினர்களைப் பற்றி அவனுடைய தாயோ, மாமாவோ யாருமே பேசவில்லை. எவருடைய தடயங்களை அவன் தேடிக்கொண்டிருந்தானோ, அந்த அவனுடைய தந்தையைப் பற்றியோ, மற்ற வேறு எவரையும் பற்றியோகூட அவர்கள் பேசவேயில்லை. ஏழ்மையிலேயே அவர்களுடைய வாழ்க்கை தொடர்ந்துகொண்டிருந்தது, அடிப்படைத் தேவைகளை எதிர்நோக்கி இருக்க வேண்டிய நிலையில் இப்போதெல்லாம் அவர்கள் இல்லை என்றபோதிலும். ஏனென்றால், அந்தப் பழக்கம் அவர்களைத் தொற்றிக்கொண்டுவிட்டிருந்தது, வேறு வழியின்றி வாழ்க்கையைக் குறித்த வெறுப்புடன் மிருகங்களைப் போல வாழ்க்கையை நேசித்த அவர்கள், அந்த வாழ்க்கை தவறாமல் அவ்வப்போது பேரி டர்களை—அவற்றுக்கான அறிகுறிகளைப் பெற்றிருந்தாலும், அவற்றைச் சற்றும் வெளிக்காட்டாமல்—விளைவிக்கும் என்று அனுபவரீதியாகத் தெரிந்துவைத் திருந்தார்கள்.[b] தவிரவும், அவன் அருகில் அவர்கள் இப்போது இருந்த விதத்தில், மௌனமாகத் தங்களுக்குள்ளேயே சுருங்கிக்கொண்டு, நினைவுகள் எதுவுமின்றி மங்கலாகிவிட்ட சில காட்சிகளை மட்டுமே பற்றிக்கொண்டிருந்த நிலையில்;

---

[a] மகள்கள்?

[1] பெயர் தெளிவாக இல்லை.

[b] அவர்கள் உண்மையிலேயே அந்நியர்களா? (இல்லை, அவன்தான் அ.)

இப்போது தங்கள் சாவுக்கு அருகில் அவர்கள் வாழ்ந்துகொண்டிருந்தார்கள், அதாவது, எப்போதுமே நிகழ்காலத்தில். அவர்களிடமிருந்து ஒருபோதும் தன் தந்தையைப் பற்றி எதுவும் தெரிந்துகொள்ள முடியாது; அவர்கள் தன்னுடன் இருப்பதே ஏழ்மையான, ஆனந்தமான தன்னுடைய குழந்தைப் பருவத்தின் வளமான ஊற்றுகளை தனக்குள் பீறிடச் செய்தது என்றாலும். இந்த அளவுக்குத் தனக்குள் பீறிடும் இவ்வளவு வளமான நினைவுகள் குழந்தையாகத் தான் இருந்திருந்தான் என்பதற்கு எந்த அளவுக்கு உண்மையாக இருக்கக்கூடுமென்று அவனுக்கு நிச்சயமாகத் தெரியவில்லை. மாறாக, தன்னை அவர்களுடன் பிணைத்து, அவர்களுடன் ஐக்கியமாக்கிவிட்ட பிரியமான இரண்டு அல்லது மூன்று நினைவுகளுடன், இத்தனை ஆண்டுகளாகத் தான் என்னவாக இருக்க முயன்றானோ அதை அழித்துவிட்டு, இத்தனை ஆண்டுகளாக அனைத்தையும் மீறிப் பிழைத்திருக்கும் பெயரற்ற, எதையும் காண முடியாத ஒருவனாகத் தன்னைக் கட்டுப்படுத்தி, உண்மையான ஒரு தனித்தன்மையைத் தனக்களித்த அந்த இரண்டு அல்லது மூன்று நினைவுகளுடன்தான் தான் திருப்தியடைய வேண்டும் என்பதைப் பற்றி அவன் நிச்சயமாக இருந்தான்.

உதாரணமாக, வெப்பம் அதிகமாக இருந்த முன்னிரவு நேரங்களில் உண வருந்திய பின்னர் குடும்பம் முழுவதும் நாற்காலிகளைக் கீழே எடுத்து வந்து வீட்டின் வாசலுக்கு முன்னால் இருந்த நடைபாதையில் போட்டுக்கொள்வார்கள், தூசி படிந்திருந்த அத்தி மரங்களிலிருந்து சூடான தூசு நிறைந்த காற்று வீசும், அவர்களுக்கு முன்னால் ஜனங்கள் போய்க்கொண்டும் வந்துகொண்டும் இருப்பார்கள், சற்றே பின்சாய்ந்திருந்த நாற்காலியிருந்த தன் தாயின் மெல்லிய தோளில் தலையை வைத்தபடி கோடைகால வானத்தின் நட்சத்திரங்களை மரக் கிளைகளினூடாகப் பார்த்துக்கொண்டிருந்தது ழாக்கின் நினைவில் நின்றுவிட்ட ஒரு காட்சி. அல்லது, இன்னுமொரு காட்சி: கிறிஸ்துமஸ் இரவொன்றில் பெரியம்மா மார்கரித்தின் வீட்டிலிருந்து எர்னெஸ்ட்டைத் தவிர மற்றவர்கள் வீட்டுக்கு நள்ளிரவுக்குப் பிறகு திரும்பிவந்துகொண்டிருந்தார்கள். அவர்கள் வீட்டுக் கதவுக்கு அருகில் இருந்த உணவகம் ஒன்றின் முன்பாக ஒரு மனிதன் படுத்திருப்பதையும், அவனைச் சுற்றி இன்னொருவன் நடனமாடிக்கொண்டிருப்பதையும் பார்த்தார்கள். நிறையக் குடித்துவிட்டிருந்த அவர்கள், இன்னும் அதிகமாகக் குடிக்க விரும்பியிருந்திருக்கிறார்கள். உணவக முதலாளி, வெண்ணிற முடியுடன் ஒல்லியாக இருந்த இளைஞன், அவர்களை வெளியே போகச் சொல்லியிருந்திருக்கிறான். கர்ப்பமாக இருந்த அவனுடைய மனைவியை இவர்கள் காலால் எட்டி உதைத்திருந்திருக்கிறார்கள். முதலாளி துப்பாக்கியால் சுட்டுவிட்டான். ஒருவனின் வலது பொட்டில் குண்டு பதிந்துவிட்டது. அந்தக் காயம் கீழ்நோக்கி இருந்த நிலையில், தலை தரையில் சாய்ந்துவிட்டது. போதையாலும் பயத்தாலும் மற்றவன் இவனைச் சுற்றி ஆடத் தொடங்கிவிட்டான். உணவகத்தின் கதவுகள் மூடப்பட்டுக்கொண்டிருக்கும்போது, காவல்துறையினர் வருவதற்குள் எல்லோரும் அங்கிருந்து ஓடிப்போய்விட்டனர். ஊரின் ஒதுக்குப் புறமாக இருந்த அந்த வட்டாரத்தில், ஒருவரையொருவர் இறுகப் பற்றிக்கொண்டு,

இரண்டு சிறுவர்களையும் அந்த இரண்டு பெண்கள் தங்களுடன் சேர்த்துப் பிடித்துக்கொண்டிருந்தது, அப்போதுதான் பெய்திருந்த மழையால் சதசதவென்றிருந்த நடைபாதையில் அரிதாக வீசிய ஒளி, மோட்டார் வாகனங்கள் ஈரத் தெருவில் ஏற்படுத்தியிருந்த சுவடுகள், வேறொரு உலகத்தைச் சேர்ந்த காட்சி போல இந்தக் காட்சியைப் பற்றிக் கவலையே படாத ஆனந்தமான பயணிகளை நிரப்பிக் கொண்டு விளக்குகள் மின்ன, சத்தமிட்டபடி சென்றுகொண்டிருந்த டிராம் வண்டிகள்—இவையெல்லாம் ஒன்றுசேர்ந்து பூாக்கின் மிரண்டுபோயிருந்த நெஞ்சில் செதுக்கிவிட்டிருந்த அந்தக் காட்சி, மற்ற எல்லாவற்றையும் தாண்டி இன்று வரை இன்னும் நிலைத்துவிட்டிருந்தது; தவிர, வெகுளித்தனத்துடனும் ஆர்வத்துடனும் நாள் முழுவதும் அவன் ஆளுமை செலுத்திய அந்த வட்டாரம் இனிமையான, மனதை விட்டு அகலாத ஒரு நினைவு. ஆனால் பகல்பொழுதின் இறுதியில், அந்த வட்டாரத்தின் தெருக்களில் நிழல்கள் நிரம்பத் தொடங்கிய போதோ அல்லது ஒரே ஒரு அடையாளமற்ற நிழல் தோன்றி மென்மையான காலடி ஓசைகளும் தெளிவற்ற குரல்களின் ஓசையும் அதனுடனே வந்தபோதோ, மருந்துக்கடையின் உருண்டையான மின்விளக்கின் ரத்தச் சிவப்பு அற்புதத்தில் தெரு மூழ்கியிருக்க, அப்போதெல்லாம் சிறுவன் பூாக்கைப் பயம் சட்டென்று கவ்விக்கொள்ள, தன்னுடைய மக்களுடன் போய்ச் சேர்ந்துகொள்வதற்காக ஏழ்மையான அவனுடைய வீட்டை நோக்கி ஓடுவான்.

***

6 (A) பள்ளிக்கூடம்[1]

[a] அந்த மனிதருக்குத் தன் தந்தையைத் தெரிந்திருக்கவில்லை, ஆனால் தன்னிடம் அடிக்கடி அவரைப் பற்றி ஓரளவு, தொன்மக்கதை போலத் தோன்றும் தொனியில், பேசியிருந்திருக்கிறார். எப்படி இருந்தாலும், ஒரு குறிப்பிட்ட தருணத்தில், எல்லா விதங்களிலும் தன்னுடைய தந்தையின் இடத்தில் அவர் இருக்கவும் செய்திருக்கிறார். ஆகவேதான் ழாக் அவரை ஒருபோதும் மறக்கவில்லை. தான் அறிந்திராத தந்தை என்ற அந்த ஒருவர் இல்லாததை ஒருபோதும் உணர்ந்திருக்காத நிலையில், தன் தந்தையின் ஸ்தானத்திலிருந்து அவர் செய்த ஒரு செயலை—சிறுவனாக இருந்தபோதும், பின்னர் வாழ்நாள் முழுவதுமே—தன்னுடைய ஆழ்மனம் நன்றியுணர்வுடன் நினைத்துப்பார்க்கும் என்பதாலேயே அவரை அவன் மறக்கவில்லை; நன்றாகச் சிந்தித்து, அறுதியாக அவர் செய்திருந்த, தந்தைக்கு உரித்தான அந்தச் செயல் அவனுடைய குழந்தைப் பருவ வாழ்க்கையைப் பாதித்திருந்தது. ஏனென்றால், தன்னுடைய ஆரம்பப் பள்ளியின் இறுதியாண்டின்[2] ஆசிரியர் திரு. பெர்னார், குறிப்பிட்ட ஒரு தருணத்தில் தன்னுடைய பொறுப்பிலிருந்த இந்தச் சிறுவனின் எதிர்காலத்தை மாற்றுவதற்காகத் தன்னுடைய செல்வாக்கை முழுமையாகப் பயன்படுத்தி, உண்மையில் அதை மாற்றவும் செய்தார்.

இப்போது, கிட்டத்தட்ட கஸ்பா குன்றின் அடிவாரத்தில் வளைந்துவளைந்து செல்லும் ராவிகோவின் சாலைகளில் ஒன்றில் இருந்த அவருடைய சிறிய குடியிருப்பில் திரு. பெர்னாரை ழாக் சந்தித்தான்; நகரத்துக்கும் கடலுக்கும் எதிரே இருந்த அந்தப் பகுதியில், மசாலாப் பொருள்களின் மணமும் ஏழ்மையின் வாடையும் ஒன்றாக வீசிக்கொண்டிருந்த வீடுகளில் எல்லா இனங்களையும், எல்லா மதங்களையும் சேர்ந்த சில்லறை வியாபாரிகள் வசித்தார்கள். திரு. பெர்னார் வீட்டில் இருந்தார்: முதுமையடைந்து, கொஞ்சம் உதிர்ந்துவிட்டிருந்த முடி, கன்னங்களிலும் கைகளிலும் கண்ணாடிபோல் ஆகியிருந்த தோலின் மேல் முதுமையின் தழும்புகள், முன்பைவிட மெதுவான நடை, கூண்டிலிருந்த குருவி ஒன்று ஒலியெழுப்பிக்கொண்டிருந்த, கடைத்தெருவைப் பார்த்தபடி இருந்த ஜன்னலுக்கு முன்னால் தன்னுடைய பிரம்பு நாற்காலியில் உட்கார முடிந்ததில் திருப்தியடைந்துவிட்டதை வெளிப்படுத்தும் தோற்றம்—இவற்றுடன் அவர் இருந்தார். முன்பெல்லாம் அவர் செய்திருந்திருக்காத வகையில் தன் உணர்ச்சிகளைச் சற்றும் மறைக்காமல் வெளிக்காட்டிகொண்டார். ஆனால் இன்னமும் நிமிர்ந்தபடி நின்றுகொண்டிருந்த அவர் குரல் கணீரென்று, கண்டிப்புடன் இருந்தது, அந்த நாட்களில் வகுப்புக்கு முன்புறமாக நின்று, ''இரண்டிரண்டு பேராக வரிசையில் நில்லுங்கள். இரண்டிரண்டாக! நான் ஐந்து என்று சொல்லவில்லை'' என்பாரே,

---

[1] பார்க்க: பின்னிணைப்பு - இடைத்தாள் II கையெழுத்துப் பிரதியில் பக்கங்கள் 68 - 69க்கு இடையில் ஆசிரியர் செருகியிருந்தது.

[a] மாற்றம் - 6லிருந்து?

[2] ஆரம்பப் பள்ளியின் இறுதி ஆண்டு: கட்டாய ஆரம்பக் கல்வியின் இறுதி ஆண்டு.

அதைப் போல. அப்படிச் சொன்னவுடனேயே முண்டியடித்து ஓடுவது நின்று போய், பயத்தையும் பாசத்தையும் ஒன்றாக, ஒரே சமயத்தில் தங்கள் மனதில் உருவாக்கிய திரு பெர்னாரின் மாணவர்கள், முதல் மாடியின் வராந்தாவில் வகுப்பறைக்கு வெளிப்புறமாக இருந்த சுவரை ஒட்டி வரிசையாக நின்று, ஒருவழியாக அந்த வரிசை சீராக, அசையாமல், மௌனமாகவும் ஆன பிறகு, ''இப்போது உள்ளே போகலாம், 'டிராமூஸ்' கூட்டமே!'' என்று சொன்ன பிறகுதான் அவர்களுக்கு விடுதலை கிடைக்கும். திடமாக, நேர்த்தியாக உடையணிந்து, சீரான முக லட்சணம், அடர்த்தி குறைவாக இருந்தாலும் படிய வாரியிருந்த தலை, கோலோன் வாசனைத் திரவியத்தின் மணம் இவற்றுடன் இருந்த திரு. பெர்னார் அந்த வரிசையை மெதுவாகவும் ஒழுங்காகவும் போகும்படி சைகை செய்துவிட்டு, பாசத்துடன் கூடிய கண்டிப்புடன் மேற்பார்வையிடுவார்.

நகரின் இந்தப் பழைய பகுதியில் சற்று அண்மையில் தோன்றியிருந்த, *1870* போருக்குப் பிறகு கட்டப்பட்டிருந்த ஒன்று அல்லது இரண்டு மாடி வீடுகளுக்கும், மூாக்கின் வீடு இருந்த குடியிருப்புப் பகுதியின் பிரதான சாலையையும் நிலக்கரிக் கப்பல்கள் வந்து நிற்கும் துறைமுகத் தளத்தையும் இணைத்த, சமீபத்தில் கட்டப்பட்ட கிடங்குகளுக்கும் இடையே பள்ளிக்கூடம் இருந்தது. நாலு வயதில் மழலையர் பிரிவுப் பள்ளியிலிருந்தே தான் போகத் தொடங்கிய அந்தப் பள்ளிக்கூடத்துக்குத்தான் மூாக் ஒவ்வொரு நாளும் இரண்டு முறை நடந்து போய்க்கொண்டிருந்தான். மழலையர் பள்ளி பற்றிய நினைவுகள் எதுவும் இப்போது இல்லை, ஒன்றே ஒன்றைத் தவிர: அங்கே கூரையுடன் இருந்த விளையாட்டு மைதானத்தின் ஒரு கோடி முழுவதையும் ஆக்கிரமித்துக்கொண்டிருந்த கருப்புக் கல்லினால் ஆன கழிப்பறை இருந்ததும், அதில் ஒருநாள் தலை மோதும்படி தான் விழுந்ததும், பதட்டமடைந்த ஆசிரியர்களுக்கு மத்தியில் புருவத்தில் வெட்டுக் காயத்துடன் ரத்தம் சொட்டத் தான் எழுந்து வந்ததும், அப்போதுதான் முதல் முறையாக வெட்டுக்காயத்தின் மேல் போடப்பட்ட உலோக நரம்பைத் தெரிந்துகொண்டதும் மட்டுமே நினைவிலிருக்கிறது. போதாக்குறைக்கு, அப்போது அந்த நரம்பை எடுத்த உடனேயே இன்னொரு புருவத்துக்கும் போட நேர்ந்தது: மூாக்கினுடைய கண்களை மறைக்கும் வகையில் பழைய, கெட்டியான தக்கையில் செய்த வட்டமான, அரைக்கோள வடிவிலான தொப்பியையும், காலைத் தடுக்கும் பழைய பெரிய மேல்கோட்டையும் அவனுக்கு அணிவித்துப் பார்க்க அவனுடைய அண்ணன் ஆசைப்பட, அவன் தரையில் தடுக்கி விழுந்து அங்கே பெயர்ந்து வந்திருந்த ஓட்டில் தலை மோத, மீண்டும் ரத்த காயம் ஏற்பட்டது. மழலையர் பள்ளி நாட்களிலிருந்தே அவன் தன்னைவிடக் கிட்டத்தட்ட ஒரு வயது பெரியவனான பியருடன் சேர்ந்து போய்க்கொண்டிருந்தான். இப்போது அஞ்சல் அலுவலகத்தில் வேலை செய்துகொண்டிருக்கும் இன்னொரு போர்க்கால விதவையாக இருந்த தாயுடனும், ரயில்வேயில் பணிபுரிந்துகொண்டிருந்த இரண்டு மாமாக்களுடனும் பியர் அடுத்த தெருவில் வசித்தான். அவர்களுடைய குடும்பங்கள் இடையே நட்பு என்று சொல்ல முடியாத ஒரு தோழமை உணர்வு—இந்த மாதிரியான குடியிருப்புகளில் இருந்ததைப் போல—

இருந்தது; அதாவது, பரஸ்பரம் ஒருவர் வீட்டுக்கு இன்னொருவர் விஜயம் செய் யாமலேயே அவர்களிடம் மதிப்பு வைத்திருந்தார்கள், ஒருவருக்கொருவர் உதவி செய்துகொள்ளவும் தயாராக இருந்தார்கள், அதற்கான சந்தர்ப்பங்கள் ஒரு போதும் வரவில்லையென்றாலும். முதல் நாளிலிருந்தே இந்தச் சிறுவர்கள் மட்டுமே உண்மையான நண்பர்களாக இருந்தார்கள்; சிறு குழந்தைக்கான அங்கியை இன்னமும் அணிந்துகொண்டு பியரிடம் ஒப்படைக்கப்பட்டிருந்த ழாக்கும், கால்சட்டை அணிந்துகொண்டு மூத்தவன் என்ற பொறுப்புணர்வோடு இருந்த பியரும் மழலையர் பள்ளிக்குச் சேர்ந்தே போய்வந்துகொண்டிருந்தார் கள். அதன் பிறகு ஆரம்பப் பள்ளியின் இறுதியாண்டு வகுப்புவரை—அந்த வகுப்புக்கு ழாக் போனபோது அவனுக்கு வயது ஒன்பது—எல்லா வகுப்புகளி லும் அவர்கள் ஒன்றாகவே இருந்தார்கள். அதே பாதையில் நாளொன்றுக்கு நான்கு முறை பயணம் செய்தார்கள், ஒருவன் வெண்முடியுடனும், மற்றவன் பழுப்புநிற முடியுடனும், ஒருவன் சாதுவாகவும், மற்றவன் எளிதில் உணர்ச்சி வசப்படுபவனாகவும், ஒரே பின்னணியையும் ஒரே விதியையும் கொண்ட சகோ தரர்கள்போல், இருவருமே சிறந்த மாணவர்களாகவும் அதே சமயம் விளையாடு வதில் சோர்வடையாமலும் இருந்தார்கள். ழாக் சில பாடங்களில் நல்ல தேர்ச்சி உடையவனாக இருந்தாலும், அவனுடைய நடத்தையும், விளையாட்டுப் புத்தி யும், ஆயிரம் மடத்தனமான செயல்களைச் செய்ய வைத்த அவனுடைய ஜம்பம் அடித்துக்கொள்ளும் ஆர்வமும் சேர்ந்து, மிக புத்திசாலியாகவும் கவன மாக யோசித்தும் செயல்பட்ட பியருக்குச் சில விதங்களில் சாதகமாக அமைந்தது. ஆகவே, வகுப்பில் முதலிடத்தை அவர்கள் மாறிமாறிப் பிடித்தவாறு இருந்தாலும், அவர்களிருவரின் குடும்பத்தினரைப் போலல்லாமல், அதைக் குறித்துப் பெருமை யடித்துக்கொள்ள அவர்கள் எண்ணியதில்லை. அவர்களுடைய மகிழ்ச்சிகள் வித்தி யாசமானவை. காலை வேளைகளில், தன் வீட்டு வாசலில் பியருக்காக ழாக் காத்திருப்பான். கழிவு வண்டி தெருவில் போவதற்கு முன்னால், அதாவது இன் னும் சரியாகச் சொன்னால், உடைந்த மூட்டுடன் இருந்த குதிரை பூட்டிய வண்டியைக் கிழட்டு அராபியன் ஓட்டிச் செல்வதற்கு முன்னால், அவர்கள் புறப்பட்டுவிடுவார்கள். இரவின் பனியால் நடைபாதை இன்னும் ஈரமாகவே இருக்கும்; கடலிலிருந்து வீசிய காற்றில் உப்பின் சுவை இருக்கும். பியர் வசித்த, அங்காடிக்குப் போகும் தெருவில் அதிகாலையில் மிகவும் ஏழ்மையான, சிக்கன மான குடும்பங்கள்கூடத் தங்களுக்குத் தேவையில்லை என்று வெறுத்துத் தூக்கிப் போட்டவற்றில் எடுத்துக்கொள்ளத் தங்களுக்கு ஏதாவது இருக்குமா என்று பார்ப்பதற்காக, பசியால் வாடிய சில அராபியர்களோ அல்லது மூர்களோ அல் லது ஸ்பானியப் பிச்சைக்காரர்களோ திறந்து பார்த்த குப்பைத் தொட்டிகள் தெரு வெங்கும் இருக்கும். அவற்றின் மூடிகள் பெரும்பாலும் திறந்திருக்கும்; காலை யில் இவர்கள் போகும் வேளையில், கந்தல் உடையில் இருந்தவர்கள் இடத்தில் அந்தப் பேட்டையிலிருந்த ஒல்லியான, வலுவான பூனைகள் இருக்கும். சிறுவர் கள் இருவரும் சத்தம் போடாமல் குப்பைத் தொட்டிகளுக்குப் பின்னாலிருந்து வந்து, அவற்றுக்குள்ளே இருக்கும் பூனைகள் மேல் அந்த மூடிகளைச் சடா லென்று அடித்து மூடிவிட வேண்டும். இதுதான் அவர்கள் எண்ணம். இந்த வீரச்

செயல் எளிதாக இருக்கவில்லை, ஏனென்றால், ஏழைகளின் பேட்டையில் பிறந்து வளர்ந்திருந்த பூனைகள், உயிருடன் இருப்பதற்கான உரிமைக்குப் போராடும் எல்லா மிருகங்களையும் போலவே எச்சரிக்கை உணர்வுடனும் சுறுசுறுப்புடனும் இருந்தன. ஆனால் அவ்வப்போது, குப்பைக் குவியலிலிருந்து பிரித்தெடுக்கச் சிரமமான, நாக்கில் எச்சில் ஊறவைக்கும் ஏதாவதொரு பொருளால் ஈர்க்கப்பட்டுவிட்ட பூனை, எதிர்பாராத விதமாக அதில் மாட்டிக்கொள்ளும். குப்பைத் தொட்டியின் மூடி பெரும் சத்தத்துடன் மூடிக்கொள்ள, பூனை பயத்தில் அலறி, தன் முதுகை மேல்நோக்கி வளைத்தும், நகங்களால் கீறியும், அந்தத் துத்தநாகச் சிறையின் மூடியை ஒருவழியாகத் தூக்கி அங்கிருந்து அலறியடித்துக் கொண்டு, பயத்தால் ரோமங்கள் குத்திட்டு நிற்க, வேட்டை நாய்களால் துரத்தப்பட்டதைப் போல ஓடும்—தாங்கள் இழைத்த கொடுமையைச்[a] சற்றும் உணராத இந்தச் சித்திரவதையாளர்களின் பலத்த சிரிப்புக்கிடையே.

உண்மையில், இந்தச் சித்திரவதையாளர்களிடம் ஒரு முரண்பாடும் இருந்தது; ஏனென்றால், அந்தப் பேட்டைச் சிறுவர்கள் கலூஃபா[1] (ஸ்பானிய மொழியில்...)[2] என்றழைத்த, நாய்களைப் பிடிக்கும் நகராட்சி ஊழியனை இவர்கள் மனதார வெறுத்தார்கள். அந்த நகராட்சி ஊழியனும் கிட்டத்தட்ட அதே நேரத்தில்தான் தன் பணியைச் செய்வான், ஆனாலும், அவ்வப்போது தேவைக்கேற்ப மதிய வேளையிலும் வருவான். கல்லைப் போல் எதற்கும் அசையாத முதிய அராபியன் ஒருவன் ஓட்டிச் சென்ற, இரட்டைக் குதிரை பூட்டிய, விநோதமான வண்டியில் பெரும்பாலும் பின்பகுதியில் இருந்த, ஐரோப்பிய உடையணிந்திருந்த இன்னொரு அராபியன்தான் அந்த ஊழியன் கலூஃபா. அந்த வண்டி கனச்செவ்வக வடிவில் நீண்டு இருக்கும்; அதன் நீட்ட வாக்கில் தடியான கம்புகளால் ஆன இரண்டு வரிசைக் கூண்டுகள் இருக்கும். மொத்தம் இருந்த பதினாறு கூண்டுகளில் ஒவ்வொன்றிலும் கம்புகளுக்கும் கூண்டின் மறுகோடிக்கும் இடையில் ஒரு நாய் அடைக்கப்படும். வண்டிக்குப் பின்புறம் இருந்த பலகைமேல் உட்கார்ந்திருந்த நாய் பிடிப்பவனின் மூக்கு, அந்தக் கூண்டுகளின் கூரைக்கு மேலே இருக்கும்படி அமைந்திருந்ததால், தன்னுடைய வேட்டையின் களத்தை அவனால் கண்காணிக்க முடிந்தது. பள்ளிக்குப் போய்கொண்டிருந்த சிறுவர்களும், பெரிதாகப் பூப்போட்ட மெல்லிய கம்பளி போன்ற பருத்தியில் வீட்டு உடைகளை அணிந்துகொண்டு பால் அல்லது ரொட்டி வாங்கி வருவதற்காகப் போய்க்கொண்டிருந்த வீட்டுப் பெண்களும், ஓலையால் பின்னப்பட்ட பெரிய கூடைகளில் தங்களுடைய விற்பனைச் சரக்குகளை ஒரு கையில் தூக்கிக்கொண்டு, மறுபுறம் தோளில் தாங்கிகளைச் சுமந்து அங்காடிக்கு சென்றுகொண்டிருந்த அராபிய வியாபாரிகளும் வர ஆரம்பித்துவிட்ட அந்த ஈரமான தெருக்களின் வழியாக நாய் வண்டி மெதுவாகப் போய்க்கொண்டிருக்கும். திடீரென்று, நாய் பிடிப்பவன் கொடுக்கும் குரலுக்கு

---

[a] பட்டாணி சூப்.

[1] இந்தப் பெயர் வரக் காரணம், இந்த வேலையைச் செய்ய ஒப்புக்கொண்ட முதல் ஊழியனின் இயற்பெயர் கலூஃபா என்பதே.

[2] மூலத்திலும் இங்கே ... என்றே இருக்கிறது (த.மொ.கு).

முதிய அராபியன் கடிவாளங்களை இழுத்துப் பிடித்ததும், வண்டி நின்றுவிடும். அவ்வப்போது, மிரண்ட பார்வையைப் பின்னால் திருப்பி வீசியபடி, ஜுர வேகத்துடன் குப்பைத்தொட்டியில் துழாவிக்கொண்டிருந்த நாயையோ, அல்லது தீனி கிடைக்காத நோஞ்சான் நாய்களுக்கேயான கவலையும் அவசரமும் கலந்த பார்வையுடன் சுவரோரமாக வேகமாகக் குதித்து ஓடிக்கொண்டிருந்த நாயையோ, நாய் பிடிப்பவன் பார்த்திருப்பான். அப்போது கலூஃபா வண்டியின் மேல்பகுதியிலிருந்து ஒரு நீண்ட தோல் பட்டையை எடுப்பான்; இரும்புச் சங்கிலி ஒன்று வளையத்தில் மாட்டப்பட்டு, அந்த வளையம் தோல்பட்டையில் எளிதில் நகரும் வண்ணம் இருக்கும். வேகமாகவும், மௌனமாகவும் அவன் அந்த மிருகத்தை நோக்கி நாய் பிடிப்பவனுக்கே உரித்தான மென்மையான அடிகளுடன் அதை நெருங்கி—ஒரு குடும்பத்தின் அங்கத்தினர் என்ற அடையாளத்தைத் தாங்கியிருக்கும் கழுத்துப் பட்டை அதற்கு இல்லாத பட்சத்தில்—வியக்கத்தக்க வேகத்தில் திடீரென்று அதை நோக்கி ஓடி, தன்னுடைய ஆயுதம் அதன் கழுத்தைச் சுற்றி விழும் வகையில் அதை வீசுவான்; தோலாலும் இரும்பாலும் செய்யப்பட்ட சுருக்குக் கயிறுபோல அது மாறிவிடும். ஒரே மூச்சில் கழுத்து நெரிக்கப்பட்ட அந்த நாய், விதவிதமான தெளிவற்ற சத்தங்களுடன் முனகிக்கொண்டு, ஆவேசமாகப் போராடும். நாய் பிடிப்பவன் அதைத் தன் வண்டிவரை இழுத்துச்சென்று, கம்பிக் கதவுகளில் ஒன்றைத் திறந்து, நாயைத் தூக்கி—அதன் கழுத்து இன்னும் அதிகமாக நெரிக்கப்படும்—அதைக் கூண்டுக்குள் தூக்கி எறிவான்; சுருக்கின் கைப்பிடியை ஏற்கனவே கவனமாகக் கம்பிகள் வழியாக வெளியே இழுத்து வைத்திருப்பான். நாய் பிடிக்கப்பட்ட பின், இரும்புச் சங்கிலியைத் தளர்த்தி, சிறைப்படுத்தப்பட்ட நாயின் கழுத்தை விடுவிப்பான். குறைந்தபட்சம், இப்படித்தான் பெரும்பாலும் நடக்கும், அந்தப் பகுதி சிறுவர்களின் பாதுகாப்பு நாய்க்குக் கிட்டாத சமயங்களில். ஏனென்றால், அவர்கள் எல்லோருமே கலூஃபாவுக்கு எதிராகக் கூட்டு சேர்ந்துவிடுவார்கள். அந்த நாய்கள் நகராட்சியின் பட்டிக்கு எடுத்துச் செல்லப்பட்டு, மூன்று நாட்கள் அங்கே வைக்கப்பட்டு, அதற்குள் அதற்கு உரிமை கொண்டாடி யாரும் வரவில்லையென்றால், அவை கொல்லப்படும் என்பது சிறுவர்களுக்குத் தெரிந்திருந்தது. வண்டி வருவது அவர்களுக்கு முன்கூட்டியே தெரிந்திருக்கவில்லையென்றாலோ, கம்பிகளுக்கு இடையே பயந்து நடுங்கி, முனகல்களையும் மரண ஓலங்களையும் தங்களுக்குப் பின்னால் விட்டுச் சென்ற, பல நிறங்களிலும் பல அளவுகளிலும் இருந்த அந்தத் துரதிருஷ்ட நாய்களை அடைத்துக்கொண்டு வெற்றிகரமாகப் போகும் மரண வண்டியின் பரிதாபக் காட்சி ஒன்றே அவர்களுடைய வெறுப்பைத் தூண்டப் போதுமானதாக இருந்திருக்கும். ஆகவே, அந்தக் கூண்டு வண்டி அவர்கள் இருக்கும் பகுதியில் தென்பட்ட உடனேயே, சிறுவர்கள் ஒருவருக்கொருவர் எச்சரிக்கை விடுத்து உஷாராக இருப்பார்கள். எல்லாத் தெருக்களுக்கும் அவர்கள் பிரிந்து சென்று, அவர்களும் நாய்களைத் துரத்திக்கொண்டிருப்பார்கள்—அந்தக் கொடிய சுருக்குக் கயிற்றிலிருந்து விலகி ஓடும்படி துரத்தி—நகரத்தின் வேறு பகுதிகளுக்கு விரட்டிக்கொண்டிருப்பார்கள். பலமுறை பியருக்கும் ழாக்குக்கும் நேரிட்டதைப் போல, தங்களுடைய முன்ஜாக்கிரதையையும் மீறித் தாங்கள் இருக்கும் இடத்திலேயே

திரிந்துகொண்டிருக்கும் நாயை அதைப் பிடிப்பவன் பார்த்துவிட்டால், அவர்கள் கையாளும் உத்தி ஒரே மாதிரியாகவே இருக்கும். வேட்டையாடுபவன் நாயை ஓரளவு நெருங்குவதற்கு முன்பே, பியரும் ழாக்கும் 'கலூஃபா, கலூஃபா' என்று கத்துவார்கள்; அது அவ்வளவு பயங்கரமாக, அவ்வளவு காதைக் கிழிப்பதுபோல் இருந்ததால், நாய் அதனால் முடிந்தவரை தலைதெறிக்க ஓடி, பிடிக்க முடியாத தொலைவுக்குச் சில நொடிகளில் போய்விடும். அது போன்ற நேரங்களில் பியரும் ழாக்கும்கூட தங்களுடைய ஓட்டத் திறமையை முழுமையாக வெளிப் படுத்த வேண்டும்; ஏனென்றால், பிடிக்கப்படும் நாய் ஒவ்வொன்றுக்கும் ஒரு குறிப்பிட்ட தொகை பெற்றுவந்த அந்தத் துரதிருஷ்ட கலூஃபா, கோப ஆவேசத் துடன் தன்னுடைய தோல் பட்டையைத் தூக்கிப் பிடித்துக்கொண்டு அவர் களைத் துரத்துவான். தப்பி ஓடுவதற்குப் பெரும்பாலும் பெரியவர்களும் உதவு வார்கள், கலூஃபாவின் ஓட்டத்தைத் தடைசெய்யும் வகையில் நின்று கொண்டோ, அல்லது நாய்களைப் பிடிப்பதோடு மட்டும் நிறுத்திக்கொள்ளும் படி சொல்லி அவனைத் தடுத்தோ. அந்தப் பகுதியில் இருந்த பாட்டாளி ஆண்கள் அனைவருமே வேட்டைப் பிரியர்களாக இருந்ததால் அவர்களுக்கு இயல்பாகவே நாய்களைப் பிடித்ததோடல்லாமல், இந்த வினோதமான தொழிலை அவர்கள் கொஞ்சம்கூட மதிக்கவில்லை. மாமா எர்னெஸ்ட் சொன் னதைப் போல: ''அந்த உதவாக்கரை!'' வண்டியை ஓட்டிச் சென்ற முதிய அராபியன் மௌனமாக, சற்றும் அலட்டிக்கொள்ளாமல் இந்தக் கலாட்டா வுக்குத் தலைமைவகித்துக்கொண்டிருப்பான். அல்லது வாக்குவாதங்கள் நீண்டு கொண்டே போனால், அமைதியாகத் தன்னுடைய சிகரெட்டுக்காகப் புகை யிலையைச் சுருட்டிக்கொண்டிருப்பான். பூனையைப் பிடிப்பதோ அல்லது நாயைக் காப்பாற்றுவதோ எதுவாக இருந்தாலும், சிறுவர்கள் குளிர்காலங்களில் தொப்பியோடு இருந்த கையில்லாத மேல்கோட்டு அணிந்தும், வெயில் காலங் களில் பட்பட்டென்று அடித்துக்கொள்ளும் (மேலா என்றழைக்கப்பட்ட) தோல் செருப்புகளும் அணிந்து, பள்ளிக்கு விரைவார்கள். கடைத் தெருவைக் கடந்து போகும்போது, அங்கே குவிந்து கிடக்கும் பழங்கள்—அதனதன் பருவ காலத்துக் கேற்ப ஆரஞ்சு, ஜெர்மானிய ஆப்பிள், சீனி பாதாம், கொட்டைபேரி, முலாம், தர்ப்பூசனிப் பழங்கள்—இவர்களுக்கு எதிர்த் திசையில் வரிசையாகத் தோன்றி மறைவதைப் பார்ப்பார்கள். அவற்றில் மலிவான சிலவற்றை மட்டுமே, அதுவும் கொஞ்சமாக, அவர்களால் சுவைக்க முடியும்; பிறகு நீரூற்றைச் சுற்றி இருந்த வழவழப்பான சுவரின் மேல் இரண்டு மூன்று முறை பைகளை முதுகிலிருந்து கழற்றாமலேயே குதிரையேறுவதைப் போல ஏறிச் சுற்றிச்சுற்றி வருவார்கள்; பிறகு, தியர் சாலைவழியாகப் போகும்போது, ஆரஞ்சுத் தோலிலிருந்து ஒரு வகை மது தயாரிப்பதற்காக அதன் தோலை உரிக்கும் தொழிற்சாலையிலி ருந்து வந்த நல்ல மணம் அவர்களுடைய முகத்தின் மேல் வீசும்; பிறகு, தோட் டங்களும் தோட்டம் சூழ்ந்த வீடுகளும் இருந்த சிறிய தெருவைத் தாண்டி, தங்களுக்குள் விடாமல் பேசிக் கொண்டு, பள்ளிக்கதவுகள் திறப்பதற்காகக் காத்துக்கொண்டு மொய்த்திருந்த சிறுவர்கள் கூட்டம் இருந்த ஓமெரா தெருவை அடைவார்கள்.

பிறகுதான் அவர்களுடைய வகுப்புகள். தன்னுடைய தொழிலை மிகத் தீவிர மாக நேசித்த ஒரு எளிய காரணத்தாலேயே திரு. பெர்னாரின் வகுப்பு எப்போதும் சுவாரஸ்யமாக இருக்கும். வெளியில், பள்ளியின் லேசான பழுப்பு நிறச் சுவர் களில் வெயில் அலறிக்கொண்டிருக்கும்போது, வெள்ளையிலும் மஞ்சளிலும் வரிவரியாக இருந்த தட்டிகளின் மறைவில் நிழலில் இருந்தாலும் அந்த வகுப் பறைக்குள் சூடு சடசடத்துக்கொண்டிருக்கும். அல்ஜீரியாவில் வழக்கமாகப் பொழிவதைப் போலக் கொட்டித்தீர்க்கும் முடிவற்ற மழை, தெருவையே ஒரு ஈரமான, இருண்ட கிணறாக மாற்றும் அளவுக்குப் பெய்யலாம்; ஆனால், வகுப் பின் கவனம் திசை திரும்பாமலேயே இருக்கும். புயல் அடிக்கும் நாட்களில் ஈக்களின் கூட்டம் மட்டுமே சிறுவர்களின் கவனத்தைச் சில சமயம் திருப்பும். அவற்றைப் பிடித்து மைக் கூடுகளில் போடுவார்கள்; தங்கள் மேஜையிலிருந்த ஓட்டையில் சொருகப்பட்ட கூம்பு வடிவ அடிப்பாகத்தைக் கொண்ட சிறிய மைக் கூடுகளில் நிரம்பியிருக்கும் ஊதா நிற மையில் மூழ்கி, ஈக்கள் அசிங்கமாக சாகத் தொடங்கும். மாணவர்களின் நடத்தையில் எவ்விதச் சலுகைக்கும் இடம் கொடுக்காமல், மாறாக, தான் கற்றுக்கொடுப்பதைச் சுவையாகவும், மகிழ்ச்சி நிரம் பியதாகவும் செய்த திரு. பெர்னாரின் அணுகுமுறை ஈக்கள் மூலமாகக் கிடைக்கும் மகிழ்ச்சியையும் வென்றுவிடும். தன்னுடைய அலமாரியிலிருந்து தான் சேகரித்து வைத்திருந்த கனிமங்கள், தாவர வகைகள், அட்டையில் ஒட்டிவைக்கப்பட்ட பட்டாம்பூச்சிகள், வரைபடங்கள்... போன்றவற்றைச் சரியான நேரத்தில் வெளியே எடுத்து, மாணவர்களிடையே தொய்ந்துகொண்டிருக்கும் ஆர்வத்தைத் தட்டி எழுப்பத் தெரிந்துவைத்திருந்தார். பள்ளியிலேயே அவர் ஒருவரிடம்தான் திரை யில் பெரிதுபடுத்திக் காட்ட உதவும், விளக்குப் பொருத்திய கருவி இருந்தது. அதை வைத்துக்கொண்டு, மாதத்துக்கு இருமுறை இயற்கையின் வரலாறு அல்லது புவியியல் தொடர்பான படங்களைத் திரையிட்டுக் காட்டுவார். கணக்குப் பாடத் தில் அவர் வகுத்திருந்த மனக்கணக்குப் போட்டி மாணவர்களை விரைவாகச் சிந்தித்து விடையளிக்கத் தூண்டியது. கையைக் கட்டியபடி உட்கார்ந்திருந்த மாணவர்களுக்கு வகுத்தல் அல்லது பெருக்கல் அல்லது சிக்கலான ஒரு கூட்டல் கணக்கைக் கொடுப்பார். 1267+691 கூட்டினால் எவ்வளவு வரும்? சரியான விடையை முதலில் சொல்லும் மாணவனுக்கு அளிக்கப்படும் ஒரு கூடுதல் மதிப் பெண் மாதாந்திரத் தர வரிசைக்குக் கணக்கில் எடுத்துக்கொள்ளப்படும். மற்றபடி, அந்தந்தப் பாடப் புத்தகங்களைத் திறமையுடனும் துல்லியமாகவும் கையாள்வார். பிரான்ஸில் அப்போது நடைமுறையிலிருந்த அதே பாடப் புத்தகங்களைத்தான் இவர் எப்போதும் பயன்படுத்துவார். 'சிராக்கோ' எனப்படும் தென்கிழக்குப் பரு வக் காற்று, தூசி, கொஞ்ச நேரமே கொட்டித்தீர்த்த அடைமழை, கடற்கரை யின் மணல், சூரிய வெப்பத்தில் தீப்பிழம்பாய் இருந்த கடல் இவற்றைத் தவிர வேறெதையும் அறிந்திராத இந்தச் சிறுவர்கள், தொன்மம் போன்று தோன்றிய கதைகளை—கால்புள்ளி, முற்றுப்புள்ளிகளில் நிறுத்தி நிதானமாக—கவனித் துப் படிப்பார்கள்; அவற்றில் வரும் சிறுவர்கள்—முரட்டுக் கம்பளித் தலை உறையும், முகத்தைச் சுற்றிக் கம்பளி ஸ்கார்ஃப்பும், மரக் காலணியும் அணிந்து,

பனிப்பொழிவு மூடியிருந்த பாதைகள் வழியாக, குச்சிக் கட்டுகளை இழுத்தபடி வீட்டை நோக்கி வருவார்கள். அங்கே பனியால் மூடியிருந்த வீட்டுக் கூரை மேல் புகைபோக்கியின் புகை, அடுக்களையில் பட்டாணி சூப் தயாராகிக் கொண்டிருந்ததை அறிவிக்கும். மூாக்கைப் பொறுத்தவரை, இம்மாதிரிக் கதைகள் அயல்நாட்டுக் கவர்ச்சி மிக்கவையாக இருக்கும். அவன் அதைப் பற்றிக் கனவு காண்பான்; அவன் எழுதிய கட்டுரைகளில் அவன் ஒருபோதும் பார்த்திராத உலகம் ஆக்கிரமித்துக்கொண்டிருக்கும்; இருபது ஆண்டுகளுக்கு முன் ஒரு முறை அல்ஜேயில் ஒரு மணி நேரத்துக்கு நீடித்த பனிப்பொழிவு பற்றித் தன்னுடைய பாட்டியிடம் கேட்டுக்கொண்டே இருப்பான். மூாக்கைப் பொறுத்தவரை, இந்தக் கதைகள் அவனுடைய பள்ளி வாழ்க்கையின் சக்தி வாய்ந்த கவிதைகள்; இந்தக் கவிதையை அளவுகோல்களின் வார்னிஷும் பேனாக் கூடுகள் கொண்டிருந்த மணமும் வளப்படுதின. தன்னுடைய பாடங்களைக் கவனத்துடன் எழுதிக் கொண்டிருக்கும்போது தோள் பையின் நாடாவை வெகுநேரம் சுவைப்பதில் கண்ட சுவை, மைக் கூட்டை நிரப்புவதற்கு அவனுடைய முறை வரும்போது 'ட' வடிவில் வளைந்த கண்ணாடிக் குழல் செருகப்பட்டு, அடைப்பானால் மூடி யிருந்த பெரிய கறுப்புப் புட்டியிலிருந்து—கண்ணாடிக் குழலின் வாயை மகிழ்ச் சியுடன் முகர்ந்துபார்ப்பான்—மைக் கூடுகளில் மையை நிரப்பியபோது கிளம் பிய கசப்பான, பலத்த நெடி, புத்தகங்களிலிருந்து எழுந்த அச்சும் பசையும் கலந்த மணத்துடன் சில புத்தகங்களின் வழவழப்பான, பளபளக்கும் பக்கங்களின் ஸ்பரிசம், இவற்றைத் தவிர, மழை நாட்களில் வகுப்பறையின் கோடியிலிருந்த கம்பளி ஆடை அலமாரியிலிருந்து வந்த ஈரக் கம்பளியின் வாடை, இவையெல் லாம் ஒன்றுசேர்ந்து, மரக் காலணிகளும் கம்பளித் தலை உறைகளும் அணிந்து பனிப்பொழிவின் ஊடாகக் கதகதப்பளிக்கும் தங்கள் இல்லங்களை நோக்கிச் சிறுவர்கள் ஓடும் 'ஈடன் தோட்ட' உலகை முன்கூட்டியே அறிவித்தன.

இவை போன்ற இன்பங்களை மூாக்கும் பியரும் பள்ளியில்தான் பெற முடிந் தது. குறிப்பாக, பள்ளியில் அவ்வளவு தீவிர ஆர்வத்துடன் அவர்கள் விரும்பியது என்னவென்றால், தங்களுடைய வீட்டுக்குள்ளேயே தாங்கள் இல்லாமல் இருந் ததுதான்; ஏனென்றால், வீட்டுக்குள் வறுமையும் அறியாமையும் சேர்ந்து வாழ்க் கையை—ஏதோ அது தனக்குள்ளேயே முடங்கிக்கொண்டதைப் போல—கடின மாகவும், சோகமாகவும் ஆக்கிவிட்டிருந்தது. ஏழ்மை என்ற கோட்டைக்கு இழு வைப் பாலம் எதுவும் கிடையாது.

அது மட்டும் இல்லை. விடுமுறை நாட்களில், ஸக்கார் மலைத்தொடரில் மிலி யானா என்ற இடத்திலிருந்த, ஐம்பது மாணவர்களும் சில ஆலோசகர்களும் அடங்கிய விடுமுறை முகாமுக்கு, சோர்வடையாத விஷமக்கார மூாக்கைப் பாட்டி அனுப்பும்போது சிறுவர்களிலேயே மிகவும் துன்பத்துக்காளானவனாக மூாக் தன்னைக் கருதினான். ஒவ்வொருவருக்கும் தனித்தனி படுக்கை இருந்த கூடத்தில் சௌகரியமாக உணவருந்தியும், தூங்கியும், பகல்பொழுது முழுவதும் விளை யாடிக்கொண்டும், தூங்கிக்கொண்டும் இருந்த அவர்கள் கனிவான செவிலியர் மேற்பார்வையில் இருப்பார்கள்; இவையெல்லாம் இருந்தும், பொழுது சாயும்

வேளையில், மலைச்சரிவுகளில் நிழல் வேகமாக ஏறத் தொடங்கி, சுற்றிலும் யாருமே பயணம் செய்யாத இடத்திலிருந்து நூறு கிலோ மீட்டருக்கு அப்பால், பெரும் நிசப்தத்தில் ஆழ்ந்திருந்த அந்தச் சிறிய கிராமத்தில், அருகிலிருந்த ராணுவப் பாசறையிலிருந்து வந்த ஊரடங்குக் குழல் ஒலிக்கும்போது, எல்லையில்லாத பரிதவிப்பு தனக்குள் பொங்குவதைச் சிறுவன் மூாக் உணர்வான்; குழந்தைப் பருவம் முழுவதும் ஏழ்மை நிலவிய தன்னுடைய வீட்டை நினைத்து மௌனமாக அழுவான்.[a]

ஆனால், வீட்டிலிருந்த வாழ்க்கையிலிருந்து ஒரு தப்பித்தலாக மட்டுமே பள்ளிக்கூடம் இருக்கவில்லை. குறைந்தபட்சம், திரு. பெர்னாரின் வகுப்பில், பெரியவர்களைக் காட்டிலும் குழந்தைகளுக்கு மிக அடிப்படையாக இருந்த ஒரு பசிக்கு உணவு கிடைத்தது: புதிதாக அறிந்துகொள்வதற்கான பசி. மற்ற வகுப்புகளிலும் கூட அவர்களுக்கு நிறைய விஷயங்களைக் கற்றுக்கொடுத்தார்கள், ஆனால், கிட்டத்தட்ட வாத்துகளுக்குத் தீனியைத் திணிப்பதைப் போல. ஏற்கனவே தயார் செய்யப்பட்டு வைத்திருந்த உணவையே விழுங்கச் செய்தார்கள். திரு. ழெர்மெனின்[1] வகுப்பில்தான் முதல்முறையாக தங்களைக் கணக்கில் எடுத்துக் கொண்டு, தங்கள்மீது மேன்மையான அக்கறை செலுத்தப்பட்டது என்பதையும் சிறுவர்கள் உணர்ந்தார்கள்; உலகை அறிந்துகொள்வதற்குத் தாங்கள் தகுதியானவர்கள் என்று கருதப்பட்டார்கள். குழந்தைகளுக்கு என்ன கற்றுக்கொடுப்பதற்காக அவருக்குச் சம்பளம் கொடுக்கப்பட்டதோ, அதைக் கற்றுக்கொடுப்பதற்காக மட்டும் அவர் தன்னை அர்ப்பணித்துக்கொள்ளவில்லை; தன் சொந்த வாழ்க்கைக்குள் அவர்களை எளிய முறையில் வரவேற்றார், அந்த வாழ்க்கையையே அவர்களுடன் அவரும் அனுபவித்தார், தன் குழந்தைப் பருவத்தைப் பற்றியும் தனக்குத் தெரிந்திருந்த குழந்தைகளின் வரலாற்றைப் பற்றியும் அவர்களிடம் விவரித்தார், வாழ்க்கையைப் பார்க்கும் விதங்களை—தன்னுடைய சித்தாந்தத்தை அல்ல—அவர்களுடன் பகிர்ந்துகொண்டார். உதாரணமாக, தன்னுடைய சக ஊழியர்கள் பலரைப் போல அவரும் மதகுருக்களுக்கு எதிராக இருந்தார், ஆனால் மதத்துக்கு எதிராகவோ அல்லது ஒரு தேர்வு அல்லது நம்பிக்கைக்குப் பாத்திரமாக இருக்கும் எதற்கும் எதிராகவோ தன்னுடைய வகுப்பில் ஒருபோதும் ஒரு வார்த்தைகூடச் சொன்னதில்லை. ஆனால், சிலவற்றை மட்டும், எந்த வாக்குவாதத்துக்கும் இடமளிக்காமல், மிக வன்மையாகக் கண்டித்தார்: திருட்டு, துரோகம், முரட்டுத்தனம், அசுத்தம்.

எல்லாவற்றுக்கும் மேலாக, அண்மையில் நடந்து முடிந்த போரைப் பற்றி, நான்கு ஆண்டுகளாகத் தானும் பங்குபெற்றிருந்த போரைப் பற்றி, அதைத் தவிர, சிப்பாய்களின் இன்னல்கள், அவர்களுடைய தைரியம், பொறுமை, போர் நிறுத்தத்தால் அடைந்த மகிழ்ச்சி இவற்றைப் பற்றியும் அவர்களிடம் அவர் சொன்னார். அவர்கள் காலாண்டு விடுமுறைக்கு ஒவ்வொரு முறையும் செல்வதற்கு முன்னாலும், அவ்வப்போது பாட நிரல் அவருக்கு அவகாசம் அளித்தபோதும்

[a] இன்னும் விரிவாக மதச்சார்பற்ற பள்ளிகளைப் பாராட்ட வேண்டும்.

[1] இங்கு பள்ளி ஆசிரியரின் உண்மையான இயற்பெயர் கொடுக்கப்படுகிறது.

தோர்ழெலெஸ் எழுதிய ‘மரச் சிலுவைகள்’ என்ற நாவலிலிருந்து நீண்ட பகுதி களை அவர்களுக்குப் படித்துக்காட்டுவதை வழக்கமாகக் கொண்டிருந்தார். இந்த வாசிப்புகள் மூாக்குக்கு ஒருவித அயல்நாட்டுக் கவர்ச்சியின் கதவுகளைத் திறந்தன; ஆனால், இந்தக் கவர்ச்சியில் பயமும் இன்னலும் நிரம்பிய உலகம் அவன்மேல் பாயக் காத்திருந்தது, தான் அறிந்திராத தந்தையைக் குறித்து, கருத்தளவில் மட்டு மேயன்றி, வேறு எவ்விதத் தொடர்பையும் ஒருபோதும் அவன் பார்த்திருக்காத போதும். தன்னுடைய ஆசிரியர் முழு ஈடுபாட்டுடன் படித்துக்காட்டிய கதையை மூாக் மிகுந்த ஈடுபாட்டுடன் கேட்டுக்கொண்டு மட்டும் இருப்பான்: பனியையும் தனக்குப் பிடித்த குளிர்காலத்தைப் பற்றியும் மட்டுமல்லாமல், சேற் றினால் விறைப்பாக ஆகியிருந்த கனமான உடைகளை அணிந்து, விசித்திரமான மொழியைப் பேசிக்கொண்டு, வெடிச்சிதறல்கள், ராக்கெட்டுகள், குண்டுகளால் ஆன கூரைக்குக் கீழ், குழிகளில் பதுங்கி வாழ்ந்த வேறு சில மனிதர்களைப் பற்றியும் சொல்வார். அவர் வாசிப்பதைக் கேட்பதற்காக ஒவ்வொரு முறையும் இன்னும் அதிகப் பொறுமையின்மையுடன் பியரும் மூாக்கும் காத்திருப்பார்கள்: எல்லோரும் இன்னமும்கூடப் பேசிக்கொண்டிருந்த அந்தப் போர் (தன் மாமா வின் நண்பர் தானியெல் மார்ன் பிரதேசத்தில் நடந்த சண்டையைப் பற்றித் தனக்கே உரிய பாணியில் கூறியபோதெல்லாம் மூாக் மௌனமாக, ஆனால் நன்றாகக் காதுகொடுத்துக் கேட்பான்; அதிலிருந்து தான் எப்படித் திரும்பி வந் தோம் என்று அவருக்கே தெரியவில்லை என்பார்; ராணுவத்தில் ஸுவாவ் என்ற பிரிவைச் சேர்ந்த இவர்களை முன்னால் சென்று சுடச் சொல்லி ஆணையிட் டிருந்தார்கள்; தாக்குதலுக்காகப் பள்ளம் ஒன்றில் இறங்கி ஓடியிருக்கிறார்கள்; அவர்களுக்கு முன்னே யாரும் இருக்கவில்லை; தொடர்ந்து முன்னேறினார்கள்; பாதி வழியிலேயே இயந்திரத் துப்பாக்கி ஏந்தியவர்கள் ஒருவர்பின் ஒருவராகச் சுடப்பட்டு விழுந்திருக்கிறார்கள்; பள்ளத்தின் அடியில் ஒரே ரத்தம்; ‘அம்மா’ என்று அலறியவர்கள்... என்ன பரிதாபம்!...) அதில் தப்பிப் பிழைத்தவர்களால் இன்னும் மறக்கப்பட முடியாத போர், சிறுவர்கள் உலகத்தின் எல்லாவற்றின் மேலும் அதன் நிழல் படிந்ததோடல்லாமல், மற்ற வகுப்புகளில் படித்துக்காட்டப் பட்ட தேவதைக் கதைகளைவிட அசாதாரணமான, மனதைக் கவரும் கதை களைப் பற்றி அவர்கள் கொண்டிருந்த எண்ணங்களை வடிவமைத்த போர். திரு.பெர்னாரும் தன்னுடைய பாடத் திட்டத்தை வேறு மாதிரி அமைக்க நினைத் திருந்தாரென்றால் அவர் படித்துக்காட்டியவற்றை அலுப்புடனும் ஏமாற்றத்துட னும்தான் அவர்கள் கேட்டுக்கொண்டிருந்திருப்பார்கள். ஆனால், தமாஷான காட்சிகளும் பயங்கரமான விவரணைகளும் மாறிமாறி வர, அவர் படித்துக் கொண்டே போவார். சிறிதுசிறிதாக அந்த ஆப்பிரிக்கக் குழந்தைகள் தங்கள் உல கின் ஒரு அங்கமாக ஆகிவிட்டிருந்த... x, y, z இவர்களைப் பற்றி ஏதோ அவர்கள் பழைய நண்பர்கள் போலவும் இன்னும் தங்களிடையே இருப்பவர்களைப் போலவும், போர்ச் சூழலை அவர்கள் வாழ்ந்துகொண்டிருந்தாலும், தாங்களே போருக்குப் பலியாகக் கூடும் என்று மூாக் குறைந்தபட்சம் ஒரு கணம்கூட நினைத்துப்பார்க்க முடியாத அளவுக்கு உயிருடன் அவர்கள் வாழ்ந்துகொண்

டிருந்ததைப் போலவும் சிறுவர்கள் தங்களுக்குள்ளேயே பேசிக்கொள்வார்கள். ஆண்டின் முடிவில் அந்தப் புத்தகத்தின்* இறுதிக் கட்டத்துக்கு வந்த அன்று திரு.பெர்னார் அமுங்கிய குரலில் 'D'யின் சாவைப் பற்றிப் படித்தார்; தன்னுடைய சொந்த உணர்ச்சிகளையும் நினைவுகளையும் எதிர்கொண்ட நிலையில், இடிந்து போய் மௌனமாக இருந்து வகுப்பை நோக்கித் தன் பார்வையை உயர்த்தி, கண்ணீர் வடியும் முகத்துடனும், நிற்பதற்கான அறிகுறி இன்றித் தொடர்ந்த விம்மலுடனும் முதல் வரிசையில் உட்கார்ந்திருந்த ழாக்கைப் பார்த்தார். ''அழாதே குட்டிப் பையா, அழாதே,'' என்று கிட்டத்தட்ட காதில் விழாத மெல்லிய குரலில் சொல்லிக்கொண்டே, புத்தகத்தை அலமாரியில் வைப்பதற்காக எழுந்து, வகுப்புக்குத் தன் முதுகைக் காட்டியபடி நின்றார்.

***

''கொஞ்சம் பொறு, குட்டிப் பையா,'' என்றார் திரு. பெர்னார். இப்போது அவர் சற்று சிரமத்துடன் எழுந்து, குருவிக் கூண்டின் கம்பிகள்மேல் தன் ஆள் காட்டி விரல் நகத்தால் தடவ, அது இன்னும் பலமாகக் கூவியது. ''அடடே, காசிமிர், பசிக்கிறதா, அப்பாவிடம் கேள்,'' என்று சொன்னபடி அவர் அறையின் மறுகோடியில், கணப்புக்கு மறுபுறம் இருந்த பள்ளிக்கூட மேஜையை நெருங்கினார். ஒரு இழுப்பறையில் எதையோ துழாவினார், அதை மூடினார், இன்னொன்றைத் திறந்தார், அதிலிருந்து எதையோ வெளியில் எடுத்தார். ''இந்தா, இது உனக்குத்தான்,'' என்றார். மளிகைக்கடையின் பழுப்பு நிறக் காகிதத்தில் அட்டை போடப்பட்டு, மேலே எதுவுமே எழுதப்படாமலிருந்த புத்தகம் ஒன்றை ழாக் வாங்கிக்கொண்டான். அதைத் திறந்து பார்ப்பதற்கு முன்னாலேயே, அது 'மரச் சிலுவைகள்' புத்தகம்தான் என்றும், தன் பள்ளி வகுப்பில் அவர் படித்துக் காட்டிய அதே பிரதிதான் என்றும் அவனுக்குத் தெரிந்துவிட்டது. ''இல்லை, வந்து...'' என்று இழுத்தான். 'இது எனக்கு ரொம்ப அதிகம்' என்றும் சொல்ல விரும்பினான். அதற்குப் பொருத்தமான வார்த்தைகள் அவனுக்குக் கிடைக்கவில்லை. திரு. பெர்னார் வயோதிகத் தலையை ஆட்டினார். ''வகுப்பில் கடைசி நாளன்று நீ அழுதாயே, நினைவிருக்கிறதா? அன்றிலிருந்து இந்தப் புத்தகம் உனக்குத்தான் சொந்தம்.'' சிவந்துவிட்ட தன்னுடைய கண்களை மறைத்துக்கொள்வதற்காகத் திரும்பிக்கொண்டார். மறுபடியும் தன்னுடைய மேஜைவரை போய், பிறகு தன் கைகளை முதுகுக்குப் பின்னால் மறைத்தபடி அவனிடம் திரும்பி வந்தார்; குட்டையாக, தடியாக இருந்த சிவப்பு அளவுகோல் தடியை* அவனுடைய முகத்துக்குக் கீழே நீட்டி, சிரித்துக்கொண்டே, ''இந்தக் கரும்புத் துண்டு நினைவிருக்கிறதா?'' என்றார். ''ஓ, திரு. பெர்னார்,'' என்றான் ழாக்- ''இதை இன்னும் வைத்திருக்கிறீர்களா? இப்போதெல்லாம் இது தடைசெய்யப்பட்டிருக்கிறது, தெரியுமா?'' ''இது அப்போதெல்லாமும் தடைசெய்யப்பட்டுதான் இருந்தது. இருந்தாலும், நான் அதைக் கையாண்டேன் என்பதற்கு நீ ஒரு

* நாவல்

* தண்டனைகள்

சாட்சி!'' மூாக் சாட்சிதான், ஏனென்றால், திரு. பெர்னார் தண்டனையாக மாணவர்களை அடிப்பதை ஆதரித்தார். சாதாரணத் தண்டனை என்பது உண்மையில் எதிர்மறையான புள்ளிகளைத் தந்தது மட்டும்தான்; மாதக் கடைசியில் மாணவன் சேர்த்திருந்த மதிப்பெண்களிலிருந்து கழிக்கப்பட்டு, ஒட்டுமொத்தமான தர வரிசையில் அது அவனைக் கீழே வரச் செய்தது. ஆனால் மிக மோசமான மாணவர்களை, தன்னுடைய மற்ற சக ஆசிரியர்கள் செய்ததைப் போல, தலைமை ஆசிரியரிடம் அனுப்பி அவர் அலட்டிக்கொண்டதில்லை. தனக்கென்று மாற்றமில்லாத ஒரு தனிச் சடங்கை அவர் மேற்கொள்வார். ''பாவம், என் ரோபெர்'', என்பார் அமைதியாக, தன்னுடைய இனிமையான முகபாவத்தை மாற்றாமலேயே. வகுப்பில் எவரிடமும் எதிர்வினை தென்படாது. (ஒருவரின் தண்டனை மற்றவர்களால் மகிழ்ச்சியாக உணரப்படும் என்கிற மனித மனதின் நிரந்தர விதிப்படி, தங்களுக்குள் திருட்டுத்தனமாகச் சிரித்துக்கொள்வதைத் தவிர.)[a] சிறுவன் முகம் வெளிறி, பெரும்பாலும் தைரியமாக இருப்பதைப் போலத் தோற்றமளிக்க முயல்வான். (சிலர் கண்ணீரை அடக்கியபடியே தங்கள் இருக்கையிலிருந்து நகர்ந்து, கரும்பலகைக்கு முன்னால் மேஜைக்கு அருகில் நின்றுகொண்டிருந்த திரு. பெர்னாரை நோக்கிப் போவார்கள்.) வழக்கமாக, அந்தச் சடங்கின்படி—இங்குதான் கொஞ்சம் பிறரைத் துன்புறுத்துவதில் மகிழ்ச்சி காணும் குணம் தலையிடும்—ரோபெரோ அல்லது ஜோசப்போ, அவனே மேஜைக்குப் போய் 'கரும்பை' எடுத்துப் பலியிடுபவரிடம் கொடுப்பான்.

முன்பு எப்போதோ மறந்துவிட்டிருந்த ஒரு மாணவனிடமிருந்து அவர் பறித்து வைத்திருந்த, அந்த 'கரும்பு' என்பது, மையின் கறைகள் படிந்து, கீறல்களும் வெட்டுகளும் நிறைந்திருந்த குட்டையான, தடித்த, சிவப்பு மரத்தினால் ஆன அளவுகோல் தடி. கிண்டல் செய்வதைப் போன்ற முகபாவத்துடன் காலை விரித்தபடி நின்றுகொண்டிருந்த திரு. பெர்னாரிடம் அவன் அதைக் கொடுப்பான். சிறுவன் ஆசிரியரின் முழுங்கால்களுக்கிடையில் தன் தலையை வைக்க, அவர் தன் தொடைகளை நெருக்கி, அவனை இறுகப் பற்றிக்கொள்வார். அப்படி அவருக்கு முன் சமர்ப்பிக்கப்பட்ட அவனுடைய புட்டத்தில், சிறுவனுடைய தவறைப் பொறுத்து, அதற்கேற்ற விகிதாசாரத்தில் மாறும் எண்ணிக்கையில் பலத்த அடிகள் புட்டத்தின் இரண்டு பக்கங்களிலும் சமமாகப் பகிர்ந்துகொடுப்பார். இந்தத் தண்டனையின் எதிர்வினை மாணவருக்கு மாணவர் வேறுபடும். சிலர் அடி வாங்குவதற்கு முன்னமேயே விம்மத் தொடங்கிவிடுவார்கள், அதற்கெல்லாம் அசைந்துகொடுக்காத ஆசிரியர், அவர்கள் அவசரப்பட்டுவிட்டதாகச் சொல்வார். இன்னும் சிலர், மிக வெகுளித்தனமாகக் கையால் தங்கள் புட்டத்தை மறைத்துக்கொள்ள, அவர் அலட்சியமாக அடித்து அந்தக் கைகளை விலக்குவார். இன்னும் சிலர், தடியின் அடிகள் தரும் எரிச்சலில், திமிறிக்கொண்டு குனிவார்கள், இன்னும் சிலரோ—மூாக் அந்த ரகத்தில் சேர்த்தி—ஒரு மூச்சுக் காட்டாமல் அடிகளை வாங்கிக்கொண்டு துடித்தபடி, பொங்கி வரும் கண்ணீரை விழுங்கியவாறு தங்கள் இடத்துக்குத் திரும்புவார்கள். எதுவாக இருந்தாலும், மொத்தத்தில்,

[a] அல்லது ஒருவரைத் தண்டிக்கும் செயல் மற்றவர்களை மகிழச் செய்கிறது.

இந்தத் தண்டனை எவ்விதக் கசப்புணர்வுமின்றி ஏற்றுக்கொள்ளப்பட்டது: முதலாவதாக, எல்லாக் குழந்தைகளுமே வீட்டில் அடிவாங்கிக்கொண்டிருந்ததால், உடல்ரீதியாகத் தண்டிக்கப்படுவது குழந்தைகளை வளர்த்து ஆளாக்குவதன் இயல்பான அம்சம் என்று அவர்களுக்குத் தோன்றியது; அடுத்தபடியாக, ஆசிரியர் முற்றிலும் நியாயமாக இருந்தார். எந்த மாதிரியான தவறுகள்—கிட்டத்தட்ட ஒரே மாதிரியான தவறுகள்தான்—பரிகாரச் சடங்குக்கு இட்டுச்செல்லும் என்று அவர்களுக்கு முன்கூட்டியே தெரிந்திருந்தது; எதிர்மறையான புள்ளிகளுக்குக் காரணமாக இருந்த செயல்களின் எல்லைகளை மீறிச் சென்றவர்கள் அதற்கான விளைவுகள் என்ன என்று அறிந்திருந்தார்கள். இறுதியாக, மிகச் சிறந்த மாணவனிலிருந்து மிக மோசமான மாணவன்வரை அனைவருக்குமே இதயபூர்வமான சமத்துவத்துடன் இந்தத் தண்டனை அளிக்கப்பட்டது. திரு. பெர்னார் வெளிப்படையாகவே பெரிதும் நேசித்த ழாக்கும் மற்றவர்களைப் போலவே இந்தத் தண்டனைக்கு ஆளானான், அதுவும் எல்லோர் முன்னிலையிலும் அவனிடம் தனக்கிருந்த தனி வாஞ்சையை அவர் வெளிப்படுத்தியதற்கு அடுத்த நாளே. ஒரு நாள் கரும்பலகைக்கு முன்னே நின்று சரியான பதில் ஒன்றை அவன் சொல்ல, அவர் அவனுடைய கன்னத்தைத் தடவிக்கொடுத்தபோது வகுப்பில் ஒரு குரல் ''செல்லக்குட்டி'' என்று முணுமுணுத்தது. தனக்கு எதிராகச் சொல்லப்பட்டதாக அதைக் கருதிய திரு. பெர்னார், ஒருவிதத் தீவிரத்துடன் சொன்னார்: ''ஆமாம், எனக்குக் கோர்மெரியிடம் பிரியம்தான், உங்களில் யாரெல்லாம் போரில் தந்தையை இழந்துவிட்டீர்களோ அவர்கள் எல்லோரிடமும் இருப்பதைப் போல. நானும் அவர்களுடைய தந்தைகளுடன் போரில் பங்கேற்றேன், நான் உயிருடன் இருக்கிறேன். இறந்துவிட்ட என் தோழர்களின் இடத்தில் இருக்கக் குறைந்தபட்சம் இங்கே நான் முயல்கிறேன். என்னுடைய 'செல்லங்க'ளைப் பற்றிப் பேச இப்போது யாராவது விரும்பினால், அவன் எழுந்து பேசட்டும்!'' முழுமையான ஒரு நிசப்தம் இந்தப் பிரசங்கத்தை எதிர்கொண்டது. வெளியே போகும்போது அவனை 'செல்லம்' என்று சொன்னது யார் என்று கோர்மெரி விசாரித்தான். எதிர்வினை இல்லாமல் இது போன்ற அவமதிப்பை அனுமதிப்பது தன் கௌரவத்தை இழப்பதாக ஆகியிருந்திருக்கும். ''நான்தான்'' என்றான் முனோஸ்; குண்டாக, வெண்முடியுடன், மந்தமாக இருந்த அந்தப் பையன், அதிகமாக வெளிப்படுத்தாவிட்டாலும், ழாக்மீது தனக்கு இருந்த வெறுப்பை எப்போதும் காட்டிக்கொண்டிருந்தான். ''அப்படியா,'' என்றான் ழாக். ''அப்படியானால் உன் அம்மா தேவடியாள்.''[a] அப்படிச் சொல்வதும் உடனேயே சண்டைக்கு இழுக்கும் ஒரு சடங்குரீதியான வசைச் சொல்தான்; மத்திய தரைக் கடலோரப் பகுதிகளில் ஆதிகாலம் தொட்டு, அம்மாவையோ முன்னோர்களையோ இழிவாகப் பேசுவது மோசமான வசையாகக் கருதப்பட்டது. இருந்தாலும், முனோஸ் தயங்கினான். ஆனால் சடங்கு சடங்குதான்; முனோஸ் தரப்பில் மற்றவர்கள் பேசினார்கள்: ''சரி, புல்வெளிக்கு வா.'' புல்வெளி என்று அவர்கள் சொன்னது பள்ளியிலிருந்து வெகு தொலைவில் இல்லாத வெற்றுவெளி; அங்கு கொத்துகொத்தாக நோஞ்சான் செடிகள், வளையங்கள், பழைய ஊறுகாய்

---

[a] உன் முன்னோர்களும் பரத்தைகள்.

டப்பாக்கள், மக்கிப்போன மரப் பீப்பாய்கள் போன்றவை மண்டிக்கிடக்கும். அங்கேதான், 'தோனாட்' எனப்படும் நிகழ்வு நடைபெறும். 'தோனாட்' என்பது இருவருக்கிடையே நடக்கும் நேரடிச் சண்டை; இதில் வாளுக்குப் பதில் முஷ்டி பயன்படுத்தப்பட்டாலும், குறைந்தபட்சம் உட்கருத்துரீதியில், வாள் சண்டைக் கான சடங்குகள் பின்பற்றப்பட்டன. போராளிகள் இருவரில் யாராவது ஒருவரின் கௌரவம் கேள்விக்குள்ளாகும்போது, அதற்குப் பதில் காண்பது அவர்களுடைய குறிக்கோளாக இருந்தது. அதாவது, ஒருவருடைய பெற்றோர்களையோ, முன் னோர்களையோ இழிவாகப் பேசினாலோ, அவர்களுடைய இனமோ, நாடோ கேவலப்படுத்தப்பட்டாலோ, காட்டிக்கொடுக்கப்பட்டிருந்தாலோ, திருடி னாலோ, திருடியதாகக் குற்றம்சாட்டப்பட்டிருந்தாலோ, அல்லது சிறுவர்கள் உலகத்தில் அன்றாடம் தோன்றிக்கொண்டிருக்கும் பல விதமான அற்பக் கார ணங்களில் ஏதாவது ஒன்றாலோ, கௌரவம் கேள்விக்குள்ளாகும். ஒருவன் அவ மதிக்கப்பட்டு, அதற்கு அவன் உடனுக்குடன் ஈடு செய்தாக வேண்டும் என்று மாணவர்களில் ஒருவன் கருதினால், அல்லது அவனுக்காக வேறொருவன் அப் படிக் கருதினால் (அது அவனுக்கும் தெரிந்திருக்கும்), ''நாலு மணிக்கு, புல் வெளியில்'' என்பது சடங்குரீதியான அறிக்கையாக இருந்தது. இந்த வாக்கியம் சொல்லப்பட்டவுடனேயே படபடப்பு அடங்கி, விவாதங்கள் முற்றுப்பெற்று விடும். ஒவ்வொரு எதிராளியும், தன் தோழர்கள் புடைசூழத் திரும்பிச் சென்று விடுவார்கள். அதைத் தொடர்ந்து வகுப்புகள் நடந்துகொண்டிருக்கும்போது, இந்தச் செய்தி ஒவ்வொரு பெஞ்சாக, அதில் பங்குபெறும் வீரர்களின் பெயருடன், பரவும்போது அந்த வீரர்களை அவர்களுடைய சகாக்கள் ஓரக்கண்ணால் பார்க்க, அவர்களும் தங்களுடைய வீரியத்துக்கு உகந்த வகையில் அமைதியாகவும் மன உறுதியுடனும் தாங்கள் இருப்பதாகப் பாவனை செய்வார்கள். ஆனால், உள்ளூர நடப்பதோ வேறு; அவர்களில் மிக தைரியசாலிகள்கூடத் தாங்கள் எதிர்கொள்ள விருக்கும் வன்முறைக்கான நேரம் வரப்போவதை நினைத்து மனக்கவலை அடைந் ததனால் தாங்கள் செய்துகொண்டிருந்த வேலையிலிருந்து அவர்களுடைய கவ னம் திரும்பும். ஆனால் எதிர்த் தரப்புத் தோழர்கள் ஏளனமாகச் சிரித்து, இந்த வீரனை 'தொடைநடுங்கி' என்று கிண்டல் செய்ய இடமளித்துவிடக் கூடாது.

முனோஸை உசுப்பிவிடுவதன்மூலம் ஒரு ஆண் மகனுக்கான கடமையைச் செய்துவிட்ட ழாக், உண்மையிலேயே நடுங்கிக்கொண்டிருந்தான், வன்முறை யைச் சந்தித்து, அதில் தான் ஈடுபட நேர்ந்த ஒவ்வொரு சமயத்திலும், அதைப் பிரயோகிக்க வேண்டிய ஒவ்வொரு சமயத்திலும் இருந்ததைப் போலவே. ஆனால் முடிவு எடுக்கப்பட்டுவிட்டிருந்தது, அவன் மனதில் ஒரு வினாடிகூட அதிலிருந்து பின்வாங்கிவிடலாம் என்ற பேச்சுக்கே இடமிருக்கவில்லை. அது தான் இயற்கையின் நியதி. செயலில் இறங்குவதற்கு முன் தன் நெஞ்சைப் பிழிந்த இந்த லேசான குமட்டல் உணர்வு சண்டையின்போது அவனுடைய முரட்டுத்தனத்தாலேயே மறைந்துவிடும் என்பதும், உத்திரீதியாக அவனுக்குப் பயன்பட்ட இந்த முரட்டுத்தனம் எப்படியும் அதே அளவுக்கு அவனைப் பாதிக் கும் என்பதும் அவனுக்குத் தெரிந்திருந்தது... மேலும் அது அவனுக்கு...[1]

[1] இந்த பத்தி இங்கே நின்றுவிட்டது.

முனோஸுடன் சண்டை நடந்த அன்று மாலை ஒவ்வொன்றும் அந்தச் சடங்கின் பிரகாரமே நடந்தது. சண்டை வீரர்கள் 'புல்வெளி' களத்துக்கு முதலில் வந்தார்கள்; சண்டை வீரனின் புத்தகப் பையை ஏற்கனவே எடுத்துக்கொண்டு, உதவியாளர்களாக மாறிவிட்ட ஆதரவாளர்கள் பின்தொடர்ந்தார்கள். அடுத்து, சண்டையால் ஈர்க்கப்பட்டு வந்த பிறர், உதவியாளர்களிடம் தங்களுடைய தொப்பியையும் மேல்கோட்டையும் கழற்றிக் கொடுத்துவிட்டிருந்த எதிரிகளைச் சுற்றி வட்டமாக நின்றார்கள். இம்முறை தன்னுடைய ஆவேசம் ழாக்குக்குச் சாதகமாக இருந்தது; பெரிதும் நம்பிக்கை இல்லாமலேயே முதலாவதாக முன்னேறித் தாக்கி, முனோஸைப் பின்வாங்கச் செய்தான். ஒழுங்கற்ற முறையில் பின்சென்ற முனோஸ், எதிரியின் முஷ்டியின் தாக்குதல்களைத் தாறுமாறாக எதிர்கொண்டு, ழாக்கின் கன்னத்தில் நன்றாக வலிக்கும்படி குத்து விட, சுற்றியிருந்தவர்களின் கத்தல்களும் சிரிப்புகளும் ஊக்கச் சொற்களும் சேர்ந்து ழாக்கின் கோபத்தைக் கண்மண் தெரியாமல் ஆக்கிவிட்டன. அவன் முனோஸ்மீது பாய்ந்து, தன் முஷ்டியால் அவன்மேல் குத்துகளை மழையாகப் பொழிந்து, அசர வைத்து, அதிர்ஷ்டவசமாக அந்தத் துரதிருஷ்டசாலியின் வலது கண் மேல் முஷ்டியைப் பலமாக வீசிக் குத்து விட்டதில், நிலை தடுமாறிய அவன், பரிதாபமாகப் பின்புறமாக விழுந்தான்; ஒரு கண்ணில் கண்ணீர் வழிய, மற்றொன்று உடனேயே வீங்கிவிட்டது. வெற்றிபெற்றவரின் சாதனைக்குக் கண்கூடான அத்தாட்சியாகப் பல நாட்கள்வரை நீடிப்பதாலேயே மிகவும் போற்றப்பட்ட உன்னதச் சின்னமான கருவளையம், பார்வையாளர்கள் அனைவரிடமும் பாராட்டுக் கூக்குரல்களை எழச் செய்தது. முனோஸ் உடனேயே எழுந்திருக்கவில்லை; ஆனால் ழாக்கின் ஆருயிர்த் தோழன் பியர், அதிகாரத் தோரணையுடன் குறுக்கிட்டு, ழாக்கை வெற்றிபெற்றவனாக அறிவித்து, அவனுக்குக் கோட்டை அணிவித்துத் தொப்பியை மாட்டி, ரசிகர்கள் புடைசூழ அழைத்துச்சென்றான். இன்னும் அழுதுகொண்டேயிருந்த முனோஸ் எழுந்து, ஏமாற்றமடைந்த ஒரு சிறிய கூட்டத்தின் மத்தியில் தன் மேலுடைகளை அணிந்துகொண்டான். தான் எதிர்பார்க்காத அளவு முழுமையாகக் கிட்டிய வெற்றியின் விரைவினால் அசந்துபோயிருந்த ழாக், தன்னைச் சுற்றியிருந்தவர்களின் பாராட்டுகளையோ, வெற்றியைக் குறித்து அதற்குள்ளாகவே மெருகேற்றப்பட்ட கதைகளையோ சரியாகக் காதில் வாங்கிக் கொள்ளக்கூட இல்லை. அவன் மகிழ்ச்சியாக இருக்க விரும்பினான், அவனுடைய இறுமாப்பின் ஏதோ ஒரு பகுதியில் மகிழ்ச்சியும் இருந்தது. ஆனாலும், புல்வெளியிலிருந்து கிளம்பும்போது முனோஸைத் திரும்பிப் பார்த்து, தன்னால் தாக்கப்பட்டவனின் தொங்கிப்போன முகத்தைப் பார்த்தபோது மூட்டமான சோகம் திடீரென்று அவனுடைய நெஞ்சைக் கவ்வியது. அப்போதுதான், போர் என்பதே நல்லது அல்ல என்பதை உணர்ந்தான், ஏனென்றால், ஒரு மனிதனை வெல்வதும் வெல்லப்படுவதைப்போலக் கசப்பானதுதான்.

அவனுடைய கல்வியை முழுமையாக்கும் வகையில், தார்பியான் குன்றுக்கு அருகில்தான் காபிடாலும்[1] இருக்கிறது என்ற பாடத்தைத் தாமதம் இல்லாமல்

[1] ரோம் நகரில் துரோகிகள் தார்பியான் குன்றிலிருந்து கீழே வீசப்பட்டுக் கொல்லப்பட்டார்கள். பொருள்: கர்வத்தை வீழ்ச்சி தொடரும்.

உடனேயே கற்றுக்கொண்டான். அடுத்த நாள், அவனைத் தட்டிக்கொடுத்த ரசிகர்களின் பாராட்டுகளுக்கு மத்தியில் தானும் அலட்டிக்கொண்டு வீரநடை போட்டாக வேண்டும் என்று அவனே நினைத்துக்கொண்டான். வகுப்புத் தொடங்கியவுடன், வருகைப் பதிவு அழைப்புக்கு முனோஸ் பதிலளிக்காததால், அவன் வராததைக் குறித்து நமுட்டுச் சிரிப்புடனும், வென்றவனைப் பார்த்துக் கண்ணடித்தும் மற்றவர்கள் கேலிசெய்தார்கள். மூாக்கும் தன் தோழர்களைப் பார்த்து, கண்ணைப் பாதி மூடி, கன்னத்தை உப்ப வைத்துப் பழித்துக்காட்டும் அற்ப ஆசைக்கு ஆளானான். திரு. பெர்னார் தன்னைப் பார்த்துக்கொண்டிருந்ததைக் கவனிக்காமல் அவன் செய்த கோரமான அபிநயம், வகுப்பையே திடீரென்று அமைதியாக்கிவிட்ட ஆசிரியரின் குரலைக் கேட்டவுடன் ஒரே கண் சிமிட்டலில் மறைந்துவிட்டது: ''பாவம், என் செல்லமே,'' என்றார் பெர்னார் உணர்ச்சியை வெளிக்காட்டாமலே. ''மற்றவர்களைப் போலவே உனக்கும் 'கரும்பு' உண்டு.'' அந்த வெற்றி வீரன் எழுந்து, தண்டனைக்கான கருவியை எடுத்துவந்து, திரு. பெர்னாரிடம் வீசிய 'ஓ தெ கொலோன்' நறுமணத்தில் தன்னைப் புதைத்துக்கொண்டு, தண்டனை பெறுபவனின் கண்ணியக் குறைவான நிலையில் தன்னை இருத்திக்கொள்ள வேண்டியதாயிற்று.

முனோஸ் விவகாரம் இந்த நடைமுறை வாழ்க்கைக்குப் பொருத்தமான தத்துவப் பாடத்துடன் முடிந்துவிடவில்லை. அந்தப் பையன் இரண்டு நாட்களாக வரவில்லை; தன்னுடைய இறுமாப்பான பாவனையையும் மீறி, மூாக் மனதில் இனம்புரியாத கவலை தோன்றியது. மூன்றாவது நாள், மூத்த வகுப்பு மாணவன் ஒருவன் இந்த வகுப்புக்கு வந்து, மாணவன் கோர்மெரியைத் தலைமை ஆசிரியர் அழைத்துவரச் சொன்னார் என்று திரு. பெர்னாரிடம் அறிவித்தான். மிகவும் விபரீதமான காரணத்துக்குத்தான் தலைமை ஆசிரியர் அழைப்பது வழக்கம்; ஆசிரியர் தன் அடர்த்தியான புருவத்தை உயர்த்தி, ''சீக்கிரம் போ, குட்டிப் பயலே, நீ மடத்தனமாக எதுவும் செய்துவிடவில்லை என்று நம்புகிறேன்,'' என்று மட்டும் சொன்னார். போலி மிளகுக் கொடிகளின் நிழல் அவ்வளவாகத் தடுத்திருக்காத கடும் வெயிலில், சிமெண்ட் தரை முற்றத்துக்கு மேலே இருந்த நீண்ட தாழ்வாரத்தின் மறுகோடியிலிருந்த தலைமை ஆசிரியரின் அறைக்கு, கால்கள் தடுமாற, மூாக் கோர்மெரி அந்த மூத்த மாணவனின் பின்னால் போனான். மூாக் உள்ளே நுழையும்போதே அவன் கண்ணில் பட்டது தலைமை ஆசிரியரின் மேஜைக்கு முன்னால் கடுகடுவென்று இருந்த பெண்ணுக்கும், ஒரு மனிதருக்கும் இடையே இருந்த முனோஸ்தான். வீங்கிப்போய் முற்றிலும் மூடியிருந்த தன் தோழனின் கண் அவனுடைய முகத்தையே மாற்றிவிட்டிருந்தாலும், அவன் இன்னும் உயிரோடு இருப்பதைப் பார்த்ததில் மூாக் சற்று ஆறுதல் அடைந்தான். ஆனால், அந்த ஆறுதலை அனுபவிக்கக்கூட அவனுக்கு அவகாசம் இருக்கவில்லை. வழுக்கைத் தலை, வெண் சிவப்பு நிற முகத்துடன் இருந்த தலைமை ஆசிரியர் ''உன்னுடைய தோழனைத் தாக்கியது நீதானா?'' என்று கேட்டார், கணீரென்ற குரலில். ''ஆமாம்,'' என்றான் மூாக், வறண்ட குரலில். ''நான் சொன்னேன் பார்த்தீர்களா, தலைமை ஆசிரியரே,'' என்றாள் அந்தப் பெண். ''ஆந்த்ரே

(முனோஸ்) ரவுடி அல்ல.'' ''எங்களுக்குள் சண்டை,'' என்றான் மூாக். ''எனக்கு அதைத் தெரிந்துகொள்ள வேண்டிய அவசியம் இல்லை,'' என்றார் தலைமை ஆசிரியர். ''எல்லாச் சண்டைகளையும், பள்ளிக்கு வெளியே நடப்பவை உள்பட, நான் தடைசெய்திருக்கிறேன் என்று உனக்குத் தெரியும். உன்னுடைய தோழனை நீ காயப்படுத்தியிருக்கிறாய், இதைவிட இன்னும் கடுமையாகக்கூட நீ காயப் படுத்தி இருக்க முடியும். முதல் எச்சரிக்கையாக, இன்னும் ஒரு வாரத்துக்கு வகுப்பு களுக்கு நடுவே வரும் இடைவேளைகளில் சுவரைப் பார்த்துக்கொண்டு, அசை யாமல் மூலையில் நிற்கும்படி உனக்குத் தண்டனை விதிக்கிறேன். இன்னுமொரு முறை இப்படி நடந்தால், பள்ளியிலிருந்து வெளியேற்றப்படுவாய். உன்னுடைய தண்டனையைப் பற்றி உன் பெற்றோர்களுக்குத் தெரிவிப்பேன். உன் வகுப்புக்கு நீ திரும்பிப் போகலாம்.'' மூாக் இடிந்துபோய் அசையாமல் நின்றான். ''நீ போக லாம்'', என்றார் தலைமை ஆசிரியர். ''என்ன சேதி, ஃபான்டோமாஸ்''[1] என்று கேட்டார் திரு. பெர்னார், வகுப்புக்குத் திரும்பி வந்தவுடன். மூாக் அழுது கொண்டிருந்தான். ''சொல், நான் கேட்டுக்கொண்டுதான் இருக்கிறேன்.'' தொண்டை அவ்வப்போது அடைக்க, முதலில் தனக்குக் கொடுக்கப்பட்ட தண் டனையைப் பற்றிச் சொல்லிவிட்டு, பிறகு முனோஸின் பெற்றோர்கள் புகார் கொடுத்திருந்ததையும், தாங்கள் போட்ட சண்டையைப் பற்றி அதற்குப் பிறகும் சொன்னான்.

— நீங்கள் இருவரும் எதற்காகச் சண்டை போட்டீர்கள்?

— அவன் என்னை 'செல்லமே' என்றழைத்தான்.

— மறுபடியுமா?

— இல்லை. இங்கேதான் வகுப்பில்.

— அப்படியா, அது அவன்தானா? நான் உனக்குப் போதுமான ஆதரவு அளிக்கவில்லை என்று நினைத்தாயா?

மூாக் பெர்னாரை மனதார நிமிர்ந்து பார்த்தான்.

— அப்படி இல்லை. அப்படி இல்லை. நிச்சயமாக...!

இப்போது உண்மையாகவே வெடித்து அழுதான்.

''போய் உட்கார்,'' என்றார் திரு.பெர்னார். ''அது நியாயமில்லை,'' என்றான் சிறுவன், கண்ணீருக்கிடையில். ''நியாயம்தான்,'' என்றார் அவர் மென்மையாக.[2]

அடுத்த நாள் விளையாட்டு நேரத்தில், முற்றத்துக்கு முதுகைக் காட்டியபடி, தோழர்களின் மகிழ்ச்சி ஆரவாரங்களுக்கிடையே மைதானத்தின் கோடியில் இருந்த மூலையில் மூாக் நின்றுகொண்டிருந்தான். கால்களை மாற்றிமாற்றி ஊன்றிக்கொண்டிருந்தான்.[a] அவனும் மற்றவர்களுடன் ஓட வேண்டும் என்ற அடக்க முடியாத ஆர்வத்துடன் இருந்தான். அவ்வப்போது பின்புறம் திரும்

[1] மலிவு விலை நாவல்களில் முகமூடி அணிந்திருக்கும் கதாநாயகன், ஃபான்டமோஸ் (மொ.பெ.).

[2] இந்த வாக்கியம் இங்கே முடிவடைகிறது.

[a] ஐயா, அவன் என் காலைத் தடுக்கிவிட்டான்.

பிப் பார்த்தான்; திரு. பெர்னார் இவனைப் பார்க்காமல் முற்றத்தின் ஒரு கோடியில் சக ஆசிரியர்களுடன் உலாவிக்கொண்டிருந்தார். ஆனால், இரண்டாவது நாள், அவனுடைய முதுகுக்குப் பின்னால் வந்து அவனுடைய கழுத்தில் அவர் லேசாகத் தட்டியதை அவன் பார்க்கவில்லை. ''முகத்தை ஏன் தொங்கப் போட்டுக்கொண்டிருக்கிறாய்? முனோஸும் மூலையில் நின்றுகொண்டிருக்கிறான். இதோ, அதைப் பார்க்க உனக்கு நான் அனுமதி அளிக்கிறேன்.'' முற்றத்தின் இன்னொரு கோடியில் முனோஸ் தனியாக, சோகமாக இருந்தான். ''மூலையில் நீ நிற்கப்போகும் இந்த வாரம் முழுவதும் உன்னுடைய கூட்டாளிகள் அவனுடன் விளையாட மறுத்திருக்கிறார்கள்.'' திரு. பெர்னார் சிரித்தார். ''பார்த்தாயா? நீங்கள் இருவருமே தண்டிக்கப்பட்டிருக்கிறீர்கள். அதுதான் முறை.'' தண்டிக்கப்பட்டவனின் இதயத்தில் அலையாகக் கனிவு பொங்க, அந்தச் சிறுவன் மேல் அவர் குனிந்து, வாஞ்சையுடன் சிரித்துக்கொண்டே சொன்னார்: ''குட்டிப் பயலே, இவ்வளவு பலமாகக் கொக்கிக் குத்து விட உன்னால் முடியும் என்று உன்னைப் பார்த்தால் யாரும் நம்ப மாட்டார்கள்.''

*** *** ***

இன்று, தன் குருவியுடன் பேசிக்கொண்டிருந்த இந்த மனிதரை, தனக்கு நாற்பது வயதாகிவிட்டபோதிலும் தன்னை 'குட்டிப் பையா' என்றழைத்த இந்த மனிதரை, நேசிப்பதை மட்டும் அவன் நிறுத்தவேயில்லை—பல ஆண்டுகள், இவர்களைப் பிரித்த தூரம், இரண்டாம் உலகப் போர் (முதலில் ஓரளவு, பிறகு முழுமையாக) இவையெல்லாம் சேர்ந்து அவரிடமிருந்து அவனைப் பிரித்து, அவரைப் பற்றிய தகவல்களே இல்லாமல் ஆக்கவிட்டிருந்தபோதிலும். ஆகவேதான், 1945இல், பிரதேச ராணுவத்தைச் சேர்ந்த வயதான ஒருவர், சிப்பாய்த் தொப்பி அணிந்து, பாரிஸில் ழாக் வீட்டின் அழைப்பு மணியை அடித்தபோது அவன் சின்னக் குழந்தையைப் போல மகிழ்ச்சி அடைந்தான். மீண்டும் ராணுவச் சேவையில் தன்னை ஈடுபடுத்திக்கொண்ட திரு. பெர்னார்தான் அது. ''போர் செய்வதற்காக அல்ல,'' என்றார் அவர். ''ஆனால், ஹிட்லருக்கு எதிராக. நீயும்தான் சண்டை போட்டிருந்திருக்கிறாய். ஆமாம், நீ ஒரு நல்ல குடும்பத்தைச் சேர்ந்தவன் என்று எனக்குத் தெரியும். உன் அம்மாவை நீ மறந்துவிடவில்லை என்று நினைக்கிறேன், அதுதான் சரி, உன் அம்மாதான் உனக்குக் கிடைத்த மிகப் பெரிய பேறு. இப்போது நான் அல்ஜேவுக்குத் திரும்பிப் போய்க்கொண்டிருக்கிறேன். அங்கே வந்து என்னைப் பார்.'' கடந்த பதினைந்து ஆண்டுகளாக ழாக்கும் அவரைப் பார்க்கப் போய்க்கொண்டிருந்தான். இன்று போலவே ஒவ்வொரு முறையும், புறப்பட்டுச் செல்வதற்கு முன் உணர்ச்சிவசப்பட்டிருந்த அந்த முதியவரைத் தழுவிக்கொள்ள, கதவருகே அவர் எப்போதும் வழக்கமாகத் தன்னுடைய கையைப் பற்றிக்கொள்வார். தன்னுடைய வேர்களிலிருந்து தன்னைப் பிடுங்கி இழுத்து, இன்னும் பெரிய அளவில் அனுபவ ஞானத்தைப் பெறுவதற்காகப் பரந்த உலகில் அவனை அனுப்பிவிட்ட பொறுப்பைத் தானே தனியாக ஏற்றுக்கொண்டிருந்தவர் இந்த மனிதர்தான்.[a]

[a] உதவித்தொகை.

ஆரம்பப் பள்ளியின் இறுதியாண்டு முடியும் தறுவாயில், ழாக்கையும், பிய ரையும், எல்லாப் பாடங்களிலும் திறம்பட விளங்கிய—பல்துறை மூளை என்று ஆசிரியர் சொல்லியிருந்த—ஒரு அற்புத மாணவன் ஃப்லெரியையும், அவனைவிடத் திறமையில் குறைந்திருந்தாலும், மிகக் கவனத்துடன் உழைத்து வெற்றிகண்ட சான்டியோகோவையும் திரு. பெர்னார் அழைத்துச் சொன்னார்: ‘‘உங்களுக்கு ஒரு விஷயம்,’’ என்றார் வகுப்பில் எல்லோரும் போய்விட்ட பிறகு. ‘‘நீங்கள்தான் என்னுடைய மாணவர்களிலேயே சிறந்தவர்கள். மேல்நிலைக் கல்விக்கான உத வித்தொகை பெறுவதற்கு உங்களைப் பரிந்துரை செய்ய முடிவுசெய்திருக்கிறேன். அதற்கான தேர்வில் நீங்கள் வெற்றி பெற்றால், மேல்நிலைப் பள்ளியில் ‘பாக்க லோரியா’வரை உங்கள் படிப்பை முழுமையாகத் தொடர முடியும். பள்ளிகளி லேயே மிகச் சிறந்தது ஆரம்பப் பள்ளிதான். ஆனால், அது உங்களை எங்கும் இட்டுச்செல்லாது. மேல்நிலைப் பள்ளி உங்களுக்கு எல்லாக் கதவுகளையும் திறக் கும். உங்களைப் போன்ற ஏழைக் குழந்தைகள் அந்தக் கதவுகளின் வழியாக நுழைந்து மேலே போக வேண்டும் என்பதே என் விருப்பம். ஆனால், அதற்கு உங்க ளுடைய பெற்றோர்களின் சம்மதம் தேவை. நீங்கள் இப்போது போகலாம்.’’

அவர்கள் புறப்பட்டுச் சென்றார்கள், ஆச்சரியம் தாங்காமல்; பிரிந்து செல்வ தற்கு முன் தங்களுக்குள் அவர்கள் இதைப் பற்றிப் பேசிக்கொள்ளக்கூட இல்லை. வீட்டில் உணவு அறையில், தனியாக மேஜைமேல் இருந்த மெழுகுத்துணி விரிப் பில் பாட்டி பருப்பிலிருந்து கற்களைப் பொறுக்கிச் சுத்தம்செய்துகொண்டிருந் தாள். அவன் சற்றுத் தயங்கி, பிறகு, தன் தாய் வரும்வரை காத்திருப்பது என்று முடிவுசெய்தான். அயர்ந்துபோய் வந்த அவள், சமையல் இடுப்புத் துணி யைக் கட்டிக்கொண்டு வந்து, பருப்பைச் சுத்தம் செய்வதில் பாட்டிக்கு உத வத் தொடங்கினாள். தானும் உதவுவதாக ழாக் சொன்னதும், பருப்பையும் கல்லையும் பிரிப்பதற்கு எளிதாக இருக்கும் வெள்ளைப் பீங்கான் தட்டை அவ னுக்குக் கொடுத்தார்கள். தட்டின் மேல் தலை குனிந்தபடி ழாக் தன் செய் தியை அறிவித்தான். ‘‘இது என்ன புதுக் கதை? பாக்கலோரியாவில் தேர்ச்சி பெற்று வெளியே வரும்போது உனக்கு என்ன வயதாகும்?’’ என்றாள் பாட்டி. ‘‘இன்னும் ஆறு வருடத்தில்,’’ என்றான் ழாக். பாட்டி தன் தட்டைத் தள்ளி விட்டாள். ‘‘அவன் சொல்வதைக் கேட்டாயா?’’ என்றாள் காதரின் கோர்மெரி யிடம். அவளுக்குச் சரியாக கேட்டிருக்கவில்லை. ழாக் மெதுவாக அவளுக்கு அந்தச் செய்தியைத் திரும்பவும் சொன்னான். ‘‘அப்படியா,’’ என்றாள் அவள். ‘‘எல்லாம் நீ நல்ல புத்திசாலியாக இருப்பதால்தான்.’’ ‘‘புத்திசாலியோ இல்லையோ, அடுத்த வருடம் ஏதாவது வேலை கற்றுக்கொள்ள அவனை அனுப்ப வேண்டும். நம்மிடம் பணம் இல்லை என்று உனக்கு நன்றாகத் தெரியும். வாராவாரம் அவன் தன் சம்பளத்தைக் கொண்டுவருவான்.’’ ‘‘அது சரிதான்,’’ என்றாள் அவன் தாய்.

வெளியே பகல் பொழுதின் வெளிச்சமும் வெப்பமும் மங்கத் தொடங்கி யிருந்தன. எல்லாத் தொழிற்பட்டறைகளும் வேலைசெய்துகொண்டிருந்த இந்த நேரத்தில், அந்தப் பகுதி வெறிச்சென்று நிசப்தமாக இருந்தது. ழாக் தெருவைப் பார்த்துக்கொண்டிருந்தான். திரு. பெர்னார் சொல்படி கேட்க விரும்பினான்

என்பதைத் தவிர, வேறு எதை விரும்பினான் என்று அவனுக்குத் தெரியவில்லை. ஆனால் ஒன்பது வயதில், பாட்டியின் பேச்சுக்கு மறுப்பு சொல்லத் தெரிந்திருக் கவோ, முடிந்திருக்கவோ இல்லை. ஆனால், அவளும் தயங்கினாள், வெளிப்படை யாகவே. ‘‘அதற்குப் பிறகு நீ என்ன செய்யப்போகிறாய்?’’ ‘‘தெரியாது. ஒருவேளை திரு. பெர்னாரைப் போல ஆசிரியர் ஆகலாம்.’’ ‘‘ஆமாம், ஆறு ஆண்டுகளுக்குப் பிறகு!’’ அவள் பருப்பை இன்னும் மெதுவாகச் சுத்தம்செய்துகொண்டிருந்தாள். பிறகு அவள், ‘‘அது முடியாது. நாம் மிகவும் ஏழைகள். நம்மால் இது முடியாது என்று நீ திரு. பெர்னாரிடம் சொல்லிவிடு.’’

அடுத்த நாள், தங்கள் குடும்பங்கள் இந்த யோசனையை ஏற்றுக்கொண்டுவிட் டன என்று மற்ற மூவரும் மூாக்கிடம் சொன்னார்கள். ‘‘சரி, நீ?’’ ‘‘எனக்குத் தெரியவில்லை,’’ என்றான் மூாக். தன்னுடைய நண்பர்களைவிடத் தான் இன்னும் ஏழ்மையிலிருந்தான் என்பதை உணர்ந்தபோது நெஞ்சை அடைத்தது. அன்று வகுப்புகள் முடிந்தவுடன் அந்த நால்வரும் தங்கினார்கள். பியரும், ஃப்லெரியும், சான்டியோகோவும் தங்களுடைய பதிலைச் சொன்னார்கள். ‘‘சரி, குட்டிப் பையா, உன் பதில் என்ன?’’ ‘‘எனக்குத் தெரியாது.’’ திரு. பெர்னார் அவனைப் பார்த்தார். மற்றவர்களைப் பார்த்து, ‘‘சரி, ஆனால் தினமும் மாலையில் வகுப்பு கள் முடிந்த பிறகு என்னிடம் படிக்க வேண்டும். அதற்கு நான் ஏற்பாடு செய்கி றேன். இப்போது நீங்கள் போகலாம்.’’ அவர்கள் வெளியே போன பிறகு, திரு. பெர்னார் தன் நாற்காலியில் உட்கார்ந்து, மூாக்கைத் தன்னருகில் இழுத் துக்கொண்டார். ‘‘அப்படியென்றால்...’’ ‘‘என்னுடைய பாட்டி நாங்கள் மிகவும் ஏழைகள் என்றும், அடுத்த ஆண்டு நான் வேலைக்குப் போக வேண்டும் என்றும் சொல்கிறாள்.’’ ‘‘உன்னுடைய தாய் என்ன சொன்னாள்?’’ ‘‘பாட்டி சொல்படி தான் எல்லாமே.’’ ‘‘தெரியும்,’’ என்றார் திரு. பெர்னார். சற்று நேரம் யோசித்து விட்டு, மூாக்கை அணைத்துக்கொண்டார்: ‘‘நன்றாகக் கேள். அவள் சொல்வதை யும் புரிந்துகொள்ள வேண்டும். வாழ்க்கை அவளுக்கு மிகவும் கடினமாக இருக்கி றது. அவர்கள் இருவர் மட்டுமே உங்களை, உன் அண்ணனையும் உன்னை யும், வளர்த்து ஆளாக்கி, உங்கள் இருவரையுமே மிக நல்ல பிள்ளைகளாக்கி யிருக்கிறார்கள். அவளுக்குப் பயமாக இருக்கிறது என்றால் அது இயல்பானதே. உதவித்தொகை கிடைத்தாலும், இன்னும் கொஞ்சம் அதிக உதவி தேவைப் படும். எதுவாக இருந்தாலும், இன்னும் ஆறு ஆண்டுகளுக்கு உன்னால் வீட்டுக் குப் பணம் கொடுக்க முடியாது. உனக்கு அவள் சொல்வது புரிகிறதல்லவா?’’ தன்னுடைய ஆசிரியரைப் பார்க்காமலேயே மூாக் தலையை மேலும்கீழுமாக ஆட்டினான். ‘‘ஆனால், ஒருவேளை அவளுக்கு விளக்கமாகச் சொல்ல முடியலாம். உன்னுடைய பையை எடுத்துக்கொள், நான் உன்னுடன் வருகிறேன்!’’ ‘‘எங் கள் வீட்டுக்கா?’’ ‘‘நிச்சயமாக, உன் தாயை மீண்டும் சந்திப்பதில் எனக்கு மகிழ்ச்சியே.’’

சற்று நேரம் கழித்து, வியப்பு மேலிடப் பார்த்த மூாக்கின் முன்னால், திரு. பெர் னார் அவனுடைய வீட்டின் கதவைத் தட்டினார். சமையல் இடுப்புத் துணியில் கைகளைத் துடைத்தபடி வந்த பாட்டி கதவைத் திறந்தாள்; இறுகக் கட்டியிருந்த

இடுப்புத் துணியின் நாடா, வயதான அவளுடைய தொப்பையைப் பெரிதாகக் காட்டியது. ஆசிரியரை அவள் பார்த்தவுடன், தலையை வாரிக்கொள்வதைப் போலச் சைகை செய்தாள், "என்ன பாட்டி!" என்றார் திரு. பெர்னார். "எப் போதும்போல வேலையாக இருக்கிறீர்களா? உங்களைப் போன்ற பெண்களைப் பார்ப்பது அரிது." வந்தவரை உள்ளே வரச் செய்து, படுக்கையறை வழியாக உணவு அறைக்கு அழைத்துச் சென்று, மேஜைக்கு அருகில் உட்காரச் செய்து, சில கண்ணாடி தம்ளர்களையும் அனிசெட் புட்டியையும் எடுத்து வைத்தாள். "சிரமம் எதுவும் எடுத்துக்கொள்ள வேண்டாம், உங்களுடன் கொஞ்சம் பேச வந்திருக்கிறேன்." அவளுடைய குழந்தைகளைப் பற்றியும், பிறகு அவளுடைய பண்ணை வாழ்க்கை, கணவரைப் பற்றியும் விசாரித்துவிட்டு, பின்னர், தன்னு டைய குழந்தைகளையும் பற்றிச் சொல்லி உரையாடலைத் தொடங்கிவைத்தார். அந்த நேரம் உள்ளே வந்த காதரின் கோர்மெரி, மருட்சி அடைந்து, திரு. பெர் னாரை "ஆசிரியர் அவர்களே," என்றழைத்து, உடனேயே தன் அறைக்குப் போய், தலையை வாரிக்கொண்டு நல்ல உடை அணிந்துகொண்டாள். பிறகு திரும்ப வந்து, மேஜையிலிருந்து சற்றுத் தள்ளி நாற்காலியின் விளிம்பில் உட்கார்ந்துகொண் டாள். ழாக்கிடம், "நீ வெளியே போய், தெருவில் நான் வருகிறேனா என்று பார்," என்று சொன்ன திரு. பெர்னார் பாட்டியிடம், "இதோ பாருங்கள், நான் அவனைப் பற்றி உயர்வாகப் பேசப்போகிறேன், அது உண்மைதான் என்று அவனும் நம்பக்கூடும்," என்றார். அவன் வெளியே போய், படிகளில் இறங்கி, வீட்டின் நுழைவாயில் படியில் நின்றான். ஒரு மணி நேரத்துக்குப் பிறகும் அவன் அங்கேயே இருந்தான். தெருவில் நடமாட்டம் அதிகமாகி, அத்தி மரங் களினூடாக வானத்தில் பச்சை நிறம் படர ஆரம்பித்தபோது, திரு. பெர்னார் படிக்கட்டு வழியாக வெளிப்பட்டு அவன் முதுகுக்குப் பின்னால் வந்து நின்றார், அவன் தலையை லேசாகக் கோதினார். "சரி, எல்லாம் நல்லபடியாக முடிந்தது. உன்னுடைய பாட்டி ரொம்ப நல்லவள். உன் தாயைப் பொறுத்தவரை, அடடா... அவளை ஒருபோதும் மறந்துவிடாதே," என்றார். திடீரென்று தாழ்வாரத்தி லிருந்து வெளிப்பட்ட பாட்டி, "ஐயா", என்று கூப்பிட்டாள். அவளுடைய சமையல் இடுப்புத் துணியை ஒரு கையில் பிடித்துக்கொண்டு, கண்களைத் துடைத்துக்கொண்டிருந்தாள். "எனக்கு மறந்துவிட்டது... நீங்கள் ழாக்குக்கு அதி கப்படியான பாடங்கள் சொல்லித்தரப்போவதாகச் சொன்னீர்களே." "நிச்சய மாக," என்றார் திரு. பெர்னார். "அவனுக்கு இது விளையாட்டு இல்லை. என்னை நம்புங்கள்." "ஆனால், எங்களால் உங்களுக்குப் பணம் கொடுக்க முடி யாதே." திரு. பெர்னார் அவளைக் கூர்ந்து பார்த்தார். ழாக்கின் தோள்களைப் பற்றிக்கொண்டார். "அதற்காகக் கவலைப்படாதீர்கள்," என்றார் அவர் ழாக்கின் தோள்களைக் குலுக்கியபடி, "அவன் எனக்கு ஏற்கனவே கொடுத்துவிட்டான்." அவர் சென்றுவிட்ட பிறகு, தங்கள் குடியிருப்புக்கு ஏறிப் போகும்போது ழாக்கின் கைகளைப் பிடித்துக்கொண்டிருந்த பாட்டி முதல் முறையாக, சோகம் கலந்த கனிவுடன் அவனுடைய கையைப் பிடித்து அழுத்தினாள். "என் குட்டிப் பையா, குட்டிப் பையா," என்றாள்.

அடுத்த ஒரு மாதத்துக்கு, வகுப்பு முடிந்த பிறகு, திரு. பெர்னார் அந்த நான்கு சிறுவர்களையும் இன்னும் இரண்டு மணி நேரம் அங்கே தங்க வைத்து அவர்களை நன்கு உழைத்துப் படிக்க வைத்தார். சோர்ந்துபோய், அதே சமயம் குதூகலத்துடன் மூக் மாலையில் வீடு திரும்பி, மறுபடியும் வீட்டுப் பாடம் எழுத உட்கார்ந்துவிடுவான். சோகமும் பெருமிதமும் கலந்த பார்வையுடன் பாட்டி அவனைப் பார்ப்பாள். தன் மண்டையை முஷ்டியால் தட்டிக்கொண்டே மாமா எர்னெஸ்ட், ''அவனுக்கு நல்ல மூளை'' என்பார், நிச்சயமான தோரணையுடன். ''ஆமாம்,'' என்பாள் பாட்டி, ''நம் கதி என்ன ஆகும்?'' ஒரு நாள் மாலை திடீ ரென்று சொன்னாள்: ''சரி, அவனுடைய முதல் திருவிருந்துச் சடங்கு எப்போது செய்வது?'' உண்மையைச் சொன்னால், அந்த வீட்டில் மதத்துக்கு எந்த இட மும் இருக்கவில்லை.[1] யாருமே ஞாயிறு பிரார்த்தனைக் கூட்டத்துக்குப் போன தில்லை, யாருமே பத்துக் கட்டளைகளைப் பற்றிப் பேசியதோ, அவற்றைச் சொல்லிக்கொடுத்ததோ இல்லை, யாருமே இவ்வுலகுக்கு அப்பால் கிடைக்கக் கூடிய வெகுமதிகளையோ தண்டனைகளையோ பற்றிப் பேசியதில்லை. ஒருவர் இறந்துவிட்டார் என்ற செய்தியைப் பாட்டியிடம் சொன்னால்: ''நல்லது,'' என் பாள் அவள். ''இனிமேல் அவர் குசுவிட மாட்டார்.'' அவளுக்குக் கொஞ்சமாவது பிரியம் இருந்திருக்க முடியும் என்று சொல்லக்கூடிய ஒருவருடைய சாவாக இருந்தால், ''பாவம், அவனுக்கு இன்னும் அவ்வளவு வயதாகவில்லையே,'' என் பாள், இறந்துவிட்ட அவர் ஏற்கனவே ரொம்ப காலமாகவே இறக்கும் வயதை அடைந்துவிட்டிருந்தபோதிலும். இதை அவளுடைய அறிவீனம் என்று சொல்ல முடியாது. தன்னைச் சுற்றி நிறைய சாவுகளை அவள் பார்த்திருந்திருக்கிறாள்: தன்னுடைய இரண்டு குழந்தைகள், தன் கணவர், தன்னுடைய மாப்பிள்ளை, தவிர போரில் இறந்துவிட்ட தன்னுடைய எல்லா மருமகன்கள். சொல்லப் போனால், உழைப்பு, ஏழ்மை இவற்றைப் போலவே சாவும் அவளுக்குப் பரிச் சயம் ஆகிவிட்ட ஒன்று; அவள் அதை வாழ்ந்தாள். அதைப் பற்றி நினைத்துப் பார்க்காவிட்டாலும். தங்களுடைய அன்றாடக் கவலைகளாலும், பொதுவான ஏழ்மையாலும் நன்கு வளர்ந்த நாகரிகங்களில் தழைத்தோங்கும் ஈமச்சடங்கு களின் மேல் மக்களுக்கு இருந்த தீவிர பக்தி மறுக்கப்பட்டிருந்த அனைத்து அல் ஜீரிய மக்களைக் காட்டிலும் அதிகமாகவே அவளுக்கு அன்றாடத் தேவைகளின் சுமை பெரிதாக இருந்தது.[a] அவர்களைப் பொறுத்தவரை, சாவும் அவர்கள் எதிர் கொள்ள வேண்டிய ஒரு சோதனையாகவே இருந்தது, அதற்கு முன் எதிர்கொண் டிருந்த பல சோதனைகளைப் போலவே; அதைப் பற்றி அவர்கள் பேசிக் கொண்டதே இல்லை. மனிதனுடைய நற்பண்புகளில் மிக முக்கியமானதாகத் தாங்கள் கருதிய மனதைரியத்தைக் காட்ட முயன்றார்கள். அதனால், அதுவரை சாவை மறக்க, ஒரு பக்கமாகத் தள்ளிவைக்க முயன்றார்கள். (அதனாலேயே எல் லாச் சவஅடக்கச் சடங்குகளிலும் ஒருவிதக் கேலிக்கூத்து அம்சம் இருந்தது. ஒன்று விட்ட சகோதரன் மோரிஸ்?) பொதுவாக நிலவிய இந்த மனநிலையுடன் அன்

---

[1] தெளிவற்ற மூன்று வரிகள்.

[a] *La Mort en Algérie*

றாட உழைப்பு, போராட்டங்கள் இவற்றின் கடுமையையும், மூாக்கின் குடும் பத்தைப் பொறுத்தவரை, ஏழ்மை விளைவிக்கும் மோசமான தேய்மானங்களை யும் சேர்த்துக்கொண்டால், மதத்துக்கு என்று ஒரு இடத்தைக் கொடுப்பது கடி னமாக இருந்தது. உணர்வுகளின் தளத்தில் மட்டுமே வாழ்ந்துகொண்டிருந்த மாமா எர்னெஸ்ட்டுக்கு மதம் என்பது தான் கண்ணால் பார்த்தது மட்டுமே, அதாவது, சடங்குகளும் பாதிரியாரும். தன்னிடமிருந்த கோமாளித்தனம் செய் யும் திறமையைப் பயன்படுத்தி, பிரார்த்தனை கூட்டச் சடங்குகளை நடித்துக் காட்டத் தவற மாட்டார்: லத்தீன் மொழி போல ஒலிக்கும் ஓசைகளை (நிறுத்தா மல்) எழுப்பிக்கொண்டு, இறுதியில் மணியோசை கேட்டதும் தலையைக் குனி யும் பக்தர்களையும், அப்படிக் குனியும் தறுவாயைப் பயன்படுத்தி, திருவிருந்துச் சடங்குக்காக வைத்திருக்கும் 'வைன்' மதுவைத் திருட்டுத்தனமாக அருந்தும் பாதிரியையும் நடித்துக்காட்டுவார். காதரின் கோர்மெரியைப் பொறுத்தவரை, அவளுடைய மென்மையான இயல்பு அவளுக்கு இறை நம்பிக்கை இருப்பதைப் போல எண்ணத் தோன்றும், ஆனால் அவளுடைய நம்பிக்கை முழுவதும் அவ ளுடைய மென்மைதான், தன் தம்பியின் கிண்டல்களை ஏற்கவோ, மறுக்காவோ செய்யாமல் லேசாகச் சிரித்துக்கொள்வாள், ஆனால் பாதிரியார்களைச் சந்திக்கும் போது ''திரு. பாதிரியார் அவர்களே'' என்று மரியாதையுடன் அழைப்பாள். இறைவனைப் பற்றி அவள் ஒருபோதும் பேசியதில்லை. அந்தச் சொல், பார்க்கப் போனால், தன் குழந்தைப் பருவம் முழுவதிலும் ஒருபோதும் இறைவன் என்ற அந்தச் சொல்லை மூாக் கேட்டதில்லை, அதைப் பற்றி அவன் அக்கறை காட்டிய தும் இல்லை. புதிராகவும், ஒளிர்ந்துகொண்டும் இருந்த வாழ்க்கை ஒன்றே அவ னுடைய இருத்தலை முழுமையாக ஆக்கிரமித்துக்கொள்ள அவனுக்குப் போது மானதாக இருந்தது.

இப்படியெல்லாம் இருந்தும், அவர்களுடைய குடும்பத்தில் மதச் சடங்கு இல் லாத சவ அடக்கம் என்று வந்தால் பாட்டியும், ஏன், மாமாவும்கூட, பாதிரியார் இல்லாமல் இருப்பதைக் குறை சொல்வது முரண்பாடான ஒரு வழக்கமாக இருந் தது: ''நாயைப் போல'', என்பார்கள். அதாவது, பெரும்பான்மையான அல்ஜீரிய மக்களைப் போலவே, அவர்களுக்கும் மதம் என்பது சமூக வாழ்க்கையின் ஒரு அங்கம், சமூக வாழ்க்கையில் மட்டுமே. பிரெஞ்சுக்காரர்கள் என்று தங்களைச் சிலர் சொல்லிக்கொள்வதைப் போல இவர்கள் கத்தோலிக்கர்கள்; அதற்கான சில சடங்குகள் தேவையாக இருந்தன. உண்மையில், எண்ணி நான்கே சடங்குகள்: திருமுழுக்கு, முதல் திருவிருந்து, திருமணச் சடங்கு (திருமணம் செய்துகொண் டால்), அந்திமச் சடங்குகள். நீண்ட இடைவெளி கொண்ட இந்தச் சடங்கு களுக்கு இடையே வேறு விவகாரங்களில் ஈடுபட்டிருந்தார்கள், குறிப்பாக, அன் றாடப் பிழைப்பு.

ஆகவே, அண்ணன் ஆன்ரிக்கு செய்திருந்ததைப் போலவே மூாக்கும் தன் னுடைய முதல் திருவிருந்துச் சடங்கை மேற்கொள்ள வேண்டும். ஆன்ரிக்கு அதன் நினைவுகள் கசப்பாக இருந்தன: அதாவது, அந்தச் சடங்குகளால் அல்லாமல், அதைத் தொடர்ந்து நடந்த சமூக வாழ்க்கைப் பின்விளைவுகளால். குறிப்பாக,

அந்தச் சடங்குக்குப் பிறகு, புஜத்தில் அணிந்திருந்த பட்டையுடன் பல நாட்கள்வரை உறவினர்களையும் நண்பர்களையும் பார்த்துவரப் போனது, சம்பிரதாயப்படி அவர்களும் கொஞ்சம் பணத்தை அன்பளிப்பாகக் கொடுத்தது, சங்கடப்பட்டுக்கொண்டே தான் அதைப் பெற்றுக்கொண்டது, அந்தத் தொகையில் ஒரு சிறு பகுதியை மட்டும் தன்னிடம் திருப்பித் தந்த பாட்டி மிச்சம் அனைத்தையும் 'திருவிருந்துக்கு அதிகம் செலவாகிவிட்டது' என்று சொல்லி எடுத்துக் கொண்டுவிட்டது போன்ற நினைவுகள். ஆனால், இந்தச் சடங்கு சிறுவனின் பன்னிரண்டு வயதில் நடந்தது; அதற்கு முன் இரண்டு ஆண்டுகள் அவன் வேதியரிடம் உபதேசப் பாடம் கற்க வேண்டும். ஆகவே, மேல்நிலைப் பள்ளியின் இரண்டாவது அல்லது மூன்றாவது ஆண்டில்தான் ழாக் தன்னுடைய முதல் திருவிருந்துச் சடங்கைச் செய்ய வேண்டிவரும். ஆனால், குறிப்பாக, அதுதான் பாட்டியைத் திடுக்கிட வைத்தது. மேல்நிலைப் பள்ளிப் படிப்பு நல்ல வேலை வாய்ப்புக்கு இட்டுச்செல்லும் என்பதால், அந்த வட்டாரத்திலேயே இருந்த பள்ளிக்கூடங்களைவிடப் பத்து மடங்கு அதிகம் உழைத்துப் படிக்க வேண்டியிருக்கும் என்பதால், மேல்நிலைப் பள்ளியைப் பற்றி இருண்ட, ஒருவித அச்சுறுத்தும் கருத்து அவளுக்கு இருந்தது. மேலும், நல்ல உழைப்பு இல்லாமல் பொருளாதார வசதியை அடைய வாய்ப்பில்லை என்பது அவள் எண்ணம். தான் முன்கூட்டியே ஏற்றுக்கொண்டுவிட்டிருந்த தியாகங்களால் ழாக் வெற்றிபெற வேண்டும் என்று ஆத்மார்த்தமாக விரும்பினாள். வேதியர் உபதேசத்துக்குச் செலவிடும் நேரம் அவனுடைய படிப்பின் நேரத்தைக் குறைத்துவிடும் என்று கணக்குப் போட்டுப்பார்த்தாள். ''முடியாது, ஒரே சமயத்தில் நீ பள்ளிக்கூடத்துக்கும் வேதியர் உபதேசத்துக்கும் போய்க்கொண்டிருக்க முடியாது,'' என்றாள். ''நல்லது, அப்படியானால் முதல் திருவிருந்துச் சடங்கு எனக்கு வேண்டாம்,'' என்றான் ழாக்; முக்கியமாக, எல்லோரையும் பார்க்கப்போகும் சிரமத்திலிருந்தும், மற்றவர்களிடமிருந்து பணத்தை வாங்கிக்கொள்வதில் அவனுக்கிருந்த தாங்க முடியாத அவமானத்திலிருந்தும் தப்பிவிடலாம் என்று நம்பினான். பாட்டி அவனை முறைத்துப் பார்த்தாள்: ''ஏன்? அதற்கு ஒரு ஏற்பாடு செய்ய முடியும். உடை உடுத்திக்கொள். நாம் பாதிரியாரைப் பார்க்கப் போகிறோம்.'' அவள் எழுந்து, ஒரு தீர்மானத்துக்கு வந்துவிட்ட தோரணையில் தன் படுக்கையறைக்குப் போனாள். அவள் திரும்பிவந்தபோது, தொளதொளவென்றிருந்த தன்னுடைய மேல்சட்டையையும், வீட்டு வேலை செய்யும்போது அணியும் பாவாடையையும் களைந்துவிட்டு, அதற்குப் பதிலாக, வெளியே போகும்போது உடுத்திக்கொள்ளத் தன்னிடம் இருந்த ஒரே ஒரு அங்கியை [ ],[1] அதன் கழுத்துப் பகுதிவரை பித்தான்களைப் பொருத்தி அணிந்துகொண்டும், தலையைச் சுற்றித் தன்னுடைய பட்டு ஸ்கார்ஃபையும் முடிந்துகொண்டு வந்தாள். ஸ்கார்ஃபின் விளிம்பைச் சுற்றி இருந்த வெண்ணிற முடிக்கற்றை, கூர்மையான பார்வை, இறுக மூடிய வாய் இவையெல்லாம் சேர்ந்து முடிவான தீர்மானத்தின் வடிவாகவே அவளை ஆக்கியிருந்தன.

---

[1] படிக்க முடியாத, தெளிவாக இல்லாத சொல்.

தூய ஷார்ல் மாதா கோவிலின்—காமாசோமாவென்று 'கோதிக்' பாணியில் இருந்த நவீனக் கட்டடத்தின்—கூடத்தில் தனக்கு அருகில் நின்றுகொண்டிருந்த மூாக்கின் கையைப் பிடித்துக்கொண்டு, பாதிரியாருக்கு முன்னால் அவள் உட்கார்ந்துகொண்டாள். பாதிரியார் அறுபது வயது மதிக்கத்தக்க, பருமனான மனிதர்; உருண்டையாகக் கொஞ்சம் சதைப்பற்றான முகம், பெரிய மூக்கு, கிரீடம் போன்ற வெண்முடியின் கீழ் புன்னகை செய்யும் தடித்த உதடுகள், விரித்த முழங்காலுக்கு மேல் இழுத்துப் பிடித்தபடி இருந்த அங்கியின் மேல் கோத்திருந்த கைகள். ''இந்தச் சிறுவனுக்கு முதல் திருவிருந்துச் சடங்கு செய்ய வேண்டும் என்று விரும்புகிறேன்,'' என்றாள் பாட்டி. ''நல்ல விஷயம்தான், அம்மா. அவனை நல்ல ஒரு கிறிஸ்துவனாக ஆக்கிவிடுவோம். அவனுக்கு இப்போது என்ன வயதாகிறது?'' ''ஒன்பது.'' ''இவ்வளவு சீக்கிரமே அவனுக்கு வேதியர் உபதேசம் செய்யத் தொடங்க நீங்கள் நினைப்பது மிகச் சரிதான். மூன்று ஆண்டுகளில் அந்த முக்கியமான தினத்துக்கு அவன் முற்றிலும் தயாராகிவிடுவான்.'' ''இல்லை,'' என்றாள் பாட்டி, கறாராக. ''உடனேயே அவனுக்கு அதைச் செய்வித்தாக வேண்டும்.'' ''உடனேயா? திருவிருந்துச் சடங்குகள் இன்னும் ஒரு மாதத்தில் நடக்கவிருக்கின்றன. குறைந்தபட்சம் இரண்டு ஆண்டுகளாவது உபதேசம் கற்ற பிறகுதான் அவனைத் திருப்பலிபீடத்துக்கு முன் கொண்டு நிறுத்த முடியும்.'' பாட்டி நிலமையை விளக்கமாகச் சென்னாள். ஆனால் மேல்நிலைப் பள்ளிப் படிப்பையும், மத உபதேசத்தையும் ஒன்றாகத் திறம்படத் தொடர முடியாது என்பதை அவர் ஏற்றுக்கொள்ளவில்லை. பொறுமையாகவும் நல்லெண்ணத்துடனும் தன்னுடைய அனுபவங்களை நினைவுகூர்ந்து, முன்னுதாரணங்களை எடுத்துக்காட்டினார்... பாட்டி எழுந்து நின்றாள். ''அப்படியானால், அவனுக்கு முதல் திருவிருந்துச் சடங்கு வேண்டாம். வா, போகலாம் மூாக்,'' என்றபடி சிறுவனை வாயிலை நோக்கி இழுத்துச் சென்றாள். ஆனால், பாதிரியார் அவர்களுக்குப் பின்னால் விரைந்தார்: ''பொறுங்கள், அம்மா!'' அவளைக் கனிவுடன் அவளுடைய இருக்கைக்கு அழைத்துவந்தார், அவளுக்கு விளக்கிச் சொல்ல முற்பட்டார். ஆனால் பாட்டியோ பிடிவாதக் கிழட்டுக் கோவேறுக் கழுதையைப் போலத் தலையை ஆட்டிக்கொண்டிருந்தாள். ''அதை உடனேயே செய்ய வேண்டும், இல்லையென்றால் அவனுக்கு அது இல்லாமலேயே போகட்டும்.'' இறுதியில் பாதிரியார் விட்டுக்கொடுத்தார். தீவிரமான விரைவுக் கற்பித்தலுக்குப் பிறகு, ஒரு மாதம் கழித்து அவன் முதல் திருவிருந்துச் சடங்கு மேற்கொள்வான் என்று ஒப்பந்தம் செய்துகொண்டார்கள். பாதிரியார் தலையை ஆட்டிக்கொண்டே கதவுவரை வழியனுப்ப வந்து, அங்கே சிறுவனின் கன்னங்களைத் தடவிக் கொடுத்தார். ''உனக்குச் சொல்லிக்கொடுப்பதையெல்லாம் கவனமாகக் கேட்டுக் கொள்,'' என்றார். ஒரு விதச் சோகத்துடன் அவனைப் பார்த்தார்.

ஆகவே, வியாழன், சனிக்கிழமைகளில் திரு. ஜெர்மனின் வகுப்புகளுடன், மதபோதனை வகுப்புகளையும் சேர்த்துக்கொண்டான். உதவித் தொகைக்கான தேர்வும், முதல் திருவிருந்துச் சடங்கும் நெருங்கிக்கொண்டிருந்ததால் எல்லா நாட்களிலும் வேலைப் பளு மிகுந்திருந்தது. விளையாடுவதற்கு நேரமே இல்லா

மல் இருந்தது. ஞாயிற்றுக்கிழமைகளில்கூட, அதுவும் குறிப்பாகப் புத்தகங்களை வழக்கமாக மூட்டை கட்டி வைக்கும் ஞாயிறுகளில், அவனுடைய படிப்புக்காக அந்தக் குடும்பம் எதிர்காலங்களில் செய்யவிருக்கும் தியாகங்களையும், வீட்டுக்காக அவன் எதுவும் செய்ய முடியாமல் இருக்கபோகும் இன்னும் சில நீண்ட ஆண்டுகளையும் சுட்டிக்காட்டி, பாட்டி அவனிடம் சில வீட்டு வேலைகளையும், கடைக்குப் போகும் வேலைகளையும் வாங்கிக்கொள்வாள். ‘‘தேர்வு கடினமான ஒன்று, நான் தோல்வி அடையவும் வாய்ப்பு இருக்கிறது’’, என்றான் ழாக். ஒரு விதத்தில் பார்த்தால், அவனுக்காக மற்றவர்கள் மேற்கொள்ளும் தியாகத்தைப் பற்றி ஓயாமல் பேசிக்கொண்டிருந்ததே அவனுடைய சுய கௌரவத்துக்கு ஒரு பெரும் சுமையாக இருந்ததால், தேர்வில் தோல்வியடைவதை அவனேகூட விரும்பினான் என்றும் சொல்லலாம். பாட்டி அதிர்ந்துபோய் அவனைப் பார்த்தாள். பிறகு, தன் தோள்களை உயர்த்தி, முரண்பாடாகப் பேசுவதைப் பற்றிக் கவலைப்படாமல் ‘‘முடிந்தால் அப்படியே செய்,’’ என்றாள். ‘‘உன் புட்டம் பழுத்துவிடும்’’ என்றாள். உபதேசப் பாடங்களைச் சொல்லிக்கொடுத்தவர் இரண்டாவது பாதிரியார்; உயரமாக, முடியில்லாமல் நீண்டிருந்த கறுப்பு அங்கியில் இன்னும் உயரமாகத் தோன்றி, கழுகு போன்ற மூக்கு, குழிவிழுந்த கன்னங்களுடன், முதல் பாதிரியார் எத்தனைக்கெத்தனை கனிவாக இருந்தாரோ அத்தனைக்கத்தனை இவர் கண்டிப்புடன் இருந்தார். மனப்பாடம் செய்து ஒப்பித்தல்தான் அவர் கற்றுக்கொடுத்த முறை. இது மிகவும் பழைய முறையாக இருந்தாலும், ஆன்மீக நெறியை அவர் சொல்லிக்கொடுக்க வேண்டியிருந்த முரட்டுத்தனமான, பிடிவாதம் மிக்க எளிய சிறுவர்களுக்குப் பொருத்தமான ஒரே ஒரு முறை அதுதான். கேள்விகளையும் அவற்றின் பதில்களையும் கற்க வேண்டியிருந்தது: ‘‘கடவுள் என்றால் என்ன...?’’[a] உபதேசம் கற்க வந்த இளைஞர்களுக்கு இந்தச் சொற்களுக்கு அர்த்தமே இருக்கவில்லை. நல்ல ஞாபகசக்தி கொண்டிருந்த ழாக் அவற்றைப் புரிந்துகொள்ளாமலேயே தங்கு தடையின்றி ஒப்பிப்பான். இன்னொரு சிறுவன் ஒப்பித்துக்கொண்டிருக்கும்போது தன்னுடைய கனவுலகில் பகல் கனவு கண்டுகொண்டோ அல்லது தன் நண்பர்களுடன் சேர்ந்து கோணங்கித்தனம் செய்துகொண்டோ இருப்பான். ஒரு நாள் அது போன்ற கோமாளித்தனத்தைப் பார்த்துவிட்ட பாதிரியார், அது அவரை நோக்கித்தான் செய்யப்பட்டது என்று நினைத்து, தான் மேற்கொண்டிருந்த பணியின் புனிதத் தன்மையை அவர்கள் மதிக்கும்படி செய்ய வேண்டும் என்று கருதி, சிறுவர்கள் அனைவரின் முன்னிலையிலும் அவனை அழைத்து, எவ்வித விளக்கமும் அளிக்காமல் தன்னுடைய எலும்பும் தோலுமான கையை வீசி அவனை அறைந்தார். அடி வாங்கிய வேகத்தில் ழாக் கீழே விழ இருந்தான். ‘‘உன்னுடைய இடத்துக்கு இப்போது நீ போகலாம்,’’ என்றார் பாதிரியார். அவரைப் பார்த்த சிறுவன், கண்ணீர் சிந்தாமல் (தன்னுடைய வாழ்நாள் முழுவதும் கனிவும் பாசமும் மட்டுமே அவனை அழவைத்தன. மாறாக, அவனுடைய மன வலிமையையும் மன உறுதியையும் இன்னும் வலுப்படுத்திய தீய செயலோ, வதையோ அவனை ஒருபோதும் அழ வைத்ததில்லை) அவனுடைய இருக்கைக்குத் திரும்பினான். அவனுடைய முகத்தின்

[a] உபதேசம்.

இடது கன்னத்தில் எரிச்சல் ஏற்பட்டு, வாய் ரத்தத்தின் ருசி கண்டது. அடியின் வேகத்தில் கன்னத்தின் உள்பகுதியில் வெட்டுக்காயம் ஏற்பட்டு, இரத்தம் கசிந்ததை நாக்கின் நுனியால் உணர்ந்தான். தன்னுடைய ரத்தத்தை விழுங்கினான்.

அதற்குப் பிறகு, சடங்குக்கான ஆயத்தங்கள் முடியும்வரை அவன் அதில் மனதைச் செலுத்தாமல் மௌனமாகப் பார்த்தபடி, தன்னுடன் பாதிரியார் பேசும்போது, அவரிடம் மனத்தாங்கலோ நட்புணர்வோ இல்லாமல், ஏசு கிறிஸ்துவின் புனிதத் தன்மையையும் தியாகங்களையும் பற்றிய கேள்விகளையும் பதில்களையும் ஒரு பிழைகூட இல்லாமல் ஒப்பித்தபடி இருப்பான். தான் இப்படிப் பாடங்களை ஒப்பித்துக்கொண்டிருந்த இடத்திலிருந்து வெகு தொலைவில், ஒரே தேர்வைப் போல இப்போது மாறிவிட்டிருந்த இரண்டு தேர்வுகளைப் பற்றிய கனவில் மூழ்கியிருப்பான். தன்னுடைய உழைப்பிலும், தொடர்ந்துகொண்டிருந்த இந்தக் கனவுகளிலும் ஆழ்ந்திருந்த அவன், மாலை வேளையின் நற்கருணை வழிபாட்டின்போது மட்டுமே, அதுவும் இனம்தெரியாத வகையில், நெகிழ்ந்துபோவான். பயங்கரமாகக் குளிராக இருந்த அந்த மாதா கோவிலில் இன்னும், இன்னும் என்று நடந்த மாலை நேர வழிபாடுகளில் அதுவரை மடத்தனமான இசை மெட்டுகளையே கேட்டுக்கொண்டிருந்த தன் வாழ்க்கையில், ஆர்கன் அவன் கேட்டுக்கொண்டிருந்த இசையை முதல்முறையாகக் கேட்க வைத்தது. அரையிருளில் பொன்னிறத்தில் மிளிர்ந்துகொண்டிருந்த, இறைத்தூதர்களும் பாதிரியார்களும் பயன்படுத்திய பொருள்களும் உடைகளும் நிறைந்த செழுமையான, ஆழமான கனவுகள் அவனை ஒரு புதிருக்கு இட்டுச்சென்றன. ஆனால், அந்தப் புதிர், வேதியர் உபதேசத்தில் குறிப்பிடப்பட்ட அல்லது கச்சிதமாக விவரிக்கப்பட்ட, புனிதர்கள் எவ்விதப் பங்கும் ஏற்காத, தான் வாழ்ந்துகொண்டிருந்த வெறுமையான உலகத்தின் தொடர்ச்சியான, பெயரற்ற ஒரு புதிர் மட்டுமே; ஆனால் தனக்குள்ளே தெளிவற்று இருந்த, இப்போது தன்னை முழுமையாகக் குளிப்பாட்டிக்கொண்டிருந்த கதகதப்பான இந்தப் புதிர், மாலை வேளைகளில் அவன் உணவறையில் நுழையும்போது நிலவிய தன் தாயின் மெல்லிய புன்னகையின் அல்லது மௌனத்தின் அன்றாடப் புதிரை இன்னும் ஆழமாக்கியது. வீட்டில் தனியாக இருந்துகொண்டு, பெட்ரோல் விளக்கை ஏற்றி வைக்காமல் இரவின் இருளை அறையில் கொஞ்சம்கொஞ்சமாக ஊடுருவ விட்டுவிட்டு, தெருவின் சுறுசுறுப்பான—ஆனால், தன்னைப் பொறுத்தவரை மௌனமாக இருந்த—நடமாட்டங்களை ஜன்னல் வழியாகப் பார்த்துக்கொண்டிருந்த மிக இருண்ட, அடர்த்தியான வடிவம் போலத்தான் அவளே இருந்தாள். தன் தாயிடம் இருந்த, இந்த உலகத்துக்கோ அல்லது அதன் அன்றாட பாமரத்தனங்களுக்கோ சொந்தமாகயிருந்திருக்காத, அல்லது இனிமேலும் சொந்தமாக இருக்கபோகாத ஏதோ ஒன்றால், அவளிடம் தனக்கிருந்த பரிதவிப்புத் தோய்ந்த அன்பால் நெஞ்சம் கனக்க, சிறுவன் வாசற்படியிலேயே நின்றுவிடுவான். பிறகுதான் முதல் திருவிருந்துச் சடங்கு வந்தது; அதற்கு முந்தைய தினம் நடந்த பாவ மன்னிப்பைத் தவிர, குறிப்பாக அந்தச் சடங்கைப் பற்றிய நினைவுகள் எதுவும் அவனுக்கு இருக்கவில்லை; தீயவை என்று சொல்லப்பட்டிருந்த செய்

கைகளை மட்டும்—அதாவது அவை போன்ற மிகக் குறைவாகவே இருந்த செய்கைகளை—ஒப்புக்கொண்டான். ‘‘தீய எண்ணங்கள் உனக்கு இருந்ததா?’’ ‘‘ஆமாம், என் பிதாவே,’’ என்றான் ஏதோ குருட்டாம்போக்கில், எண்ணம் எப்படித் தீயதாக இருக்க முடியும் என்று தெரிந்திராதபோதிலும். அடுத்த நாள் காலைவரையில் எந்தத் தீய எண்ணமோ—அல்லது இன்னும் தெளிவாக இருந்த விஷயம் என்னவென்றால்—தன்னுடைய மாணவ உலகச் சொல்வளத்திலிருந்து சொல்லத் தகாத வார்த்தையோ அவனிடமிருந்து தவறி வந்துவிடக் கூடாது என்ற பயத்திலேயே இருந்தான். சடங்கு நடந்த நாள் காலைவரை அவனால் முடிந்த அளவுக்குப் பேசாமல் தன்னைக் கட்டுப்படுத்திக்கொண்டான். அடுத்த நாள் காலை, மிகக் குறைந்த அளவே ஏழைகளாக இருந்த தன்னுடைய உறவினர்கள் சிலர் (மார்கெரித் அத்தை, இத்யாதி) அளித்திருந்த கப்பல் படை வீரர் சீருடை, கையில் பட்டை ஆகியவற்றை அணிந்துகொண்டு சிறிய பிரார்த்தனைப் புத்தகம், வெள்ளை மணிகள் கொண்ட ஜெபமாலை ஆகியவற்றுடன், மாதா கோவில் பெஞ்சு வரிசைகளின் இருபுறங்களிலும் பேரானந்தத்துடன் நின்றுகொண்டிருந்த குடும்பத்தினர்களுக்கு இடையே இருந்த வழியில், மற்ற சிறுவர்களுடன் அவனும் ஒருவனாக, மெல்லிய மெழுகுவர்த்தி ஒன்றை ஏந்திக்கொண்டு வந்தான்; அப்போது வெடித்த இசையின் இடியோசை அவனை உறைய வைத்து, பயத்திலும் ஒருவிதமாக அசாதாரண பூரிப்பிலும் அவனை ஆழ்த்தியது; முதல்முறையாகத் தன்னுடைய பலத்தையும், எதிலும் போராடி வெல்லவும், பிழைத்து வாழவும் தனக்கிருந்த அளவற்ற திறமையையும் அவன் உணர்ந்தான்; அந்தப் பூரிப்பு சடங்கு முழுவதும் இருந்து, திருவிருந்து நடந்த கணம் உட்பட, அதைத் தவிர அவனைச் சுற்றி நிகழ்ந்த எல்லாவற்றிலிருந்தும் அவனை எங்கோ கொண்டுபோய், வீட்டுக்கு வந்த பிறகும், அன்று அழைக்கப்பட்டிருந்த உறவினர்களோடு நடந்த விருந்து சாப்பாடுவரை நீடித்தது; வழக்கத்தைவிட (பலமாக) இருந்த விருந்து மேஜைக்கு முன், பொதுவாகக் குறைவாகவே உண்டும், குறைவாகவே பானங்கள் அருந்தியும் பழக்கப்பட்டிருந்த விருந்தாளிகள் கொஞ்சம்கொஞ்சமாகப் பெரும் உற்சாகமடைந்து, அதனால் அந்த அறை முழுவதும் நிரம்பி வழிந்த பேரானந்தம் ழாக்கின் பூரிப்பை மறையச் செய்து, அவனை நிலைகுலையச் செய்தது; அதன் விளைவாக, விருந்தின் முடிவில் இனிப்புப் பண்டங்களைச் சாப்பிடும் வேளை வந்தபோது, சூழலின் ஆனந்தத்தின் உச்சகட்டத்தில் அவனிடமிருந்து விம்மல்கள் வெடித்தன. ‘‘உனக்கு என்ன ஆயிற்று?’’ என்று பாட்டி கேட்டாள். ‘‘தெரியவில்லை, எனக்குத் தெரியவில்லை.’’ பெரிதும் எரிச்சலடைந்த பாட்டி அவனை அறைந்தாள். ‘‘இப்போது ஏன் நீ அழுகிறாய் என்று தெரிந்துவிடும்,’’ என்றாள். ஆனால் மேஜைக்கு மறுபுறத்திலிருந்து ஒரு மெல்லிய சோகப் புன்னகையை வீசிய தன் தாயைப் பார்த்தபோது தான் ஏன் அழுதோம் என்று அவனுக்குத் தெரிந்தது.

‘‘எல்லாம் நல்லபடி நடந்துவிட்டது, என்றார் திரு. பெர்னார். இப்போது நம் வேலையைப் பார்ப்போம்.’’ இன்னும் சில நாட்கள் கடுமையாக உழைத்துப் படித்த பிறகு—கடைசி சில பாடங்கள் திரு. பெர்னார் இல்லத்தில் நடந்தன

(குடியிருப்பு பற்றிய விவரிப்பு?)—ஒரு நாள் காலையில், ழாக்கின் வீட்டுக்கு அருகில் இருந்த டிராம் வண்டி நிலையத்தில், திரு. ஜெர்மெனைச் சுற்றி நான்கு மாணவர்கள் கைகளில் அட்டை, மைக்கூடு, அளவுகோல் இவற்றுடன் நின்றுகொண்டிருந்தார்கள்; ழாக்கின் வீட்டு பால்கனியிலிருந்து தன்னுடைய தாயும் பாட்டியும் முன்புறமாகக் குனிந்து இவர்களை நோக்கி உற்சாகமாகக் கையாட்டுவதை ழாக் பார்த்தான்.

வில் வடிவில் வளைகுடாவைச் சுற்றி இருந்த அந்த நகரத்தில், இந்தச் சிறுவர்களுக்குத் தேர்வு நடக்கவிருந்த மேல்நிலைப் பள்ளி, அந்த வளைவின் மறுகோடியில் இருந்தது. முன்பெல்லாம் செல்வந்தர்கள் மிகுந்தும், களையிழந்தும் இருந்த அந்தப் பகுதியில் புலம்பெயர்ந்த ஸ்பானியர்கள் குடியேறிய பிறகு, கூட்டம் நிரம்பிய, சந்தடி மிக்க பகுதியாக அது மாறிவிட்டிருந்தது. மிகப் பெரிய சதுர வடிவக் கட்டடமான மேல்நிலைப் பள்ளி அந்தத் தெருவையே ஆக்கிரமித்துக்கொண்டிருந்தது. இரண்டு பக்கங்களிலிருந்த படிக்கட்டுகள் வழியாக ஏறிச் சென்றால், எதிரே அகலமாக, பிரம்மாண்டமாகப் படிக்கட்டுகள் நடுவில் இருக்கும்; நடுப் படிக்கட்டுக்கு இரு புறங்களிலும் மாணவர்களின் விஷமங்களிலிருந்து காப்பதற்காக இரும்புக் கிராதிகள் போடப்பட்டு, அவற்றுக்குள் வாழை மரங்கள்,—[1] நடப்பட்டிருந்தன. படிக்கட்டு முடியும் இடத்தில் இருந்த தாழ்வாரத்தில் பக்கவாட்டுப் படிக்கட்டுகளும் வந்து சேர்ந்தன. அங்கு முக்கியமான நிகழ்ச்சிகளுக்காக மட்டும் திறக்கப்படும் பிரம்மாண்ட கதவு ஒன்றும், அதற்குப் பக்கத்தில், கட்டடக் காவலரின் கண்ணாடி அறைக்கு இட்டுச்சென்ற, தினந்தோறும் திறக்கப்படும் திட்டி வாசல் ஒன்றும் இருந்தன.

அந்தத் தாழ்வாரத்தில்தான், சீக்கிரமே அங்கு வந்துவிட்டிருந்த மாணவர்களில் பெரும்பாலானோர் தங்களுடைய தேர்வுப் பயத்தை வெளிக்காட்டிக் கொள்ளாமல் இருக்க, சிலர் வெளிறிய முகத்துடன், மௌனமாக அவர்களுடைய பயத்தை வெளிப்படுத்திக்கொண்டிருந்தனர். அந்தத் தாழ்வாரத்தில்தான், இன்னமும் குளுமையாக இருந்த காலை வேளையில், சற்று நேரத்தில் வெயில் வந்தவுடன் தூசி படரவிருந்த ஈரமான தெருவுக்கு எதிரே, மூடப்பட்டிருந்த பெரிய கதவுக்கு முன்னால் திரு. பெர்னாரும் அவருடைய மாணவர்களும் காத்துக்கொண்டிருந்தார்கள். அரை மணி நேரம் முன்பாகவே வந்திருந்த அவர்கள், எதுவும் பேசாமல் தங்கள் ஆசிரியரை ஒட்டியபடி, சுற்றி நின்றுகொண்டிருந்தார்கள். அவர்களிடம் சொல்வதற்கென்று எதுவுமில்லாமல் இருந்த ஆசிரியர், தான் உடனே திரும்பிவருவதாகச் சொல்லி, அவர்களை விட்டுச் சென்றார். எப்போதும்போல மனதைக் கவரும் வகையில் அழகாக, விளிம்புகளில் உருண்டையாக இருந்த தொப்பியும், அந்த தினத்துக்கென்று விசேஷமாக, காலணிக்கு மேல் கணுக்காலைச் சுற்றி அலங்காரத் துணியையும் அணிந்திருந்த அவர், திரும்பி வருவதை அவர்கள் பார்த்தார்கள். அவருடைய இரண்டு கைகளிலும் இருந்த பொட்டலங்கள் மெல்லிய காகிதத்தில் சுற்றப்பட்டு, மேலே கையால் பிடித்துக் கொள்ளும் வகையில் முறுக்கப்பட்டிருந்தன; அந்தக் காகிதத்தில் கொஞ்சம்

[1] இங்கு இருக்க வேண்டிய சொல் கையெழுத்துப் பிரதியில் காணப்படவில்லை.

எண்ணெய் படிந்ததைப் போல இருந்ததை அவர் அருகில் வந்தவுடன் மாணவர்கள் கவனித்தார்கள். ''இதோ, கொஞ்சம் 'க்ருவாஸான்'[1] இருக்கிறது,'' என்றார் திரு. பெர்னார். ''இப்போது ஒன்று சாப்பிடுங்கள். இன்னொன்றைப் பத்து மணிக்கு வைத்துக்கொள்ளுங்கள்.'' ஆனால், அவர்கள் சுவைத்த, எளிதில் கரையாத அந்த ரொட்டி மாவோ அவர்களுடைய தொண்டையில் எளிதில் இறங்கவில்லை. ''பயப்படாதீர்கள்,'' என்றார் ஆசிரியர். ''கேள்வித்தாளில் கேட்கப்பட்டிருப்பவை, கட்டுரையின் தலைப்பு இவற்றை நன்றாகப் படித்துப்பாருங்கள். பல முறை படியுங்கள். அதற்கான நேரம் உங்களுக்கு இருக்கும்.'' ஆமாம், அவர்கள் பலமுறை படிப்பார்கள், அவர் சொல்படி கேட்பார்கள், வாழ்க்கையில் எந்தத் தடங்கலுமே தங்களிடம் அணுக விடாமல் எல்லாம் தெரிந்த அவர், தங்களை வழிநடத்திச் செல்வதற்கு விட்டுவிட்டாலே போதுமானது. சிறிய கதவின் அருகே அப்போது சந்தடி கேட்டது. அங்கு கூடியிருந்த அறுபது மாணவர்கள் அந்தத் திசையை நோக்கி நடந்தார்கள். கதவைத் திறந்துகொண்டு அங்கே வந்த உதவியாளர், பட்டியல் ஒன்றைப் படித்தார். முதலில் அழைக்கப்பட்ட சிலரில் ழாக் இருந்தான். அவன் தன் ஆசிரியரின் கையைப் பிடித்துக்கொண்டான், சற்றுத் தயங்கினான். ''உள்ளே போ, மகனே,'' என்றார் திரு. பெர்னார். நடுங்கிக்கொண்டிருந்த ழாக் கதவை நோக்கிப் போனான்; கதவைக் கடக்கும்போது, தன் ஆசிரியரை நோக்கித் திரும்பிப் பார்த்தான். அவர் அங்கேயே இருந்தார், உயரமாக, வாட்டசாட்டமாக, ழாக்கைப் பார்த்துப் புன்னகை செய்தார்; நம்பிக்கையூட்டும் தோரணையில் தலையை ஆட்டினார்.[a]

நண்பகலில், வெளிக் கதவருகே அவர்களுக்காக திரு. பெர்னார் காத்திருந்தார். தாங்கள் எழுதிப்பார்த்திருந்த முதல் பிரதியை மாணவர்கள் அவரிடம் காட்டினார்கள். சான்டியாகோ மட்டும் ஒரு கேள்வியில் தவறு செய்திருந்தான். ''உன்னுடைய கட்டுரை மிகப் பிரமாதம்,'' என்று ழாக்கிடம் அவர் சுருக்கமாகச் சொன்னார். மதியம் ஒரு மணிக்கு அவர்களைத் திரும்ப அங்கே அழைத்து வந்தார். நாலு மணிக்கு இன்னும் அங்கேயே இருந்துகொண்டு அவர்களுடைய முதல் பிரதியைப் பார்வையிட்டார். ''சரி, போகலாம்,'' என்றார் அவர். ''நாம் இனி காத்திருக்க வேண்டும்.'' இரண்டு நாட்களுக்குப் பிறகு, சிறிய கதவுக்கு முன்னால் காலை பத்து மணிக்கு அதே ஐந்து பேரும் இருந்தார்கள். கதவு திறந்தது. இம்முறை உதவியாளர், முன்பைவிட மிகச் சிறியதாக இருந்த பட்டியலை—தேர்வில் வெற்றி பெற்றவர்களின் பெயர்களைப் படித்தார். அந்த இரைச்சலில் ழாக்குக்குத் தன் பெயர் காதில் விழவில்லை. ஆனால் தன் பின்கழுத்தில் யாரோ சந்தோஷமாகத் தட்டியதைக் கேட்டான். ''சபாஷ், குட்டிப் பையா! நீ தேர்வில் வெற்றி பெற்றுவிட்டாய்,'' என்று திரு. பெர்னார் சொன்னதைக் கேட்டான். நல்ல பையன் சான்டியாகோ மட்டுமே தேர்வு பெறவில்லை, மற்றவர்கள் அவனை ஏதோ ஒரு வித கவனம் கலைந்த சோகத்துடன் பார்த்தார்கள். ''அதனால்

---

[1] 'கருவாஸான்' என்பது பொதுவாகக் காலைச் சிற்றுண்டியின்போது சாப்பிடப்படும், பிறை வடிவிலான பன் போன்ற ரொட்டி (த.மொ.பெ.).

[a] உதவித் தொகை திட்டத்தைச் சரிபார்க்கவும்.

பரவாயில்லை,'' என்றான் அவன். ''அதனால் பரவாயில்லை.'' மூாக்குக்குத் தான் எங்கிருந்தான் என்றோ, என்ன நடந்தது என்றோ எதுவுமே புரியவில்லை. அவர்கள் நால்வரும் டிராம் வண்டியில் திரும்பி வந்துகொண்டிருந்தார்கள். ''உங்களுடைய பெற்றோர்களை நான் வந்து சந்திக்கப்போகிறேன்,'' என்றார் திரு. பெர்னார். ''முதலில், மிகவும் அருகில் இருப்பதால், கோர்மெரி வீட்டுக்குப் போகப்போகிறேன்.'' பெண்கள் கூட்டமாக இருந்த அந்த ஏழ்மையான உணவு அறையில்—தன்னுடைய பாட்டி, இந்த விசேஷ நாளுக்காக (?) ஒரு நாளைக்கு விடுப்பு எடுத்திருந்த தன்னுடைய தாய், அண்டை வீட்டு மாசோன் குடும்பப் பெண்கள்—ஆசிரியருக்கு அருகில் நின்றுகொண்டு, கடைசி முறையாக 'ஓ தெ கொலோனின்' நறுமணத்தை சுவாசித்தபடி அந்த வாட்டசாட்டமான உடலின் அன்பான கதகதப்புடன் ஒட்டிக்கொண்டு மூாக் நின்றான். அண்டை வீட்டுக்காரர்களின் முன்னிலையில் பாட்டி பொலிவுடன் இருந்தாள். திரு. பெர்னார் சிறுவனின் தலையை வருடிக்கொண்டிருந்தபோது, ''நன்றி, திரு. பெர்னார் அவர்களே, நன்றி,'' என்றாள் அவள். ''இனியும் நான் உனக்குத் தேவையில்லை,'' என்றார் திரு. பெர்னார். ''என்னைவிட அதிகம் கற்றவர்கள் உனக்கு ஆசிரியர்களாக வருவார்கள். ஆனால், நான் இருக்குமிடம் உனக்குத்தான் தெரியுமே, நான் உனக்கு உதவ வேண்டும் என்று இருந்தால் என்னை அங்கு வந்து பார்.'' அவர் புறப்பட்டுச் சென்றுவிட்டார். அந்தப் பெண்களின் மத்தியில் தனியாக இருந்த மூாக், ஜன்னலை நோக்கிப் பாய்ந்து, கடைசியாக இன்னும் ஒரு முறை அவனைப் பார்த்துக் கையை ஆட்டிய, இனிமேல் தன்னைத் தனியாக இருக்கும்படி விட்டுவிட்ட ஆசிரியரைப் பார்த்தான்; கள்ளம் கபடமற்ற, கனிவான ஏழைகளின் உலகிலிருந்து—குடும்பம், இன ஒற்றுமை இவற்றின் இடத்தை ஏழ்மை எடுத்துக்கொண்டிருந்த சமூகத்தில் தனக்குள்ளேயே முடங்கிவிட்ட ஒரு தீவைப் போல இருந்த உலகிலிருந்து—இந்த வெற்றி தன்னைப் பிடுங்கி எடுத்துவிட்டிருந்தது என்பதை ஏதோ முன்கூட்டியே அறிந்தவன் போல, வெற்றியின் மகிழ்ச்சிக்குப் பதிலாக, அந்தக் குழந்தையின் நெஞ்சை மிகப் பெரிய மன உளைச்சல் பிழிந்தெடுத்தது; அவன் இப்போது தூக்கியெறியப்படவிருந்த பரிச்சயமற்ற உலகம் இனியும் அவனுக்கென்று இருந்த உலகம் அல்ல. எல்லாம் அறிந்த, பரந்த இதயம் படைத்த அவனுடைய ஆசிரியரைவிடப் பெரிய அறிஞர்கள் தனக்கு ஆசிரியராக இருக்க முடியும் என்பதை அவனால் நம்ப முடியவில்லை; இனி அவன் எந்த உதவியும் இல்லாமல் கற்றுக்கொள்ள வேண்டும், புரிந்துகொள்ள வேண்டும், தனக்கு உதவிசெய்து ஆதரவளித்த அந்த ஒரே ஒருவரின் உதவியில்லாமல் ஒரு மனிதனாக ஆக வேண்டும், மொத்தத்தில் தானாகவே வளர்ந்து ஆளாக வேண்டும், அதுவும் மிக உயர்ந்த விலை கொடுத்து.

***

7. மோன்தோவி: காலனி ஆதிக்கமும் தந்தையும்

இப்போது[a] அவன் வளர்ந்து பெரியவனாகியிருந்தான்... போனிலிருந்து மோன்தோவிக்குப் போகும் சாலையில், துப்பாக்கிகள் துருத்திக்கொண்டிருந்த, மெதுவாகப் போய்க்கொண்டிருந்த ஜீப் வண்டிகளை மூாக் கோர்மெரி இருந்த வண்டி கடந்து சென்றது...

''திரு. வெய்யாரா?''

''ஆமாம்.''

தன்னுடைய சிறிய பண்ணை வீட்டு வாயிலின் மத்தியிலிருந்து மூாக் கோர் மெரியைப் பார்த்த அந்த மனிதர், குட்டையாக, ஆனால் கட்டுமஸ்தாக, உருண்டு திரண்ட தோள்களுடன் காணப்பட்டார். இடது கையால் கதவைத் திறந்துகொண்டும், வலது கையால் அருகாலை இறுகப் பற்றிக்கொண்டும் இருந்த அவர், தன் வீட்டுக்குள் நுழையும் வழியைத் திறந்துவிட்டும், அந்த வழியை மறித் துக்கொண்டும் இருந்தார். ரோமானியர் போன்ற தோற்றத்தை அவருக்கு அளித்த அவருடைய தலையில் இங்குமங்குமாக இருந்த சில நரை முடிகளைக் கொண்டு மதிப்பிட்டால் அவருக்குச் சுமாராக நாற்பது வயது இருக்கலாம். ஆனால், வெளிர் நிறக் கண்களுடன் சீராக அமைந்த முகத்தின் பழுப்பு நிறத் தோல், காக்கி நிறக் கால்சட்டையில் விறைப்பாக, ஆனால், தொப்பையோ சதைக் கொழுப்போ இல் லாத உடல், பெருக்கல் வடிவத்தில் தோல் பட்டைகள் வைத்த செருப்புகள், பாக்கெட்டுகளுடன் இருந்த நீல நிறச் சட்டை இவை எல்லாம் அவரை இளை யவராகக் காட்டின. அவர் அசையாமல் நின்றபடி மூாக்கின் விளக்கங்களைக் கேட்டார். பிறகு, ''உள்ளே வாருங்கள்'' என்றபடி நகர்ந்து வழிவிட்டார். பழுப்பு நிற இழுப்பறை கொண்ட மேஜையும், குடை வைக்கும், வளைந்திருந்த தாங்கி ஒன்றும் மட்டுமே இருந்த, சுண்ணாம்பு அடிக்கப்பட்டிருந்த சிறிய தாழ்வாரத் தில் மூாக் நுழைந்தபோது அவனுடைய முதுகுக்குப் பின்னால் அந்தப் பண்ணை யார் சிரித்தது அவன் காதில் விழுந்தது. ''மொத்தத்தில், உங்களுக்கு இது ஒரு புனித யாத்திரை! நல்லது, உண்மையில் இதுதான் சரியான தருணம்.'' ''ஏன்?'' என்று கேட்டான் மூாக். ''சாப்பாட்டு அறைக்கு வாருங்கள்,'' என்றார் பண்ணையார். ''அதுதான் மிகவும் குளிர்ச்சியான அறை.'' வராந்தாவில் ஒரு பாதிவரை, கோரைப் புல் தட்டிகளில் ஒன்றைத் தவிர, மற்றதெல்லாம் இறக்கிவிடப்பட்டிருந்த அந்த இடம்தான் சாப்பாட்டு அறையாக இருந்தது. சாப்பாட்டு மேஜை, நவீன மோஸ்தரில் வெளிர் நிற மரத்தில் செய்யப்பட்ட இழுப்பறைகளைத் தவிர, அறை கலன்களாக அங்கே இருந்தவை கோரைத் தண்டுகளால் ஆன இருக்கைகளும் சாய்வு நாற்காலிகளும் மட்டுமே. மூாக் பின்னால் திரும்பிப் பார்த்தபோது தான் தனியாக இருந்ததை உணர்ந்தான். வராந்தாவை நோக்கிச் சென்றான். தட்டிகளுக்கு இடையே இருந்த வெற்று இடம் வழியாக அலங்கார மிளகு மரங்கள் நடப்பட்டிருந்த ஒரு முற்றத்தையும், அங்கே ரத்தச் சிவப்பு நிறத்தில் பளபளத்துக்கொண்டிருந்த இரண்டு டிராக்டர்களையும் பார்த்தான். அதற்கும்

---

[a] குதிரை வண்டி ரயில் கப்பல் விமானம்.

அப்பால், பொறுத்துக்கொள்ளும்படியாக இருந்த காலை பதினோரு மணி சூரிய வெப்பத்தில், திராட்சைக் கொடிகள் வரிசையாக இருந்ததைப் பார்த்தான். சற்றுக் கழித்து, பெரிய தட்டில் ஒரு புட்டி சோம்பு மதுபானம் அனிஸெட்டும், சில கண்ணாடித் தம்ளர்களும், ஒரு புட்டி குளிர்ந்த நீரும் வைத்து அந்தப் பண்ணையார் எடுத்துக்கொண்டு வந்தார்.

பால் போன்ற திரவம் நிரம்பியிருந்த கிளாஸை பண்ணையார் உயர்த்தினார். ''இன்னும் கால தாமதமாகி இருந்தால், உங்களால் இங்கே எதையும் பார்க்க முடியாமல்போயிருக்கும். எப்படியும், உங்களுக்குத் தேவையான தகவல்களை அளிக்க ஒரு பிரெஞ்சுக்காரர்கூட இங்கே இருந்திருக்க மாட்டார்.'' ''நான் பிறந்தது உங்களுடைய பண்ணையில்தான் என்று அந்த முதிய டாக்டர் என்னிடம் சொன்னார்.'' ''ஆமாம், இது சேன்-அபோத்ர் நிலத்தின் ஒரு பகுதியாக இருந்தது. ஆனால், என் பெற்றோர்கள் இதைப் போர் முடிந்த பிறகுதான் வாங்கினார்கள்.'' மூாக் தன்னைச் சுற்றிலும் கவனித்துப் பார்த்தான். ''நீங்கள் நிச்சயமாக இங்கே பிறக்கவில்லை. என் பெற்றோர்கள் இதை முற்றிலும் மாற்றிக் கட்டிவிட்டார்கள்.'' ''போருக்கு முன்னால் அவர்களுக்கு என் தந்தையைத் தெரிந்திருந்ததா?'' ''இல்லை என்று நினைக்கிறேன். துனிசியா எல்லைக்கருகில் அவர்கள் முதலில் குடிபுகுந்தார்கள், பிறகு கொஞ்சம் நாகரிகம் அடைந்த இடத்துக்கு அருகில் வர விரும்பினார்கள். அவர்களைப் பொறுத்தவரை நாகரிகமான இடம் சோல்ஃபெரினோதான்.'' ''பழைய பண்ணை மேலாளர்பற்றி அவர்கள் கேள்விப்பட்டிருக்கவில்லையா?'' ''இல்லை. மேலும் நீங்கள் இந்த நாட்டைச் சேர்ந்தவராதலால் நிலைமை உங்களுக்கே தெரியும். இங்கே எதையும் பாதுகாத்து வைப்பதில்லை. இருப்பதை இடித்துவிட்டுப் புதிதாகக் கட்டுவார்கள், எதிர்காலத்தைப் பற்றி நினைப்பார்கள், மற்றதை மறந்துவிடுவார்கள்.'' ''அப்படியா,'' என்றான் மூான். ''தேவையில்லாமல் உங்களைத் தொந்தரவு செய்துவிட்டேன்.'' ''இல்லை,'' என்றார் அவர். ''உங்களைச் சந்தித்ததில் எனக்கு மகிழ்ச்சி.'' மூாக்கைப் பார்த்துப் புன்னகை செய்தார். மூாக் பானத்தைக் குடித்து முடித்தான். ''உங்கள் பெற்றோர் எல்லைக்கு அருகில் இருந்தார்களா?'' ''இல்லை. அது தடை செய்யப்பட்டிருந்த பகுதி. அணைக்கட்டுக்கு அருகில் இருந்தோம். என் தந்தையைப் பற்றி உங்களுக்குத் தெரியவில்லை என்று தெரிகிறது.'' அவர் தன்னுடைய கிளாஸில் மீதம் இருந்ததை ஒரே விழுங்கில் குடித்துவிட்டு, அதிலிருந்து அதிகப்படியான உத்வேகம் பெற்றவரைப் போல வெடித்துச் சிரித்தார்: ''அவர் முழுக்க முழுக்க ஒரு குடியேறி. அந்தக் காலத்து மனிதர். உங்களுக்குத் தெரியுமே, பாரிஸ்காரர்களால் இழிவாகப் பேசப்படுபவர்களில் ஒருவர். அவர் எப்போதும் கடினமான மனிதராக இருந்தார் என்பது உண்மைதான். அறுபது வயது. உயரமாகவும், ஒல்லியாகவும், பிடிவாதத்துடனும் இருந்த கறாரான மனிதர். சொல்லப்போனால், ஒருவிதமான கண்டிப்பான குடும்பத் தலைவர். தன்னிடமிருந்த அராபியத் தொழிலாளிகளைக் கடுமையாக வேலை வாங்கினார்; நியாயமாகச் சொன்னால், தன் மகன்களைக்கூடத்தான். ஆகவே, போன ஆண்டு, அவர்கள் வெளியேற வேண்டியிருந்தபோது, ஒரே களேபரமாகிவிட்டது. அந்தப் பிரதேசம் வாழத் தகுதியற்றதாக மாறிவிட்டது. துப்பாக்கியைத்

தலைமாட்டில் வைத்துக்கொண்டு தூங்க வேண்டியிருந்தது. ராஸ்கில் பண்ணை தாக்கப்பட்டது உங்களுக்கு நினைவிருக்கிறதா?'' ''இல்லை'', என்றான் மூாக். ''அங்கே தந்தை, அவருடைய இரண்டு மகன்கள் ஆகியோரின் கழுத்தை அறுத்து, தாயையும் மகளையும் மாறிமாறிக் கற்பழித்துப் பிறகு கொலை செய்தார்கள்... சுருக்கமாக... பண்ணையாளர்களைக் கூப்பிட்டு, அவர்களிடம் (காலனி ஆதிக்க) பிரச்சினைகளைப் பற்றியும் அராபியத் தொழிலாளர்களை எப்படி நடத்தினார் கள் என்றும் சிந்தித்துப் பார்க்கவேண்டும் என்றும், இப்போது நிலைமை மாறி விட்டது என்றும் சொல்ல வேண்டிய துர்பாக்கிய நிலை அந்தப் பிரதேச ஆட்சி யாளருக்கு ஏற்பட்டது. ஆனால், தன்னுடைய சொத்து குறித்த சட்டதிட்டங்களை இந்த உலகில் யாரும் தனக்கு விதிக்க முடியாது என்று அந்த முதிய பண்ணையார் ஆட்சியாளரிடம் சொல்லிவிட்டார். அதற்குப் பிறகு அன்றிலிருந்து அவர் வாயைத் திறக்கவில்லை. இரவில் அவ்வப்போது எழுந்து, வெளியே போவார். ஜன்னல் சட்ட இடுக்கு வழியாக என் அம்மா அவரைப் பார்ப்பாள், நிலங்களினூடே அவர் நடந்துகொண்டிருப்பதைப் பார்ப்பாள். வெளியேற்றப்படுவதற்கான ஆணை வந்தபோது, அவர் ஒன்றும் சொல்லவில்லை. அவருடைய திராட்சை அறுவடை முடிந்துவிட்டிருந்தது. புளிக்க வைப்பதற்காக மரப் பீப்பாய்களில் வைன் இருந்தது. அந்தப் பீப்பாய்களைத் திறந்துவிட்டார். பிறகு, பல நாட்க ளுக்கு முன்பாக அவர் திருப்பிவிட்டிருந்த உவர்நீர் ஓடையை மீண்டும் திருப்பி விட்டு, நேராகத் தன்னுடைய நிலங்களில் பாயும்படி செய்தார். நிலத்தைத் தோண்டும் கலப்பையைத் தன் டிராக்டரில் இணைத்தார். அடுத்த மூன்று நாட் களாக, தலையில் தொப்பி இல்லாமல், ஒன்றும் பேசாமல், ஓட்டுநர் இருக்கை யில் உட்கார்ந்து, தன்னுடைய வயலில் இருந்த அத்தனை திராட்சைக் கொடி களையும் பிடுங்கி எறிந்தார். தூக்கித்தூக்கிப்போட்ட டிராக்டர் வண்டியில் அந்த ஒல்லியான மனிதர், கொஞ்சம் அதிகப் பருமனாக இருந்த திராட்சைக் கொடியின் வேரைப் பிடுங்கக் கால் விசைக் கட்டையை இன்னும் பலமாக மிதித்து, சாப் பாட்டுக்காகக்கூடத் தன் வேலையை நிறுத்தாமல், என் அம்மா அவருக்காகக் கொண்டுபோயிருந்த ரொட்டி, பாலாடைக் கட்டி (சோப்ரஸோடா) இவற்றை அமைதியாகத் தின்றுகொண்டு, ரொட்டியின் ஓரப் பகுதியைத் தூக்கி எறிந்து, இன்னும் வேகத்தை அதிகப்படுத்தி, மற்ற எல்லா வேலைகளையும் செய்ததைப் போலவே அமைதியாக, சூரிய உதயத்திலிருந்து அஸ்தமனம்வரை, தொடு வானத்திலிருந்த மலைகளைக்கூடப் பார்க்காமல், இங்கே நடப்பதைக் கேள்விப் பட்டு வந்து, ஒன்றும் பேசாமல் தொலைவில் இருந்தபடியே அவரைப் பார்த்துக் கொண்டிருந்த அராபியர்களையும் பார்க்காமல், இவை அனைத்தையும் செய்து கொண்டிருந்தார் என்பதைச் சற்று நினைத்துப்பாருங்கள். ஒரு இளைய ராணுவ தளபதி—யார் சொல்லி வந்தார் என்று தெரியாது—அங்கு வந்து, பண்ணையாரின் செயல்களுக்கு விளக்கம் கேட்டபோது, அவர் பதில் சொன்னார்: ''இளைஞனே, நாங்கள் இங்கு வந்து செய்திருப்பதெல்லாம் குற்றம் என்பதால், அதை ஒழித்துக் கட்ட வேண்டும்.'' எல்லாம் முடிந்த பிறகு, அவர் பண்ணையை நோக்கி வந்து, பீப்பாயிலிருந்து வெளிப்பட்ட 'வைன்' தேங்கியிருந்த முற்றத்தைக் கடந்து, தன்னுடைய சாமான்களையெல்லாம் மூட்டை கட்டினார். முற்றத்தில் அராபி

யத் தொழிலாளிகள் அவருக்காகக் காத்திருந்தார்கள். (தளபதி அனுப்பியிருந்த சிறிய காவல் படை ஒன்றும் அங்கு இருந்தது, ஏன் என்று தெரியாது, ஆனால் தனக்கு இடப்படும் ஆணையை எதிர்பார்த்துக் காத்திருந்த நல்ல இளம் தளபதியும் அங்கு இருந்தார்.) ''முதலாளி, நாங்கள் என்ன செய்வது?'' ''உங்களுடைய இடத்தில் நான் இருந்தால், கொரில்லாப் படையுடன் போய்ச் சேர்ந்துவிடுவேன்,'' என்றார் அந்த முதியவர். ''அவர்கள் வெற்றிபெறப்போகிறார்கள். பிரான்ஸில் ஆண்களே இல்லை.''

பண்ணையார் சிரித்தார்: ''முகத்தில் அடித்தாற்போல இல்லை?''

''பெற்றோர்கள் இப்போது உங்களுடன்தான் இருக்கிறார்களா?''

''இல்லை. அல்ஜீரியாவைப் பற்றி இனி எதுவும் பேசக் கூடாது என்று என் தந்தை சொல்லிவிட்டார். தென் பிரான்ஸின் மார்சேய் நகரத்தில் நவீனக் குடியிருப்பு ஒன்றில் இருக்கிறார். தன்னுடைய அறையில் சுற்றிச்சுற்றி வந்துகொண்டிருக்கிறார் என்று அம்மா எனக்கு எழுதியிருக்கிறாள்.''

''அப்போது, நீங்கள்...?

''நானா? இங்குதான் இருப்பேன், கடைசிவரை. என்ன நடந்தாலும் நான் இங்கேயே தங்கியிருப்பேன். என்னுடைய குடும்பத்தை அல்ஜேவுக்கு அனுப்பிவிட்டேன், நான் இங்கேயேதான் என் கட்டையைப் போடுவேன். பாரிஸில் இருப்பவர்களுக்கு இதெல்லாம் புரியாது. நம் இருவரைத் தவிர, இதையெல்லாம் புரிந்துகொள்ளக் கூடியது யார் தெரியுமா?''

''அராபியர்கள்''

''மிகச் சரியாக சொன்னீர்கள். அவர்களும் நாமும் ஒருவரையொருவர் புரிந்துகொள்வதற்காகவே இருக்கிறோம். ஒரே மாதிரி முட்டாள்தனமாகவும் மூர்க்கத்தனமாக இருந்தாலும், அதே மனித ரத்தம் உடலில் ஓடிக்கொண்டு இருப்பவர்கள். இன்னும் ஒருவருக்கொருவர் கொன்றுகொண்டும், ஒருவரின் கொட்டையை மற்றவர் அறுத்துக்கொண்டும், கொஞ்சம் சித்திரவதை செய்துகொண்டும் இருப்போம். பிறகு, மீண்டும் எல்லா மனிதர்களும் ஒற்றுமையாக வாழத் தொடங்குவோம். அதைத்தான் இந்த நாடும் விரும்புகிறது. இன்னும் ஒரு கிளாஸ் அனிஸெட்?''

''கொஞ்சம்,'' என்றான் மூாக்.

சிறிது நேரம் கழித்து, அவர்கள் வெளியே வந்தார்கள். தன்னுடைய பெற்றோரை அறிந்திருக்கக்கூடியவர்கள் யாராவது இந்தப் பிரதேசத்தில் இன்னமும் இருக்கிறார்களா என்று மூாக் கேட்டான். வெய்யாரைப் பொறுத்தவரை யாரும் இல்லை, மூாக்கை இந்த உலகத்துக்குள் கொண்டுவந்து, பிறகு ஓய்வுபெற்று சோல்ஃபெரினோவிலேயே தங்கிவிட்ட முதிய டாக்டரைத் தவிர யாரும் இங்கே இல்லை. சேன்-அபோத்ர் சொத்து இரண்டு முறை கை மாறிவிட்டிருந்தது, இரண்டு உலகப் போர்களிலும் நிறைய அராபியத் தொழிலாளிகள் இறந்துவிட்டிருந்தனர், இன்னும் நிறைய பேர் பிறந்துமிருந்தனர். ''இங்கு எல்லாமே மாறிக்கொண்டிருக்கிறது,'' என்று மீண்டும் சொன்னார் வெய்யார். ''எல்லாமே

வேகமாக நடக்கிறது, மிக வேகமாக; தவிர, எல்லோரும் மறந்தும்விடுகிறார்கள்.'' ஒருவேளை, அந்த முதிய தாம்சால்... ஆமாம், சேன்-அபோத்ரில் பண்ணை ஒன்றில் அவன் காவல்காரனாக இருந்தான். 1913இல் அவனுக்குச் சுமார் இருபது வயதிருக்கும். எப்படியிருந்தாலும், தான் பிறந்த பிரதேசத்தை ழாக் பார்க்கத்தான் போகிறான்.

வடக்கு திசையைத் தவிர, அந்தப் பிரதேசம் மலைகளால் சூழப்பட்டிருந்தது. உச்சி வெயிலில் பெரும்பாறைகள் போலவும், ஒளிர்ந்த மூட்டம் போலவும் அந்த மலைகளின் விளிம்புகள் கோடுகளாகத் தெரிந்தன. அவற்றுக்கிடையில், வெப்பத்தில் வெண்மையாகத் தெரிந்த வானத்தின் கீழ், ஒரு காலத்தில் சதுப்பு நிலமாக இருந்த சேபூஸ் சமவெளி வடக்கே கடற்கரைவரை பரந்திருந்தது. அங்கே சல்பேட் உரத்தால் நீலமாகியிருந்த இலைகளும் ஏற்கனவே பழுத்துக் கறுப்பாக இருந்த திராட்சைகளும் நிரம்பிய திராட்சைக் கொடிகள் நேர் கோட்டில் வரிசைவரிசையாக இருக்க, இடையிடையே இருந்த சைப்ரஸ் மர வரிசைகள், யூகலிப்ட்ஸ் மரக் கூட்டம் வீடுகளுக்கு நிழல் தந்துகொண்டிருந்தன. அவர்கள் நடந்து சென்ற பண்ணையின் பாதையில் ஒவ்வொரு அடியும் சிவப்புப் புழுதியைக் கிளப்பியது. அவர்களுக்கு எதிரே, மலைகள் இருந்த இடம்வரை, காற்று நடுங்கிக்கொண்டிருந்தது, வெயில் அதிர்ந்தது. 'ப்லாதான்' மரக் கூட்டம் ஒன்றுக்குப் பின்னால் இருந்த சிறிய வீட்டை அவர்கள் அடைந்தபோது வியர்வையில் தெப்பமாகிவிட்டிருந்தார்கள். கோபமான குரைப்புடன் கண்களுக்குப் படாமல் இருந்த நாய் ஒன்று, அவர்களை வரவேற்றது.

கொஞ்சம் இடிபாடுகளுடன் இருந்த அந்தச் சிறிய வீட்டின் மல்பரி மரத்தால் ஆன கதவு கவனமாகச் சாத்தப்பட்டிருந்தது. வெய்யார் கதவைத் தட்டினார். குரைப்புச் சத்தம் இரு மடங்கானது. வீட்டின் மறுபக்கத்தில், மூடியிருந்த சிறிய முற்றத்திலிருந்து குரைப்பு வருவதைப் போலத் தோன்றியது. ஆனால் எவருடைய சந்தடியும் கேட்கவில்லை. ''என்ன நம்பிக்கை பாருங்கள்!,'' என்றார் பண்ணையார். ''அவர்கள் உள்ளே இருக்கிறார்கள், ஆனால் காத்துக்கொண்டிருக்கிறார்கள்.''

''தாம்சால்,'' என்று அவர் கத்திக் கூப்பிட்டார். ''நான்தான், வெய்யார்...''

''ஆறு மாதங்களுக்கு முன் இவனுடைய மாப்பிள்ளையைத் தேடிக்கொண்டு சிலர் வந்தார்கள், கொரில்லா போர் வீரர்களுக்கு அவன் உணவுப் பண்டங்கள் அனுப்பிக்கொண்டிருந்தானா என்று கேட்டார்கள். அதற்குப் பிறகு அவனைப் பற்றிய தகவல் எதுவும் இல்லை. ஒருவேளை அவன் தப்பித்துப் போக முயன்று கொல்லப்பட்டிருக்கலாம் என்று ஒரு மாதத்துக்கு முன்னால் தாம்சாலிடம் சொன்னார்கள்.''

''அப்படியா,'' என்றான் ழாக். ''அவன் கொரில்லா போர் வீரர்களுக்கு ஏதாவது அனுப்பிக்கொண்டு இருந்தானா?''

''இருக்கலாம், இல்லாமலும் இருக்கலாம். என்ன செய்வது, அதுதான் போர். ஆனால் விருந்தோம்பலுக்குப் பெயர்போன இந்த மண்ணில் கதவுகள் திறக்கப்படுவதற்கு ஏன் நேரமாகிறது என்பதை அதுதான் விளக்கும்.''

அப்போதுதான் கதவு திறந்தது. குட்டையான உருவம், ()[1] முடி, அகல விளிம்புகள் கொண்ட ஓலைத் தொப்பி, நீல நிறத்தில் மேல்சட்டையும் கால் சட்டையும் சேர்ந்தாற்போல் இருந்த ஆடை, இவற்றுடன் இருந்த தாம்சால் வெய்யாரை நோக்கிப் புன்னகை செய்தான். மூாக்கைப் பார்த்தான். ''இவர் என் நண்பர், இங்குதான் பிறந்தார்.'' ''உள்ளே வாருங்கள்,'' என்றான் தாம்சால். ''தேநீர் குடிப்போம்.''

தாம்சாலுக்கு எதுவுமே நினைவிருக்கவில்லை. ஆமாம், இருக்கலாம். ஆமாம், போருக்குப் பிறகு வந்து, சில மாதங்களே தங்கி இருந்த மேலாளர் ஒருவரைப் பற்றித் தந்தையின் சகோதரர்களில் ஒருவர் சொல்லி தாம்சால் கேட்டிருக்கிறான். ''போருக்கு முன்னால்'', என்றான் மூாக். முன்னால், அதுவும் சாத்தியமே. அந்த நாட்களில் வயதில் இவன் மிகவும் இளையவனாக இருந்தான். மேலும், அவனுடைய தந்தை என்ன ஆனார்? போரில் கொல்லப்பட்டுவிட்டார். ''மெக்தூப்''[2] என்றான் தாம்சால். ''ஆனால், போரே மோசமானதுதான்.'' ''போர் நடந்துகொண்டுதான் இருக்கிறது,'' என்றார் வெய்யார். ''ஆனால் வெகு சீக்கிரமே அமைதிக்குப் பழகிவிடுகிறோம். அப்போது அதுதான் இயல்பானது என்றும் நம்புகிறோம். ஆனால் இயல்பானது எது என்றால், போர்தான்.''[a] ''போர்க் காலத்தில் மனிதர்களுக்குப் பைத்தியம் பிடித்துவிடுகிறது'', என்று சொன்ன தாம்சால், தேநீர் கோப்பைகள் இருந்த தட்டைத் தன்னிடம் கொடுத்துவிட்டு முகத்தைத் திருப்பிக்கொண்டு போன பெண்ணிடமிருந்து அதை வாங்கி வந்தான். கொதிக்கும் தேநீரைக் குடித்துவிட்டு, நன்றி சொல்லி, திராட்சைத் தோட்டத்தைக் கடந்து, அப்பால் இருந்த, வெயிலில் இன்னும் சூடேறி இருந்த, பாதையில் அவர்கள் போனார்கள். ''நான் என்னுடைய டாக்ஸியில் சோல்ஃபெரினோவுக்குத் திரும்பிப்போகப்போகிறேன்,'' என்றான் மூாக். ''டாக்டர் என்னை மதிய உணவுக்கு அழைத்திருக்கிறார்.'' ''நானும் என்னையே அழைத்துக்கொள்கிறேன். சற்றுப் பொறுங்கள். கொஞ்சம் உணவு எடுத்து வருகிறேன்.''

வெகு நேரம் கழித்து, அல்ஜேவுக்குத் தன்னை ஏற்றிச் சென்ற விமானத்தில், தான் சேகரித்திருந்த தகவல்கள் எல்லாவற்றையும் ஒழுங்குப்படுத்திப் பார்க்க மூாக் முயன்றுகொண்டிருந்தான். உண்மையாகப் பார்த்தால், இருந்ததே ஒரு கை அளவுதான். தன் தந்தையைப் பற்றி எதுவுமே நேரடியாக இருக்கவில்லை. வினோதமான வகையில் கிட்டத்தட்ட அளவிட முடிந்த வேகத்தில் தரையிலிருந்து மேலே எழும்பி வந்த இரவின் இருள், அந்த இருளின் அடர்த்தியில் நேராகச் செலுத்தப்பட்ட திருகாணியைப் போலச் சீராக முன்னோக்கிப் போய்க்கொண்டிருந்த விமானத்தையே ஒரேயடியாக விழுங்கிவிடும் போலத் தோன்றியது. அந்த இருள் மூாக்கின் மனச் சங்கடத்தை அதிகமாக்கியது; இரண்டு வகையில் சிறைப்பட்டதைப் போல உணர்ந்தான்: விமானத்துக்குள், இருளில். கொஞ்சம் மூச்சுத் திணறியது. தன்னுடைய பிறப்புச் சான்றிதழ் புத்தகத்தை எடுத்து அதி

---

[1] தெளிவற்ற இரண்டு சொற்கள்.

[2] அராபிய மொழியில் 'தலையில் எழுதியிருக்கிறது' என்று பொருள்.

[a] விரிவாகச் சொல்லப்பட வேண்டும்.

லிருந்த இரண்டு சாட்சிகளின் பெயர்களைப் பார்த்தான். பாரிஸில் பெயர்ப் பலகைகளில் காணப்படுவதைப் போன்ற அசலான பிரெஞ்சுப் பெயர்கள். தன் தந்தை அந்த இடத்துக்கு வந்தது, பின்னர் தான் பிறந்தது இவற்றையெல்லாம் தன்னிடம் சொன்ன டாக்டர், சாட்சிக் கையொப்பம் இட்டவர்கள் சோல்ஃபெரினோவின் வியாபாரிகள் என்றும், அங்கே முதல்முதலாகக் குடியேறியவர்கள் என்றும், தன் தந்தைக்கு உதவுவதற்கு ஒப்புக்கொண்டார்கள் என்றும் மூாக்கிடம் சொல்லியிருந்தார். ஆமாம், பாரிஸின் புறநகர்ப் பகுதியினருடைய பெயரைப் போலவே அவர்களுடைய பெயர் இருந்ததில் ஆச்சரியப்பட ஒன்றும் இருக்கவில்லை, ஏனென்றல், சோல்ஃபெரினோ ''நாற்பத்தியெட்டினரால்''[1] நிறுவப்பட்டிருந்தது. ''ஆமாம்,'' என்று சொல்லியிருந்தார் வெய்யார். ''என் தாத்தாவின் முன்னோர்களும் அவர்களைச் சேர்ந்தவர்கள்தான். அதனால்தான் என் தந்தை புரட்சியின் வித்தாக இருந்தார்.'' தன் பெற்றோர் வழியில் அந்தத் தலைமுறையில் முதலில் வந்தவர்கள் பாரிஸின் போபூர்க் சேன்-தெனி தெருவில் இருந்த தச்சரும், கைதேர்ந்த ஒரு சலவைக்காரியும். பாரிஸில் வேலையற்றோர் நிறையவே இருந்தார்கள், குழப்பமான நிலைமை நிலவியது, பெருமளவில் குடியேறிகளை அனுப்புவதற்குப் பாராளுமன்றம் ஐந்து கோடி ஃபிராங்குகளை ஒதுக்கியது.[a] ஒவ்வொருவருக்கும் ஒரு வீடும், இரண்டு முதல் பத்து ஹெக்டேர் நிலமும் கொடுப்பதாக வாக்களிக்கப்பட்டது. ''எவ்வளவு பேர் முன்வந்திருப்பார்கள் என்று நினைக்கிறீர்கள்? ஆயிரத்துக்கும் மேற்பட்டோர். எல்லோரும் சொர்க்க பூமி ஒன்றைக் கனவுகண்டார்கள். முக்கியமாக ஆண்கள். தங்களுக்குத் தெரிந்திராத ஒன்றைக் குறித்த பயத்துடன் இருந்தார்கள் பெண்கள். ஆனால் ஆண்கள்! அவர்கள் வெட்டியாக புரட்சியில் ஈடுபடவில்லை. கிறிஸ்துமஸ் தாத்தாவை நிஜம் என்று நம்பும் ரகத்தைச் சேர்ந்தவர்கள் அவர்கள்.[2] கிறிஸ்துமஸ் தாத்தா புர்னூஸ் அணிந்திருந்தார். ஆகவே, அவர்களுக்கும் ஏதோ ஒரு கிறிஸ்துமஸ் தாத்தா கிடைத்தார். அவர்கள் 1849இல் புறப்பட்டுப் போனார்கள். 1854இல் முதல் வீடு கட்டப்பட்டது. அதற்கிடையில்...''

இப்போது மூாக் நன்றாக மூச்சுவிட்டுக்கொண்டிருந்தான். முன்பு அலை போல் எழும்பி வந்த இருள், நட்சத்திரக் கூட்டம் ஒன்றைப் பின்னால் விட்டுவிட்டு, வடிந்துபோயிருந்தது; இப்போது வானத்தில் நட்சத்திரங்கள் நிரம்பியிருந்தன. விமான இயந்திரத்தின் காதடைக்கும் சத்தம் மட்டுமே அவனை அமுத்திக்கொண்டிருந்தது. 'கரோப்' பழங்களையும் மாட்டுத் தீவனத்தையும் விற்றுக்கொண்டிருந்த முதிய வியாபாரியை நினைவுபடுத்திப்பார்க்க முயன்றுகொண்டிருந்தான்; தன் தந்தையை அறிந்திருந்த அவருடைய ஞாபகம் அரை குறையாக இருந்தது. ''பேச மாட்டார், அதிகம் பேச மாட்டார்'' என்று மட்டும் திரும்பதிரும்ப சொல்லிக்கொண்டிருந்தார். ஆனால், தன்னை மோசமான ஒரு

---

[1] ''நாற்பத்தியெட்டினர்'' என்று குறிப்பிடப்படுபவர்கள், 1848இல் நடந்த புரட்சியில் போராடி, பிரான்ஸிலிருந்து வந்து அல்ஜீரியாவில் குடியேறிய முதல் காலனியர்கள் (மொ.கு.).

[a] *48* (ஆசிரியர் வட்டமிட்டிருந்த எண். பதிப்.).

[2] ''கிறிஸ்துமஸ் தாத்தாவை நம்புதல்'' என்ற பிரெஞ்சு மொழி மரபுத் தொடருக்கு ''வெகுளியாக இருந்தல்'' என்று பொருள் (த.மொ.கு.).

மயக்கத்தில் ஆழ்த்தி, அசரவைத்த அந்தச் சத்தத்தில், இந்தக் கிராமத்தின், இந்தச் சமவெளியின் முகமற்ற சரித்திரத்தில் கரைந்துபோய் பிரம்மாண்டமான, விரோத மனப்பான்மை கொண்ட இந்தப் பிரதேசத்துக்குப் பின்னால் மறைந்து போய் விட்டிருந்த தன் தந்தையைப் பயனின்றிக் கற்பனைசெய்து, மீண்டும் நினைத்துப் பார்க்க மூாக் முயன்றுகொண்டிருந்தான். டாக்டர் சொல்லியிருந்தபடி பாரிஸி லிருந்து சோல்ஃபெரினோவுக்கு அலைஅலையாக அழைத்துவந்த படகுகளைப் போலவே டாக்டர் வீட்டு உரையாடல்களிலிருந்து வெளிப்பட்ட சில தகவல் களும் அலைஅலையாக அவனுடைய நினைவுக்கு வந்தன. ஆமாம், அலைஅலை யாகத்தான், ஏனென்றால், அந்த நாட்களில் ரயில் வண்டி இருக்க வில்லை; அதா வது, அப்போது இருந்த ரயில் தொடர்பு லியோன் நகரம்வரை மட்டுமே இருந் தது. ஆகவே, அப்போது, நகர மன்ற இசைக்குழு தேசிய கீதமான 'மார்செய்யேஸ்', ''புறப்பாட்டுப் பாடல்'' இவற்றை இசைக்க, பாதிரியாரின் ஆசீர்வாதங்களுடன், இன்னும் உருவாகி இருக்காவிட்டாலும் மாயாஜாலத்தால் அந்தப் பயணிகள் உருவாக்கப்போகும் கிராமத்தின் பெயர் பொறிக்கப்பட்டிருந்த கொடியை ஆட் டியபடி, சேன் நதிக்கரைவரை, ஆறு படகுகளைக் குதிரைகள் இழுத்து வந்தன. படகு புறப்பட்டுவிட, பாரிஸ் நகரம் நழுவிக்கொண்டே, பிடிபடாமல் மறைந்து போக இருந்த நிலையில்—உங்களுடைய முயற்சிக்கு ஆண்டவன் அருள் இருக் கட்டும்—நல்ல மனஉறுதி படைத்தவர்கள்கூட, தடுப்பு வேலிக்குப் பின்னால் இருந்த தைரியசாலிகள்கூட, தங்கள் இதயத்தைக் கையில் பிடித்தபடி மௌன மாக இருந்தார்கள்; பயந்துபோயிருந்த பெண்களோ இவர்களுடைய மனவலி மையைப் பற்றிக்கொண்டு இருந்தார்கள்; படகின் குழிவான பகுதியில், சரசரத்த வைக்கோல் படுக்கையின் மேல், தாங்கள் தலை வைத்திருந்த அதே மட்டத் தில் இருந்த அழுக்கு நீரைப் பார்த்தவாறு படுத்துக்கொள்ள வேண்டியிருந்தது; படுக்கை விரிப்பைச் சில பெண்கள் மாற்றிமாற்றிப் பிடித்துக்கொள்ள, அந்த மறைப்புக்குப் பின்னால் மற்ற பெண்கள் உடை மாற்றிக்கொண்டார்கள். இவை எல்லாவற்றிலும், அவனுடைய தந்தை எங்கே இருந்தார்? எங்கேயும் இல்லை. ஆனாலும், நூறு ஆண்டுகளுக்கு முன் இலையுதிர் கால முடிவில் கால்வாய்கள் வழியே இவர்களை ஏற்றிக்கொண்டு போன அந்தப் படகுகள்—பருவகால முடிவில் உதிர்ந்த சருகுகள் மூடிய சிறு ஆறுகள் வழியாகவும் பெரிய நதிகள் வழியாகவும் மிதந்து, இரு மருங்கிலும் மங்கிய வானத்தின் கீழே மொட் டையாக அணிவகுத்திருந்த ஹேசல், வில்லோ மரங்களுக்கு நடுவே, வழியில் இருந்த நகரங்களில் அரசாங்க விழாக்களுடன் வரவேற்கப்பட்டு, இன்னும் சில நாடோடிகளையும் ஏற்றிக்கொண்டு போன இந்தப் படகுகள்—சேன்-ப்ரியூக் கில் இறந்துபோன இளம் மனிதரைப் பற்றி இவனுக்கு நிறையவே தெரிவித்தன, தானாகத் தேடிக்கொண்டு போனபோது கிடைத்த தாறுமாறான (மூப்படைந்த) நினைவுகளிலிருந்து தெரிந்துகொண்டதைவிட நிறையவே. இப்போது இன்ஜின் களின் வேகம் மாறிவிட்டது. ஆங்காங்கே தெரிந்த இருண்ட திரள்கள், இங்கு மங்குமாகப் பல பகுதிகளாக வெட்டப்பட்ட இரவின் துண்டுகள், அதுதான் 'கபிலி', அந்த நாட்டின் ரத்தம் கொட்டிக்கொண்டிருந்த பண்படாத பகுதி. வெகு நாட்களாக ரத்தம் கொட்டிக்கொண்டும், பண்படாமலும் இந்தப் பகுதி இருந்தது.

இதை நோக்கித்தான் நூறு வருடங்களுக்கு முன் 1848இன் தொழிலாளிகள் சக்கரங்களால் இயங்கிய ஒரு சிறிய போர்க்கப்பலில் அடைத்துக் கொண்டு வந்தார்கள்; 'லெப்ரடார்' என்ற அந்தக் கப்பலில்—''ஆமாம், அதுதான் அதன் பெயர்,'' என்றார் டாக்டர். ''சூரிய வெளிச்சத்தையும் கொசுக்களையும் தேடிச்சென்ற அந்தக் கப்பலைக் கற்பனைசெய்துபார்க்க முடிகிறதா?''—துடுப்புகளாக இயங்கிய அதன் சக்கரங்கள் வேகமாகச் சுற்ற, மிஸ்த்ரால் என்ற புயலில் எழும்பி வந்த குளிர்ந்த கடல் நீரைக் கடைந்து காற்று புயலாக எழுப்ப, அதன் மேல்தளத்தில் ஐந்து நாட்கள் பகலும்இரவுமாக வடக்கு துருவப் பருவக் காற்று பலமாக வீச, கப்பலின் அடித்தளத்தில் இருந்த வெற்றி வீரர்கள் சாகக்கிடந்து, ஒருவர் மேல் ஒருவர் வாந்தி எடுத்தபடி, சாவேகூட மேல் என்று நினைக்கும் நிலையில் இருந்தபோது 'போன்' துறைமுகத்தின் நுழைவாயிலை வந்து அடைந்தார்கள்; தங்களுடைய மனைவிகள், குழந்தைகள், வீட்டு உடைமைகள் இவற்றுடன் அவ்வளவு தொலைவில் இருந்த ஐரோப்பியத் தலைநகரிலிருந்து கிளம்பி, ஐந்து வாரங்களாக அலைந்த பிறகு, உரங்களும் மசாலாப் பொருள்களும் ( )[1] கலந்த வினோதமான வாடையைச் சங்கடத்துடன் எதிர்கொண்ட, தொலைவில் மலைகளின் நீலநிறப் பின்னணியுடன் இருந்த இந்த மண்ணில் தள்ளாடிக்கொண்டே வந்து இறங்கிய, அழுக்குடன் தோற்றமளித்த சாகசக்காரர்களை இசையுடன் வரவேற்க அந்த நகரின் மக்கள் அனைவருமே திரண்டு வந்திருந்தார்கள்.

மூாக் தன்னுடைய இருக்கையில் கொஞ்சம் அசைந்தான்; அரைத் தூக்கத்தில் இருந்தான். தன் தந்தை எவ்வளவு உயரமாக இருந்தார் என்பதுகூடத் தெரிந்திராத அவன், தான் ஒருபோதும் பார்த்திருக்காத அந்தத் தந்தையை போன் துறைமுகத்தின் தளத்தில் புலம்பெயர்ந்தவர்கள் மத்தியில் பார்த்தான்; பயணத்தில் சேதம் அடையாமல் தப்பித்த சில சாதாரண அறைகலன்களைக் கப்பலிலிருந்து கப்பிகள் தூக்கி இறக்கிக்கொண்டிருந்தபோது எழுந்த சண்டை சச்சரவுகள் மத்தியிலும் அவரைப் பார்த்தான்; உறுதியுடனும் சற்று இறுக்கத்துடனும் பற்களைக் கடித்துக் கொண்டு அவர் அங்கே இருந்தார்; நாற்பது ஆண்டுகளுக்கு முன்பு, இதே போன்ற இலையுதிர் கால வானத்தின் கீழ், ஒரு வண்டியில், போன் நகரிலிருந்து சோல் ஃபெரினோவுக்கு இதே பாதையில் போனவர்தானே அவர்? ஆனால், அப்போது இந்தப் புலம்பெயர்ந்தவர்களுக்கு முறையான பாதை இருந்திருக்கவில்லை, ராணுவ பீரங்கி வண்டிகளில் பெண்களும் குழந்தைகளும் நெருக்கி உட்கார வைக்கப்பட்டு, ஆண்கள் கால்நடையாகச் சதுப்பு நிலங்களையோ அல்லது முட்புதரையோ ஊகத்தால் உந்தப்பட்டுச் சுற்றிக்கொண்டுபோய் எப்போதாவது சற்றுத் தொலைவில் இருந்து பார்த்துக்கொண்டிருந்த அராபியர்களின் பகை உணர்வு மிக்க பார்வையின் கீழ், கபிலியின் நாய்கள் கிட்டத்தட்ட நிறுத்தாமல் எழுப்பிக்கொண்டு இருந்த ஊளைச் சத்தம் அவர்களைத் தொடர்ந்து வர, நாளின் முடிவில் நாற்பது ஆண்டுகளுக்கு முன்பு அவனுடைய தந்தை வந்த அதே இடத்துக்கு—மிகத் தொலைவில் மலைகள் சூழ்ந்திருக்க, தட்டையாக, ஒரு குடியிருப்பும் இல்லாமல், ஒரு சிறிய துண்டு நிலம்கூடப் பயிரிடப்படாமல், மண் நிறத்தில் இருந்த சில ராணுவக் கூடாரங்கள் மட்டுமே இருக்க, பாலையான வெற்று நிலத்தைத்

[1] தெளிவில்லாத ஒரு சொல்.

தவிர வேறு எதுவும் இருக்கவில்லை—அவர்கள் வந்துசேர்ந்தார்கள். அவர்களைப் பொறுத்தவரை வெறுமையான வானத்துக்கும் அபாயகரமான* பிரதேசத்துக்கும் இடையே இருந்த ஏதோ ஒரு மூலை. அசதி, பயம், ஏமாற்றம் ஆகியவற்றால் இரவு முழுவதும் பெண்கள் அழுதுகொண்டிருந்தார்கள்.

ஏழ்மையும், விரோத மனப்பான்மையும் நிரம்பியிருந்த இடத்தில் அதே மாதிரியான வருகை, அதே மாதிரியான மக்கள், பிறகு, பிறகு... தன் தந்தைக்கு எப்படி இருந்தது என்று ழாக்குக்குத் தெரிந்திருக்கவில்லை; ஆனால், மற்றவர்களைப் பொறுத்தவரை, எல்லாமே அப்படித்தான். சிரித்துக்கொண்டே இருந்த சிப்பாய்களுக்கு முன்னால் சமாளித்தபடி, கூடாரங்களில் வசிக்க வேண்டியிருந்தது. வீடுகள் வருவதற்கு நீண்ட காலம் ஆகும், அவற்றை இனிமேல்தான் கட்ட வேண்டும். நிலங்களைப் பிரித்துக் கொடுப்பார்கள். வேலை, ஆமாம் பாழாய்ப் போன வேலை, எல்லோரையும் காப்பாற்றிவிடும். ''ஆனால் அந்த வேலை உடனேயே இல்லை. அதற்கு...'' என்றார் வெய்யர். எட்டு நாட்களாக நல்ல மழை, அல்ஜீரிய மழை, பெருத்த, இரக்கமற்ற, முடிவில்லாத மழை பெய்தது. சேபூஸ் நதியில் வெள்ளப் பெருக்கு. வெள்ள நீர் கூடாரங்களுக்கு அருகில் வந்துவிட்டது. இடைவிடாத மழையில் சடசடத்துக்கொண்டிருந்த பிரம்மாண்ட கூடாரத்துக்குள் சகோதர-விரோதிகளுடன் விரும்பத்தகாத நெருக்கத்தில் இருந்த அவர்களால் வெளியே போக முடியவில்லை. துர்நாற்றத்தைத் தவிர்ப்பதற்காக, குழல் போல் இருந்த நாணல் தண்டுகளை வெட்டி, அதன் வழியாக உள்ளே இருந்துகொண்டே வெளியே சிறுநீர் கழிக்க முயன்றுகொண்டிருந்தார்கள். மழை பெய்வது நின்ற உடனேயே மரத் தச்சரின் மேற்பார்வையின் கீழ் குடியிருப்புகளைக் கட்டும் வேலையில் இறங்கினார்கள்.

''அடாடா, அந்த நல்ல மனிதர்கள்!'' என்றார் வெய்யார் சிரித்துக்கொண்டே. ''வசந்த காலத்தில் தங்களுடைய மரத்தால் ஆன சிறிய வீடுகளைக் கட்டி முடித்தார்கள். பிறகு, காலரா நோய்க்குத் தயாராகிவிட்டார்கள். என் தந்தை கொடுத்த தகவலின்படி, என் முன்னோரான மரத் தச்சரின் மகளும், மனைவியும் அப்படித்தான் இறந்தார்கள்; அந்தப் பயணத்தை மேற்கொள்வதற்கு முன்னால் அவர்கள் தயங்கியது சரிதான்.'' ''இவர் சொல்வது உண்மைதான்,'' என்றார் குறுக்கும்நெடுக்குமாக நடந்துகொண்டிருந்த அந்த முதிய டாக்டர்; தன்னுடைய நீண்ட அரைக்கால் சட்டையில் பெருமிதத்துடன் நெஞ்சை நிமிர்த்தி இருக்கும் அவரால் ஒரு இடத்தில் உட்கார்ந்தபடியே இருக்க முடியாது. ''ஒரு நாளைக்கு சுமார் பத்து பேர் வீதம் இறந்துபோனார்கள். வழக்கத்துக்கு முன்பாகவே வெயில் காலம் வந்துவிட்டிருந்தது, மர வீடுகளுக்குள் வெந்துகொண்டிருந்தார்கள். சுகாதார வசதிகளோ... மொத்தத்தில் காலராவால் நாள் ஒன்றுக்கு சுமார் பத்து பேர் பலி ஆனார்கள்.'' ராணுவத்தில் இருந்த அவருடைய சக மருத்துவர்கள் திணறிப் போய்விட்டார்கள். விசித்திரமான சகபணியாளர்கள், சொல்லப்போனால்; அவர்கள் கைவசம் இருந்த சிகிச்சை முறைகள் தீர்ந்துபோயிருந்தன. அப்போது அவர்களுக்கு ஒரு எண்ணம் உதித்தது. ரத்தத்துக்குச் சூடேற்ற நடன

* தெரிந்திராத.

மாட வேண்டும். ஆகவே, இரவு நேரங்களில், தங்கள் வேலையை முடித்தபின், இரண்டு சவ அடக்கங்களுக்கு இடைப்பட்ட வேளையில், வயலின் இசை ஒலிக்க, அந்தக் குடியேறிகள் நடனம் ஆடினார்கள். ஆமாம், அவர்கள் ஒன்றும் மோசமாகக் கணக்குப்போட்டுவிடவில்லை. அந்தச் சூட்டில், அவர்களுக்கு முற்றிலுமாக வியர்த்துக்கொட்டி அந்தத் தொற்று நோய் மறைந்துவிட்டது. ‘‘இந்த உபாயம் ஆராய்ந்து பார்க்கப்பட வேண்டிய ஒன்று. ஆமாம், அது ஒரு உபாயம்தான். ஈரப்பதத்துடன் வெக்கையாக இருந்த இரவில், நோயாளிகள் உறங்கிக்கொண்டிருந்த குடிசை வீடுகளுக்கு இடையே, இரும்புப் பெட்டிகளின் மேல், கொசுக்களும் பூச்சிகளும் வட்டமிட்டபடி ரீங்காரம் செய்துகொண்டு இருந்த விளக்குக்கு அருகில் வயலின் வாசிப்பவர் உட்கார்ந்திருப்பார்; நீண்ட அங்கிகளுடன் படுக்கை விரிப்பையும் அணிந்துகொண்டிருந்த வெற்றி வீரர்கள் தீ மூட்டப்பட்டிருந்த மரக்கிளைகளைச் சுற்றி வியர்வை சொட்டச்சொட்ட நடனமாடுவார்கள், அப்போது கறுப்புப் பிடரி கொண்ட சிங்கங்கள், கால்நடைத் திருடர்கள், அராபியக் கொள்ளைக்காரர்கள் இவர்களிடமிருந்தும், அவ்வப்போது பொழுதுபோக்கையோ உணவுப் பண்டங்களையோ நாடி வந்த வேறு சில பிரெஞ்சுக் குடியேறிகளின் தாக்குதலிலிருந்தும் இவர்களைக் காப்பதற்காக முகாமின் நான்கு மூலைகளிலும் காவலர்கள் கண்காணித்துக்கொண்டிருப்பார்கள். சிறிது காலத்திற்குப் பிறகு, ஒருவழியாக அவர்களுக்கு நிலங்கள் கொடுக்கப்பட்டன, குடிசைகள் இருந்த கிராமத்திலிருந்து தொலைவில் இங்குமங்குமாகப் பிரிக்கப்பட்டிருந்த நிலம். இன்னும் காலம் கடந்துதான் மண்சுவர் அரண்களுடன் கிராமம் அமைக்கப்பட்டது. ஆனால் அல்ஜீரியா முழுவதிலும் இருந்ததைப் போலவே அங்கேயும், மண்வெட்டியையோ கலப்பையையோ தொடுவதற்கு முன்பேயே புலம்பெயர்ந்தவர்களில் மூன்றில் இரண்டு பங்கு இறந்துவிட்டார்கள். மற்றவர்கள் வயலில் வேலை செய்யும் பாரிஸ்காரர்களைப் போல உயரமான தொப்பிகளுடன், தோளில் தொங்கிக்கொண்டிருந்த துப்பாக்கியுடனும், வாயில் சுங்கான்களுடனும் நிலத்தில் வேலைசெய்துகொண்டிருப்பார்கள். தீ விபத்துகளைக் கருதி, சிகெரெட்டுகள் அனுமதிக்கப்படவில்லை, மூடியுடன் இருந்த சுங்கான்கள் மட்டுமே அனுமதிக்கப்பட்டன. அவர்களுடைய பாக்கெட்டுகளில் க்வினைன் மாத்திரைகள் வைத்திருப்பார்கள். போன் நகரக் காபிக் கடைகளிலும், மோன்தோவியின் உணவகத்திலும் சாதாரண ஒரு பானம் போல—உங்கள் உடல்நலத்துக்கு வாழ்த்துகள்—க்வினைன் பானம் விற்கப்படும். அவர்களுடன் பட்டு அங்கிகள் அணிந்த அவர்களுடைய மனைவிகளும் இருப்பார்கள். ஆனால் எப்போதும் தங்களைச் சுற்றித் துப்பாக்கியும் சிப்பாய்களும் தேவையாக இருந்தன, சேபூஸ் நதியில் துணி துவைக்கப் போன பெண்களுக்குக்கூடத் துணை தேவையாக இருந்தது. அதே பெண்கள் முன்பெல்லாம் ஆர்ஷிவ் தெருவிலிருந்த[1] துணி துவைக்கும் இடத்தில் அமைதியாக அரட்டைக் கச்சேரி நடத்துவார்கள். அந்தக் கிராமமே அடிக்கடி இரவில் தாக்கப்படுவது வழக்கம். அப்படித்தான் 1851இல் ஒரு கிளர்ச்சியின்போது கிராம மதில் சுவர்களைச் சுற்றி வட்டமிட்டுக்

[1] பிரான்ஸில் இருந்தபோது (த.மொ.கு.).

கொண்டிருந்த, புர்னூஸ் அணிந்த, நூற்றுக்கணக்கான குதிரை வீரர்கள், பீரங்கிகளைப் போலத் தோன்றிய வீட்டின் அடுப்புப் புகைபோக்கிக் குழாய்கள் தங்களை நோக்கிக் குறிபார்ப்பதைப் போல உள்ளே இருந்தவர்களால் நீட்டப்படுவதைப் பார்த்து, பயந்து ஓடிவிட்டிருந்தார்கள். பகை நாட்டில் வீடு கட்டிக்கொண்டும், அவர்களுடைய நிலத்தில் வேலை செய்துகொண்டும் இருந்த இந்தக் குடியேறிகளின் ஆதிக்கத்தை எதிர்த்த அந்த நாடு, தங்கள் பார்வையில் பட்ட எல்லாவற்றின் மீதும் பழி தீர்த்துக்கொண்டிருந்தது. மேலே உயரப் பறந்து, மீண்டும் கீழே விமானம் இறங்கிக்கொண்டு இருந்த இந்தச் சமயத்தில் ழாக் ஏன் தன் தாயைப் பற்றி நினைத்துக்கொண்டான்? முன்பு ஒரு முறை போன் நகரத்துச் சாலையில் தங்களுடைய பெரிய வண்டி சேற்றில் சிக்கிக்கொண்டுவிட, கர்ப்பமாக இருந்த பெண் ஒருத்தியைக் குடியேறிகள் அங்கேயே விட்டுவிட்டு, உதவிக்கு ஆளைத் தேடிப் போய், மீண்டும் திரும்பிவந்து பார்த்தபோது அவளுடைய வயிறு கிழிக்கப்பட்டு, முலைகள் அறுத்து எரியப்பட்டிருந்த காட்சியை ழாக் மனதில் நினைவுபடுத்திப் பார்த்தான். ''அதுதான் போர்,'' என்றார் வெய்யார். ''நியாயமாகப் பார்ப்போம்,'' என்றார் முதிய டாக்டர். ''அவர்களைக் கூட்டமாகக் குகைகளில் அடைத்துவைக்கிறோம், ஆமாம், அப்படித்தானே, இல்லையா, அவர்கள் தங்கள் கண்ணில் படும் முதல் 'பெர்பேர்'களின் விரைகளை அறுத்துவிடுகிறார்கள். பிறகு, பெர்பேர்களும் தங்கள் பங்குக்கு... இப்படியே பார்த்துக்கொண்டு போனால், உலகின் முதல் குற்றவாளிவரை போகலாம், உங்களுக்குத் தெரியும் அல்லவா, அவன் பெயர் கைன்... அன்றிலிருந்தே போர்தான், மனிதர்கள் பயங்கரமானவர்கள், அதுவும் மூர்க்கத்தனமான வெயிலின் கீழ்.''

மதிய உணவுக்குப் பிறகு, அந்த நாடு முழுவதிலும் இருந்த நூற்றுக்கணக்கான கிராமங்களைப் போலவே இருந்த அந்தக் கிராமத்தின் வழியே சென்றார்கள். ஒன்றையொன்று செங்கோணத்தில் வெட்டியபடி அமைந்த பல சாலைகளின் இரு பக்கங்களிலுமாக 19ஆம் நூற்றாண்டு இறுதியின் நகர்ப்புற மாதிரியில் இருந்த நூற்றுக்கணக்கான சிறிய வீடுகள், தவிர கூட்டுறவுச் சங்கம், உழவர் வங்கி, கேளிக்கை அரங்கம் போன்ற பெரிய கட்டடங்களும் இருந்தன. சாலைகள் சேரும் இடத்தில், ராணுவ அணிவகுப்பு மைதானம் அல்லது ஒரு சுரங்க ரயில் நிலையத்தின் பெரிய சதுக்கம் போலத் தோற்றமளித்த ஒன்று, உலோகக் கிராதிகளுக்கு மத்தியில் இருந்தது. அங்குதான் பல ஆண்டுகளாக நகராட்சியின் ஆண்களின் சேர்ந்திசைக் குழு அல்லது ராணுவ இசைக் குழுவின் நிகழ்ச்சிகள் நடத்தும்போது, ஆண்களும் பெண்களும் ஜோடிகளாக ஞாயிற்றுக்கிழமைக்கான விசேஷ உடைகளில், வெப்பத்துக்கும் தூசிக்கும் நடுவே, நிலக்கடலைத் தோடுகளை நெரித்து உடைத்தபடி உலாவிக்கொண்டு இருப்பார்கள். அன்றும் ஞாயிற்றுக்கிழமைதான். ஆனால், அன்று ராணுவத்தின் உளவியல் போர்முறைப் பிரிவினர் சதுக்க மேடையில் ஒலிபெருக்கிகளைப் பொருத்தியிருந்தார்கள். கூட்டத்தில் பெரும்பாலானோர் அராபியர்கள். அவர்கள் இங்குமங்குமாக உலாவிக்கொண்டு இருக்காமல், அசையாமல் நின்றுகொண்டு, சொற்பொழிவுகளுக்கு இடையிடையே ஒலித்த அராபிய இசையைக் கேட்டுக்கொண்டு இருந்தார்கள். அந்தக் கூட்டத்தில் மிகக் குறைவாகவே இருந்த பிரெஞ்சுக்காரர்கள் ஒரே மாதிரியான சோக முகபாவத்துடன் எதிர்காலத்தை மட்டுமே நினைத்தபடி, முன்பு ஒரு

காலத்தில் லாப்ரடார் கப்பலில் வந்து இறங்கியவர்களைப் போலவோ, அல்லது வேறு இடங்களில் அதே போன்ற நிலைமைகளில், அதே போன்ற இன்னல் களுக்கு இடையே ஏழ்மையிலிருந்தும் சாவிலிருந்தும் தப்பி ஓடி, துன்பங்களை யும் பாறாங்கற்களையும் மட்டுமே எதிர்கொள்ள வந்து இறங்கியவர்களைப் போலவோ, எதுவாக இருந்தாலும் எல்லோரும் ஒரே மாதிரியாகவே காணப் பட்டார்கள். ழாக்கின் அம்மாவைப் போல வந்த மஹோான் பிரதேசத்தைச் சேர்ந்த ஸ்பானியர்கள்; அல்லது 1871இல் ஜெர்மானிய ஆதிக்கத்தை எதிர்த்து பிரான்ஸுக்கு வந்துவிட்டிருந்த அல்சாஸ்[1] பிரதேசத்தைச் சேர்ந்தவர்கள். 1871இல் கொல்லப்பட்ட அல்லது சிறைப்படுத்தப்பட்ட அராபியப் புரட்சியாளர் களின் நிலங்கள் இவர்களுக்குக் கொடுக்கப்பட்டிருந்தன, புரட்சியாளர்கள் கதகதப்பாக்கி வைத்திருந்த இடத்தை எதிர்ப்பாளர்கள் எடுத்துக்கொண்டுவிட் டார்கள். வதைக்கப்பட்ட வதைப்பவர்கள் வழியில் வந்த ழாக்கின் தந்தையும் இவர்களைப் போலவே சோக மூட்டத்துடனும் மனஉறுதியுடனும் எதிர்காலத்தை நோக்கியவாறு இந்தப் பிரதேசத்துக்கு நாற்பது ஆண்டுகளுக்குப் பிறகு வந்தி ருந்தார்; தங்களுடைய கடந்த காலத்தின் மீது எந்தப் பிடிப்பும் இல்லாமல் அதைத் துறந்தவர்களைப் போல, காலனி ஆதிக்கத்தின் தேய்ந்துபோன, பாசி படர்ந்த சிறிய கல்லறைத் தோட்டக் கற்பலகைகளில் தாங்கள் விட்டுச் சென்றிருந்த அடையாளங்களைத் தவிர, இந்த மண்ணில் வேறு எந்தச் சுவடும் இன்றிப் புலம்பெயர்ந்தவர்களைப் போல. அன்று வெய்யார் போன பிறகு, இது போன்ற ஒரு கல்லறைத் தோட்டத்துக்குத்தான் முதிய டாக்டருடன் ழாக் போயிருந்தான். ஒரு புறம், தற்காலத்தியப் புனித உணர்வை வெளிப்படுத்த உதவும், மலிவுவிலைப் பொருள்கள் விற்கும் சந்தையில் வாங்கியவற்றைக் கொண்டு அலங்கரிக்கப்பட்ட புதிய, விகாரமான, நவீன ஈமச்சடங்கு மோஸ்தரில் இருந்த கட்டமைப்புகள்; மறுபுறம், பழைய கூம்பு வடிவ சைப்ரஸ் காட்டுக்கு நடுவே, பைன் மரத்தின் ஊசி இலைகளும் சைப்ரஸின் பழங்களும் உதிர்ந்து விழுந்திருந்த பாதைகளில் அல்லது 'ஒக்சாலிஸ்' செடிகளும் அதன் மஞ்சள் பூக்களும் மலர்ந்திருந்த ஈர மான சுவர்களுக்கு அடியில், மண்ணோடு மண்ணாய்க் கலந்து அடையாளம் தெரியாமல்போய், படிக்க முடியாத தெளிவற்ற எழுத்துகளைக் கொண்ட பழைய கல்லறைகள்.

நூறு ஆண்டுகளுக்கும் மேலாக, பெரும் கூட்டமாக மக்கள் இங்கே வந்து, நிலத்தை உழுது, சால்களைச் சில இடங்களில் மேலும்மேலும் ஆழமாகவும், இன்னும் சில இடங்களில் மண் சரிந்து விழவும் தோண்டி, இறுதியில் அவை எல்லாவற்றையும் மணல் மூடிவிட, அந்தப் பிரதேசமே பழையபடி காட்டுச் செடிகளும் புதர்களும் நிறைந்ததாக ஆகிவிட்டது. அங்கு இந்த மக்கள் குழந்தை களைப் பெற்றுக்கொண்டு, மறைந்துவிட்டார்கள். அவர்களுடைய மகன்களுக் கும் அதே கதைதான். அந்த மகன்களும், பேரன்களும், ழாக்கைப் போலவே இந்த மண்ணில் அவர்களுக்கென்று கடந்த கால வரலாறோ, ஒழுக்க நெறி முறைகளோ, வழிகாட்டிகளோ, மத ஈடுபாடோ இல்லாமல், இருத்தலிலேயே மகிழ்ச்சியடைந்து, இருளுக்கும் சாவுக்கும் பயந்தபடியே, சூரிய வெளிச்சத்தில்

[1] இன்றைய பிரான்சின் வட மாநிலம் (த.மொ.கு.).

ஆனந்தமாக இருந்தார்கள். அந்திப் பொழுதின் முதல் அறிகுறிகள் இப்போது தோன்ற ஆரம்பித்திருக்கும் இதே அற்புதமான வானத்தின் கீழ், விதவிதமான நாடுகளிலிருந்து வந்திருந்த இந்த எல்லாத் தலைமுறையினரும், எல்லா மனிதர்களும் சுவடு இல்லாமல் மறைந்துவிட்டார்கள், தங்களுக்கு உள்ளேயே முடங்கி. ஒரு பெரிய மறதி அவர்கள்மேல் கவிழ்ந்திருந்தது; பார்க்கப்போனால், இந்த மண் அளித்ததெல்லாம் அந்த மறதியைத்தான்; கிராமத்திலிருந்து திரும்பிக் கொண்டிருந்த அந்த மூன்று மனிதர்கள்மீதும் வானத்திலிருந்து இருளுடன் சேர்ந்து இறங்கிக்கொண்டிருந்ததும் அந்த மறதிதான். கடலின்மீதும், கரடு முரடான மலைகள்மீதும், உயர்ந்த சமவெளிகள்மீதும் இரவுப்பொழுது சட்டென இறங்கும்போது ஆப்பிரிக்காவின் மனிதர்கள் எல்லோரையும் பீடிக்கும் பதற்றம், நெருங்கும் இரவால் கனத்த அவர்கள் இதயங்களை நிறைத்தது. டெல்ஃபியின் மலைச்சரிவுகளில் இதே விளைவுகளை ஏற்படுத்தி ஆலயங்களையும் பலிபீடங்களையும் உருவாக்கிய அதே புனிதப் பதற்றம். இப்போதோ, ஆப்பிரிக்க மண்ணில் ஆலயங்கள் அழிக்கப்பட்டுவிட்டன, ஆனால் இதயத்தில் தாங்க முடியாத, மென்மையான இந்தச் சுமைதான் மிஞ்சியிருக்கிறது. ஆமாம், அவர்கள் எப்படி இறந்துபோனார்கள்! இன்னமும் எப்படி இறந்துகொண்டிருந்தார்கள்! மௌனமாக, எல்லாவற்றிலுமிருந்து விலக்கப்பட்டு, தன்னுடைய தாய் நாட்டிலிருந்து வெகு தொலைவில், தனக்குப் புரியாத ஒரு சோக நிகழ்வில் அவனுடைய தந்தை இறந்ததைப் போல, எந்தச் சுதந்திரமான தேர்வுமே இருந்திருக்காத வாழ்க்கைக்குப் பிறகு—அனாதை இல்லத்திலிருந்து மருத்துவ மனைவரை, தவிர்க்க முடியாத திருமணம் ஒன்றைச் செய்துகொண்டு, அவரையும் மீறி அவரைச் சுற்றி எழுந்த வாழ்க்கையில் தொடங்கி, போர் அவரைக் கொன்று புதைத்துவிடும்வரை; அன்றிலிருந்து தொடங்கி நிரந்தரமாகவே அவர் யார் என்று அவருடைய சுற்றங்களுக்கோ மகனுக்கோகூடத் தெரியாமல், அவரும் தன்னுடைய இனத்தைச் சேர்ந்த மக்களின் அறுதித் தாய்நாடான பிரம்மாண்ட மறதிக்கு, வேர்கள் இல்லாமல் தொடங்கப்பட்டிருந்த ஒரு வாழ்க்கை போய்ச் சேரவேண்டிய இடத்திற்குச் சென்றுவிட்டிருந்தார். அனாதையாகக் கைவிடப்பட்ட குழந்தைகளை எப்படி காலனி ஆதிக்கத்துக்குப் பயன்படுத்திக் கொள்வது என்பது பற்றிய எவ்வளவு ஆய்வுகள் அந்தக் காலத்திய நூலகங்களில் இருந்தன! ஆமாம், இங்கு எல்லோருமே, நிலையற்ற நகரங்களை நிர்மாணித்துவிட்டுப் பிறகு தங்களுக்குள்ளேயும் மற்றவர்கள் மனங்களிலும் இறந்து விட்ட, கண்டெடுக்கப்பட்டுக் காணாமல்போன குழந்தைகள்தான். உலகின் மிகப் பழமையான பிரதேசங்களில் ஒன்றான இங்கே மிகச் சொற்பமான சுவடு களையே விட்டுச் சென்ற, இன்னும் விடாமல் தொடர்ந்துகொண்டும் இருந்த, இந்த மனிதர்களின் வரலாறு; அதை உருவாக்கியவர்களின் நினைவுடன் சேர்ந்து, விடாமல் கொளுத்தும் சூரிய வெப்பத்தில் ஆவியாகிவிட்டதைப் போல, பொங்கி எழுந்த வன்முறையும் கொலைகளும் வெறுப்பின் தீக்கொழுந்துகளும் வட ஆப்பிரிக்கக் காட்டாறுகளைப் போலத் திடீரென்று பெருக்கெடுத்து உடனே காய்ந்துவிடும் ரத்த வெள்ளங்களுமாக இருந்த வரலாறு. எப்போதும் இருக்கும் அதே அற்புதமான வானத்தின் கீழ், அந்த மண்ணிலிருந்து இப்போது எழும்பி

வந்த இரவு எல்லோரையும்—இறந்தவர்கள், உயிரோடு இருப்பவர்கள்—மூழ் கடிக்கத் தொடங்கியிருந்தது. இல்லை, அவன் தந்தையைப் பற்றி ஒருபோதும் தெரிந்துகொள்ளப்போவதில்லை, அவர் அங்கேயே தொடர்ந்து உறங்கிக்கொண் டிருப்பார், முகம் நிரந்தரமாகச் சாம்பலில் தொலைந்துபோய். அவரைச் சூழ்ந்து ஒரு புதிர், மூாக் ஊடுருவிப் பார்க்க விரும்பிய புதிர் இருந்தது. பார்க்கப்போனால், பெயரற்ற, வரலாறு அற்ற பிறவிகளை உருவாக்கிய ஏழ்மை என்ற புதிர்தான் அங்கு இருந்தது; தங்களை நிரந்தரமாக அழித்துக்கொண்ட, உலகை நிர் மாணித்த, பெயர் தெரியாமல் இறந்தவர்களின் பிரம்மாண்டமான கூட்டத்துக் குள் அவர்களையும் செலுத்திய ஏழ்மை. ஏனென்றால், லாப்ரடார் கப்பலில் வந்து இறங்கிய மனிதர்களுக்கும் தன்னுடைய தந்தைக்கும் பொதுவாக இருந்தது அதுதான். சாஹேலில் இருந்த ஸ்பெயின் தேசத்து மஹோான் பிரதேசத்தவர்கள், உயர்ந்த பீடபூமியில் இருந்த வட பிரான்ஸின் அல்சாசியர்கள், இவர்களையும் மணலுக்கும் கடலுக்கும் இடையே இருந்த இந்தப் பெரிய தீவுப் பிரதேசத்தையும் மிகப் பெரிய மௌனம் சூழ்ந்திருந்தது. அநாமதேயத்தின் மௌனம்; ரத்தம், தைரியம், உழைப்பு, உள்ளுணர்வு இவற்றையெல்லாம் சூழ்ந்துகொண்டிருந்த, கொடுமையாகவும் அதே சமயம் பரிவுடனும் இருந்த மௌனம். ஆனால், பெய ரற்ற இந்த நாட்டிலிருந்து பெயரற்ற கூட்டத்திலிருந்தும் குடும்பத்திலிருந்தும் தப்பிக்க விரும்பிய அவன்—அவனுக்கு உள்ளேயே ஏதோ ஒன்று தொடர்ந்து இருளையும் அநாமதேயத்தையும் தீவிரமாக விழையச் செய்தது—அவனும் இந்த இனத்தைச் சேர்ந்தவன்தான்; தனக்கு அருகில் மூச்சிறைக்க வந்துகொண்டிருந்த முதிய டாக்டருடன் இருளுக்குள் குருட்டாம்போக்கில் நடந்துகொண்டு, சதுக் கத்திலிருந்து அலைஅலையாக வந்த இசையைக் கேட்டுக்கொண்டு, ஆழம் காண முடியாத கடுமையான அராபியர்கள் முகத்தையும், பிடிவாதத்துடன் இருந்த வெய்யாரின் சிரித்த முகத்தையும் மீண்டும் பார்த்துக்கொண்டிருந்த அவன்— குண்டு வெடிப்பின்போது பீதியடைந்துவிட்டிருந்த அம்மாவின் முகத்தையும், நெஞ்சைப் பிழியும் வருத்தத்துடனும் ஒருவிதக் கனிவுடனும் பார்த்த அவன்— ஒவ்வொரு மனிதனுமே முதல் மனிதனாக இருந்த மறதியின் மண்ணில், ஆண்டு களின் இருளில் அலைந்தபடி, அவனும் தானாகவேதான் வளர்ந்து ஆளாக வேண்டியிருந்தது; தந்தை இல்லாமல், சொல்வதைப் புரிந்துகொள்ளும் வயது மகனுக்கு வரும்வரை காத்திருந்து, குடும்ப ரகசியம் ஒன்றையோ அல்லது ஒரு பழைய சோகத்தையோ அல்லது தன் வாழ்க்கை அனுபவத்தையோ பகிர்ந்து கொள்வதற்காகத் தந்தை அவனைக் கூப்பிடும் அந்தத் தருணங்களை ஒரு போதும் அறிந்திராமல் (வெறுக்கத்தக்க, கேலிக்குரிய பொலோனியஸ்கூட லெயர்ட்டெஸ்ஸை அழைத்துப் பேசும்போது திடீரென்று உயர்ந்த பாத்திரமாக ஆகிவிடும் தருணங்கள்) இருந்திருக்கிறான்; அவனுக்குப் பதினாறு வயதாக, இருபது வயதாக ஆகியும் யாரும் இவற்றையெல்லாம் பற்றி அவனிடம் பேசி யிருந்திருக்கவில்லை; ஆகவே, அவன் தானாகவே கற்றுக்கொண்டு, மன உறுதி யுடனும், வலிமையுடனும் வளர்ந்து, தனக்கேயான ஒழுக்க நெறிகளையும் உண்மையையும் தானாகவே கண்டறிந்து, இறுதியில் ஒரு மனிதனாகப் பிறந்து, பின்னர் அதைவிடக் கடினமான ஒரு பிரசவத்தில் மற்றவர்களைக் கருதியும்,

பெண்களைக் கருதியும் பிறவி எடுக்க வேண்டியிருந்தது. இந்த நாட்டில் பிறந்து, ஒருவர்பின் ஒருவராக வேர்கள் இன்றி, மத நம்பிக்கை இன்றி வாழக் கற்றுக் கொள்ள முயன்ற எல்லோரையும் போல; இன்று அவர்கள் எல்லோருமே அறுதி யான அநாமதேயத்துக்கும், தாங்கள் இந்த மண்ணுக்கு வந்து போனதன் ஒரே ஒரு புனித அடையாளமாக இந்தக் கல்லறைத் தோட்டத்தில் இப்போது இருள் மூழ்கடிக்கும், படிக்க முடியாமல் இருக்கும் கல்லறை வாசகங்களை இழந்துவிடும் அபாயத்துக்கும் உள்ளாகி, தங்களுக்கு முன்பாக, இந்த மண்ணுக்கு வந்து இப் போது வெளியேற்றப்பட்டிருக்கும் வெற்றிவீரர்களுடன் தங்களுக்கு இருந்த இன ரீதியான, விதிரீதியான சகோதரத்துவத்தைப் பற்றிய பிரக்ஞையுடன் அந்தக் கூட்டத்தைக் கருதியும் பிறவி எடுக்கக் கற்றுக்கொள்ள வேண்டிய அவசியத்தில் இவர்கள் இருந்தார்கள்.

விமானம் இப்பொழுது அல்ஜேயை நோக்கி இறங்கிக்கொண்டு இருந்தது, மோன்தோவியில்* இருந்ததைவிட ராணுவ வீரர்களின் கல்லறைகள் நன்றாகப் பராமரிக்கப்பட்டிருந்த சேன்-ப்ரியூக்கின் சிறிய கல்லறைத் தோட்டத்தை மூாக் நினைத்துப்பார்த்தான். மத்தியதரைக் கடல் பிரதேசம் எனக்குள் இரண்டு உலகங் களைப் பிரித்து வைத்திருக்கிறது: நன்கு வரையறுக்கப்பட்ட இடங்களில் நினைவு களும் பெயர்களும் கவனமாகப் பாதுகாக்கப்படும் ஒரு உலகம்; பரந்த வெளிகளில் மனிதர்களின் சுவடுகளை மணலுடன் சேர்ந்த காற்று அழித்துவிடும் மற்றொரு உலகம். மூாக்கோ அநாமதேயத்திலிருந்தும், பிடிவாதமான அறிவின்மையும் ஏழ்மையும் நிரம்பிய வாழ்க்கையிலிருந்து தப்பித்துக்கொள்ள முயன்றிருந்தான். சொற்களின் உதவி இல்லாமல், நிகழ்காலத்தைத் தாண்டி எவ்விதத் திட்டமும் இல்லாத, கண்மூடித்தனமான பொறுமையுடன் அவனால் வாழ முடிந்திருக்க வில்லை. உலகம் முழுவதும் பயணம் செய்தான். எவ்வளவோ நிர்மாணித்து, உரு ாக்கி, பலரை நேசித்து, கைவிட்டுவிட்டிருந்த அவனுடைய வாழ்நாட்கள், வழி யும் அளவுக்கு நிரம்பியிருந்தன. இருந்தாலும், சேன்-ப்ரியுக் கல்லறைத் தோட் டமும், அது எதைக் குறித்ததோ அதுவும், தன்னைப் பொறுத்தவரை ஒன்றுமே இல்லை என்பதை இப்போது மனப்பூர்வமாக அவன் உணர்ந்தான். இப்போது பார்த்துவிட்டு வந்திருந்த, தேய்ந்துபோய்ப் பாசி படர்ந்திருந்த கல் லறைகளை நினைத்துப்பார்த்துபோது, தன்னுடைய உண்மையான தாய்நாட் டுக்குச் சாவு தன்னை அழைத்து வந்துவிடும் என்பதை ஒருவித வினோத மகிழ்ச்சியுடன் புரிந்துகொண்டான். எவ்வித உதவியும் இல்லாமல், மீட்சியும் இல்லாமல், உலகின் முதல் காலைப் பொழுதுகளின் ஒளியின் கீழ் ஆனந்தமான கடற்கரையில் வளர்ந்து, ஏழ்மையிலேயே எவ்வளவோ கட்டமைத்து, பிறகு தனியனாகவே நினைவுகளோ மதநம்பிக்கைகளோ இல்லாமல், தன்னுடைய சம காலத்து மனிதர்களுடைய உலகத்திலும், அதனுடைய உன்னதமான, பயங்கர மான வரலாற்றிலும் இடம்பெற்றுவிட்ட அபூர்வமான (சாதாரண) மனிதனைப் பற்றிய நினைவுகளைச் சாவின் பிரம்மாண்ட மறதி, அதனுடைய முறையில் மறைத்துவிடும்.

---

* அல்ஜே.

இரண்டாம் பாகம்

மகன் அல்லது முதல் மனிதன்

மேல்நிலைப் பள்ளி

அந்த[a] வருடம் அக்டோபர் 1ஆம் தேதி, புதுக் காலணிகளை அணிந்து, தள்ளாடிக்கொண்டு, இன்னமும் விறைத்துக்கொண்டிருந்த புதுச் சட்டையில் ஒரு பொட்டலமாக, தோலின் மணமும் வார்னிஷின் மணமும் போகாத பள்ளிக் கூடப் பைச் சுமையின் கீழ் இருந்த ழாக் கோர்மெரி,[b] மின்சார டிராம் வண்டியின் முன்பக்கத்தில் பியருடன் நின்றபடி ஓட்டுநர் கியரை முதல் நிலைக்குத் தள்ளி, அந்த வண்டி பெல்கூர் நிலையத்திலிருந்து கிளம்புவதைப் பார்த்த பிறகு, சில மீட்டர் தொலைவு சென்றவுடன், புதிராக இருந்த மேல்நிலைப் பள்ளியை நோக்கிச் சென்ற தன்னுடைய முதல் பயணத்தில் இன்னும் சற்று தூரம் இருப்பதற்காகத் தனக்குத் துணையாக, தன் வீட்டு ஜன்னலிலிருந்து எட்டிப் பார்த்துக்கொண்டிருந்த அம்மாவும் பாட்டியும் தன் கண்களுக்குத் தென்படுகிறார்களா என்று பார்ப்பதற்காகத் திரும்பினான். ஆனால், அவனுக்கு அருகில் இருந்தவர், 'லெ தெபெஷ் அல்ஜீரியென்' செய்தித்தாளின் உள்பக்கங்களைப் படித்துக்கொண்டிருந்ததால், அவனால் பார்க்க முடியவில்லை. ஆகவே, அவன் முன்புறம் நோக்கித் திரும்பி, சீரான கதியில் டிராம் வண்டி விழுங்கிக்கொண்டிருந்த எஃகுத் தண்டவாளங்களையும், அவற்றுக்கு மேல் காலையின் புத்துணர்ச்சியில் துடித்துக்கொண்டிருந்த மின்கம்பிகளையும் பார்த்துக்கொண்டு, கனத்த நெஞ்சுடன் தன் வீட்டை விட்டும், அந்த வீடு இருந்த பழைய பகுதியை விட்டும் அகன்றான். மிகவும் அரிதாகவே அதை விட்டு அவர்கள் வெளியே போவார்கள் (நகரத்தின் மையப் பகுதிக்குப் போகும்போது "அல்ஜேவுக்குப் போவது" என்று சொல்வது வழக்கம்); வண்டி மேலும்மேலும் வேகமாகப் போய்க்கொண்டிருந்தது. பியரின் சகோதரத்துவத் தோள்பட்டை தன்மீது ஒட்டியபடி இருந்தாலும், தான் இனிமேல் எப்படி நடந்துகொள்ள வேண்டும் என்று புரிபடாத, முன்பின் தெரியாத உலகத்தைப் பற்றிய கவலை தோய்ந்த தனிமை உணர்வு அவனுக்கு ஏற்பட்டது.

பார்க்கப்போனால், அவர்களுக்கு யாரும் அறிவுரை சொல்ல முடிந்திருக்காது. வெகு விரைவிலேயே, பியரும் அவனும் தங்களை நம்பியே தாங்கள் இருக்க வேண்டியதை உணர்ந்தார்கள். எப்படியானாலும், அவர்கள் தொந்தரவு செய்ய துணியாத திரு. பெர்னார்கூட, தனக்குத் தெரிந்திராத அந்த மேல்நிலைப் பள்ளியைப் பற்றி இவர்களிடம் எதுவும் சொல்ல முடியவில்லை. அவன் வீட்டில் அறியாமையோ மேலும் முழுமையாக இருந்தது ழாக்கின் குடும்பத்தில், உதாரணமாக, லத்தீன் என்ற சொல்லுக்கு அர்த்தம் எதுவுமே இல்லை. அவர்களைப் பொறுத்தவரை, யாருமே பிரெஞ்சு மொழி பேசாத காலங்கள் இருந்திருக்கின்றன என்றோ (மாறாக, நாகரிகம் வளர்ந்திருக்காத காலங்களை அவர்களால்

---

[a] பள்ளிக்குப் போவதிலிருந்து ஆரம்பித்து, மற்றவை அதே வரிசையில் தொடங்கவும், அல்லது வளர்ந்த அந்நியனை அறிமுகப்படுத்தி, பள்ளி நாட்களுக்குப் பின்நோக்கிச் சென்று உடல்நலக் குறைவுவரை எழுதவும்.

[b] சிறுவனின் உடலமைப்பு விவரணை.

கற்பனைசெய்ய முடிந்திருந்தது), பேசும் மொழியும் பழக்கவழக்கங்களும் பெரும் அளவுக்கு மாறுபட்டிருந்த நாகரிகங்கள் (இந்தச் சொல்லுக்கும் அவர்களைப் பொறுத்தவரை அர்த்தமே இருக்கவில்லை) ஒன்றன்பின் ஒன்றாகத் தொடர்ந்து வந்திருக்கின்றன என்றோ, இவை போன்ற எந்த உண்மைகளும் அவர்களை வந்து அடைந்திருக்கவில்லை. படிமங்களோ, எழுத்து வடிவிலிருந்த விஷயமோ, செவிவழித்தகவலோ, சாதாரண உரையாடலில் கடைப்பிடிக்க வேண்டிய மேலெழுந்தவாரியான பண்பாடோ அவர்களிடம் வந்து சேர்ந்திருக்கவில்லை. செய்தித்தாள்களோ, அல்லது மூாக் கொண்டுவருவதற்கு முன்வரை, புத்தகங்களோ அல்லது வானொலிப் பெட்டியோ இல்லாத இந்த வீட்டில், அந்தந்தக் கணத்துக்குப் பயன்படும் பொருள்களைத் தவிர வேறெதுவும் இல்லாத வீட்டில், சுற்றத்தாரைத் தவிர வேறு யாரும் வீட்டுக்கு வராமலும், அறியாமையில் இருந்த அதே குடும்பத்தின் மற்ற உறுப்பினர்களைப் பார்ப்பதற்காக மட்டுமே—அதுவும் மிக அரிதாக—வீட்டுக்கு வெளியே போவதும் வழக்கமாக இருந்த வீட்டில், மூாக் மேல்நிலைப் பள்ளியிலிருந்து கொண்டுவந்தவை கிரகித்துக்கொள்ளப்பட முடியாதவை; அவனுக்கும் அவனுடைய குடும்பத்துக்கும் இடையே மௌனம் அதிகரித்துக்கொண்டே போயிற்று. தன்னால் சொற்களில் விவரிக்க முடியாத, விசித்திரமான தன் குடும்பத்தைப் பற்றி மேல்நிலைப் பள்ளியில் அவனால் பேச முடியவில்லை, தன் வாயைக் கட்டிப்போட்டிருந்த, வெல்ல முடியாத தயக்க உணர்வைத் தன்னால் வெற்றிகரமாக எதிர்கொள்ள முடிந்திருக்கும் என்றாலும்.

அவர்களைத் தனிமைப்படுத்தியது வர்க்க வேறுபாடுகூட இல்லை. திடீர்ச் செல்வச் செழிப்பும், அதிரடிச் சரிவுகளுமாக இருந்த இந்தப் புலம்பெயர்ந்தவர்கள் நாட்டில் வர்க்கங்களுக்கு இடையே இருந்த எல்லைக் கோடுகள் இனங்களுக்கு இடையே இருந்தவற்றைவிட மிகக் குறைவான அளவிலேயே குறிப்பிடும்படியாக இருந்தன. இந்தச் சிறுவர்கள் அராபியர்களாக இருந்திருந்தால், அவர்களுடைய உணர்வுகள் இன்னும் வேதனையாகவும் கசப்பாகவும் இருந்திருக்கும். தவிர, ஆரம்பப் பள்ளியில் அவர்களுக்கு அராபிய நண்பர்கள் இருந்தாலும், மேல்நிலைப் பள்ளியில் அராபிய மாணவர்கள் குறைவாகவே இருந்தார்கள், அவர்கள் எல்லோரும் வசதி படைத்த பிரபல மனிதர்களின் குழந்தைகளாக இருந்தார்கள். மாறாக, அவர்களைத் தனிப்படுத்திக் காட்டியது என்னவென்றால்—அதுவும் பியரைவிட மூாக்கின் குடும்பத்தில் இந்த விசித்திரத் தன்மை இன்னும் ஆழமாக வேரூன்றி இருந்ததால்—தங்களுடைய குடும்பத்துடன் அவனால் பொருத்திப் பார்க்கும்படியான சம்பிரதாய மதிப்பீடுகளோ, ஏற்கனவே நிறுவப்பட்ட அடையாளங்களோ இல்லாததுதான். வருட ஆரம்பத்தில் கேட்கப்பட்ட கேள்விகளின் போது, தன் தந்தை போரில் இறந்தார் என்று அவனால் திட்டவட்டமாகப் பதில் அளிக்க முடிந்திருந்தது; அது சமூகத்தில் அங்கீகரிக்கப்பட்ட ஒரு நிலை; எல்லோருக்கும் புரிந்த விதத்தில் அவன் ‘தேசத்தின் மாணவன்’.[1] ஆனால் அதற்கு

---

[1] போரில் இறந்தவர்களின் குழந்தைகள் பள்ளிப் படிப்புக்கு ஒரு சிறிய உதவித்தொகைக்குத் தகுதியானவர்கள் (த.மொ.கு.).

அடுத்தபடியாகத்தான் பிரச்சினைகள் தொடங்கின. அவர்களுக்குக் கொடுக்கப் பட்டிருந்த படிவத்தில், 'பெற்றோரின் தொழில்' என்ற இடத்தில் என்ன எழுதுவது என்று அவனுக்குத் தெரியவில்லை. 'அஞ்சல்துறை ஊழியர்' என்று பியர் குறிப் பிட, இவன் முதலில் 'குடும்பப் பெண்' என்று எழுதினான். ஆனால் 'குடும் பப் பெண்' என்பது ஒரு தொழில் இல்லை என்றும், தன் குடும்பத்தைக் கவனித்துக் கொண்டு, தன் வீட்டு வேலைகளை மட்டும் செய்பவளைத்தான் அது குறித்தது என்றும் பியர் சொன்னான். ''இல்லை,'' என்றான் மூாக். ''அவள் மற்றவர்கள் வீட் டில் வேலைசெய்தாள், குறிப்பாக எதிர்வீட்டு ஊசி-நூல் வியாபாரி வீட்டில்.''[1] ''ஓஹோ,'' என்றான் பியர் தயங்கியபடி. ''அப்படி என்றால் 'வீட்டு வேலைக் காரி' என்று குறிப்பிட வேண்டும் என்று நினைக்கிறேன்.'' இந்த எண்ணம் மூாக்குக்கு ஒருபோதும் வந்திருக்கவில்லை; அதற்கு மிகவும் எளிமையான கார ணம் என்னவென்றால், இந்தச் சொல், மிகவும் அரிதான இந்தச் சொல், அவ னுடைய வீட்டில் ஒருமுறைகூடச் சொல்லப்பட்டதில்லை. இன்னொரு காரணம், தன் வீட்டில் எவருமே அவள் மற்றவர்களுக்காக வேலைசெய்தாள் என்று எண்ண வில்லை; முக்கியமாக, அவள் தன் குழந்தைகளுக்காக வேலைசெய்தாள். மூாக் அந்தச் சொல்லை எழுதத் தொடங்கி, நிறுத்திய உடனேயே அவமானம் என்ப தும், அவமானப்படுகிறோமே என்பதற்காக அடையும் அவமானமும் என்ன என் பதும் அவனுக்குத் தெரிந்தது.

எந்தக் குழந்தையுமே தானாகவே எதுவுமில்லை; பெற்றோர்தான் அதனு டைய அடையாளம். அவர்கள் மூலமாகத்தான் குழந்தை தன்னை இனம் கண்டுகொள்கிறது; உலகின் பார்வையில் அடையாளம் பெறுகிறது. அவர்கள் மூலமாகத்தான் தான் உண்மையில் எடைபோடப்படுவதாகக் குழந்தை உணர் கிறது, அதாவது, தான் மேல்முறையீடு செய்ய முடியாத மதிப்பீடு. உலகின் இந்த மதிப்பீட்டைத்தான் மூாக் இப்போது புரிந்துகொண்டான்; அதனுடனேயே இறுகிய தன் இதயத்தைப் பற்றிய தன்னுடைய சொந்த மதிப்பீட்டையும் அறிந்துகொண்டான். தான் வளர்ந்து பெரியவனாகிவிட்ட பிறகு, தன்னுடைய மோசமான இந்த உணர்வுகளை இனம்கண்டுகொள்ளாவிட்டால், தன்னுடைய மதிப்புதான் குறைந்துவிடும் என்பதை மூாக் அறிந்திருக்கவில்லை. ஏனென்றால், தன் குடும்பத்தைவிடத் தான் என்னவாக இருக்கிறோம் என்பதன் அடிப்படை யில்தான், நன்றாகவோ மோசமாகவோ, ஒருவன் மதிப்பிடப்படுகிறான். வளர்ந்து ஆளாகிவிட்ட குழந்தையை வைத்துதான் குடும்பமும் மதிப்பிடப்படுகிறது. தான் இப்போது தெரிந்துகொண்ட உண்மையால் பாதிக்கப்படாமல் இருக்க வேண்டு மென்றால், அபூர்வத் துணிவுடன் களங்கமில்லாத இதயம் அவனுக்கு இருந்திருக்க வேண்டும்; எப்படித் தன்னுடைய இந்த வருத்தம் தன் நிலையைப் பற்றித் தனக்கு உணர்த்தியிருந்ததைக் கோபத்துடன், அவமானத்துடன் எதிர்கொள்ளாமல் இருக்க எளிதில் சாத்தியமில்லாத ஒரு பணிவு மனப்பான்மை தேவையாக இருந்திருக் குமோ அதைப் போல. அவனிடம் இவை எதுவுமே இல்லை. ஆனால், இந்தத்

1 எதிர் வீட்டு ஊசி-நூல் வியாபாரி ஒரு யூதர் என்று முன்பே குறிப்பிடப்பட்டிருக்கிறது (த.மொ.கு.).

தருணத்தில், தன்னுடைய பேனாவால் 'வீட்டு வேலைக்காரி' என்று எழுதி, அதைப் படித்துக்கூடப் பார்க்காத வகுப்புத் தலைவனிடம், உணர்ச்சியை வெளிக்காட்டாத முகத்துடன் கொண்டுபோய்க் கொடுக்கும் அளவுக்குக் குறைந்தபட்சம், ஒருவித மோசமான முரட்டுத் திமிர் அவனுக்கு உதவியது. இவையெல்லாம் இப்படி இருக்க, தன்னுடைய படிநிலையையோ குடும்பத்தையோ மாற்றிக் கொள்ள ழூாக் கொஞ்சமும் விரும்பவில்லை. மேலும், உலகிலேயே அவன் மிக அதிகமாக நேசித்தது அவனுடைய தாயை, இப்போது எப்படி இருக்கிறாளோ அதே தாயை, எதிர்பார்ப்புகள் எதுவுமின்றியே தான் அவளை நேசித்தபோதிலும். ஒரு ஏழைக் குழந்தை ஒருபோதும் எதற்காகவும் பொறாமைப்படாவிட்டாலும், சில சமயங்கள் அவமானத்தை உணரக்கூடும் என்பதை எப்படி மற்றவர்களுக்குப் புரிய வைப்பது?

இன்னொரு சமயத்தில், அவனுடைய மதத்தைப் பற்றிக் கேட்கப்பட்டபோது, ''கத்தோலிக்கர்'' என்று பதில் அளித்திருந்தான். மதபோதனை வகுப்புகளில் அவனுடைய பெயரைப் பதிவுசெய்ய வேண்டுமா என்று கேட்டபோது, தன் பாட்டியின் பயங்களை நினைத்துப்பார்த்து, வேண்டாம் என்று பதில் அளித்தான். ''அப்படியென்றால், நீ சடங்குகளைப் பின்பற்றாத ஒரு கத்தோலிக்கன்,'' என்றான் வகுப்புத் தலைவன், முகத்தில் எவ்வித உணர்ச்சியையும் வெளிப்படுத்தாமல். அவனுடைய வீட்டில் எப்படி இருந்தது என்றோ, தன் குடும்பத்தினர் மத சம்பந்தமான விஷயங்களை எப்படி அணுகினார்கள் என்றோ, ழூாக்கால் விளக்க முடியவில்லை. ஆகவே, அவன் திட்டவட்டமாக ''ஆமாம்'' என்றான். வகுப்பில் சிரிப்பைத் தூண்டிய இந்தப் பதில், தான் திசை தடுமாறியதாக அவன் உணர்ந்த அதே நேரத்தில் பிடிவாதக்காரன் என்ற பெயரையும் அவனுக்கு அளித்தது.

இன்னொரு நாள், பள்ளிக்கூடத்தின் அன்றாட நிர்வாகம் சம்பந்தமாக ஒரு படிவத்தை இலக்கியப் பேராசிரியர் அவனிடம் கொடுத்து, அவனுடைய பெற்றோர்களிடமிருந்து கையொப்பம் வாங்கிக்கொண்டு வரச் சொன்னார். பள்ளிக்குக் கொண்டுவர மறுக்கப்பட்டிருந்த ஆயுதங்கள், படங்கள் அடங்கிய பத்திரிகைகள், சீட்டுக்கட்டுகள் போன்றவற்றைப் பட்டியல் இட்டிருந்த அந்தப் படிவத்தின் மொழி தேர்ந்த நடையில் எழுதப்பட்டிருந்ததால், ழூாக் தன் தாய்க்கும் பாட்டிக்கும் அதை எளிய மொழியில் விளக்கிச் சொல்லவேண்டி இருந்தது. படிவத்தின் அடியில் ஒரு கிறுக்கல் கையெழுத்தாவது[a] போட முடிந்தவள் அவனுடைய தாய் மட்டும்தான். தன் கணவர் இறந்த பிறகு, மூன்று மாதங்களுக்கு ஒருமுறை, போர்க்கால விதவைக்கான ஓய்வூதியத்தை அவள் பெறுவது[*] வழக்கம். அரசாங்கம், அதாவது இந்த இடத்தில் அரசுக் கருவூலம்—காதரின் கோர்மெரி அதைப் பொக்கிஷம்[1] என்றே சொல்வாள்—அவளைப் பொறுத்தவரை, குறிப்பிட்ட அர்த்

---

[a] நினைவுகூறல்.

[*] வாங்கிக்கொள்வது.

[1] பிரெஞ்சு மொழியில் 'கருவூலம்', 'பொக்கிஷம்' என்ற இரு சொற்களும் உச்சரிப்பில் மிகவும் லேசாக மாறுபட்டு இருக்கும். காதரின் எழுதப் படிக்க தெரியாதவள் என்பதற்கு இது ஒரு உதாரணம் (த. மொ. கு.).

தம் எதுவும் இல்லாத ஒரு இடத்தின் பெயர்தான். ஆனால், குழந்தைகளுக்கோ அது அவ்வப்போது சிறுசிறு தொகையைப் பெற்றுவருவதற்காக அவர்களுடைய தாய் போய் வர அனுமதிக்கப்பட்டிருந்த, வற்றாத செல்வம் கொண்ட மாயாஜால இடம்—அந்தக் கருவூலத்தில் ஒவ்வொரு முறையும் அவளைக் கையெழுத்து போடச் சொல்வார்கள். தொடக்கத்தில் இருந்த சில பிரச்சினைகளை அடுத்து, பக்கத்து வீட்டுக்காரர் (?) ஒருவர் அவளுக்கு ‘விதவை காம்யு’[1] என்ற ஒரு கையெழுத்தை அதே மாதிரி எழுதக் கற்றுக்கொடுத்து, அவளும் ஒரு மாதிரியாக அதை எழுதக் கற்றுக்கொண்டு, அதுவே ஏற்றுக்கொள்ளப்பட்டிருந்தது. அடுத்த நாள், காலையில் வெகு சீக்கிரமே திறந்துவிடும் கடை ஒன்றில் சுத்தம் செய்யும் வேலைக்காகத் தனக்கு முன்பாகவே தன் தாய் கிளம்பிப் போய்விட்டிருந்ததால் படிவத்தில் கையெழுத்துப் போட மறந்துவிட்டிருந்தாள். அவனுடைய பாட்டிக் குக் கையெழுத்துப் போடத் தெரியாது. தவிர, கணக்குப் போடுவதற்கு அவளுக் கென்று ஒரு வழி இருந்தது: வட்டங்களை வரைந்து அவற்றில் ஒரு முறை, இரு முறை என்று போடப்படும் கோடுகள் ஒன்று, பத்து அல்லது நூறு என்ற இலக் கங்களைக் குறிப்பிட்டன. ஆகவே, மூாக் கையெழுத்து இல்லாமலேயே படிவத்தை எடுத்துச்சென்று, தன்னுடைய தாய் மறந்துபோய்விட்டாள் என்று சொல்ல, அவ னுடைய வீட்டில் வேறு எவராலும் கையெழுத்துப் போட முடியாதா என்று அவ னிடம் கேட்கப்பட்டபோது, முடியாது என்று பதில் சொல்லி, ஆசிரியரின் வியப்படைந்த பார்வையிலிருந்து, இதுவரை தான் நினைத்திருந்ததைவிடத் தன் னுடைய பிரச்சினை அசாதாரணமானது என்பதைத் தெரிந்துகொண்டான்.

தங்களுடைய தொழில் நிர்ப்பந்தங்களால் அல்ஜேவுக்கு வரவேண்டி இருந்த பிரான்ஸ் நாட்டு இளம் சிறுவர்கள் அவனை இன்னும் திசை தடுமாற வைத்தனர். மூாக்கை மிகவும் சிந்தித்துப்பார்க்கத் தூண்டியவன் ஜார்ஜ் திதியெ ;[a] பிரெஞ்சு மொழி வகுப்புகளும், புத்தகங்களைப் படிப்பதில் இருந்த ஈடுபாடும் அவர்களை நெருக்கமாக நட்புகொள்ளவைத்தன. பியருக்கு அதில் பொறாமை. மத ஈடுபாடு மிகுந்த கத்தோலிக்க அதிகாரியின் மகன் திதியெ. அவனுடைய தாய் ‘இசை நிகழ்ச்சிகளை’ அளித்துக்கொண்டிருந்தாள். அவனுடைய சகோதரி (மூாக் அவளை ஒருபோதும் பார்த்திருக்காவிட்டாலும், அவளைப் பற்றி இனிய கனவுகளைக் காண்பான்) பூத்தையல் வேலைசெய்தாள். திதியெ பாதிரியார் ஆகப் போகும் எண்ணத்தில் இருந்தான். மிக்க அறிவுக்கூர்மையுடன் இருந்த அவன், மத நம்பிக்கை, ஒழுக்க நெறிமுறைகள் போன்ற விஷயங்களில் கொஞ்சம்கூட விட்டுக்கொடுக்காமல், தான் நிச்சயமாக நம்பியவற்றில் முரட்டுப் பிடிவாதத் துடன் இருந்தான். ஒருபோதும் அவன் கெட்ட வார்த்தை பேசி யாரும் கேட்ட தில்லை. அல்லது, மற்ற சிறுவர்கள், தங்கள் உடல் உறுப்புகளின் இயற்கைக் கடன்களைக் குறித்தோ அல்லது தங்கள் மனதில் தெளிவாக இல்லாதபோதும், இனப்பெருக்கம் பற்றியோ அயராமல் மனத்திருப்தியுடன் பேசியதைப் போல ஒருபோதும் அவன் பேசியதில்லை. அவர்கள் நட்பு உறுதிப்பட்டதும் மூாக்

[1] *sic* (மூலத்தில் இருக்குமாறே).... ‘விதவை கோர்மெரி’ என்று இருந்திருக்க வேண்டும் (த.மொ.கு.).

[a] மீண்டும் அவனுடைய இறப்பின்போது பேசப்பட வேண்டும்.

இனிமேல் கெட்ட வார்த்தை பேசுவதை விட்டுவிட வேண்டும் என்பதைத்தான் திதியெ அவனிடமிருந்து விரும்பினான். அவனுடன் இருக்கும்போது அதை விட்டுவிடுவதில் ழாக்குக்குச் சிரமம் எதுவும் இருக்கவில்லை. ஆனால், மற்றவர் களுடன் இருக்கும்போது ழாக்கின் உரையாடல்களில் அவை எளிதாக வந்து சேரும். (ஏற்கனவே பல விஷயங்களை அவனுக்கு எளிதாக ஆக்கிவிட்ட அவ னுடைய பன்முக இயல்பு உருப்பெறத் தொடங்கியிருந்தது—எல்லோருடைய மொழியிலும் பேசும் திறமை, எல்லாச் சூழ்நிலைகளுக்கும் ஈடுகொடுத்துப் போவது, எப்படியெல்லாம் நடந்துகொள்ள வேண்டுமோ அப்படி நடப்பது, ஒன்றைத் தவிர... ...) ஒரு சராசரி பிரெஞ்சுக் குடும்பம் என்றால் என்ன என்பதை திதியெ மூலமாகத்தான் ழாக் புரிந்துகொண்டான். பிரான்ஸில் திதியெவுக்குப் பூர்வீக வீடு ஒன்று இருந்தது. விடுமுறைகளின்போதெல்லாம் அங்கே போகும் அவன், அதைப் பற்றி ழாக்குக்கு அடிக்கடி சொல்வான் அல்லது கடிதம் எழுது வான். அந்த வீட்டில் பரணில் இருந்த நிறைய பெட்டிகளில் பழைய குடும்பக் கடிதங்கள், நினைவுப் பொருள்கள், புகைப்படங்கள் என்று எல்லாம் இருக்கும். அவனுக்கு அவனுடைய தாத்தா, பாட்டி, அவர்களின் பெற்றோர்கள் பற்றி, டிராஃபால்கரில் மாலுமியாக இருந்த ஒரு முன்னோரைப் பற்றிய வரலாறு தெரிந் திருந்தது. அவனுடைய கற்பனையில் இன்னும் பசுமையாக இருந்த இந்த நீண்ட வரலாறு, அன்றாட வாழ்க்கையின் நடைமுறைக்குத் தேவையான முன்னுதாரணங்களையும், பாடங்களையும் அளித்தது. “என் தாத்தா சொல் வார்... அப்பா என்ன நினைக்கிறார் என்றால்...” என்று சொல்லிக்கொண்டு தன்னுடைய கண்டிப்பையும், ஆதிக்கம் மிக்க, கர்வம் மிகுந்த தூய்மையையும் நியாயப்படுத்துவான். பிரான்ஸைப் பற்றிப் பேசும்போது “நம் தாய்நாடு” என்பான், அந்தத் தாய்நாடு நம்மிடம் என்ன தியாகங்களை எதிர்பார்க்குமோ அவற்றை முன்கூட்டியே ஏற்றுக்கொண்டிருந்தான். (“உன்னுடைய தந்தை தாய் நாட்டுக்காக உயிர்துறந்திருக்கிறார்” என்று அவன் ழாக்கிடம் சொல்வது வழக் கம்.) தான் பிரெஞ்சுக்காரன் என்றும், அது சில கடமைகளுக்குத் தன்னை நிர்ப் பந்தப்படுத்தியது என்றும் அறிந்திருந்த ழாக்குக்குத் தாய்நாடு என்ற இந்தக் கருத்தாக்கம் அர்த்தமற்ற ஒன்றாக இருந்தது. அவன் கருத்துப்படி பிரான்ஸ் என் பது எல்லோரும் உரிமை கொண்டாடும் அருவமான ஒன்று; சில சமயங்களில் அது நம்மிடமிருந்து சில கடமைகளைக் கோரும், வீட்டுக்கு வெளியே அவன் கேள்விப்பட்டிருந்த கடவுளைப் போல; எல்லோரும் அறிந்த, தன் இச்சையைப் பிறர் மாற்றவிடாத, நல்லது கெட்டதை இறையாண்மையுடன் அளித்த, ஆனால் மக்களின் விதியை எப்படி வேண்டுமானாலும் அமைத்த கடவுளைப் போல. அவனுக்கு இருந்த இந்த உணர்வு, அவனுடன் வீட்டில் வசித்துவந்த பெண்க ளிடம் இன்னும் வலுவாக இருந்தது. “அம்மா, தாய்நாடு என்றால் என்ன?”[a] என்று ஒருநாள் அவன் அவளிடம் கேட்டான். அவள் பயந்துவிட்டதைப் போலத் தோன்றினாள், தனக்கு ஒன்று புரியாதபோதெல்லாம் இருந்ததைப் போல. “எனக் குத் தெரியாது,” என்றாள் அவள். “தெரியாது”. “பிரான்ஸ்.” “ஓ, அப்படியா?”

---

[a] *1940*இல் தந்தை நாட்டை அறிந்துகொள்ளுதல்.

ஆறுதல் அடைந்ததைப் போலத் தென்பட்டாள். திதியெவுக்கு தாய்நாடு என்றால் என்ன என்று தெரிந்திருந்தது: தலைமுறைகள் வழியே வந்த குடும்பமும், வரலாறு வழியே அவன் பிறந்த நாடும் சக்தி வாய்ந்த நிதர்சனமாக அவனுக்கு இருந்தன—ஜோன் ஆஃப் ஆர்க்கை அவளுடைய முதல் பெயர் சொல்லிக் குறிப்பிடுவான். அவற்றைப் போலத்தான் நன்மை, தீமை என்ன என்றும், தன் நிகழ்காலம், எதிர்காலம் என்ன என்றும் அவனுக்கு விளக்கப்பட்டிருந்தன. ழாக்கும் பியரும்—பியர் சற்றே குறைந்த அளவில்—தாங்கள் வேறொரு இனத்தைச் சேர்ந்தவர்களைப் போல உணர்ந்தார்கள்: கடந்த கால வரலாறு இல்லாமல், பரம்பரை வீடு இல்லாமல், கடிதங்களும் புகைப்படங்களும் நிரம்பிய பரண் இல்லாமல், பனிப்பொழிவில் வீட்டின் கூரைகள் மூடியிருக்கும் தெளிவற்ற ஒரு நாட்டின் கருத்தளவிலான குடிமக்களாக இருந்தாலும், எப்போதும் முரட்டுத்தனமாக அடித்துக்கொண்டிருந்த வெயிலின் கீழ், திருடுவதைத் தடைசெய்து, தாயையும் மனைவியையும் பாதுகாக்கும்படி அறிவுரை அளித்து, அதே சமயம் பெண்களிடமும் தங்களைவிட உயர்ந்தவர்களுடனுமான உறவுகளைப் பற்றியெல்லாம் எதுவும் சொல்லாத மிக அடிப்படையான ஒழுக்கநெறியைப் பின்பற்றி வளர்ந்து ஆளானார்கள். மொத்தத்தில், கடவுளுக்குத் தெரிந்திராத, கடவுளைப் பற்றி அறிந்திராத, சூரியன், கடல், ஏழ்மை ஆகிய அக்கறையற்ற தெய்வங்களின் பாதுகாப்பில் ஒவ்வொரு நாளும் முடிந்துவிடாததைப் போலத் தோன்றிய நிகழ்கால வாழ்க்கை ஒன்று இருக்கும்போது எதிர்காலத்தைக் கற்பனை செய்துபார்க்க இயலாத குழந்தைகள். உண்மையில், ழாக் திதியெவுடன் அவ்வளவு நெருக்கமாக ஆனதன் காரணம் பரிபூரணத்துவத்தின் மீது முழு ஈடுபாட்டுடன், தன்னுடைய ஆர்வங்களில் முழுமையான விசுவாசத்துடன் (நூறு முறை தான் படித்திருந்த 'விசுவாசம்' என்ற சொல்லை முதல்முறையாக ஒருவர் சொல்லிக் கேட்டது, திதியெவின் வாயிலிருந்துதான்), மனதைக் கவரவல்ல கனிவு நிரம்பிய அந்தச் சிறுவனின் உள்ளம்தான். தவிர, அவன் மற்றவர்களிடமிருந்து வேறுபட்டிருந்ததும், அதனாலேயே ழாக்கின் பார்வையில் அவனிடம் கண்காணாப் பிரதேசத்தின் கவர்ச்சி தென்பட்டதும் மற்றொரு காரணம். பெரியவனான பிறகு, ழாக்கும் தவிர்க்க முடியாமல் அயல்நாட்டுப் பெண்கள் பால் தான் ஈர்க்கப்பட்டதாக எப்போதும் உணர்வான்; வெப்ப மண்டல நாடுகளில் சாகச அனுபவங்களை அடைந்து, வினோதமான, புரியாத ரகசியத்தைப் பாதுகாத்துக் கொண்டு, பழுப்பேறிய சருமத்துடன் திரும்பி வந்த வீரர்களிடம் இருந்த கவர்ச்சியைக் குடும்பத்தின், பாரம்பரியத்தின், மதத்தின் இந்தக் குழந்தையிடம் ழாக் பார்த்தான்.

ஆனால் அல்ஜீரியாவின் கபிலி பிரதேசத்தில் சூரியன் உரித்து, அரித்துவிட்டிருந்த மலையில், வட திசையிலிருந்து நீண்ட தூரம் பறந்து பயணம்செய்து வரும் நாரைகளைப் பார்த்து, அந்த வட தேசத்தைப் பற்றிக் கனவு காணும் கபிலியின் ஆட்டிடையன் நாள் முழுவதும் அதைப் பற்றிக் கனவுகண்டுகொண்டு இருக்கலாம், ஆனால் மாலையில், 'மாஸ்டிக்' இலைகளால் ஆன உணவுக்கும், நீண்ட அங்கிகளுக்கும், அவனுடைய வேர்கள் ஊன்றியிருந்த ஏழ்மையான அராபியக் குடிசைகளுக்கும்தான் திரும்பி வருவான். அதே போலத்தான், என்ன

தான் மூாக்கும் பூர்ஷ்வாக்களின் (?) சம்பிரதாயம் என்கிற அந்நிய நாட்டு வசிய மருந்தில் மயக்கமுற்று இருந்தாலும், அவன் உண்மையில் பெருமளவு தன்னைப் போலவே இருந்தவனிடம்தான் நெருக்கமாக இருந்தான், அதாவது பியரிடம். தினமும் காலையில், ஆறேகால் மணிக்கு (ஞாயிறு, வியாழன் தவிர), தன் வீட்டுப் படிக்கட்டில் நான்கு நான்கு படிகளாகத் தாவி இறங்கி, வெயில் காலப் புழுக்கத்திலோ, அல்லது தன் உடலையும் தலையையும் மூடி இருந்த 'கேப்' என்ற மேல்கோட்டைக் கடல் பஞ்சு போல உப்பச் செய்த பலத்த குளிர்கால மழையிலோ ஓடுவான்; பின்னர், ஊற்றின் அருகில் பியர் இருந்த தெருவில் திரும்பி, இன்னமும் ஓடிக்கொண்டே, அவன் வீட்டின் இரண்டு மாடிகளில் ஏறிப்போய், மெதுவாகக் கதவைத் தட்டுவான். பியரின் தாய், கொஞ்சம் வாட்ட சாட்டமாய் அழகாயிருந்த பெண், குறைந்த அறைகலன்களே இருந்த சாப்பாட்டு அறைக்கு எதிரே இருந்த அந்தக் கதவைத் திறப்பாள். அந்த அறைக்கு இருபுறமும் இருந்த கதவுகள் ஒவ்வொன்றும் படுக்கை அறைகளின் கதவுகள். ஒன்று, பியர் தன் தாயுடன் பகிர்ந்துகொண்ட படுக்கையறை. மற்றொன்று, குறைவாகப் பேசி, அதிகமாகப் புன்னகை செய்யும் ரயில்வே ஊழியர்களான அவனுடைய இரண்டு மாமாக்களின் அறை. சாப்பாட்டு அறையில் நுழைந்த உடனேயே, வலது பக்கத்தில் சமையலறையாகவும் குளியலறையாகவும் இருந்த, வெளிச்சமற்ற, காற்றோட்டம் இல்லாத அறை இருக்கும். பியர் ஒருநாள் தவறாமல் தாமதமாகவே கிளம்புவான். மெழுகுத்துணி விரிக்கப்பட்ட மேஜைக்கு முன்னால், குளிர்காலமாக இருந்தால் பெட்ரோல் விளக்கு வெளிச்சத்தில் பெரிய, மெருகேற்றப்பட்ட பழுப்பு நிற மண் கோப்பையில், அப்போதுதான் அவனுடைய தாய் கொண்டு வந்து வைத்திருந்த கொதிக்கும் பால் கலந்த காபியை, தன் நாக்கைச் சுட்டுக் கொள்ளாமல் விழுங்க முயல்வான். ''அதில் ஊது'' என்பாள் அவன் தாய். அவன் ஊதி, சப்புக் கொட்டியபடி உறிஞ்சிக் குடிப்பான். மூாக் அவனைப் பார்த்துக் கொண்டே, ஒரு காலிலிருந்து இன்னொரு காலுக்குத் தன் எடையை மாற்றிக் கொண்டு நிற்பான்.[a] காபியை முடித்தவுடன் மெழுகுவர்த்தி வெளிச்சத்தில் இருந்த சமையலறைக்குப் பியர் போவான்; அங்கே, துத்தநாகத்தால் ஆன கழுவும் தொட்டியின் முன்னால் ஒரு கிளாஸ் நீரும், அவனுடைய வாயில் பயோரியா தொற்று இருந்ததால், அதற்கான விசேஷப் பற்பசையுடன் பிரஷ் ஒன்றும் காத்திருக்கும். தன்னுடைய 'கேப்' மேல்கோட்டு, பள்ளிக்கூடப் பை, தொப்பி இவற்றை நன்றாக உடலுடன் சேர்த்துப் பொருத்திக்கொண்டு, பற்களை நன்றாக அழுத்தித் தேய்த்துக்கொண்டு, பிறகு சத்தத்துடன் தொட்டியில் துப்புவான். பால் கலந்த காபியின் வாசனையும் பற்பசையின் மருந்து மணமும் ஒன்றாகக் கலந்து வரும். கொஞ்சம் அருவருப்புடன் பொறுமை இழந்துவிடும் மூாக், அதை வெளிக்காட்டவும் செய்வான்; நட்புக்குப் பசையாக இருக்கும் சின்னப் பிணக்குகள் அவ்வப்போது ஏற்படுவது சகஜம். அப்போதெல்லாம் அவர்கள் மௌனமாகத் தெருவில் இறங்கி, டிராம் வண்டி நிறுத்தம்வரை புன்னகைகூடச் செய்யாமல் நடப்பார்கள். மாறாக, மற்ற சமயங்களில், அவர்கள் ஒருவரையொருவர்

---

[a] உயர்நிலைப் பள்ளி மாணவனின் தொப்பி.

துரத்திக்கொண்டோ, அல்லது பள்ளிக்கூடப் பையை ரக்பி விளையாட்டுப் பந்தைப் போல் தூக்கிப்போட்டுப் பிடித்தபடியோ ஓடுவார்கள். நிறுத்தத்தில், அவர்கள் சிவப்பு டிராம் வண்டிக்காகவும், அதில் வரும் இரண்டு அல்லது மூன்று ஓட்டுநர்களில் யார் ஓட்டிவரும் வண்டியில் அன்று பயணம் செய்வது என்று முடிவெடுப்பதற்காகவும் காத்திருப்பார்கள்.

டிராம் வண்டியின் பின்புறம் இணைக்கப்பட்டிருந்த இரண்டு தொடர் பெட்டிகளும் அவர்களுக்குப் பிடிக்காததால், ஓட்டுநர் இருந்த முன்புற வண்டியில் சிரமப்பட்டு ஏறி, நகரின் மையப் பகுதிக்குப் போகும் ஊழியர்களின் கூட்டத்துக்கு நடுவில் அவர்கள் போவதற்குத் தடையாக இருக்கும் தங்களுடைய பள்ளிக்கூடப் பைகளுடன் முட்டிமோதிக்கொண்டு முன்னால் போவார்கள். ஒவ்வொரு பயணி இறங்கும்போதும் கொஞ்சம்கொஞ்சமாக முன்னால் போய் இரும்பு, கண்ணாடி ஆகியவற்றால் ஆன ஓட்டுநர் கூண்டுக்கு மிக அருகே போவார்கள்; அங்கே உயரமாகவும் குறுகலாகவும் இருந்த வேகக் கட்டுப்பாட்டுப் பெட்டியின் தட்டையான மேல்பகுதியில் கைப்பிடியுடன் இருந்த தடியான கியர் ஒரு எஃகு வட்டப்பாதையில் ஆழமாகக் குறிக்கப்பட்டிருந்த ஐந்து புள்ளிகள் வழியாக நகர்த்துவதற்கு ஏதுவாக அமைந்திருக்கும்: வண்டி நகராத நிலை, அதிகரித்துக்கொண்டுபோகும் மூன்று வெவ்வேறு வேகங்கள், பின்நோக்கி நகரும் நிலை. அந்த கியரை இயக்கும் அதிகாரம் தங்களுக்கு மட்டுமே இருந்த ஓட்டுநர்கள்—அவர்களுடன் பேச்சுக் கொடுப்பது தடை செய்யப்பட்டுள்ளது என்ற அறிவிப்பு அவர்களுடைய தலைக்கு மேல் இருக்கும்—இந்தச் சிறுவர்களின் மத்தியில் பாதிக் கடவுளின் அந்தஸ்தைப் பெற்றிருந்தார்கள். கிட்டத்தட்ட ராணுவச் சீருடை போன்ற உடுப்பில், இறுகிய தோலால் ஆன கண்கவசத்துடன் கூடிய ஒரு தொப்பியை ஓட்டுநர்கள் அணிந்திருப்பார்கள், அராபிய ஓட்டுநர்கள் மட்டும் 'தர்பூஷ்' குல்லாவை அணிந்துகொண்டிருப்பார்கள். அவர்கள் ஒவ்வொருவரின் தோற்றத்தையும் வைத்துக்கொண்டு சிறுவர்கள் அடையாளம் கண்டுகொள்வார்கள். முதலாவதாக, மெல்லிய தோள்களுடன், இளம் கதாநாயகன்போல் இருந்த, அன்பான சின்ன இளைஞன்; கட்டுமஸ்தான உடலுடன் எப்போதும் தனக்கு முன்னால் இருப்பதையே பார்த்தபடி இருந்த உயரமான, பலசாலி பழுப்புக் கரடி அராபியன்; கியரின் மேல் குனிந்தபடி, வெளிர் நிறக் கண்களும் உணர்ச்சியற்ற முகமும் கொண்ட 'பிராணிகளின் தோழன்' என்ற முதிய இத்தாலியர்—அவருக்கு அந்தப் பட்டப் பெயர் வரக் காரணம், எங்கோ பார்த்தபடி வந்த நாயைத் தவிர்ப்பதற்காக ஒரு முறையும், இன்னொரு முறை டிராம் வண்டித் தண்டவாளங்களுக்கு மத்தியில் கவலைப்படாமல் மலம் கழித்துக்கொண்டிருந்த நாயைத் தவிர்ப்பதற்காகவும் டிராம் வண்டியை அவர் நிறுத்தியதுதான். இறுதியாக, டக்ளஸ் ஃபேர்பேங்க்ஸ்[1][a] போல முகவெட்டும் சிறிய மீசையும் கொண்ட ஸோரேரோ என்ற உயரமான ஆள். 'பிராணிகளின் தோழர்'தான் சிறுவர்களின் இதயத்தைக் கவர்ந்த தோழருமாக இருந்தார்.

---

[1] புகழ்பெற்ற அமெரிக்க நடிகர் (த.மொ.கு.).

[a] இழுக்கும் கயிறும் மணியும்.

ஆனால், கால்களை நன்றாக ஊன்றி உட்கார்ந்துகொண்டு, எதற்கும் அசையாத 'பழுப்புக் கரடி'யை அவர்கள் கண்மூடித்தனமாகப் பாராட்டி வியந்தார்கள்; தன்னுடைய பெரிய இடது கையால் கியரின் மரக் கைப்பிடியை இறுக்கமாகப் பிடித்துக்கொண்டு, மூன்றாம் நிலை வேகத்துக்கு போகும் அளவுக்குப் போக்கு வரத்து இடம் கொடுத்தால் அந்த நிலைக்கு அதைக் கொண்டுவந்ததும், வேகக் கட்டுப்பாட்டுக்கு வண்டிக்கு வலதுபுறம் இருந்த 'பிரேக்' சக்கரத்தை முன்னெச் சரிக்கையான அவருடைய வலது கை வேகமாகச் சுற்ற, அதே சமயம் கியரை வேகமற்ற நடுநிலைக்குத் தள்ளியபடியும் இருப்பார்; அப்போது அந்த வண்டி தண்டவாளங்களின் மேல் முழு பாரமும் அழுந்தக் கிறீச்சிட்டு நிற்கும். 'பழுப்புக் கரடி' ஓட்டும்போதுதான் திருப்பங்களிலும் தண்டவாளம் மாறும் இடங்களிலும் வண்டியின் இயந்திரப் பகுதிக்கு மேலே உச்சியில் சுருள்வில் அமைப்பு ஒன்றில் பொருத்தப்பட்டு, தலைக்கு மேலே போய்க்கொண்டிருக்கும் மின்கம்பியுடன், சிறிய கப்பி போன்ற உருளையின் உதவியால் தொடர்பை ஏற்படுத்தும் நீண்ட இரும்புத் தடி அந்தக் கம்பியிலிருந்து விடுபட நேரிடும்; அப்போது மின்கம்பிகள் துடிக்க, பறக்கும் தீப்பொறிகளுடன் பெரிய சத்தத்துடன் அந்தப் பெரிய தடி விறைத்தபடி நிற்கும். நடத்துநர் வண்டியிலிருந்து குதித்து, இரும்புத் தடியின் ஒரு முனையில் பொருத்தப்பட்டு வண்டியின் பின்புறம் இருந்த வார்ப்பு இரும்புப் பெட்டியில் தானாகவே சுருண்டுகொண்டுவிடும் நீண்ட கம்பியை எட்டிப் பிடித்து, எஃகு சுருள்வில்லின் எதிர்ப்பை வெல்லும் அளவுக்குப் பலமாக இழுத்து, இரும்புத் தடியைப் பக்கவாட்டில் கொண்டுவந்து, பிறகு அதை மெதுவாக மேல்வழியாகக் கொண்டுபோய் அந்தக் கம்பி மீண்டும் கப்பியின் குழிவான பகுதியில் படியச் செய்ய முயல்வார்; இவை எல்லாம் பறக்கும் தீப்பொறிகளுக்கு மத்தியில் நடக்கும். இன்ஜின் இருந்த வண்டிக்கு வெளியே தலையை நீட்டிக் கொண்டோ, அல்லது குளிர்காலமாக இருந்தால் ஜன்னல் கண்ணாடியில் மூக்கை நசுக்கிக்கொண்டோ, இவற்றையெல்லாம் சிறுவர்கள் விடாமல் வேடிக்கை பார்த்துக்கொண்டிருப்பார்கள்; வெற்றிகரமாக அது முடிந்த பிறகு, நாடக மேடைகளில் பக்கவாட்டிலிருந்து நடிகர்களிடம் கிசுகிசுப்பதைப் போல அதை ஓட்டுநரிடம் சொல்வார்கள்; அதன் மூலம் அவருடன் நேரடியாகப் பேச்சுக் கொடுக்கும் குற்றத்தைச் செய்யாமல் அவருக்குச் செய்தியைத் தெரிவித்தது போலவும் இருக்கும். 'பழுப்புக் கரடி' உணர்ச்சிகளை வெளிக்காட்டாமல் இருப்பார்; விதிமுறைப்படி, நடத்துநர் வண்டியின் பின்புறம் தொங்கிக்கொண்டிருந்த கயிற்றைப் பிடித்து இழுத்து, முன்புறமிருந்த மணி ஒலித்து, தனக்குச் சமிக்ஞை கிடைப்பதற்காகக் காத்திருப்பார். அதற்கும் மேல் வேறு எந்த முன்னெச்சரிக்கையும் இல்லாமல் டிராம் வண்டியை அவர் கிளப்புவார். மழை பெய்துகொண்டோ அல்லது பிரகாசமாகவோ இருக்கும் காலை வேளையில், வண்டியின் முன்புறத்தில் ஒன்றாக உட்கார்ந்திருந்த சிறுவர்கள் தங்கள் கால்களுக்கு அடியிலும், தலைக்கு மேலும் எதிர்த் திசையில் விரைந்து சென்றுகொண்டிருந்த உலோகத் தடங்களைப் பார்த்துக்கொண்டும், முழு வேகத்தில் போய்க்கொண்டிருக்கும் தங்கள் டிராம் வண்டி ஒரு குதிரை வண்டியை முந்தும்போதோ அல்லது அதிவிரைவாகப்

போகும் ஒரு மோட்டார் வாகனத்தோடு சிறிது நேரம்வரை இணையாகப் போகும்போதோ மகிழ்ச்சி அடைவார்கள். ஒவ்வொரு நிறுத்தத்திலும், அராபிய, பிரெஞ்சுத் தொழிலாளிகள் அடங்கிய சுமையில் ஒரு பகுதியை அந்த டிராம் வண்டி இறக்கிவிட்டு, நகரத்தின் மையப் பகுதி நெருங்கநெருங்க, நன்றாக உடை அணிந்திருந்த இன்னொரு கூட்டத்தை ஏற்றிக்கொண்டு, மணி அடித்த வுடன் மீண்டும் கிளம்பும். நகரம் உருவாக்கப்பட்டிருந்த பெரிய வளைவின் ஒரு முனையிலிருந்து இன்னொரு முனைவரை போகும் டிராம் வண்டியின் பாதையில், தொலைவில் தொடுவானத்தில் தெரியும் நீலநிற மலைகள்வரை பிரம்மாண்டமாகப் பரந்திருந்த வளைகுடாவில் இருந்த துறைமுகம் திடீரென்று கண்களுக்கு முன்னால் வரும். அங்கிருந்து மூன்று நிறுத்தங்களுக்குப் பிறகுதான் கடைசி நிறுத்தம்: அரசுச் சதுக்கம். அங்குதான் சிறுவர்கள் இறங்குவார்கள். சதுக் கத்தின் ஒரு புறம் மரங்களும், மற்ற மூன்று பக்கங்களிலும் வளைவுகளுடன் இருந்த கட்டடங்களும் இருக்கும்; அவற்றைத் தாண்டி வெள்ளை நிறத்தில் பள்ளிவாசல், அதற்கு அப்பால் துறைமுகத்தின் பரந்த வெளி. சதுக்கத்தின் நடு வில், தாவும் நிலையில் இருந்த குதிரைமேல் உட்கார்ந்திருக்கும் 'ஓர்லியான்' பிரபுவின் பூஞ்சாணம் படிந்திருந்த சிலை பிரகாசமான வானத்தின் கீழ் இருக்கும்; மழைக் காலத்தில், கறுத்துப்போயிருந்த அந்த வெண்கலச் சிலை முழுவதும் நீர் வடிந்துகொண்டிருக்கும். (அந்தக் குதிரைக்குக் கடிவாளச் சங்கிலியைச் செதுக்க மறந்துவிட்டிருந்த சிற்பியைப் பற்றிய கதையை இன்னமும் ஓயாமல் சொல்லிக் கொண்டிருப்பார்கள்.) அந்த நினைவுச் சின்னத்தைச் சுற்றி, இரும்புக் கிராதிகளுக்கு உள்ளே இருந்த குறுகிய தோட்டத்தில், குதிரையின் வாலிலிருந்து விடாமல் நீர் சொட்டிக்கொண்டிருக்கும். சதுக்கத்தின் மற்ற பகுதிகளில், பளபளக்கும் சிறுசிறு ஓடுகள் பாவியிருந்த தரையில், பாப்-அசூன் தெருவை நோக்கிச் சிறுவர்கள் தாவித் தாவி ஓடுவார்கள்; ஐந்தே நிமிடங்களில் அவர்களை அது மேல்நிலைப் பள்ளியில் கொண்டுபோய் விட்டுவிடும்.

ஏற்கனவே குறுகலாக இருந்த பாப்-அசூன் தெரு, இருபுறமும் பெரிய தூண்கள் தாங்கிக்கொண்டிருந்த வளைவுகளுக்கு அடியில் இருந்த நடைபாதையால் இன்னும் குறுகலாக ஆகியிருந்தது; மற்றொரு நிறுவனத்தைச் சேர்ந்த டிராம் வண்டிகள் பயன்படுத்திய தடத்துக்கு மட்டுமே இந்தக் குறுகலான தெருவில் இடம் இருந்தது. வெப்பம் அதிகமாக இருக்கும் நாட்களில், ஆழ்ந்த நீல நிற வானம் கொதித்துக்கொண்டிருக்கும் மூடியைப் போல மேலே கவிழ்ந்து இருக்க, வளைவுகளுக்கு அடியில் இருந்த நிழல் குளிர்ச்சி அளித்தது. மழை நாட்களில் அந்தத் தெருவே பளபளப்பான, ஈரக் கற்கள் பதிக்கப்பட்ட கால்வாய் போலத் தோன்றும். வளைவுகளுக்குக் கீழே நெடுகிலும் பலவிதக் கடைகள் இருக்கும்: முன்புறம் ஆழ்ந்த வண்ணமடிக்கப்பட்ட மொத்த வியாபாரத் துணிக் கடைகளில் நிழலில் வைக்கப்பட்டிருந்த அடுக்கடுக்கான வெளிர்நிறத் துணிகள் மென்மை யாகப் பிரகாசித்துக்கொண்டிருந்த கடைகள்; கிராம்பின் மணமும் காபியின் வாசனையும் கலந்து வந்த மளிகைக் கடைகள்; எண்ணெயும் தேனும் சொட்டிக் கொண்டிருந்த இனிப்புப் பண்டங்களை விற்ற அராபிய வியாபாரிகளின் சிறு

கடைகள்; அந்த நேரத்தில் வடிகட்டிகள் காபி டிகாக்ஷனை இறக்கிக் கொண்டிருந்த இருட்டான, உள்ளடங்கிய காபிக் கடைகள் (மாலையில், கண்கூசும் விளக்கு ஒளியில், பலவிதச் சத்தங்களும் குரல்களும் நிரம்பியிருந்த இந்தக் கடைகளில், கடைக்கு முன்னால் தூவப்பட்டிருந்த மரத்தூளை மிதித்துக் கொண்டு, ஆழ்ந்த கரும்சிவப்பு நிறத் திரவம் நிரம்பிய கிளாஸ்களும், லூபென் பழங்கள், நெத்திலி மீன்கள், செலெரித் துண்டங்கள், ஆலிவ்கள், வறுவல், நிலக்கடலை போன்றவை இருந்த சிறு தட்டுகளும் இருந்த விற்பனை மேஜைக்கு முன் அலைமோதிக்கொண்டு இருக்கும் கூட்டத்தைப் பார்க்கலாம்); சுற்றுலாப் பயணிக்களுக்கான கடைகள், சுழலும் அடுக்குகளில் வண்ணப் பட அஞ்சல் அட்டைகளும், சட்டமிட்ட கண்ணாடி ஜன்னல்களுக்குப் பின்னால் கோரமான கீழைநாட்டுக் கண்ணாடிச் சாமான்களும், முகத்திலடிக்கும் வண்ணங்களில் இருந்த 'மூர்' பிரதேச ஸ்கார்ஃப்களும் இருந்த கடைகள்.

அங்கிருந்த கடைகளில் ஒன்றில், கண்ணாடி ஜன்னலுக்குப் பின்னால், நிழலிலோ அல்லது மின்விளக்கின் அடியிலோ, பிதுங்கிய கண்களுடனும், வெள்ளை நிறத்தில், பெரிய உடலுடனும் குண்டாக இருந்த ஒரு கடைக்காரர், கற்களை அகற்றும்போதோ மரப் பொந்துகளுக்குள்ளோ காணப்படும் சிறு பிராணிகளைப் போல இருப்பார்; அவருடைய தலை முற்றிலும் வழுக்கையாக இருக்கும். இந்தத் தனித்தன்மை காரணமாக, மேல்நிலைப் பள்ளி மாணவர்கள் ''ஈக்களின் சறுக்குத் தடம்'', ''கொசுக்களின் சைக்கிள் பந்தயத் தடம்'' என்றெல்லாம் அவருக்குப் பட்டப்பெயர் வைத்திருந்தார்கள். வழுக்கையாக இருந்த மண்டையில் அந்தப் பூச்சிகள் ஓடும்போது, வளைவில் திரும்ப முடியாமல் சமநிலை இழந்துவிடும் என்பது அவர்களுடைய கற்பனை. அடிக்கடி மாலை நேரங்களில், ஸ்டார்லிங் மைனாக் கூட்டம் பறந்துபோவது போல அவருடைய கடைக்கு முன்னால் ஓடி, பரிதாபமான அவருடைய பட்டப் பெயர்களைக் கூவிக்கொண்டு, ஈக்கள் சறுக்கி விழுவதாகக் கற்பனைசெய்து, 'ஸ்ஸ்ஸ்...' என்று சத்தம் செய்வார்கள். குண்டு வியாபாரி வசைச் சொற்களைப் பொழிவார்; ஒருவித அசட்டு நம்பிக்கையுடன் ஓரிரு முறை அவர்களை விரட்டிப் பிடிக்க முயன்று கைவிட்டிருக்கிறார். பிறகு, அவர்களுடைய கூச்சல்களையும் கேலியையும் கண்டு கொள்ளாமல் திடீரென்று மௌனமாகிவிட்டு, அப்படியே தொடர்ந்து பல மாலைகள் அவர்களுடைய தைரியம் அதிகரிக்கும்வரை விட்டதில், அவர்கள் அவருடைய முகத்துக்கு எதிரே வந்து கத்தும் அளவுக்குப் போய்விட்டிருந்தார்கள். எதிர்பாராமல் ஒரு நாள் மாலையில், வியாபாரி பணம் கொடுத்து அமர்த்தியிருந்த இளம் அராபியர்கள் தாங்கள் ஒளிந்திருந்த தூண்களின் பின்னாலிருந்து வெளிப்பட்டு, சிறுவர்களைத் துரத்தத் தொடங்கினார்கள். ழாக்கும் பியரும், குறிப்பாக அன்று மாலை, ஓடுவதில் தங்களுக்கு இருந்த அபரிமிதமான வேகத்தினால்தான் தண்டனையிலிருந்து தப்பினார்கள். ழாக் தன்னுடைய பின்மண்டையில் ஒரு அடி வாங்கி, அந்த வியப்பிலிருந்து மீண்டதும், எதிராளியைவிட வேகமாக ஓடிவிட்டான். ஆனால், அவர்களுடைய தோழர்களில் இரண்டு அல்லது மூன்று பேர்களுக்குப் பலத்த அடி கிடைத்தது. அந்த மாணவர்கள் அவருடைய கடையைச்

சூறையாடுவது என்றும், அதன் முதலாளியை ஒழித்தக்கட்டுவது என்றும் திட்டம் போட்டார்கள்; ஆனால், உண்மையில் நடந்தது என்னவென்றால், தங்களுடைய இருண்ட திட்டங்களை அவர்கள் தொடரவில்லை என்பதும், தங்களுடைய கேலிக்கு இலக்கானவரைத் துன்புறுத்துவதை நிறுத்திவிட்டார்கள் என்பதும், நல்ல பிள்ளைகளாக எதிரே இருந்த நடைபாதையில் போவதை வழக்கமாக மாற்றிக்கொண்டுவிட்டார்கள் என்பதும்தான். ''நாம் பேடிகளாகப் பயந்துவிட்டோம்,'' என்றான் மூாக் மனக்கசப்புடன். ''எதுவாக இருந்தாலும், தவறு நம்முடையதுதான்,'' என்று பதிலளித்தான் பியர். ''தவறு நம் பக்கம் இருந்தது, உதைக்குப் பயந்தும்விட்டோம்,'' என்றான் மூாக். பல வருடங்கள் கழித்து, மனிதர்கள் சட்டத்தை மதிப்பதைப் போலப் பாசாங்குதான் செய்கிறார்கள் என்றும், அடிஉதையைப் பயன்படுத்தினால் ஒழிய, ஒருபோதும் பணிவதில்லை என்றும்[a] அவன் (உண்மையிலேயே) புரிந்துகொண்டதற்குப் பிறகு, இந்தச் சம்பவத்தை நினைத்துப்பார்ப்பான்.

ஒரு பாதி தூரம் சென்ற பிறகு, பாப்-அசூன் தெரு ஒருபுறமிருந்த 'வளைவு'களை இழந்து கொஞ்சம் அகலமாக ஆகியிருந்தது; சேந்த்-விக்த்வார் மாதா கோவில் அங்கே இருந்தது. மறைந்துபோய்விட்டிருந்த புராதனப் பள்ளிவாசல் ஒன்று இருந்த இடத்தை இந்தச் சிறிய மாத கோவில் எடுத்துக்கொண்டுவிட்டிருந்தது. வெள்ளையடிக்கப்பட்டிருந்த அதனுடைய முகப்புச் சுவரில் எப்போதும் மலர்கள் நிரம்பியிருந்த ஒரு வித வழிபாட்டுப் புரை குடையப்பட்டிருந்தது. திறந்த நடைபாதையில், சிறுவர்கள் கடந்து செல்லும் வேளையில் பூக்கடைகள் ஏற்கனவே திறந்திருக்கும். அடிக்கடி நீர் தெளிக்கப்பட்டிருந்ததால் விளிம்புகளில் துரு ஏறியிருந்த உயரமான தகர டப்பாக்களில், பருவத்துக்கு ஏற்றபடி, பெரிய பெரிய கொத்துகளாக ஐரிஸ், காரனேஷன், ரோஜா, அனிமோன் போன்ற மலர்கள் அடைத்து வைக்கப்பட்டிருக்கும். அதே வரிசையில், மூன்று பேர்கூட நிற்பதற்குச் சிரமமான குறுகிய இடத்தில் ஒரு சிறிய அராபிய பஜ்ஜிக் கடையும் இருக்கும். அந்தக் குறுகிய இடத்தின் ஒரு பக்கத்தில் அடுப்பு ஒன்று குடையப்பட்டிருக்கும்; சுற்றிலும் வெள்ளை, நீலநிறப் பீங்கானால் அலங்கரிக்கப்பட்டிருந்த அடுப்பின் மேல், சட்டியில் எண்ணெய் கொதித்துக்கொண்டிருக்கும். அடுப்புக்கு முன்னால், அராபியக் கால்சட்டை அணிந்திருந்த விசித்திரமான ஒரு ஆண், கால்களைக் குறுக்குவாட்டில் போட்டபடி உட்கார்ந்திருப்பான்; பகல் பொழுதிலும், வெப்பமாக இருக்கும்போதும் மேல்சட்டை இல்லாமலும், மற்ற நேரங்களில் ஐரோப்பியக் கோட்டும் அணிந்திருப்பான்; கோட்டின் கழுத்துப் பட்டை ஊக்கினால் பொருத்தப்பட்டு, மொட்டைத் தலை, மெலிந்த முகம், பொக்கை வாய் இவற்றுடன் கண்ணாடி மட்டும் இல்லாத காந்தியைப் போலத் தோற்றமளிப்பான். கையில் சிவப்பு நிற எனாமல் ஜல்லிக் கரண்டி ஒன்றுடன், எண்ணெயில் சிவக்கும்வரை பொரிந்துகொண்டிருக்கும் வட்ட வடிவ பஜ்ஜிகள் வெந்துகொண்டிருப்பதை மேற்பார்வை பார்த்துக்கொண்டிருப்பான். பஜ்ஜி நன்றாக வெந்தவுடன், அதாவது விளிம்புகளில் பொன்னிறத்துடன் நடுவில் உள்ள

[a] மற்றவர்களைப் போலவே அவனும்.

மிக மிருதுவான ஈர மாவு சவ்வு போலவும், அதே சமயம் மொரமொரப்பாக வும் ஆன பிறகு (ஒளி ஊடுருவும் ஒருவித வறுவல்), கரண்டியை பஜ்ஜிக்கு அடியில் கவனமாகக் கொடுத்து, லாவகமாக எண்ணெயிலிருந்து மேலே தூக்கி, பிறகு சட்டிக்குள் எண்ணெய் சொட்டும்படி கரண்டியை இரண்டு அல்லது மூன்று முறை உதறி, தனக்கு எதிரில் இருந்த, கண்ணாடிக் கதவுகளால் மூடப்பட்ட, பல அடுக்குச் சல்லடைத் தட்டுகளில் வைப்பான்; ஏற்கனவே தயாராகி இருந்த பஜ்ஜிகள் அங்கே அடுக்கி வைக்கப்பட்டிருக்கும்; தேனில் தோய்த்து நீள வடிவில் இருந்த சிறிய பஜ்ஜிகள் ஒருபுறமும் வட்டமாக, தட்டையாக எண்ணெயில் மட்டும் பொரித்த பஜ்ஜிகள் மறுபுறமும். பியருக்கும் ழாக்குக்கும் இந்தப் பஜ்ஜிகள் என்றால் பைத்தியம். ரொம்ப அபூர்வமாக அவர்களில் யாராவது ஒருவனிடம் கொஞ்சம் பணம் இருந்தால், அவர்கள் அங்கு கொஞ்ச நேரம் நின்று, எண்ணெய் பஜ்ஜியை ஒரு காகிதத்தில் வைத்து வாங்கிக்கொள்வார்கள்—அதன் எண்ணெய் அந்தக் காகிதத்தை உடனே கண்ணாடி போல் ஆக்கிவிடும். அல்லது குச்சிபோல் நீண்ட பஜ்ஜியை இவர்களுக்குக் கொடுப்பதற்கு முன்னால் தனக்கு அருகில் அடுப்புக்குப் பக்கத்தில் இருந்த, ஏற்கனவே பஜ்ஜித் தூள்கள் மிதந்துகொண்டிருந்த ஜாடியில் இருந்த ஆழ்ந்த நிறத் தேனில் அராபியன் முக்கி எடுத்துக்கொடுப்பான். இந்த அற்புதங்களை வாங்கிக்கொண்ட சிறுவர்கள் அவற்றைக் கடித்துச் சாப்பிட்டுக் கொண்டே பள்ளிக்கு ஓடுவார்கள், ஆடைகளில் எதுவும் சிந்தி அழுக்காகிவிடாமல் இருக்க உடலையும் முகத்தையும் முன்புறம் நீட்டியபடி.

ஒவ்வொரு ஆண்டும் பள்ளிக்கூடம் திறந்த பிறகு, சேந்த்-விக்த்வார் மாதா கோவிலுக்கு முன்னாலிருந்துதான் தைலான் குருவிக் கூட்டத்தின் புறப்பாடு நிகழும். அந்தத் தெரு அகலப்படுத்தப்பட்டிருந்த பகுதிக்கு மேல் மின்கம்பிகளும், முன்பு டிராம் வண்டிகளுக்காகப் போடப்பட்டு, அவை நின்றுவிட்ட பிறகும்கூடக் கழற்றப்படாமல் இருந்த உயர் அழுத்த மின்சாரக் கம்பிகளும் உயரத்தில் இருந்தன. குளிர் தொடங்கியதும்—பனித்துகள் தோன்றும் அளவுக்கு நடுங்கும் குளிர் இல்லாவிட்டாலும், பல மாத வெப்பத்தின் பெரும்சுமைக்குப் பிறகு நன்றாகவே உறைக்கும் குளிரில்—தைலான் குருவிகள்[a] தோன்றத் தொடங்கும்; பொதுவாக, கடலுக்கு எதிரே இருந்த அகலமான தெருக்களுக்கு மேலேயோ, பள்ளிக்கூடத்துக்கு முன்னால் இருந்த சதுக்கத்துக்கு மேலேயோ, அல்லது நகரத்தின் ஏழ்மையான பகுதிக்கு மேலே இருந்த வானத்திலேயோ, கீச்சுக்குரலில் கத்தியபடி அத்தி மரத்தின் பழத்தை அல்லது கடலின் மேல் மிதக்கும் குப்பையை அல்லது குதிரையின் ஈரமான சாணத்தை கொத்திப் பறந்துகொண்டிருக்கும் அந்தப் பறவைகள் முதலில் பாப்-அசூன் தெருவின் குறுகலான பகுதியில் தனித்தனியாக தோன்றத் தொடங்கி, டிராம் வண்டிகளின் மீது இடிப்பதைப் போலத் தாழ்வாகப் பறந்து, சட்டென்று ஒரே வீச்சில் உயரக் கிளம்பி வீடுகளுக்குப் பின்னால் வானில் மறைந்துவிடும். திடீரென்று ஒரு காலையில், சேந்த்-விக்த்வார் சதுக்கத்தில் உள்ள எல்லாக் கம்பிகளின் மேலும், அங்கிருந்த வீடுகளின் மேலும் ஆயிரக்கணக்கில்,

---

[a] க்ரெனியெ குறிப்பிடும் அல்ஜீரியாவின் குருவிகளைக் காண்க.

ஒன்றன் அருகில் ஒன்று நெருக்கி உட்கார்ந்து, தங்களுடைய குட்டையான கறுப்பு -வெள்ளைக் கழுத்துகளை அசக்கி, வால் பகுதியைப் படபடவென்று அடித்து, கால்களைச் சற்றே தள்ளி வைத்து, புதிதாக வந்த குருவிக்கு இடம் கொடுத்து, நடைபாதை முழுவதும் தங்களுடைய சிறுசிறு சாம்பல் நிற எச்சங்களை இட்டுக்கொண்டிருக்கும் அவை எல்லாம் ஒன்றாய் சேர்ந்து ஒட்டுமொத்தமாக எழுப்பிய கூவல், இடையிடையே சிறு கொக்கரிப்புகளுடன், காலையிலிருந்தே தொடங்கி, தெருவுக்கு மேலே, இடையறாத ஒரு ரகசிய உரையாடலைப் போல நடந்துகொண்டிருக்கும். மாலையில், வீடு திரும்பும் டிராம் வண்டிகளுக்காகச் சிறுவர்கள் ஓடிவரும்வரை இது உரத்துக்கொண்டேபோய் காதடைக்கும் இரைச் சலாக மாறும். திடீரென்று, கண்ணுக்குப் புலப்படாத ஒரு கட்டளைக்குப் பணி வதைப் போல, அவற்றின் கூச்சல் நின்று, ஆயிரக்கணக்கான தூங்கும் பறவைகள் தங்களுடைய சிறிய தலைகளையும், கறுப்பு-வெள்ளை வால்களையும் தாழ்த்திக் கொள்ளும். இரண்டு அல்லது மூன்று நாட்கள்வரை, சாஹேலின் எல்லாக் கோடி களிலிருந்தும், சில சமயங்களில் அதைவிடத் தொலைவிலிருந்தும், லேசான சிறு சிறு கூட்டங்களாக வந்த இந்தப் பறவைகள், தங்களுக்கு முன்பு வந்தவற்றுக்கு இடையே தங்களை நுழைத்துக்கொள்ள முயன்று, பிறகு கொஞ்சம்கொஞ்சமாகத் தாங்கள் கூடியிருந்த தெரு முழுவதும் இரு மருங்கிலும் இருந்த வீடுகளின் கூரை களுக்கு அடியில் வந்து தங்கி, நடந்து செல்பவர்களின் தலைக்கு மேல் அவ்வப் போது அதிகரித்துக்கொண்டேபோன அவற்றின் இறக்கைகளின் படபடப்பும், கூச்சல்களும் இறுதியில் காதடைக்கும் அளவுக்குப் போய்விடும். பிறகு, ஒரு நாள் காலை, வந்த வேகத்திலேயே தெரு காலியாகிவிடும். பின்னிரவில், விடியலுக்குக் கொஞ்சம் முன்பாகவே, அவையெல்லாம் மொத்தமாகத் தெற்குத் திசையை நோக் கிப் பறந்துவிடும். சிறுவர்களைப் பொறுத்தவரை அதுதான், வழக்கத்துக்கு சற்று முன்பாகவே, குளிர்காலத்தின் தொடக்கம்; ஏனென்றால், இன்னமும் கதகதப்பாக இருந்த மாலை நேர வானத்தில் தைலான் குருவிகளின் காதைக் கிழிக்கும் கூவல் இல்லாத கோடை காலம் அவர்கள் அறியாத ஒன்று.

பாப்-அசூன் தெருவின் கோடியில் பெரிய சதுக்கம் இருந்தது. அதன் இடது, வலது புறங்களில் முறையே மேல்நிலைப் பள்ளியும், பாசறையும் எதிரெதிராக அமைந்திருந்தன. அராபியர் வசித்த, குன்றின் மேலிருந்த நகரத்தின் ஈரமான, தெருக்கள் பள்ளிக்கூடத்துக்குப் பின்புறத்திலிருந்தே தொடங்கின. பாசறைக் குப் பின்னால் கடல் இருந்தது. பள்ளிக்கூடத்துக்கு அப்பால் மாரங்கோ தோட் டங்கள் இருந்தன; பாசறைக்கு அப்பால் இருந்த பாப்-எல்-உவேத் என்ற பகுதி ஏழ்மையாகவும், ஒரு பாதி ஸ்பானியர்களைக் கொண்டதாகவும் இருந்தது. ஏழேகால் மணிக்குச் சில நிமிடங்கள் இருக்கும்போது பள்ளிக்கூடத்தின் படிக் கட்டுகளில் வேகமாக ஏறிய பியரும் ழாக்கும், பிரம்மாண்டமான ஒரு கதவுக்குப் பக்கத்தில், கட்டடக் காவலாளருக்கான சிறிய கதவு வழியாகச் சிறுவர்கள் கூட்டம் ஒன்றில் புகுந்து கலந்துவிடுவார்கள். அது அவர்களைப் பிரதானப் படிக்கட்டுக்கு இட்டுச்செல்லும்; அதன் இரு பக்கங்களிலும் சிறந்த மாணவர்களின் பெயர்கள் அடங்கிய கௌரவப் பட்டியல் இருக்கும். அந்தப் படிக்கட்டுகளிலும் விரைந்து ஏறினால் அது பிரதானத் தளத்துக்குச் செல்லும்; அதன் இடது பக்கத்தில், பெரிய

கூடத்திலிருந்து பிரிந்து, வளைவான கண்ணாடிக் கூண்டு போன்ற பாதை வழியே மற்ற தளங்களுக்குப் போகும் படிக்கட்டுகள் இருக்கும். அந்தப் பிரதானத் தளத்தின் தூண்களின் ஒன்றின் பின்னால்தான், தாமதமாக வருபவர்களை வேவுபார்க்கும் 'காண்டாமிருகம்' இருப்பதைக் கண்டுபிடித்துவிடுவார்கள். ('காண்டாமிருகம்' என்பது கண்காணிப்பாளர் பொறுப்பை வகித்த குட்டையான, படபடப்புடன் இருந்த, கார்ஸிகா நாட்டைச் சேர்ந்தவர்; கொக்கி போல வளைந்திருந்த அவருடைய மீசையினால் அவருக்கு அந்தப் பட்டப் பெயர்.) இன்னொரு வாழ்க்கை அப்போது துவங்கும்.

பூாக்குக்கும் பியருக்கும் அவர்களுடைய 'குடும்பச் சூழ்நிலை' காரணமாக ஒரு வேளை இலவச உணவுக்கான சலுகையும் கிடைத்திருந்தது. ஆகவே, அவர்கள் நாள் முழுவதும் பள்ளிக்கூடத்திலேயே இருந்துகொண்டு, மதிய உணவைப் பள்ளியின் உணவுக் கூடத்தில் சாப்பிடுவார்கள். அந்தந்தக் கிழமையைப் பொறுத்து, வகுப்புகள் 8 மணிக்கோ 9 மணிக்கோ தொடங்கும். அங்கேயே இருந்த மாணவர் விடுதியைச் சேர்ந்த மாணவர்களுக்குக் காலைச் சிற்றுண்டி ஏழேகால் மணிக்குக் கொடுக்கப்படும். ஒரு வேளை இலவச உணவுச் சலுகை பெற்றவர்களும் அதில் சேர்ந்துகொள்ளலாம். மிகக் குறைவான சலுகைகளுக்கே பாத்தியதை பெற்றிருந்த அந்த இரண்டு சிறுவர்களின் குடும்பங்கள் இது போன்ற ஒரு சலுகையைத் துறப்பது என்பது நினைத்துக்கூடப் பார்க்க முடியாமல் இருந்தது. ஆகவே, சரியாக ஏழேகால் மணிக்கு, வெள்ளை அடிக்கப்பட்ட, வட்டமாக இருந்த உணவுக் கூடத்துக்கு ஒரு வேளை இலவச உணவுச் சலுகையை மிக அரிதாகவே பெற்ற மாணவர்களில் பூாக்கும் பியரும் இருப்பார்கள். துத்தநாகத் தகடு அடித்திருந்த நீண்ட மேஜைகளில் பெரிய கோப்பைகளுக்கும், காய்ந்த பெரிய ரொட்டித் துண்டுகள் இருந்த கூடைகளுக்கும் முன்னால், அரைத் தூக்கத்தில் இருந்த விடுதி மாணவர்கள் உட்கார்ந்திருப்பார்கள்; அந்த வரிசைகளுக்கிடையே மட்டரகத் துணியில் நீளமான இடுப்புத் துணியைச் சுற்றிக்கொண்டிருந்த பரிமாறும் பணியாட்கள்—பெரும்பாலும் அராபியர்கள்—முன்பு எப்போதோ பளபளப்பாக இருந்திருந்த, நீண்ட மூக்கு வைத்த காபி கூஜாக்களை ஏந்தியபடி, காபியைவிட சிக்கரி அதிகமாக இருந்த, கொதிக்கும் திரவத்தைக் கோப்பைகளில் ஊற்றிக் கொண்டு போவார்கள். தங்களுடைய சலுகையைப் பெற்றுக்கொண்டு கால்மணி நேரத்துக்குப் பின் சிறுவர்கள் படிப்பறைக்குப் போவார்கள்; அங்கே விடுதியில் தங்கி படிக்கும் மாணவர் தலைவன் ஒருவனுடைய மேற்பார்வையில், வகுப்புகள் தொடங்குவதற்கு முன்னால், தங்களுடைய வீட்டுப் பாடங்களை ஒரு முறை சரிபார்த்துக்கொள்வார்கள்.

தொடக்கப் பள்ளிக்கும் மேல்நிலைப் பள்ளிக்கும் இடையே இருந்த முக்கியமான வேறுபாடு அதன் ஆசிரியர்களின் பெருத்த எண்ணிக்கைதான். திரு. பெர்னாருக்கு எல்லாமே தெரிந்திருந்தது, தனக்குத் தெரிந்த எல்லாவற்றையும் ஒரே மாதிரியாகவே கற்றுக்கொடுத்தார். மேல்நிலைப் பள்ளியில் ஒவ்வொரு பாடத்துக்கும் வெவ்வேறு ஆசிரியர்கள் மாறிக்கொண்டிருந்தார்கள்; அவர்களைப்

பொறுத்தே அவர்களுடைய கற்பிக்கும் முறையும் மாறிக்கொண்டிருக்கும்.[a] அவர்களிடையே ஒப்பிட்டுப்பார்ப்பது சாத்தியமாக இருந்தது; அதாவது, தங்களுக்குப் பிடித்தவர்கள், கொஞ்சம்கூடப் பிடிக்காதவர்களிடையே தேர்வுசெய்ய வேண்டியிருந்தது. அந்தக் கோணத்திலிருந்து பார்த்தால், தொடக்கப் பள்ளி ஆசிரியர் கிட்டத்தட்ட தந்தையின் ஸ்தானத்துக்கு வந்துவிடுகிறார்: கிட்டத்தட்ட முழு இடத்தையும் அவர் எடுத்துக்கொள்கிறார், தந்தையைப் போலவே அவரும் தவிர்க்கப்பட முடியாதவர், அடிப்படைத் தேவையின் ஒரு அங்கம். ஆகவே, உண்மையாகவே அவரிடம் அன்பு வைத்திருக்கிறோமா இல்லையா என்ற கேள்விக்கே இடமில்லை. அவரை முற்றிலும் சார்ந்திருப்பதாலேயே பெரும் பாலும் அவரிடம் அன்பு செலுத்த நேரிடுகிறது. ஒருவேளை ஒரு சிறுவனுக்கு அவரைப் பிடிக்கவில்லை என்றாலோ, அல்லது சிறிதளவு மட்டுமே பிடித்திருந் தாலோ, சார்பும் தேவையும் மாறாமலேயேதான் இருக்கும்; பிடித்திருப்பதைப் போலத் தோன்றுவதிலிருந்து பெரிதும் விலகி இருக்காது. ஆனால், மேல்நிலைப் பள்ளியிலேயோ, பேராசிரியர்கள் நம்முடைய சிற்றப்பா, மாமாக்களைப் போல; நம்மால் தேர்வுசெய்துகொள்ள முடியும். குறிப்பாக, நமக்கு ஒருவரைப் பிடிக்காமலே போகலாம். உதாரணமாக, மிக நேர்த்தியாக உடை அணிந்து, ஆனால் முரட்டுத்தனமான அதிகாரத் தோரணையில் பேசும் இயற்பியல் பேராசிரியரை ழாக்கினாலோ பியரினாலோ ஒருபோதும் 'தாங்க' முடியவில்லை. பள்ளியில் இவர்கள் படித்த ஆண்டுகளில் இரண்டு அல்லது மூன்று முறைதான் அவர் பாடம் நடத்த வந்திருந்தார். மற்ற பேராசிரியர்களைவிடச் சிறுவர்கள் அடிக்கடி சந்திக்க நேரிட்ட இலக்கியப் பேராசிரியருக்குத்தான் இவர்களின் அன்பைப் பெறும் வாய்ப்பு அதிகமாக இருந்தது. ஆகவே, ழாக்கும் பியரும் அவருடன்[b] அதிக ஒட்டுதலோடு இருப்பார்கள். இருந்தபோதிலும், அவருக்கு இவர்களைப் பற்றி எதுவும் தெரியாமல் இருந்ததால், இவர்களால் எதற்கும் அவரைச் சார்ந்திருக்க முடியாமல் இருந்தது; வகுப்பு முடிந்தவுடன் இவர்கள் அறிந்திராத ஒரு வாழ்க்கையை நோக்கி அவர் போய்விடுவார். இவர்களும் தாங்கள் பயணம் செய்த டிராம் வண்டித் தடத்தில் பேராசிரியர்களையோ, மாணவர்களையோ எவரையுமே ஒருபோதும் பார்க்க முடியாத அளவுக்கு மாறுபட்டிருந்த, மேல் நிலைப் பள்ளி ஆசிரியர்கள் எவருமே குடியிருக்க வாய்ப்பு இல்லாத, தொலைவில் இருந்த தங்களுடைய இடத்துக்குக் கிளம்பிவிடுவார்கள். நகரின் கீழ்ப்புறமிருந்த பகுதிகளுக்குச் சிவப்பு வண்டிகள்தான் போகும்; நேர்த்தியான பகுதி என்று கருதப்பட்ட மேடான பகுதிக்குப் பச்சை நிற வண்டிகளின் தடம் ஒன்று இருந்தது. மேலும் பச்சை நிற வண்டிகள் தடம் மேல்நிலைப் பள்ளிவரை வரும்; சிவப்பு வண்டித் தடமோ அரசாங்கச் சதுக்கத்துடனேயே நின்றுவிடும். மேல்

---

[a] திரு. பெர்னாரை வியந்து பாராட்டினார்கள், நேசித்தார்கள். மிகச் சிறந்த உதாரணத்தை எடுத்துக்கொண்டாலும், மேல்நிலைப் பள்ளி ஆசிரியரை வியந்து பாராட்டினார்களே தவிர, அவரை நேசிக்க யாரும் முன்வரவில்லை.

[b] யார்? விவரமாகச் சொல்ல வேண்டும்.

நிலைப் பள்ளிக்குக் கீழே இருந்துதான் ( ).[1] ஆகவே, ஒவ்வொரு நாளும் பள்ளிக் கூடம் முடிந்தபின், அதன் வாசலிலேயே, அல்லது சற்றுத் தொலைவில் இருந்த அரசாங்கச் சதுக்கத்திலேயே, தங்களுடையத் தோழர்களின் மகிழ்ச்சியான கூட்டத்திலிருந்து விலகி, அதீத ஏழ்மையான பகுதிகளுக்குச் செல்லும் சிவப்பு டிராம் வண்டிகளை நோக்கிப் போகும்போது, அந்த இரண்டு சிறுவர்களும் தாங்கள் மற்றவர்களிடமிருந்து பிரிந்து போவதை உணர்ந்தார்கள். அவர்களுக்கு ஏற்பட்டது பிரிவு உணர்வுதான், தாழ்வு மனப்பான்மை இல்லை. அவர்கள் வேறு எங்கிருந்தோ வந்தார்கள், அவ்வளவே.

ஆனால் வகுப்பு நடக்கும் நேரங்களில் இந்தப் பிரிவு உணர்வு அழிந்துவிட்டிருந்தது. மாணவர்களின் மேலங்கிகள் நேர்த்தியில் முன்னே பின்னே இருந்தாலும், அவை எல்லாம் ஒரே மாதிரியாக இருந்தன. அங்கு நிலவிய ஒரே போட்டி வகுப்பில் இருக்கும்போது புத்தி கூர்மையும், விளையாடும்போது வேகமும் சுறுசுறுப்பும். இந்த இரண்டு விதமான போட்டிகளிலும், இந்த இரண்டு சிறுவர்களும் பின்தங்கி இருக்கவில்லை. தொடக்கப் பள்ளியில் அவர்கள் பெற்றிருந்த சத்தான கல்வி அவர்களுக்கு ஒரு வித அனுகூலத்தை அளித்திருந்தது; மேல்நிலைப் பள்ளியின் முதல் ஆண்டிலிருந்தே அவர்களைத் தரவரிசையில் முன்னிலையிலேயே வைத்திருந்தது. அவர்களிடமிருந்த பிசகற்ற சொற்களின் அட்சர அறிவு, கணிதத்தில் தேர்ச்சி, தேர்ந்த நினைவாற்றல், இவற்றைத் தவிர, எந்த விதமான அறிவைக் ( )[2] குறித்தும் அவர்கள் மனதில் பதிய வைக்கப்பட்டிருந்த மரியாதை உணர்வு, இவையெல்லாம் அவர்களுடைய பிரதான சொத்தாக, குறைந்தபட்சம், ஆரம்பத்தில் இருந்தன. சிறந்த மாணவர்களின் கௌரவப் பட்டியலில் அடிக்கடி தன் பெயர் இடம் பெறாமல்போய்விடும் அளவுக்கு ழாக்குக்கு மட்டும் சலன புத்தி இல்லாமல் இருந்திருந்தால், பியர் லத்தீன் மொழிப் பாடத்தில் இன்னும் கவனம் செலுத்தியிருந்தால், அவர்களுடைய சாதனை முழுமையானதாக இருந்திருக்கும். எப்படி இருந்தாலும், பேராசிரியர்களின் ஊக்கம் அவர்களுக்குக் கிடைத்ததால், அவர்கள் மதிக்கப்பட்டார்கள். விளையாட்டைப் பொறுத்தவரை, பெரும்பாலும் அது கால் பந்தாட்டமாகவே இருந்தது; பள்ளியில் பொழுதுபோக்கு நேரம் தொடங்கிய முதல் நாளிலிருந்தே, இனி வரவிருந்த ஆண்டுகளில் தன்னுடைய பேரார்வமாக இருக்கப்போவது எது என்பதை ழாக் கண்டுகொண்டிருந்தான். உணவுக் கூடத்தில் மதிய உணவு முடிந்தவுடன் வந்த பொழுதுபோக்கு இடைவெளியிலும், பின்னர் விடுதி மாணவர்கள், பாதி உதவித்தொகை பெற்றவர்கள், வகுப்பில் பின்னடைவினால் நிறுத்திவைக்கப்பட்ட மாணவர்கள் இவர்களுக்காக 4 மணிக்குத் தொடங்க இருந்த வகுப்புக்கு முன்னால் ஒரு மணி நேர இடைவெளியிலும் கால் பந்தாட்டப் போட்டிகள் நடக்கும். அடுத்த நாளுக்கான வீட்டுப் பாடங்களைச் செய்வதற்காக இருந்த 2 மணி நேர வகுப்புக்கு முன்னால் ஏதாவது கொறிப்பதற்கும், சற்று ஓய்வு எடுத்துக்கொள்வதற்கும் இந்த ஒரு மணி நேரப் பொழுதுபோக்கு இடைவெளி வசதியாக இருக்கும்.[a] ழாக்கைப் பொறுத்தவரை கொறிப்பது என்ற

---

[1] தெளிவாக இல்லாத ஒரு சொல்.

[2] தெளிவாக இல்ல ாத ஒரு சொல்.

[a] வெளியிலிருந்து வந்த மாணவர்கள் கிளம்பிவிட்டிருந்தால், முற்றத்தில் கூட்டம் குறைந்து காணப்படும்.

பேச்சுக்கே இடம் இருக்கவில்லை. கால்பந்தாட்டம் என்ற ஒரே நினைப்புடன், அங்கிருந்த சிமெண்ட்டினால் ஆன முற்றத்துக்கு அவன் விரைவான்; முற்றத்தைச் சுற்றி நான்கு பக்கங்களிலும் தூண்களும் வளைவுகளால் ஆன தாழ்வாரங்களும் இருக்கும். (அங்குதான் ஓயாமல் படித்துக்கொண்டும் சாதுவாகவும் இருந்த மாணவர்கள் பேசிக்கொண்டே உலாவுவார்கள்.) அதை ஒட்டி நான்கு அல்லது ஐந்து பச்சை நிற பெஞ்சுகள், இரும்புக் கிராதி வேலிகளுக்குப் பின்னால் பெரிய அத்தி மரங்கள் ஆகியவை இருக்கும்; இரண்டு அணிகள் முற்றத்தைப் பகிர்ந்துகொள்ள, இலக்கின் காவலர்கள் இரு கோடிகளிலும் தூண்களுக்கு நடுவே இருப்பார்கள்; நுரை ரப்பரினால் ஆன பெரிய பந்து ஒன்று நடுவில் வைக்கப் பட்டிருக்கும். நடுவர் கிடையாது; முதல் உதை விட்டவுடனேயே கத்தல்களும், ஓட்டங்களும் தொடங்கிவிடும். ஏற்கனவே தன்னுடைய வகுப்பின் மிகச் சிறந்த மாணவர்களுடன் சரிசமமாகப் பேசிக்கொண்டிருந்த ழாக், இந்த முற்றத்தினால் தான் மிக மோசமான மாணவர்களுடைய மதிப்புக்கும் அன்புக்கும் பாத்திரமா னான். பெரும்பாலும் அறிவுக்கூர்மை குறைந்த அவர்களுக்கு வலுவான கால் களையும், சோர்வடையாத சுவாசத்தையும் விதி அளித்திருந்தது. பொதுவில், திற மையாகச் செயல்பட முடிந்த உடல்வாகு அமைந்திருந்தாலும், விளையாட்டில் கலந்துகொள்ளாமல் இருந்த பியரிடமிருந்து இப்போதுதான் அவன் பிரிந்து இருப் பான். அவன் இன்னும் நோஞ்சானாக ஆகி, ழாக்கைவிட வேகமாக உயர்ந்து இன்னும் அதிகமான வெண்ணிற முடியுடன், இந்த மண்ணில் செய்யப்பட்டிருந்த நடவு அவனைப் பொறுத்தவரை வெற்றி அடையாததைப் போலத் தோன்றி னான்.[a] ழாக்கோ மெதுவாகவே உயர்ந்துகொண்டிருந்ததால், அவனுக்கு "சின்ன மண்மேடு," அல்லது "குட்டை பிருஷ்டம்" என்றெல்லாம் வேடிக்கையான பட்டப் பெயர்கள் கிடைத்தன; அவன் அவற்றைச் சட்டைசெய்ய மாட்டான். கால்களுக்கு இடையே பந்துடன் தலைதெறிக்க ஓடி, ஒரு மரத்தையோ அல்லது எதிராளியையோ தவிர்த்தவாறு, மைதானத்தில், வாழ்க்கையில், தான் அரசனாக இருப்பதாக அப்போதெல்லாம் உணர்வான். பொழுதுபோக்கு நேரத்தின் முடி வையும், படிப்பு நேரத்தின் தொடக்கத்தையும் அறிவிக்கும் மணி ஒலித்ததும், அவன் உண்மையிலேயே வானத்திலிருந்து கீழே விழுந்து, காலம் எவ்வளவு குறுகியது என்ற கோபத்துடன், மூச்சிரைக்க, வியர்த்துக்கொட்டி சிமெண்ட் தரையில் அப்படியே, நின்றுவிடுவான். பிறகு, சிறிதுசிறிதாக அந்தக் கணத்தைப் பற்றிய பிரக்ஞை வந்து, மற்ற தோழர்களுடன் வரிசையில் நிற்பதற்காக மீண்டும் விரைந்து, சட்டையின் கைப்பகுதியால் முகத்தின் வியர்வையை நன்றாகத் துடைத்துக்கொள்வான். திடீரென்று, தன்னுடைய காலணிகளின் அடிப்பாகத்தில் இருந்த ஆணிகளின் தேய்மானம் பற்றிய பயம் அவனைக் கவ்வும்; வகுப்பின் தொடக்கத்தில் படபடப்புடன் அவற்றை ஆராய்ந்து, முந்தைய தினத்திலிருந்த அவற்றின் பளபளப்பிலிருந்து இன்று வேறுபட்டிருக்கிறதா என்று சோதித்து, தேய்மானத்தின் அளவை மதிப்பிடுவதில் இருந்த சிரமத்தை எண்ணியே ஆறுதல் அடைவான். இருந்தாலும், சரிசெய்ய முடியாத மோசமான பழுது ஏதாவது ஏற்

---

[a] இன்னும் விரிவுபடுத்தப்பட வேண்டும்.

பட்டிருந்தால்—பிய்ந்துவிட்ட அடிப்பகுதி, கிழிந்துவிட்ட மேல்பகுதி அல்லது முறுக்கிக்கொண்டுவிட்ட குதிகால் பகுதி—வீட்டுக்குத் திரும்பும்போது அவனுக்கு என்ன மாதிரியான வரவேற்புக் கிடைக்கும் என்பதில் எவ்விதச் சந்தேகமும் இருக்காது; அடுத்த இரண்டு மணி நேரப் படிப்பின்போதும், தான் செய்த தவறி லிருந்து மீட்பு பெறும் வகையில் இன்னும் அதிகக் கவனத்துடன் உழைத்துப் படித்துக்கொண்டே, வயிற்றைப் பிசைய எச்சிலை விழுங்கிக்கொண்டிருப்பான். ஆனால், அவனுடைய சிறந்த முயற்சிகளையும் மீறி, கிடைக்கப்போகும் உதை யைப் பற்றிய நினைப்பு தவிர்க்க முடியாத உறுத்தலாகவே இருக்கும். மேலும், இந்தக் கடைசி வகுப்புதான் நீண்டுகொண்டேபோவதைப் போலத் தோன்றும். முதலாவதாக, இரண்டு மணி நேரம் நீடிக்கும் வகுப்பு அது. அடுத்தது, அது இர வில் அல்லது இருள் கவியத் தொடங்கும்போது நடக்கும். வகுப்பறையின் உயர்ந்த ஜன்னல்கள் மாரங்கோ தோட்டத்தை நோக்கி இருக்கும். அருகருகே உட் கார்ந்திருக்கும் ழாக்கையும் பியரையும் சுற்றி இருந்த மாணவர்கள் படிப்பாலும் விளையாட்டாலும் அயர்ந்துபோய், அன்றைய கடைசிப் பணிகளில் மூழ்கி, வழக்கத்தைவிட அமைதியாக இருப்பார்கள். குறிப்பாக, ஆண்டின் முடிவில், பெரிய மரங்கள், மலர் பாத்திகள், தோட்டத்தில் அடர்த்தியாக இருந்த வாழை மரங்கள் இவற்றின் மேல்தான் இருள் கவியும். வானம் போகப்போகப் பச்சையாக மாறி, நகரத்தின் ஓசைகள் மிகத் தொலைவிலும் சன்னமாகவும் இருந்ததால் வானம் உப்பிக்கொண்டே போவதைப் போலத் தோன்றும். ஜன்னல்களில் ஒன்று பாதி திறந்திருக்கும்போது, அந்தச் சிறிய தோட்டத்துக்கு மேலே தைலான் குருவி கள் பறக்கும் சத்தம் கேட்கும்; செரிங்கோ மலர்கள், பெரிய மக்னோலியா பூக்கள் இவற்றின் மணம், அளவுகோல், மை இவற்றின் கசப்பான அமில நெடியை மூழ் கடிக்கும். வினோதமான கனத்த நெஞ்சுடன் ழாக் பகல் கனவில் மூழ்கியிருக்க, பல்கலைக்கழகத் தேர்வு ஒன்றுக்காகத் தன்னைத் தயார்செய்துகொண்டிருந்த இளைய மாணவர் தலைவன் ழாக்கை சுயநினைவுக்குக் கொண்டுவருவான். இறுதி மணியோசைக்காகக் காத்திருக்கவேண்டி இருக்கும்.

[a]இரவு ஏழு மணிக்கு, மேல்நிலைப் பள்ளி வாசலில் நெரிசல் தோன்றும்; சிறு வர்கள் இரைச்சல் போட்டுக்கொண்டு கும்பல்கும்பலாக பாப்-அசூன் தெரு நெடு கிலும் ஓடி வருவார்கள். எல்லாக் கடைகளிலும் விளக்குகள் பிரகாசமாக ஒளி வீச, வளைவுகளுக்கடியில் இருந்த நடைபாதைகளில் கூட்டம் வழிய, சிறுவர்கள் தெருவில் இறங்கி, டிராம் வண்டித் தடத்திலேயே ஓடவேண்டி இருக்கும். டிராம் வண்டி ஏதாவது வந்துவிட்டால், மீண்டும் குதித்து வளைவுகளுக்கு அடியில் போக வேண்டும். பிறகு, அவர்களுக்கு முன்னால் பரந்து விரியும் அரசாங்கச் சதுக்கத்தின் விளிம்புகளில் இருந்த அராபிய வியாபாரிகளின் பெட்டிக்கடைகளில் தாங்கி களில் எரிந்துகொண்டிருக்கும் அசிடெலீன் விளக்குகளிலிருந்து வரும் வாடை யைச் சிறுவர்கள் ரசித்து மகிழ்வார்கள். அங்கே காத்திருந்த சிவப்பு டிராம் வண்டி கள் ஏற்கனவே நிரம்பி வழிய—காலையில் அவ்வளவு கூட்டம் இருக்காது—அவர் கள் சில சமயங்களில் தொடர் வண்டிகளின் படியில் நின்றுகொண்டு வருவார்

---

[a] தன்பாலீர்ப்பாளரின் தாக்குதல்.

கள்; அது தடை செய்யப்பட்டிருந்தது, ஆனால் கண்டுகொள்ளப்படவில்லை; ஏதாவது ஒரு நிறுத்தத்தில் சில பயணிகள் இறங்கினால், சிறுவர்கள் அந்த மனிதத் திரளுக்குள் தங்களைத் திணித்துக்கொண்டு, ஒருவரை விட்டு ஒருவர் பிரிந்து, எப்படியும் அரட்டை அடிக்க வழியும் இல்லாமல், மெதுவாக முட்டிகளாலும் உடம்பாலும் இடித்து முன்னால் போய் வண்டியின் உலோகக் கிராதிகளில் ஏதாவதொன்றின் அருகே வருவார்கள். அங்கிருந்து அவர்களால் பார்க்க முடிந்த இருண்ட துறைமுகத்தில், இரவில் வானத்தின் இருளின் கீழ் கடலில் நின்றுகொண்டிருந்த, விளிம்புகளில் விளக்குகள் மின்னிக்கொண்டிருந்த, பெரிய கப்பல்கள் எரிந்துபோய்விட்ட கட்டடங்களின் எலும்புக்கூடாக, தீ விட்டுச் சென்ற தணல்களிடையே தெரிவதைப் போல இருக்கும். அந்தப் பெரிய, பிரகாசமான டிராம் தொடர்வண்டி கடல் மட்டத்தைவிட உயரத்தில் சென்று, பிறகு நகரின் உட்புறத்தை நோக்கி இறங்கி, போகப்போக மோசமாகிக் கொண்டுவந்த ஏழ்மையான வீடுகளிடையே பெல்கூர் பகுதிவரை போகும்; இங்குதான் சிறுவர்கள் பிரிந்து சென்றதும். ஒருபோதும் விளக்கே எரியாத படிக்கட்டுகள் வழியே ழாக் மேலே ஏறிப் போய், வீட்டில் இருந்த வட்ட வடிவ பெட்ரோல் விளக்கை நோக்கிப் போவான்; மேஜையின் மெழுகுத்துணிமீதும் அதைச் சுற்றி நான்கு நாற்காலிகளிலும் வெளிச்சம் விழ, அறையின் மற்ற பகுதி நிழலில் இருக்கும். அவனுடைய தாய் காதரின் கோர்மெரி இழுப்பறையிலிருந்து முள்கரண்டி, ஸ்பூன், தட்டு இவற்றை எடுத்துச் சாப்பாட்டுக்குத் தயார்செய்து கொண்டும், பாட்டி மதியம் செய்த கூட்டு போன்ற பதார்த்தங்களை மீண்டும் சுட வைத்துக்கொண்டும், ழாக்கின் அண்ணன் மேஜையில் ஒரு கோடியில் துப்பறியும் நாவலைப் படித்துக்கொண்டும் இருப்பார்கள். சில சமயங்களில் மொஸாபிட் மளிகைக் கடைக்குப் போய்க் கடைசி நிமிஷத்தில் தேவைப்பட்ட உப்பையோ அல்லது கால் கிலோ வெண்ணெயையோ வாங்கிவர வேண்டியிருக்கும்; அல்லது ‘கேபி’ காபிக்கடையில் அட்டகாசமாக அரட்டை அடித்துக்கொண்டிருக்கும் மாமா எர்னெஸ்டை அழைத்துவரப் போகவேண்டி இருக்கும். இரவு எட்டு மணிக்கு மௌனமாகச் சாப்பாடு நடைபெறும் அல்லது எல்லோரையும் பெரிதாகச் சிரிக்க வைக்கும்படியான புரியாத சாகசச் செயல் ஒன்றைப் பற்றி மாமா சொல்லிக்கொண்டிருப்பார். ஆனால், ஒருபோதும் மேல்நிலைப் பள்ளியைப் பற்றிய பேச்சே வராது—அவன் நல்ல மதிப்பெண்கள் வாங்கினானா என்று பாட்டி கேட்பதைத் தவிர. அவனும் ஆமாம் என்று சொல்ல, அதற்கு மேல் யாரும் அதைப் பற்றிப் பேசாமல், அவனுடைய தாய் அதைக் குறித்து ஒன்றும் கேட்காமல் தான் நல்ல மதிப்பெண்கள் வாங்கியதாக அவன் சொல்லும்போது மட்டும் தலையை அசைத்து, கனிவான பார்வையால் அவனைப் பார்ப்பாள், ஆனால், எப்போதும் மௌனமாக, அவள் கவனம் வேறெங்கோ சென்றபடி. ‘‘நீ உட்கார், நான் போய் பாலாடைக் கட்டியை எடுத்து வருகிறேன்,’’ என்று தன் அம்மாவிடம் சொல்லி, பிறகு சாப்பாடு முடிந்து மேஜையைச் சுத்தம் செய்யும்வரை எதுவும் பேசாமல் இருப்பாள். ழாக் ‘பார்தெய்யான்’ புத்தகத்தை எடுத்து மும்முரமாகப் படிக்கும்போது, ‘‘அம்மாவுக்கு உதவி செய்,’’

என்று பாட்டி சொல்வாள். அவளுக்கு உதவிசெய்துவிட்டு, விளக்குக்கு அடியில் திரும்பி வந்து சவால், சண்டை, வீரம் எல்லாம் நிறைந்த தடிமனான புத்தகத்தை மேஜைமேல் வழவழப்பாக, காலியாக இருந்த மெழுகுத்துணிமேல் வைத்துக் கொள்வான்; அவனுடைய தாய் நாற்காலியை விளக்கு வெளிச்சத்துக்கு அப்பால் இழுத்துச் சென்று, குளிர்காலத்தில் ஜன்னலுக்கு எதிரேயும், வெயில் நாட்களில் பால்கனியிலும் போட்டு உட்கார்ந்து, கொஞ்சம்கொஞ்சமாக குறைந்து கொண்டே வரும் டிராம் வண்டிகள், கார்கள், மக்கள் ஆகியவற்றின் நடமாட்டங் களைப் பார்த்தபடி இருப்பாள். அடுத்த நாள் காலை ஐந்தரை மணிக்கு எழுந் திருக்க வேண்டியிருந்ததால் படுக்கப் போக வேண்டும் என்று மீண்டும் பாட்டி தான் அவனிடம் சொல்வாள். அவன் முதலில் பாட்டியை முத்தமிட்டுவிட்டுப் பிறகு மாமாவுக்கு முத்தம் தந்து, இறுதியில் தாய்க்கு முத்தம் தர, அவளும் கவனமில்லாமல் அவனை முத்தமிட்டு, அரை இருளில் தன்னுடைய அசைவற்ற நிலைக்கு மீண்டும் திரும்பி, தான் அயராமல் உட்கார்ந்திருந்த நதிக்கரையில் கீழே, தன் கால்களுக்கடியில் தெருவில் அயராமல் ஓடிக்கொண்டிருந்த வாழ்க்கையின் ஓட்டத்தில் தன் பார்வை கரைந்துபோக, அவளுடைய மகனும் கூன் விழுந்த அவ ளுடைய முதுகை அந்த இருளில் தன்னால் புரிந்துகொள்ள முடியாத இன்னலுக்கு முன்னால், இனம்தெரியாத ஒருவித பதற்றம் நிரம்பிய கனத்த நெஞ்சுடன் அய ராமல் பார்த்துக்கொண்டிருப்பான்.

***

கோழிக்கூண்டு, கழுத்து அறுக்கப்பட்ட கோழி

மேல்நிலைப் பள்ளியிலிருந்து வீட்டுக்குத் திரும்பி வரும்போதெல்லாம் தனக்குத் தெரியாதவை பற்றியும், சாவைப் பற்றியும் தொடர்ந்து அவனுக்கு இருந்த பீதி, நாள் முடியும்போது பகல் வெளிச்சத்தையும் பூமியையும் இருள் விழுங்கிக்கொண்டிருந்த அதே வேகத்தில் ஏற்கனவே அவன் நெஞ்சில் நிரம்பிய பீதி, வீட்டில் பாட்டி தொங்கு விளக்கை ஏற்றிவைக்கும்வரை நிற்காமல் தொடரும்; மேஜையின் மேல் இருந்த மெழுகுத்துணியின் மேல் கண்ணாடிச் சிம்னியை வைத்துவிட்டு, பாட்டி தன் கால் விரல்களை ஊன்றி எம்பி நின்று, மேஜையின் விளிம்பில் தொடைகள் அழுந்த முன் நோக்கிக் குனிந்தபடி, விளக்கின் பர்னரை நன்றாகப் பார்ப்பதற்காக விளக்கு மூடியின் கீழ்ப்புறத்தை நோக்கித் தலையைத் திருப்பி, திரியைச் சீர்செய்வதற்காக விளக்கின் அடியில் இருந்த தாமிரத் திருகை ஒரு கையால் பற்றிக்கொண்டு, திரி புகையாமல் தெளிவான, பிரகாசமான ஒளியைக் கொடுக்க வேண்டும் என்பதற்காக மற்றொரு கையால் எரிந்துகொண்டிருக்கும் தீக்குச்சியால் திரியை ஒழுங்குபடுத்திக்கொண்டிருப்பாள்; பிறகு, செதுக்கப்பட்ட விளிம்புடன் இருந்த மூடிக்குள் செருகப்படும்போது கிறீச்சிட்ட கண்ணாடிச் சிம்னியை அங்கே பொருத்தி, பின்னர் மீண்டும் மேஜைக்கு முன்னால் நிமிர்ந்து நின்று, ஒரு கையை மட்டும் தூக்கி, விளக்கின் சூடான, மஞ்சள் நிற ஒளி மேஜையின் மேல் கச்சிதமான பெரிய வட்டமாக விழும்வரை அதன் திரியைச் சரிசெய்துகொண்டே இருப்பாள்; அப்போது மேஜையின் மெழுகுத்துணியில் பட்டுப் பிரதிபலித்தது போன்ற இதமான ஒளி, இந்தச் சடங்கை மேஜையின் மறுபுறத்திலிருந்து பார்த்துக்கொண்டிருந்த பெண்ணின் முகத்திலும் சிறுவனின் முகத்திலும் வெளிச்சத்தை அளித்து, கொஞ்சம்கொஞ்சமாக அந்தப் பிரகாசம் அதிகரிக்க, சிறுவனின் இறுகிய நெஞ்சம் இளகத் தொடங்கும்.

அதைப் போலவே, சில சமயங்களில் முற்றத்திலிருந்து ஒரு பெட்டைக் கோழியைப் பாட்டி எடுத்துவரச் சொல்லும்போது தோன்றும் இதே போன்ற பீதியைத் தன்னுடைய கர்வத்தாலோ தற்பெருமையாலோ ழாக் சில சமயம் வெல்ல முனைவான். அது எப்போதுமே மாலை வேளையாகத்தான் இருக்கும்: ஒரு முக்கிய நாளுக்கு—ஈஸ்டர் அல்லது கிறிஸ்துமஸ்—முன்தினமோ, தங்களுடைய உறவினர்களை, தங்களைவிட வசதியான உறவினர்களை, அவர்கள் வருவதற்கு முன்தினம், அவர்களைக் கௌரவப்படுத்தவோ, அல்லது அதே அளவுக்குத் தங்களுடைய குடும்பநிலை குறித்து ஏமாற்றவோ விரும்பி. ஒரு முறை, ழாக் மேல்நிலைப் பள்ளியில் படிக்க ஆரம்பித்த வருடங்களில், மாமா ஜோசஃபெனின் ஞாயிற்றுக்கிழமை வியாபாரப் பயணங்களின்போது அவரிடம் அராபியக் கோழிக்குஞ்சுகளை வாங்கிவரும்படி பாட்டி சொல்லியிருந்தாள்; வீட்டு முற்றத்தின் கோடியில், ஈரம் கசிந்துகொண்டிருந்த தரையிலேயே ஒழுங்கற்ற ஒருவிதக் கோழிக்கூண்டைக் கட்டித் தரும்படி மாமா எர்னெஸ்ட்டைப் பணித்திருந்தாள்; அங்கே அவளுக்கு முட்டைகளையும், அவ்வப்போது தங்களுடைய உயிரையும் கொடுத்த ஐந்து அல்லது ஆறு பெட்டைக் கோழிகளை வளர்த்தாள்; முதல்

முறையாக ஒரு மரண தண்டனையை நிறைவேற்ற அவள் முடிவெடுத்தபோது, குடும்பத்தினர் உணவருந்த உட்கார்ந்திருந்தார்கள், பலிக் கோழியை எடுத்து வரும்படி சிறுவர்களில் மூத்தவனிடம் அவள் சொன்னாள். ஆனால், தனக்குப் பயமாக இருப்பதாகத் தீர்மானமாகச் சொன்ன லூயி,[1] தன்னால் அதைச் செய்ய முடியாது என்று சொல்லிவிட்டான். பாட்டி கிண்டலாகச் சிரித்துவிட்டு, தன்னுடைய பழைய நாட்களில் குக்கிராமங்களில் இருந்த, எதற்கும் பயப்படாத சிறுவர்களைப் போல இல்லாத, இந்த வசதியான சிறுவர்களைக் கடுமையாக விமர்சித்தாள். ''ழாக் இருக்கிறானே, அவன் உன்னைவிட தைரியசாலி, எனக்குத் தெரியும். நீ போய் எடுத்து வா, ழாக்.'' பார்க்கப்போனால், ழாக் சிறிதளவும் தைரியமாக இல்லை. ஆனால் பாட்டி அப்படிச் சொல்லிவிட்ட கணத்திலிருந்து அவனால் பின்வாங்க முடியவில்லை, முதல் முறை அன்று மாலையில் அவன் அதற்காகப் போனான். இருளில் படிகளைக் கால்களால் துழாவிப் பார்த்தபடி இறங்கி, இருட்டாக இருந்த தாழ்வாரத்தில் இடது புறமாகத் திரும்பி, முற்றத்தின் கதவைக் கண்டுபிடித்து அதைத் திறக்கவேண்டி இருந்தது. வெளியே, இரவின் இருள் தாழ்வாரத்தில் இருந்ததைவிடக் குறைவாகவே இருந்தது. முற்றத்துக்கு இறங்கிச் சென்ற, பச்சையாக இருந்த நான்கு வழுக்கும் படிகளை ஓரளவு பார்க்க முடிந்தது. வலது புறத்தில் முடிதிருத்துநரின் குடும்பமும், அராபியக் குடும்பமும் இருந்த சிறிய வீடுகளின் ஜன்னல் திரைச்சீலைகள் ஊடாக மங்கிய வெளிச்சம் வடிந்து கொண்டிருந்தது. எதிரே, தரையில் படுத்து உறங்கிக்கொண்டோ, அல்லது தங்களுடைய எச்சங்களைச் சிந்தியிருந்த கம்பிகளின் மேல் உட்கார்ந்துகொண்டோ இருந்த கோழிகள், வெள்ளையாக, திட்டுதிட்டாகத் தெரிந்தன. சற்றே ஆடிக் கொண்டிருந்த கோழிக் கூண்டுக்கருகில் ழாக் வந்து, குத்துக்காலிட்டு, கையைத் தலைக்கு மேலே தூக்கி விரல்களால் இரும்புக் கிராதிகளுக்கு இடையே இருந்த பெரிய வலைகளைத் தொட்டதுமே காதடைக்கும் கொக்கரிப்புகளும், வெதுவெதுப்பான குமட்டும் வாடையும் ஒன்றாக எழுந்தன. தரை மட்டத்தில் இருந்த சிறிய வலைக் கதவைத் திறந்து, கையை நன்றாக உள்ளே நுழைப்பதற்காகக் குனிந்தபோது கையில் பட்ட தரையோ அல்லது அசுத்தமான குச்சி ஒன்றோ அவனுக்கு அருவருப்பைத் தந்தது. உடனேயே, சிறகடித்தபடி இங்குமங்குமாக ஓடிக் கொண்டு, அவற்றின் இறக்கைகளும் கால்களும் எழுப்பிய பெரும் இரைச்சலைத் தொடர்ந்து அவனுடைய நெஞ்சைப் பயம் கவ்விய அதே நேரம், தன் கையை அவசரமாகப் பின்னிழுத்துக்கொண்டான். இருந்தாலும், பெரிய தைரியசாலி என்று குறிப்பிடப்பட்டுவிட்டதால், அவன் ஒரு முடிவுக்கு வந்தாகவேண்டி இருந்தது. ஆனால், வெளிச்சம் இல்லாத, அசுத்தமான இருளில் நிகழ்ந்த இந்தக் களேபரம் அவன் மனதில் ஏற்படுத்திய உளைச்சல் அவன் வயிற்றைப் பிசைந்தது. சற்றுப் பொறுத்திருந்துவிட்டு, தலையை உயர்த்தி வானத்தைப் பார்த்தான். அவனுடைய தலைக்கு மேல் முழுமையான இரவில், அது பளிச்சென்று சாந்தமான நட்சத்திரங்கள் நிரம்பி இருந்தது. அது பிறகு, சட்டென்று முன்னால் தாவி, தன் கைக்கு எட்டிய முதல் கோழியின் காலைப் பற்றி, முற்றிலும் பயந்து அலறிக்கொண்

[1] ழாக்கின் அண்ணன் சில சமயம் லூயி என்றும், சில சமயம் ஆன்ரி என்றும் அழைக்கப் படுகிறான்.

டிருந்த அந்தப் பிராணியைச் சிறிய கதவுவரை இழுத்து, மற்றொரு கையால் அதனுடைய இரண்டாவது காலையும் பிடித்து, முரட்டுத்தனமாக அந்தப் பெட்டைக் கோழியைக் கூண்டுக்கு வெளியே இழுத்ததில், கதவின் பக்கவாட்டுக் கம்பிகளில் இடிபட்டு அதன் சிறகுகளில் ஒரு பகுதி ஏற்கனவே பிய்க்கப் பட்டு, அந்தக் கோழிக்கூண்டு முழுவதும், மிரண்டுவிட்ட பறவைகளின் காதைக் கிழிக்கும் கொக்கரிப்புகளால் நிரம்பியது. அப்போது, திடீரென்று வெளிச்சமடைந்த ஒரு செவ்வக ஜன்னல் சட்டத்தில் எச்சரிக்கை உணர்வு மிக்க முதிய அராபியன் தோன்றினான். ''நான்தான், தஹார் அவர்களே,'' என்றான் சிறுவன் வறண்ட குரலில். ''பாட்டிக்காக ஒரு பெட்டைக் கோழி எடுத்துக் கொண்டு போகிறேன்.'' ''அட, அது நீதானா? நல்ல வேளை. திருடர்களோ என்று நினைத்துவிட்டேன்'', என்ற அராபியன், முற்றத்தை மீண்டும் இருளில் ஆழ்த்தியபடி உள்ளே போய்விட்டான். பிறகு, பயங்கரமாகப் போராடிய பெட்டைக் கோழியுடன், தாழ்வாரத்தின் சுவர்களிலும் படிக்கட்டுகளின் கிராதி களிலும் அதை மோதியபடி ழாக் ஓடினான்; ஜில்லென்று இருந்த அதனு டைய தடித்த, செதில் நிறைந்த கால்கள் அவனுடைய உள்ளங்கையில் பட்ட தால் ஏற்பட்ட அருவருப்பும் பயமும் கலந்த மோசமான உணர்வுடன் வீட்டின் குறட்டிலும் தாழ்வாரத்திலும் இன்னும் வேகமாக ஓடி, இறுதியாக வெற்றியுடன் உணவறையில் திடீரென்று தோன்றினான். தலை முடி கலைந்து, முற்றத்தின் பாசி பட்டுப் பச்சையாக ஆகியிருந்த முழங்கால்களுடன், பெட்டைக் கோழி யைத் தன் உடலிலிருந்து முடிந்தவரை விலக்கிப் பிடித்து, பயத்தில் முகம் வெளிறிப்போய், கதவின் சட்டத்தின் மத்தியில் வெற்றி வீரனைப் போலத் தோன்றினான். ''பார்த்தாயா,'' என்றாள் பாட்டி மூத்தவனிடம். ''உன்னைவிடச் சிறியவன், உன்னை வெட்கமடையச் செய்துவிட்டான்.'' கோழியின் கால்களைப் பாட்டி தன் கையால் உறுதியாகப் பிடித்துக்கொண்டவுடன், நியாயமான பெரு மிதத்துடன் நெஞ்சை நிமிர்த்திக்கொள்வதற்காக ழாக் காத்திருந்தான்; மீட்சி யின்மையின் பிடியில் தான் இருந்ததைப் புரிந்துகொண்டதைப் போலப் பெட் டைக் கோழி திடீரென்று அமைதியாகிவிட்டது. ழாக்குக்கு இன்னும் அதிகத் திருப்தி அளிக்கும் வகையில் அவனைப் பழித்துக்காட்டியதைத் தவிர வேறெது வும் செய்யாத அவனுடைய அண்ணன், ழாக்கைப் பார்க்காமல் தன்னுடைய இனிப்புப் பலகாரங்களைச் சாப்பிட்டுக்கொண்டிருந்தான். மேலும், ழாக்கின் இந்தத் திருப்தி உணர்வு குறுகிய காலமே நீடித்தது. வீரியம் மிகுந்த பேரன் தனக்கு இருந்ததில் மகிழ்ச்சி அடைந்த பாட்டி, அதற்கு வெகுமதியாக, சமையல் அறையில் கோழியின் கழுத்து அறுக்கப்படுவதைப் பார்ப்பதற்காக ழாக்கை அழைத்தாள். இடுப்பைச் சுற்றிப் பெரிய நீலநிறத் துணியை ஏற்கனவே அணிந்துகொண்டிருந்த அவள், இன்னமும் ஒரு கையால் பெட்டைக் கோழியின் கால்களைப் பிடித்துக் கொண்டு, குழிவான, பெரிய வெண்ணிறப் பீங்கான் தட்டையும், நீளமான சமைய லறைக் கத்தியையும் தரையில் வைத்தாள்; மாமா எர்னெஸ்ட் அவ்வப்போது நீண்ட கருங்கல் ஒன்றில் அந்தக் கத்தியை அடிக்கடி தீட்டியிருந்ததால் தேய்மா னம் அடைந்து, அதன் பளபளப்பான கூர் மட்டும் தெரியும் அளவுக்கு அது குறுக

லாகவும் மெல்லியதாகவும் ஆகிவிட்டிருந்தது. ''அங்கே நில்.'' சமையல் அறையின் ஒரு கோடியில் தனக்குச் சுட்டிக்காட்டப்பட்ட இடத்தில் ழாக் நின்றான்; கோழியோ சிறுவனோ வெளியே போக முடியாதபடி வழியை அடைத்துக் கொண்டு பாட்டி நுழைவாயிலில் நின்றாள். கையலம்பும் தொட்டிக்கு முதுகைக் காட்டியபடியும், இடது தோள்பட்டையைச் சுவரில் சாய்த்தும், பலியிடுபவரின் துல்லியமான செய்கைகளை மிரட்சியுடன் ழாக் பார்த்துக்கொண்டிருந்தான். நுழைவாயிலுக்கு இடது புறத்தில் மர மேஜை ஒன்றின் மேல் வைக்கப்பட்டிருந்த சிறிய பெட்ரோல் விளக்கின் ஒளிக்குக் கீழே இருக்கும்படி அந்தத் தட்டைப் பாட்டி நகர்த்தினாள். பிறகு அந்தப் பிராணியைத் தரையில் கிடத்தி, தன் முழுங் காலைத் தரையில் ஊன்றி, பெட்டைக் கோழியின் கால்களை அழுத்தி, அது போராடாமல் இருப்பதற்காகத் தன் கைகளால் அமுக்கி, பிறகு இடது கையால் அதன் தலையைப் பிடித்து, தட்டுக்கு மேலே தலை இருக்கும்படி பின்னோக்கி இழுத்தாள். பிறகு, சவரக்கத்தி போலக் கூர்மையாக இருந்த கத்தியால் அதன் குரல் வளையை—மனிதர்களுக்குக் கண்டம் என்று சொல்லப்படும் குரல்வளையை—மெதுவாக அறுத்து, அறுபட்ட இடத்தை இன்னும் விரிப்பதற்காகத் தலையைத் திருகியபோது பயங்கரமான சத்தத்துடன் கத்தி இன்னும் ஆழமாக தசை நாண் களில் இறங்கிற்று; பயங்கரமாக எம்பித் துடித்துக்கொண்டிருந்த அந்தப் பிரா ணியை அவள் அசையாமல் அதே நிலையில் பிடித்துக்கொண்டிருக்க, பளிச் சென்ற சிவப்பு ரத்தம் வெண்ணிறத் தட்டில் கொட்டியது. பயத்தில் கால்கள் நடுங்க, தன்னுடைய ரத்தமே தன் உடலிலிருந்து வடிந்து வெளியேறியதைப் போல உணர்ந்த ழாக், அதைப் பார்த்தான். முடிவுக்கே வராததைப் போலத் தோன்றிய நீண்ட நேரத்துக்குப் பிறகு, ''தட்டை எடுத்துக்கொள்,'' என்றாள் பாட்டி. கோழியின் ரத்தப்போக்கு நின்றுவிட்டது. ரத்தம் ஏற்கனவே கருஞ்சிவப் பாக மாறத் தொடங்கியிருந்த தட்டை ழாக் மேஜைமேல் கவனமாக வைத்தான். இறகுகளின் பிரகாசம் மங்கி, மடிப்புகளுடன் வட்டமாக இருந்த இமைகள் கண் ணாடி போன்ற கண்மணிகளின் மேல் மூடத் தொடங்கியிருந்த அந்தப் பெட் டைக் கோழியைத் தட்டுக்கு அருகே பாட்டி தூக்கிப் போட்டாள். விரல்கள் ஒன்றாகச் சேர்ந்து, தளர்ந்துபோய் தொங்கிக்கொண்டு இருந்த கால், மங்கித் தொய்ந்துவிட்ட கொண்டை இவற்றுடன் இருந்த அசைவற்ற அந்த உடலை—சுருக்கமாக, சாவை—ழாக் பார்த்தான். பிறகு, உணவறைக்குப் போனான்.[a] அந்த முதல் இரவில், கோபத்தை அடக்கியபடி ழாக்கின் அண்ணன் அவனிடம் சொல் லியிருந்தான்: ''என்னால் அதைப் பார்க்க முடியாது. அருவருப்பாக இருக்கிறது.'' ''இல்லவே இல்லை,'' என்றான் ழாக் நிச்சயமற்ற தொனியில். பகை உணர்வுட னும் குற்ற விசாரணை செய்வதைப் போலவும் இருந்த தோரணையுடன் லூயி அவனைப் பார்த்தான். ழாக் நிமிர்ந்து நின்றான். தன்னுடைய மனஉளைச்சல், அந்த இரவும் பயங்கரச் சாவும் அவனுள் ஏற்படுத்திய நெஞ்சை உலுக்கும் பயம் இவற்றைக் கட்டுப்படுத்திக்கொண்டு, இறுதியில் தான் தைரியமாக இருக்க உத விய, தைரியமாக இருக்க வேண்டும் என்று உந்திய மன உறுதியைத் தன்

---

[a] அடுத்த நாள், நெருப்பில் வாட்டப்படும் பச்சைக் கோழி வாடை.

னுடைய இறுமாப்பில்—இறுமாப்பில் மட்டுமே—பெற்றான். ''உனக்குப் பயம், அவ்வளவுதான்'' என்றான் அவன் முடிவாக. ''ஆமாம்,'' என்றாள் அப்போது உள்ளே வந்த பாட்டி. ''இனிமேல் எப்போதும் கோழிக் கூண்டுக்கு ழாக்தான் போவான்.'' ''அதுதான் சரி, ஆமாம்,'' என்றார் மாமா எர்னெஸ்ட் பெருமிதத்துடன். ''அவன் தைரியசாலி.'' சற்றுத் தள்ளி இருந்துகொண்டு முட்டை வடிவில் இருந்த மரத்துண்டின் மேல் விரித்து வைக்கப்பட்ட காலுறையைத் தைத்துக்கொண்டிருந்த தன் தாயைத் தான் இருந்த இடத்திலிருந்து அசையாமல் ழாக் பார்த்தான். ''ஆமாம்,'' என்றாள் அவள். ''அதுவும் சரிதான். நீ தைரியசாலி.'' பிறகு தெருவை நோக்கித் திரும்பிவிட்டாள். அவளையே பார்த்துக்கொண்டிருந்த ழாக் தன்னுடைய கனத்த நெஞ்சில் மீண்டும் துயரம் குடிகொள்வதை உணர்ந்தான். ''போய்ப் படுத்துக்கொள்,'' என்றாள் பாட்டி. சிறிய பெட்ரோல் விளக்கை ஏற்றாமலே, உணவறையிலிருந்து வந்த மங்கிய ஒளியில் ழாக் உடை மாற்றிக் கொண்டான். இருவருக்கான கட்டிலில் தன் அண்ணன்மேல் படுவதையோ, அவனுக்கு இடைஞ்சல் செய்வதையோ தவிர்க்கும் வகையில் ஓரமாகப் படுத்துக் கொண்டான். படுத்த உடனேயே தூங்கியும் விட்டான், உணர்ச்சியாலும் களைப்பாலும் நைந்துபோய். ழாக் எழுந்திருந்து வெகுநேரம் கழித்துதான் அவனுடைய அண்ணன் எழுந்திருப்பான் என்பதால், சுவரை ஒட்டிப் படுப்பதற்காக ழாக்கைத் தாண்டிச் சென்ற அந்த அண்ணனோ, அல்லது உடை மாற்றிக்கொள்ளும்போது இருட்டில் அலமாரியில் சில சமயம் இடித்துக்கொள்ளும் தாயோ அவனை எழுப்பிவிடுவார்கள்; அவனுடைய தாய் படுக்கையில் மெல்ல ஏறி, அவ்வளவு லேசாகத் தூங்கியதில் அவள் விழித்துக்கொண்டுதான் இருக்கிறாளோ என்று நினைக்கத் தோன்றும்; அவ்வப்போது ழாக்கும் அப்படித்தான் நினைப்பான். அவளை எழுப்பலாமோ என்றுகூட எண்ணி, எப்படியும் அவளுக்குக் காதில் விழப் போவதில்லை என்று தனக்குத் தானே சொல்லிக்கொண்டு, அவள் விழித்தபடி படுத்திருக்கும்வரை அவனும் அப்படியே இருப்பான்—அதே போல லேசாகவும், சத்தமின்றி அசையாமலும், துணி துவைத்து மற்ற வீட்டு வேலைகளைச் செய்த ஒரு நாள் பொழுதின் கடின உழைப்பு அவளைத் தூக்கத்தில் ஆழ்த்தியதைப் போல இவனையும் தூக்கம் ஆட்கொள்ளும்வரை.

***

வியாழக்கிழமைகளும் விடுமுறை நாட்களும்

வியாழக்கிழமையும்[1] ஞாயிற்றுக்கிழமையும்தான் மூாக்கும் பியரும் தங்கள் உலகத்துக்குத் திரும்பிப் போவார்கள். (விதிவிலக்கு: சில வியாழக்கிழமைகளில் மூாக் பள்ளியில் கண்காணிப்பில் இருக்க நேரிடும். தலைமை மேற்பார்வையாளர் அலுவலகம் அதைக் குறிப்பிட்டு அளிக்கும் சீட்டு ஒன்றில், தன் தாயிடம் சுருக்க மாக ஒரே சொல்லில் 'தண்டனை' என்று விளக்கம் அளித்து, அவளிடம் கையெழுத்து வாங்கி வர வேண்டும். தண்டனையின் விளைவாக, மூாக் காலை 8 மணிமுதல் 10 மணிவரை இரண்டு மணி நேரம்—அல்லது, சில மோசமான குற்றங்களுக்கு நான்கு மணி நேரம்—மேல்நிலைப் பள்ளியிலேயே மற்ற குற்ற வாளிகளுடன் ஒரு அறையில், இதற்காகவே அன்று அங்கு வரவழைக்கப்பட்டு எரிச்சலுடன் இருந்த மாணவர் தலைவனின் கண்காணிப்பின் கீழ், எந்தவிதப் பய னும் இல்லாத தண்டனையை அனுபவிக்க வேண்டும்.)[a] மேல்நிலைப் பள்ளியில் படித்த எட்டு ஆண்டுகளில் ஒரு முறைகூட பியர் இந்தத் தண்டனையைப் பெற்றதில்லை. ஆனால், சதா கூச்சல் போட்டுக்கொண்டும், ஜம்பமடித்துக் கொண்டும் இருந்த மூாக், அலட்டிக்கொள்வதில் மகிழ்ச்சி அடைந்து, ஏதாவது கிறுக்குத்தனம் செய்து, தண்டனைகளைப் பெற்றவாறு இருந்தான். தண்டனைகள் நடத்தைக்காகக் கொடுக்கப்பட்டன என்று என்னதான் பாட்டிக்கு அவன் விளக் கம் அளித்தாலும், முட்டாள்தனத்துக்கும் மோசமான நடத்தைக்கும் இடையே இருந்த வித்தியாசம் அவளுக்குத் தெரிந்திருக்கவில்லை. அவளைப் பொறுத்த வரை ஒரு சிறந்த மாணவன் ஒழுக்கமும் நன்னடத்தையும் கொண்டவனாகத் தான் இருக்க முடியும்; ஆகவே, ஒழுக்கம் நேராக அறிவுக்கு இட்டுச்செல்லும். அதனால், குறைந்தபட்சம் முதல் சில ஆண்டுகளில், வியாழக்கிழமைத் தண்டனை கள், புதன்கிழமை அடி உதைகளால் இன்னும் மோசமாயின.

தண்டனை இல்லாத வியாழக்கிழமைகளிலும், ஞாயிறுகளிலும் காலைப் பொழுது கடைக்குப் போவதிலும், வீட்டு வேலைகள் செய்வதிலும் கழிந்துவிடும். மதிய வேளையில், பியரும் மூானும்[2] ஒன்றாகப் புறப்படுவார்கள். பருவ நிலை நன்றாக இருக்கும்போது, ஸாப்லெத் கடற்கரை இருக்கவே இருந்தது. அல்லது, கால்பந்தாட்டத்துக்காக ஒழுங்குபடுத்தாமல் ஒதுக்கப்பட்டிருந்த மைதானமும், 'பெதாங்க்'[3] விளையாடுவதற்கான சிறிய பரப்புகளும் அடங்கிய, ராணுவ அணி வகுப்புப் பயிற்சிக்காக அமைந்திருந்த பெரிய மைதானம் இருந்தது. அங்கே, பெரும்பாலும் கிழிந்த துணிகளால் ஆன பந்தை வைத்துக்கொண்டு, அராபிய, பிரெஞ்சுச் சிறுவர்களுடன் அந்த இடத்திலேயே உருவாக்கப்பட்ட அணிகள் கால்

---

[1] வாராந்திர விடுமுறை நாள் (த.மொ.கு.).

[a] மேல்நிலைப் பள்ளியில் அதற்கு 'காஸ்டாஞ்' என்று பெயர், 'தோனாத்' அல்ல.

[2] மூாக் என்று இருக்க வேண்டும்.

[3] பெரிய குண்டுகளை வைத்துக்கொண்டு விளையாடப்படும், தென் பிரான்ஸின் பிரபல நாட்டுப் புற விளையாட்டு (த.மொ.கு.).

பந்தாட்டம் விளையாடும். மற்ற நாட்களில் கூபாவில்[a] இருந்த ஊனமுற்ற முன் னாள் போர்வீரர்கள் இல்லத்துக்குப் போவார்கள்; அஞ்சல் அலுவலகப் பணியை விட்டுவிட்டு வந்திருந்த பியரின் தாய் அங்கே தலைமைச் சலவைக்காரியாக இருந்தாள். அல்ஜேயின் கிழக்குப் பகுதியில், டிராம் வண்டித் தடம்[b] ஒன்றின் முடி வில் இருந்த ஒரு குன்றின் பெயர் கூபா. பார்க்கப்போனால், நகரம் அங்கே முடிந்து சீரான மலைச்சரிவுகளும், நிறைந்த நீர் வளமும், செழிப்பான புல் வெளிகளும், ஆங்காங்கே உயர்ந்த சைப்ரஸ் மரங்கள் அல்லது நாணல் வேலி களால் பிரிக்கப்பட்டிருந்த கவர்ச்சியான செம்மண் பூமியும் அடங்கிய மென் மையான சாஹேல் கிராமப்புறம் அங்குதான் தொடங்கியது. அங்கே அதிக உழைப்புத் தேவைப்படாமல் தானாகவே திராட்சைக் கொடிகளும், பழ மரங் களும், சோளமும் நன்றாகச் செழித்து வளர்ந்தன. நகரத்திலிருந்தும், அதற்குக் கீழே இருந்த வெப்பமான, ஈரப்பதம் நிரம்பிய பகுதிகளிலிருந்தும் வந்த வர்களுக்கு, சாஹேலில் வீசிய காற்று புத்துணர்ச்சி அளித்ததோடு, ஆரோக்கிய மானதாகவும் கருதப்பட்டது. கொஞ்சம் வசதி படைத்து அல்லது வருமானம் இருந்து, அல்ஜீரியக் கோடைகாலத்திலிருந்து தப்பிக்க, மிதமான வானிலை நில விய பிரான்ஸுக்கு ஓடிவிடும் சில அல்ஜீரியர்கள், அவர்கள் இருந்த ஏதாவது ஒரு இடத்தில் கொஞ்சம் குளிர்ந்த காற்று அடித்தால்கூடப் போதும், அதற்கு "பிரெஞ் சுக் காற்று" என்று பெயர் சூட்டிவிடுவார்கள். ஆகவே, கூபாவில் பிரெஞ்சுக் காற்றை சுவாசிக்க முடிந்தது. போர் முடிந்த கொஞ்ச காலம் கழித்து, ஊனமுற்ற முன்னாள் ராணுவ வீரர்களுக்காக நிறுவப்பட்ட இல்லம் ஒன்று, டிராம் வண்டித் தடத்தின் கடைசி நிறுத்தத்திலிருந்து ஐந்து நிமிடங்களில் நடந்து செல்லக் கூடிய தொலைவில் இருந்தது. பரந்திருந்த, சிக்கலான கட்டட அமைப்புக் கொண்ட அந்த முன்னாள் கன்னியர் மடம், பல பகுதிகளாகப் பிரிக்கப்பட்டு, வெள்ளை யடிக்கப்பட்ட தடித்த சுவர்களுடனும், வளைவுக்கடியில் இருந்த தாழ்வாரங்க ளுடனும், சாப்பாட்டு அறைக்காகவும் வேறு சில வசதிகளுக்காகவும் அரைக் கோள வடிவக் கூரையின் கீழிருந்த பெரிய கூடங்களுடனும் இருந்தது. பியரின் தாய் திருமதி. மார்லோனின் பொறுப்பில் இருந்த சலவைக்கூடம் இது போன்ற ஒரு கூடத்தில் அமைந்திருந்தது. அங்கே, ஈரத் துணிகள், சூடான இஸ்திரிப் பெட்டி இவற்றின் வாடைக்கு மத்தியில் அந்தச் சிறுவர்களை அவள்தான் வர வேற்றாள். அவள் மேற்பார்வையின் கீழ் இரண்டு—ஒரு அராபியர், ஒரு பிரெஞ் சுக்காரர்—ஊழியர்கள் இருந்தனர். சிறுவர்கள் இருவருக்கும் தலா ஒரு ரொட்டித் துண்டும் சாக்லேட்டும் தந்துவிட்டு, வலிமையுடன் இளமையாகவும் அழகாகவும் இருந்த தன்னுடைய மேல்சட்டையின் கைகளைச் சுருட்டிவிட்டுக் கொண்டு, "இவற்றை உங்கள் பாக்கெட்டுகளில் வைத்துக்கொண்டு மாலை நாலு மணிக்குச் சாப்பிடுங்கள், தோட்டத்தில் போய் விளையாடுங்கள். எனக்கு வேலை இருக் கிறது," என்பாள்.

---

[a] அதுதான் அதன் பெயரா?

[b] தீ விபத்து.

அங்கே தாழ்வாரங்களிலும், உட்புற முற்றங்களிலும் சிறுவர்கள் சுற்றிக் கொண்டு இருப்பார்கள்; பெரும்பாலான நேரங்களில், தங்கள் விரல்களுக்கு இடையில் உருகிக்கொண்டிருந்த சாக்லேட்டுகளையும் இடைஞ்சலாக இருந்த ரொட்டித் துண்டுகளையும் உடனேயே தின்றுதீர்த்துவிடுவார்கள். ஒரு கையை அல்லது ஒரு காலை இழந்தோ, அல்லது சைக்கிள் வண்டிச் சக்கரங்கள் பொருத்தப் பட்ட சிறிய வண்டிகளில் உட்கார்ந்துகொண்டோ இருந்த ஊனமுற்ற, முன் னாள் ராணுவ வீரர்களை அங்கே அவர்கள் பார்ப்பார்கள். உருத்தெரியாமல் போய்விட்டவர்களோ, பார்வையிழந்தவர்களோ அங்கே இருக்கவில்லை; முட மாகிப்போனவர்கள் மட்டுமே இருந்தார்கள். பெரும்பாலும், ஏதாவது பதக்கம் அணிந்து, ஊனமாகிவிட்ட உறுப்பை மறைக்கும் வண்ணம் மேல்சட்டை அல் லது கோட்டின் கைப்பகுதி, அல்லது கால்சட்டையின் கால் பகுதி இவற்றை இழுத்துக் கவனமாக மூடி, ஊக்கினால் பொருத்தி, பொதுவாகவே நேர்த்தியாக உடையணிந்திருப்பார்கள்; ஆகவே, பார்ப்பதற்குக் கொடூரமாக இருக்காது. மேலும், அதே போல நிறைய பேர் அங்கே இருப்பார்கள். முதல் நாள் ஏற்பட்ட வியப்பு உணர்வு மறைந்த பிறகு, புதிதாகத் தாங்கள் கண்டு அறிந்ததையெல்லாம் எப்படிக் கவனித்து, உலகைப் பற்றிய தங்களுடைய பார்வைக்குள் சேர்த்துக் கொண்டார்களோ, அதே போலவே அவர்களையும் கவனித்தார்கள். அவர்கள் ஒரு கையையோ, காலையோ போரில் இழந்துவிட்டிருந்தார்கள் என்று திருமதி மார்லோன் சொல்லியிருந்தாள். அவர்களுடைய உலகில் போர் ஒரு அங்கமாக ஆகிவிட்டிருந்தது. போரைப் பற்றி மற்றவர்கள் பேசிக்கொண்டிருந்ததை எப் போதும் அவர்கள் கேட்டுக்கொண்டிருந்தார்கள். போரில் ஒரு கையையோ, காலையோ இழக்க முடியும் என்பதைச் சிரமமின்றிப் புரிந்துகொள்ளும் அள வுக்கு அவர்களைச் சுற்றியிருந்த எல்லாவற்றையும் அது பாதித்தது. தன் கைகளையும் கால்களையும் ஒருவர் இழக்க நேரிட்ட அவருடைய வாழ்க்கையின் ஒரு காலகட்டம்தான் போர் என்றும்கூட அதை வரையறுத்துச் சொல்லலாம். ஆகவேதான் முடமானவர்களின் இந்த உலகம் சோகமானதாகச் சிறுவர்களுக் குத் தோன்றவே இல்லை. சிலர் அதிகம் பேசாமலும், சுரத்தில்லாமலும் காணப் பட்டார்கள் என்பது உண்மைதான் என்றாலும், பெரும்பாலானோர் இளமை யாக, சிரித்த முகத்தோடு, தங்களுடைய ஊனத்தைப் பற்றி வேடிக்கையாகப் பேசிக்கொண்டும் இருந்தார்கள். வெண்ணிற முடி, சதுர முகம், ஆரோக்கியச் செழிப்பு இவற்றுடன் அடிக்கடி சலவைக் கூடத்தில் சுற்றி வந்துகொண்டிருந்த ஒருவன், "எனக்கு இருப்பது ஒரு கால்தான், ஆனால் இப்போதும் என் னால் உன் புட்டத்தில் எட்டி உதைக்க முடியும்" என்று சிறுவர்களிடம் சொல்வான். தன்னுடைய வலது கையைக் கைத்தடியிலும், இடது கையைத் தாழ்வாரத்தின் மதிற்சுவரிலும் ஊன்றிக்கொண்டு, நிமிர்ந்து, தன்னுடைய ஒரே காலைச் சிறுவர்களை நோக்கி வீசிக் காட்டுவான். சிறுவர்களும் அவனுடன் சேர்ந்து சிரித்து, இயன்றவரை வேகமாக ஓடுவார்கள். ஓடவோ அல்லது இரண்டு கைகளையும் பயன்படுத்தவோ தங்களால் மட்டுமே முடியும் என் பது அவர்களுக்கு இயல்பான ஒன்றாகத் தோன்றும். ஒரே ஒரு முறை மட்டும்,

கால்பந்தாட்டத்தின்போது கால் சுளுக்கிக்கொண்டு கொஞ்ச நாட்கள்வரை நொண்டிக்கொண்டிருந்த பூாக்குக்கு மட்டும் தன்னால் இப்போது ஓடவோ, ஓடிக்கொண்டிருக்கும் டிராம் வண்டியில் ஏறவோ, கால்பந்தை உதைக்கவோ முடியாமல் இருப்பதைப் போலவே வியாழக்கிழமைகளில் பார்க்கும் ஊனமுற்றோர்கள் தங்கள் வாழ்நாள் முழுவதும் இயலாத நிலையில் இருந்தார்கள் என்ற எண்ணம் மனதில் தோன்றியது. மனித உடலின் செயல்பாடுகளில் பொதிந்திருந்த அற்புதமும், என்றாவது அவனும் முடமாகக் கூடும் என்ற நினைப்பில் எழுந்த அர்த்தமற்ற பீதியும் திடீரென்று ஒன்றாக அவனுக்கு உறைத்தன; பின்னர், அதை மறந்துவிட்டான்.

பிறகு அந்த இல்லத்தில், பாதி மூடியிருந்த ஜன்னல்களுடன் இருந்த சாப்பாட்டுக் கூடத்தில், முழுவதும் துத்தநாகத் தகட்டினால் மூடப்பட்டு, நிழலிலும் லேசாக பளபளத்துக்கொண்டிருந்த பெரிய மேஜைகளைச் சுற்றியும், அதைத் தவிர, வறுத்த இறைச்சிக் கொழுப்புப் பொருக்குகளின் வாடை இடைவிடாமல் நீடித்த பெரிய குண்டான்கள், வால்பாத்திரங்கள் நிரம்பியிருந்த சமையலறை அருகிலும் அவர்கள்[a] உலாவுவார்கள்; இல்லத்தின் கடைசிப் பகுதியில், சாம்பல் நிறப் படுக்கை விரிப்புகளுடன் இருந்த இரண்டு அல்லது மூன்று கட்டில்களும், வெண்ணிற மர அலமாரிகளும் கொண்ட அறைகள் தென்படும்; அதைத் தாண்டி, வெளிப்புறமாக இருந்த படிக்கட்டு வழியாக இறங்கி அவர்கள் தோட்டத்துக்குப் போவார்கள்.

ஊனமுற்றோர் இல்லத்தைச் சுற்றி, கிட்டத்தட்ட முற்றிலும் கவனிப்பாரில்லாமல், ஒரு பூங்கா இருந்தது. இல்லத்தை ஒட்டியபடி சுற்றியிருந்த இடத்தில் ரோஜாச் செடிகள் நிறைந்த புதர்களையும், சிறிய மலர்ப் பாத்திகளையும், இவற்றைத் தவிர, உயர்ந்த வேலிகளாலும் காய்ந்த நாணல்களாலும் சூழப்பட்ட சிறிய காய்கறித் தோட்டத்தையும் பராமரிக்கும் பொறுப்பை ஊனமுற்றோர் சிலர் எடுத்துக்கொண்டிருந்தனர். ஆனால் அதற்கு அப்பால் ஒருகாலத்தில் பிரமாதமாக இருந்த பூங்கா இப்போது பராமரிக்கப்படாமல் இருந்தது. பிரம்மாண்ட யூகலிப்டஸ் மரங்கள், கம்பீரமான ஈச்ச மரங்கள், தென்னை, தடித்த அடிப்பகுதியுடன் இருந்த ரப்பர் மரங்கள்[b]—அவற்றின் தாழ்வான விழுதுகள் வெகுதூரம் சென்று வேரூன்றி, பரந்த நிழலும் ரகசியமும் கலந்த சிக்கலான தாவரப் பின்னலாக இருக்கும்—அடர்த்தியான சைப்ரஸ் மரங்கள், செழிப்பான ஆரஞ்சு மரங்கள், அசாதாரணமாக உயர்ந்திருந்த இளம் சிவப்பு, வெள்ளை நிறத்திலிருந்த லவங்க மரக் கூட்டங்கள் இவற்றின் ஆக்கிரமிப்பின் கீழ், ஜல்லிகளைக் களிமண் மூடியிருந்ததால் பாதை மறைந்துவிட்டிருந்தது. பாதையின் ஓரங்களைக் கொரித்துக்கொண்டிருந்த நறுமணம் மிக்க யவன ஊதாப்பூ, மல்லிகை, மணிவிளாம் பூ, தாட்பூட் மலர்களும், தவிர தேன்சிட்டுப் புதர்களும் மண்டிக்கிடந்தன; மேலும், கிராம்பு, ஓக்சாலிஸ், காட்டுப்புல் இவையெல்லாம் தரையில் செழிப்பாகப் படர்ந்து கம்பளம் விரித்ததைப் போல இருந்தன. நறுமணம் வீசும் இந்தக் காட்டில்

[a] சிறுவர்கள்.

[b] மற்ற பெரிய மரங்கள்.

திரிவது, தரையில் தவழ்வது, புற்களின் மேல் குனிந்து முகத்தைப் புதைப்பது, வழியை மறித்து வளர்ந்திருந்தவற்றைக் கத்தியால் வெட்டுவது, மண் அப்பியிருந்த கால்களும் முழுவதும் நனைந்த முகமுமாக வெளியே வருவது—அதுதான் அவர்களின் பேரானந்தம்.

ஆனால், மதிய வேளையின் பெரும்பகுதியைப் பயங்கரமான விஷம் தயாரிப்பு வேலை எடுத்துக்கொள்ளும். காட்டுத் திராட்சைக் கொடிகள் படர்ந்திருந்த சுவரை ஒட்டியிருந்த பழைய கல் பெஞ்சுக்குக் கீழே ஆஸ்பிரின் மாத்திரைக் குழல்கள், பழைய மருந்து புட்டிகள், மை புட்டிகள், உடைந்த தட்டுகள், விரிசல் கண்ட கோப்பைகள்—அவர்களின் சோதனைக்கூடம் இவைதான். அங்கே, பூங்காவின் மிக அடர்த்தியான பகுதியில் மற்றவர் கண்ணில் படாமல் மறைந்து, தங்களுடைய புதிரான பாஷாணங்களைத் தயார்செய்வார்கள். அவர்களுடைய அடிப்படை மூலப் பொருள் வெளிர் சிவப்பு லவங்கம். ஏனென்றால், அதனுடைய நிழல் மிகத் தீமை விளைவிக்கக் கூடியது என்றும், முன்ஜாக்கிரதை இல்லாமல் அதற்கு அடியில் போய்ப் படுத்துத் தூங்குபவன் ஒருபோதும் உயிருடன் எழுந்திருக்க மாட்டான் என்றும் மற்றவர்கள் பேசிக்கொண்டதை அவர்கள் அடிக்கடி கேட்டிருந்தார்கள். ஆகவே, அவற்றின் பருவ காலம் வந்ததும், லவங்க இலைகளையும் பூக்களையும் இரண்டு கற்களிடையே வைத்து, அதைப் பார்த்தாலேயே பயங்கரச் சாவு நிச்சயம் என்று தோன்றும்படியான ஒரு தீய (உடல்நலத்தைப் பாதிக்கும்) கூழாக ஆகும்வரை அரைப்பார்கள். திறந்த வெளியில் வைக்கப்படும் அந்தக் கூழ், உடனேயே பயங்கரமாக நிறப்பிரிகை அடைந்து, பல வண்ணங்களைப் பெறும். அதற்குள் சிறுவர்களில் ஒருவன், ஒரு பழைய புட்டியில் நீர் பிடித்து வருவதற்காக ஓடுவான். அதையடுத்து, சைப்ரஸ் மரத்தின் கூம்பு வடிவப் பழங்கள் அரைக்கப்படும். கல்லறைத் தோட்டங்களில் பொதுவாகக் காணப்படும் மரம் சைப்ரஸ் மரம் என்ற குருட்டுத்தனமான காரணத்தை வைத்துக்கொண்டே அதன் தீய சக்தியைப் பற்றி உறுதியான நிச்சயத்துடன் அவர்கள் இருந்தார்கள். உதிர்ந்து விழுந்து, காய்ந்துபோயிருந்த சைப்ரஸ் பழங்கள் கெட்டியாக, வெறுப்பளிக்கும் ஆரோக்கியத்துடன் தோன்றியதால், அவற்றைத் தரையிலிருந்து பொறுக்காமல், நேரடியாக மரத்திலிருந்தே பறிப்பார்கள்.[a] அந்த இரண்டு கூழ்களையும் பழைய கோப்பை ஒன்றில் கலந்து நீரை ஊற்றிக் கரைத்து, பின்னர் அழுக்காக இருந்த கைக்குட்டையில் அந்தக் கரைசலை வடிகட்டுவார்கள். அதிலிருந்து பெறப்படும் கவலை அளிக்கும் பச்சை நிறத் திரவம், வீரியம் மிக்க விஷத்துக்கு அளிக்கப்படும் முன்னெச்சரிக்கையுடன் கையாளப்படும். பிறகு, அந்தத் திரவத்தில் கை படாமல், தெளிந்த திரவத்தைக் கவனமாக ஆஸ்பிரின் குழல்களிலும், பழைய மருந்து புட்டிகளிலும் ஊற்றி மூடுவார்கள். மீதமிருந்த கசடுடன், அவர்கள் பொறுக்கியிருந்த வேறு எல்லாவித சிறு உருண்டைப் பழங்களின் கூழ்களையும், இன்னும் தீவிரக் கொடுமையான விஷங்களை வரிசையாகத் தயாரிப்பதற்காகச் சேர்த்து, கவனமாக அவற்றுக்கு வரிசை எண்களைக் கொடுத்து, அவை நன்றாகப் புளித்து, திட்டவட்டமாகச் சாவை

[a] காலக்கிரமப்படி தர வேண்டும்.

உறுதிசெய்யும் விஷங்களாக மாறுவதற்காகக் கல் பெஞ்சுக்கு அடியில் ஒரு வாரம் வரை வைப்பார்கள். இந்த ரகசிய, சூழ்ச்சி பொதிந்த வேலை முடிந்தவுடன், மூாக்கும் பியரும் தங்களுடைய பயமுறுத்தும் குப்பிகளின் சேகரிப்பைப் பெரும் மகிழ்ச்சியுடன் பார்ப்பார்கள்; பச்சை நிறக் கூழை அரைத்த கல்லில் ஒட்டிக் கொண்டிருந்த பிசுக்கிலிருந்து கிளம்பிய தீவிர அமில நெடியை ரசித்து முகர் வார்கள். மற்றபடி இந்த விஷங்கள் யாருக்காகவும் தயாரிக்கப்படவில்லை. எவ் வளவு பேரை இந்த விஷங்கள் கொல்ல முடியும் என்பதை மட்டும் இந்த வேதி யியலாளர்கள் கணக்குப் போட்டுப்பார்ப்பார்கள்; ஒரு நகரத்தின் மக்கள் தொகை யையே அழிக்கப் போதுமான அளவுக்கு அவற்றைத் தயாரித்துவிட்டோம் என்று தைரியமாக நம்பும் அளவுக்குப் போய்விடுவார்கள். ஆனால் தங்களுக்குப் பிடிக் காத ஒரு தோழனையோ, ஆசிரியரையோ இவற்றால் ஒழித்துக்கட்டலாம் என்று ஒருபோதும் அவர்கள் எண்ணியதில்லை. உண்மையைச் சொல்வதானால், அவர் கள் எவரையும் வெறுக்கவில்லை. வளர்ந்து பெரியவர்கள் ஆனபின் தாங்கள் வாழ வேண்டியிருந்த உலகில் இதுதான் அவர்களைப் பெரும் சங்கடத்துக்கு உள்ளாக்க விருந்தது.

ஆனால் மிகவும் மகத்தான நாட்களாக இருந்தவை பலத்த காற்றடித்த நாட் கள்தான். பூங்காவை நோக்கியிருந்த அந்தக் கட்டடத்தின் ஒரு பக்கத்தின் கோடி யில் முன்பு சுற்றுச்சுவருடன் இருந்த தளம் ஒன்று இருந்தது. அங்கே சிவப்பு ஓடுகள் பதிக்கப்பட்ட சிமெண்ட் பீடத்துக்கு அடியில் பழைய சுற்றுச்சுவரின் கல் தூண்கள் புல் தரையில் விழுந்திருக்கும். மூன்று பக்கங்களிலும் திறந்திருந்த அந்தத் தளத்திலிருந்து பூங்காவை முற்றிலுமாகப் பார்க்க முடியும். கூபா குன்றை சாஹெல் சமவெளியிலிருந்து பிரிக்கும் பள்ளம் பூங்காவுக்கு அப்பால் இருந்தது. ஆனால் அல்ஜேயில் எப்போதும் கிழக்குத் திசையிலிருந்து பலமாக அடித்துக்கொண்டிருந்த காற்று, தளத்தின் குறுக்கே நேராக வீசும்படியாக அந்தத் திறந்தவெளித் தளம் அமைந்திருந்தது. அது போன்று காற்றடித்த நாட்களில், கண்ணில் பட்ட முதல் ஈச்ச மரத்தை நோக்கிச் சிறுவர்கள் ஓடுவார்கள்; அதன் கீழே நீண்ட, காய்ந்த ஈச்ச மட்டைகள் இருக்கும். அவற்றின் அடிப்பாகத்திலிருக்கும் முள்ளை எடுப்பதற்காகவும், அதை இரண்டு கைகளாலும் பிடிக்க முடியும்படி இருப்பதற்காகவும் அதைச் சுரண்டுவார்கள். பிறகு, தங்களுக்குப் பின்னால் ஈச்ச மட்டைகளை இழுத்தபடி திறந்தவெளித் தளத்தை நோக்கி ஓடுவார்கள்; தங்க ளுடைய மிக உயர்ந்த கிளைகளைக் காட்டுத்தனமாக ஆட்டிக்கொண்டு இருந்த ‘யூகலிப்டஸ்’ மரங்களினூடே விசிலடித்துக்கொண்டும், ஈச்ச மரங்களின் ஓலை களின் வரிசையைக் கலைத்தபடியும், ரப்பர் மரங்களின் பெரிய, பளபளப்பான இலைகள் ஆடும்போது காகிதம் உரசுவதைப் போல ஒலி எழுப்பிக்கொண்டும் அந்தக் காற்று ஆவேசமாக அடிக்கும். அவர்கள் அந்தத் தளத்தின் மேல் ஏறி ஈச்ச மட்டையைத் தூக்கி, காற்றுக்கு முதுகைக் காட்டியபடி நிற்க வேண்டும். காய்ந்த, சடசடக்கும் ஈச்ச மட்டையைச் சிறுவர்கள் கைகளில் நன்றாகப் பிடித்தபடி, ஓர ளவு தங்களுடைய உடலால் அதைப் பாதுகாத்து, சட்டென்று திரும்பிக்கொள் வார்கள். உடனேயே ஈச்ச மட்டை அவர்களுடைய உடலோடு ஒட்டிக்கொள்ள,

அந்தத் தூசியின், காய்ந்த ஓலைகளின் வாடையை அவர்கள் சுவாசிப்பார்கள். விளையாட்டு என்னவென்றால், அந்த ஈச்ச மட்டையைக் கொஞ்சம்கொஞ்சமாக உயர்த்திப் பிடித்து, காற்றுக்கு எதிர்த் திசையில் முன்னேறிப் போக வேண்டும். காற்று ஈச்ச மட்டையைக் கையிலிருந்து பிடுங்க விடாமல், திறந்தவெளித் தளத்தின் மறுகோடிக்கு எவன் முதலில் போகிறானோ அவனே வெற்றி பெற்றவன்; பிறகு அவன் ஈச்ச மட்டையை நேராகக் கைகளில் நீட்டிப் பிடித்து, முன்னால் நீட்டப்பட்டிருந்த காலின்மேல் தன் உடலின் முழு கனத்தையும் போட்டு, எவ்வளவு நேரம் முடியுமோ அவ்வளவு நேரம் காற்றின் பலத்த வேகத்துடன் போராடி நின்றுகொண்டிருப்பான். அங்கே அந்தப் பூங்காவுக்கும், மரங்கள் மண்டியிருந்த சமவெளிக்கும் மேலே, அடர்ந்த, பெரும் திரளான மேகங்கள் வேகமாக விரைந்துகொண்டிருந்த வானத்தின் கீழ் நிமிர்ந்து நின்றுகொண்டிருந்த மூாக், நாட்டின் மறுகோடியிலிருந்து வந்த காற்று ஈச்ச ஓலை வழியாகவும், தன் உடல் வழியாகவும் பாய்ந்து, தன்னுள் பெரும் வலிமையையும் வெற்றிக் களிப்பையும் நிரப்புவதை உணர்ந்து, அதன் காரணமாக விடாமல் உரக்கக் கத்துவான், கைகளும் தோள்களும் சோர்ந்து போய்த் தன் பிடியிலிருந்து அவன் ஈச்ச மட்டையை விடுவித்த அக்கணமே அதைச் சூறாவளிக் காற்று அவன் கூக்குரலுடன் சேர்த்து அடித்துச்செல்லும்வரை. இரவில், தன் அம்மா லேசாகத் தூங்கிக்கொண்டிருந்த அறையின் நிசப்தத்தில் சோர்ந்துபோய்ப் படுத்திருக்கும்போது, இனி வரவிருந்த தன் வாழ்நாள் முழுவதும் தனக்குப் பிடித்ததாக இருக்கப்போகும் காற்றின் சீற்றமும், இரைச்சலும் இன்னும் அவனுடைய காதுகளில் ஓலமிட்டுக்கொண்டிருக்கும்.

வியாழக்கிழமைகளில்தான்[a] மூாக்கும் பியரும் நகராட்சி நூலகத்துக்குப் போவார்கள். வாழ்வதிலும், விளையாடுவதிலும், கனவுகாண்பதிலும் மூாக்கிடம் காணப்பட்ட அதே தீராப் பசி, அவனுடைய கையில் அகப்பட்ட புத்தகங்களைக் கரைத்துக் குடிப்பதிலும் இருந்தது. செல்வச் செழிப்பு, ஏழ்மை இரண்டுமே முற்றிலும் நிஜமற்ற தன்மையுடன் இருந்ததாலேயே, இரண்டும் அதே அளவு சுவாரஸ்யத்தை அளித்த, வெகுளித்தனமான ஒரு உலகத்துக்குத் தப்பிச் செல்ல இந்த வாசிப்பு அவனுக்கு உதவியது. புத்தகத்தின் அட்டை கறுத்து, சொரசொரப்பாகி உள்ளே இருந்த பக்கங்கள் மடங்கியோ கிழிந்தோ போகும்வரை மூாக்கும் அவனுடைய தோழர்களும் தங்களுக்குள் பரிமாற்றம் செய்துகொண்டிருந்த, தடித்த அட்டையுடன் இருந்த, சித்திரத் தொடர்கதைகளின் தொகுப்பான ''லேந்த்ரெபிட்'' (பயமறியாதவன்), முதல்முதலாக அவனை வீரமும் வேடிக்கையும் நிறைந்த ஒரு உலகுக்குக் கடத்திச்சென்று, அடிப்படையான அவனுடைய இரண்டு தாகங்களைத் தீர்த்துவைத்தது: மகிழ்ச்சி, தைரியம். மர்ம நாவல்களை அவர்கள் பெருமளவில் படித்ததையும், 'பார்தெய்யான்' கதைகளின் நாயகர்களைத் தங்களுடைய அன்றாட வாழ்க்கையோடு மிகவும் சுலபமாகப் பிணைத்துக்கொண்டதையும் பார்க்கும்போது வீர, தீரச் செயல்களில் இந்தச் சிறுவர்களுக்கு

[a] அவர்களுடைய சூழலிலிருந்து அவர்களைப் பிரிக்கவும்.

ஆர்வம் அதிகம் இருந்தது என்பதில் சந்தேகம் இருக்காது. அவர்களுடைய முக்கிய மான, பெரிய எழுத்தாளர் மிஷெல் ஸெவாகோ.[1] ரோம் அல்லது ஃப்லோரான்ஸ் மாளிகைகளில் அரசர்களின் அல்லது போப் ஆண்டவரின் ஆடம்பரப் பின் னணியில் பிச்சுவாக் கத்தி, விஷம் போன்றவை ஆக்கிரமித்த சூழலும், குறிப்பாக, இத்தாலிய மறுமலர்ச்சியும்தான் இந்த இரண்டு செல்வந்தர்களுக்கும் மிகவும் பிடித்திருந்த ராஜ்யம்; பியர் வசித்துவந்த மஞ்சள் நிற, தூசி நிறைந்த தெருவில் அவ்வப்போது தங்களுடைய [ ][2] பளபளப்பேறியிருந்த நீண்ட அளவுகோலை உறையிலிருந்து உருவிச் சவால் விட்டுக்கொண்டு, குப்பைத் தொட்டிகளின் மத்தியில் ஆவேசமாகச் சண்டைபோட்டதன் தழும்புகள் பல நாட்கள்வரை அவர்களுடைய விரல்களில் காணப்படும்.[a] அந்த நாட்களில் வேறு மாதிரியான புத்தகங்களை அவர்கள் பார்ப்பதே அரிதாக இருக்கும். ஏனென்றால், அவர்கள் வசித்த பகுதியில் புத்தகம் படிப்பவர்கள் மிகக் குறைவு என்பதோடல்லாமல், அவர்கள் வாங்க முடிந்ததெல்லாம்—அதுவும் மிக அரிதாகவே—அங்கே இருந்த புத்தகக் கடைகளில் மலிந்து காணப்பட்ட பாமரப் புத்தகங்கள் மட்டுமே.

ஆனால், கிட்டத்தட்ட மேல்நிலைப் பள்ளியில் அவர்கள் சேர்ந்த காலத்தில் அந்தப் பகுதியில் ஒரு நகராட்சி நூலகம் தொடங்கப்பட்டது. அல்ஜேயின் வெப்ப மான, ஈரப்பதம் மிக்க மலைச்சரிவுகளில் பொதுவாக நன்றாக வளரும் நறுமணம் மிக்க தாவரங்கள் கொண்ட சிறு தோட்டங்களுக்கு நடுவே இருந்த தனி வீடு கள் அடங்கிய மேட்டுக்குடிப் பகுதி தொடங்கும் ஏற்றத்துக்கும், ழாக் வசித்த தெருவுக்கும் இடையே பாதி தூரத்தில் அது இருந்தது. பெண்கள் மட்டுமே அனு மதிக்கப்பட்ட விடுதியும், பள்ளிக்கூடமும் சேர்ந்து இருந்த சேன்த்-ஓதில் என்ற மத நிறுவனத்தின் பெரிய பூங்காவைச் சுற்றி இந்தத் தனி வீடுகள் இருந்தன. இவ்வளவு அருகில் இருந்தாலும், அதே சமயம் அவர்களிடமிருந்து இவ்வளவு விலகியும் இருந்த இந்தப் பகுதியில்தான் ழாக்கும் பியரும் உணர்ச்சி பூர்வமான சில அனுபவங்களைப் பெற்றார்கள். (அதைப் பற்றிப் பேசுவதற்கான நேரம் இன்னும் வரவில்லை, அதைப் பற்றிப் பின்னால் பேசுவோம்...) இந்த இரண்டு உலகங்களுக்கு, இடையே (மரங்கள் இல்லாமல், தூசி நிறைந்து, அங்கே வசித் தவர்களுக்கும் அவர்கள் இருக்க இடம்தந்த கற்களுக்கும் தன் முழு இடத்தையும் கொடுத்துவிட்டிருந்த ஒரு உலகம்; மரங்களும் மலர்களுமே அதனுடைய உண்மையான செல்வங்கள் என்று சொல்லும்படி இருந்த மற்றொரு உலகம்), இரண்டு பக்கங்களிலும் பிரம்மாண்டமான ப்லாதான் மரங்களுடன் இருந்த நடைபாதைகளுடன் அகலமான ஒரு சாலை இரண்டு உலகங்களையும் பிரிக் கும் எல்லையாக இருந்தது. ஆகவே, அந்தச் சாலையின் ஒரு பக்கத்தில் தனி வீடு களும், மறுபக்கத்தில் மலிவான அடுக்குக் குடியிருப்புகளும் இருந்தன. அந்தப் பகுதியில்தான் நகராட்சி நூலகம் நிறுவப்பட்டிருந்தது.

---

[1] மிஷெல் ஸெவாகோ 'பார்தெய்யான்' கதைகளின் ஆசிரியர்.

[2] தெளிவற்ற சொல்.

[a] உண்மையில் அவர்களில் யார் தார்தெக்ஞான் அல்லது பாஸ்ப்வால் என்று சண்டை வரும். யாரும் அராமிஸ், ஆதோஸ் அல்லது போர்தோஸாக இருக்க விரும்பவில்லை. எல்லாப் பாத்திரங்களும், பாஸ்ப்வாலைத் தவிர, அலெக்ஸாண்டர் துமாவின் *Three Musketeers* நாவலில் வரும் பாத்திரங்கள்.

நூலகம் வியாழக்கிழமை உட்பட மூன்று நாட்கள் மாலையில் (மற்ற அலுவலகங்களின்) வேலை நேரத்துக்குப் பிறகும், வியாழன்களில் காலை முழுவதும் திறந்திருக்கும். வாரத்தில் சில மணி நேரம் இந்த நூலகத்தில் இலவச சேவையை ஏற்றுக்கொண்டிருந்த, அமைதியான, வசீகரம் குறைந்த இளம் ஆசிரியை ஒருத்தி, வெண்ணிற மரத்தால் ஆன பெரிய மேஜையின் பின்னால் உட்கார்ந்துகொண்டு, இரவல் கொடுக்கப்படும் புத்தகங்களுக்குப் பொறுப்பேற்றுக்கொண்டிருந்தாள். சதுர வடிவில் இருந்த அந்த அறையில், வெண்ணிற மரத்தால் ஆன புத்தக அடுக்குகளும், கறுப்புத் துணியில் 'பைண்ட்' செய்யப்பட்டு அங்கே இருந்த புத்தகங்ளும் சுவரையே முழுவதுமாக மறைத்தன. புத்தகங்களை இரவல் கொடுக்க மட்டுமே இருந்த நூலகமானதால், விரைவில் அகராதியில் ஏதாவது தேட விரும்புவர்களுக்காக ஒரு சிறிய மேஜையும், அதைச் சுற்றி சில இருக்கைகளும் இருந்தன. தவிர, புத்தகங்களைப் பற்றி, மூக்கும் பியரும் ஒருபோதும் தேடிப் போகாத அகரவரிசைப் பட்டியலும் இருந்தது; அவர்கள் செயல்முறையின்படி புத்தக வரிசைகளுக்கு முன்னால் நடந்து போய், புத்தகத்தின் தலைப்பை மட்டுமே—மிக அரிதாகவே அதன் ஆசிரியரின் பெயரை மட்டுமே—பார்த்து அதைத் தேர்ந்தெடுத்து, அதன் பதிவு எண்ணைக் குறித்துக்கொண்டு, தாங்கள் எடுக்கும் புத்தகம் பற்றிய விவரத்தை, கோருவதற்கான நீலநிறப் படிவத்தில் எழுதுவார்கள். இரவல் பெறும் உரிமையைப் பெறுவதற்கு, வீட்டு வாடகை ரசீதைக் காட்டி, ஒரு சிறிய கட்டணத்தைச் செலுத்த வேண்டும். அப்போது கொடுக்கப்படும் மடித்த அட்டையிலும், இளம் ஆசிரியை வைத்திருந்த பதிவேட்டிலும் இரவல் புத்தகங்கள் குறித்த தகவல்கள் முறையாகப் பதிவுசெய்யப்படும்.

நூலகத்தில் பெரும்பாலும் நவீனங்களே இருந்தன, ஆனால், அவற்றில் பல பதினைந்து வயதுக்குக் கீழே இருந்தவர்களுக்குத் தடைசெய்யப்பட்டு, தனியாக அடுக்கப்பட்டிருந்தன. மீதமிருந்த புத்தகங்களில் சரியான தேர்வு எதையுமே செய்ய, உள்ளுணர்வின் அடிப்படையில் அமைந்த சிறுவர்களின் செயல்முறை பயனளிக்கவில்லை. ஆனால், பண்பாடு சார்ந்த விஷயங்களில் தற்செயல் என்பது அப்படி ஒன்றும் மோசமான முறை இல்லை. நல்ல புத்தகங்களையும், மோசமான புத்தகங்களையும் இந்த இரண்டு சாப்பாட்டு ராமன்களும் பாரபட்சம் இல்லாமல் கரைத்துக் குடித்தது மட்டுமின்றி, அவற்றில் ஏதாவது தங்கள் நினைவில் நின்றதா என்றுகூடக் கவலைப்படவில்லை. தங்களுடைய அன்றாட வாழ்க்கையின் எதார்த்தத்துக்கு அடிபணியாத படிமங்களும் நினைவுகளும் நிறைந்த உலகைப் பல வாரங்களாக, மாதங்களாக, வருடங்களாக உருவாக்கி வளர்த்துவிட்டிருந்த அந்த வினோதமான, சக்தி வாய்ந்த உணர்ச்சியைத் தவிர அவர்கள் எதையுமே தங்களுடைய நினைவில் தக்கவைத்துக்கொள்ளவில்லை; ஆனால் தங்கள் வாழ்க்கையைப் போலவே தங்கள் கனவுகளையும் தீவிரமாக அனுபவித்த இந்த ஆர்வம் மிக்கச் சிறுவர்களுக்கு இந்தப் படிமங்களும் நினைவுகளும் எவ்விதத்திலும் முக்கியத்துவம் குறைந்ததாக இருக்கவில்லை.[ab]

---

[a] 'கிய்யே'வின் அகராதி—படம் இருந்த பக்கங்களின் மணம்.

[b] ஜாக் லண்டனின் *Mademoiselle*, நல்ல புத்தகமா?

பார்க்கப்போனால், இந்தப் புத்தகங்களின் உள்ளடக்கம் அவர்களுக்கு ஒரு பொருட்டாகவே இருக்கவில்லை. நூலகத்துக்குள் நுழைந்ததும் முதலில் எப்படி உணர்ந்தார்களோ அதுதான் முக்கியத்துவம் வாய்ந்ததாக இருக்கும். அங்கே, கறுப்பு அட்டைப் புத்தகங்களால் ஆன சுவரை அவர்கள் பார்க்கவில்லை; மாறாக, நூலகத்தின் வாயிற்படியைத் தாண்டிய உடனேயே தாங்கள் வசித்த பகுதியின் முடங்கியிருந்த வாழ்க்கையிலிருந்து தங்களை விடுவித்த பலவிதமான பரந்த வெளிகளையும் தொடுவானங்களையுமே பார்த்தார்கள். பிறகு, தங்களுக்கு அனுமதிக்கப்பட்டிருந்த தலா இரண்டு புத்தகங்களைப் பெற்றுக்கொண்டு, முழங்கைகளால் விலாவோடு ஒட்டி அவற்றை இடுக்கிக்கொண்டு, அந்த நேரத்தில் இருட்டாகிவிட்டிருந்த அகன்ற சாலைக்கு வருவார்கள்; உயர்ந்த ப்லாதான் மரத்தின் பழங்களைத் தங்கள் கால்களுக்கடியில் மிதித்துக்கொண்டே பிரதானத் தெருவுக்கு வரும்வரை, தங்களுடைய புத்தகங்களிலிருந்து என்னென்ன பேரின்பங்களைப் பெற முடியும் என்று கணக்கிட்டபடி, ஏற்கனவே போன வாரம் பெற்ற மகிழ்ச்சியுடன் ஒப்பிட்டுப்பார்த்து, முதலில் கண்ணில் பட்ட தெருவிளக்கின் கீழே புத்தகங்களைத் திறந்து பார்க்கத் தொடங்கி, அதிலிருந்து தங்களுடைய மகிழ்ச்சி ததும்பும், பேராசை பிடித்த நம்பிக்கைகளை ஊர்ஜிதம் செய்யும் வகையில் இருந்த ஏதாவது ஒரு வாக்கியத்தைத் தேர்ந்தெடுப்பார்கள். (உ-ம்.: ''அவனிடம் இருந்தது ஒரு அசாதாரணச் சக்தி.'') அவர்கள் அவசரஅவசரமாகப் பிரிந்து சென்று, சாப்பாட்டு அறையில் மெழுகுத்துணி விரித்த மேஜையின் மேல், பெட்ரோல் விளக்கின் கீழ் புத்தகத்தை விரிப்பதற்காக அதை நோக்கி ஓடுவார்கள். தொடும்போது விரல்களில் சொரசொரப்பான உணர்வைத் தந்த கச்சாத் துணியால் ஆன 'பைண்ட்'டிங்கிலிருந்து கோந்தின் பலமான வாடை வீசும்.

புத்தகத்தைப் படிப்பவனுக்கு அதிலிருந்து என்ன மாதிரியான மகிழ்ச்சி கிடைக்கும் என்பதை அந்தப் புத்தகம் அச்சடிக்கப்பட்டிருந்த விதம் முன்கூட்டியே தெரிவிக்கும். நூலாசிரியர்களையும், பண்பான வாசகர்களையும் மகிழ்வித்த, பெரிய எழுத்தில் இரு பக்கங்களிலும் நிறைய இடம் விட்டு அச்சடிக்கப்பட்ட புத்தகங்கள் பியருக்கும், ழாக்குக்கும் பிடிக்காது. எவ்வளவு நேரம், எவ்வளவு நிறைய சாப்பிட்டாலும் தீர்க்க முடியாத அளவில் இருக்கும் பெரிய கிராமப்புறச் சாப்பாட்டைப் போல, சிலரின் அகோரப் பசியை அது மட்டுமே தணிக்கக்கூடிய பெரும் சாப்பாட்டைப் போல, நீண்ட, சீராக அமைக்கப்பட்ட வரிகளில் சிறு அச்சுகளில், சொற்களாலும் வாக்கியங்களாலும் முற்றிலும் நிரப்பப்பட்ட பக்கங்கள் இருந்த புத்தகங்களையே அவர்கள் விரும்பினார்கள். நுட்பங்கள் அவர்களுக்கு வேண்டியிருக்கவில்லை. தங்களுக்கு எதுவும் தெரியவில்லை; எல்லாவற்றையும் தெரிந்துகொள்ள ஆசைப்பட்டார்கள். புத்தகம் மோசமாக எழுதப்பட்டு, ஒழுங்கில்லாமல் அச்சடிக்கப்பட்டிருந்ததைப் பற்றி அவர்கள் கவலைப்படவில்லை; புரியும்படி எழுதப்பட்டு, விறுவிறுப்பாக இருந்தாலே போதுமானதாக இருந்தது. தாங்கள் நிம்மதியாக, ஆழ்ந்து தூங்க முடிவதற்கு உதவிய கனவுகளுக்கு ஊட்டம் அளித்தவை இந்தப் புத்தகங்கள், இவை மட்டுமே.

தவிர, ஒவ்வொரு புத்தகத்துக்கும் ஒரு விசேஷ மணம்—அது அச்சடிக்கப்பட்டு இருக்கும் காகிதத்தைப் பொறுத்து ஒவ்வொன்றுக்கும் நுட்பமான, சூட்சமமான ஒரு மணம்—இருக்கும்; அந்த நாட்களில் ஃபாஸ்கெல் பதிப்பித்து வெளியிட்ட சம காலத்திய புத்தகங்களிடையே நெல்சன் தொடரைச்[1] சேர்ந்த ஒரு புத்தகத்தைக் கண்களை மூடிக்கொண்டே ழாக் கண்டுபிடித்துவிடும் அளவுக்குத் தனித்துவம் கொண்டதாக அந்த மணம் இருக்கும். மேலும், இந்த மணங்கள் ஒவ்வொன்றும் புத்தகங்களின் வாசிப்புத் தொடங்குவதற்கு முன்பே, அவனுக்கு ஏற்கனவே கொடுக்கப்பட்ட (நிறைவேற்றப்பட்ட) வாக்குறுதிகள் நிறைந்த உலகத்துக்கு அவனை இட்டுச்செல்லும்: தான் இருந்த அறையை ஏற்கனவே இருட்டாக்கி, தான் வசித்த பகுதியையே—நகரத்தையே, இந்த உலகம் முழுவதையுமே—அதன் ஓசைகளுடன் தன் பார்வையிலிருந்து மறைத்து, மீண்டும்மீண்டும் தனக்கு இடப்பட்ட கட்டளைகள்கூடத் தன்னுடைய கவனத்தைத் திருப்ப முடியாமல், அவ்வளவு வெறித்தனமும் மட்டற்ற மகிழ்ச்சியும் கலந்த தீவிரத்துடன் அவன் படிக்கத் தொடங்கிய உடனேயே, அவை எல்லாவற்றையும் காணாமல் போகச் செய்த உலகம்.[a] ''ழாக், சாப்பிடத் தட்டுகளை எடுத்து வை, மூன்றாம் முறையாகச் சொல்கிறேன்.'' இறுதியாக, வெறித்த பார்வையுடன், முகம் வெளிறி, வாசிப்பின் மயக்கத்தில் இருந்ததைப் போலக் கொஞ்சம் மலங்கமலங்க பார்த்தபடி மேஜையில் தட்டுகளை வைத்துவிட்டு, படிப்பதை ஒருபோதும் நிறுத்திவிடாதவனைப் போல மீண்டும் புத்தகத்தைக் கையில் எடுத்துக்கொள்வான். ''ழாக், சாப்பிடு.'' பலமான சாப்பாடாக இருந்தாலும், புத்தகங்களில் இருந்ததைப் போல அவ்வளவு நிஜமாக, அவ்வளவு வளமாக அவனுக்குத் தோன்றாத உணவை ஒருவழியாக அவன் சாப்பிட்டுவிட்டு, மேஜையில் இருந்தவற்றை எடுத்துவைத்துவிட்டு, பின்னர் புத்தகத்தைக் கையில் எடுத்துக்கொள்வான். சில சமயங்களில் அவனுடைய தாய் தன்னுடைய மூலையில் உட்காரப் போவதற்கு முன்னால் அவனிடம் வருவாள். ''இது நூலகம்தானே?'' என்பாள். அவளுக்கு அதைப் பற்றி ஒன்றும் தெரியாவிட்டாலும், புத்தகங்களின் அட்டையைப் பார்த்து அடையாளம் கண்டுகொண்ட[b] அவள், தன் மகன் சொல்லக் கேட்டிருந்த ''நூலகம்'' என்ற சொல்லைத் தவறாக உச்சரிப்பாள். ''ஆமாம்,'' என்பான் ழாக், தலையை நிமிர்த்தாமலேயே. அவனுடைய தோள்மேல் குனிந்து காதரின் கோர்மெரி பார்ப்பாள்; விளக்கின் ஒளியின் கீழ், இரட்டைச் செவ்வகங்களையும், சீரான வரிசையில் இருந்த வரிகளையும் பார்ப்பாள்; அதன் வாசனையை அவளும் சுவாசிப்பாள். சலவை செய்த சோப்பு நீரால் சுருக்கங்கள் ஏற்பட்டு, சற்றே வீங்கியிருந்த விரல்களை அவ்வப்போது பக்கங்களின் மேல் ஓட விடுவாள்—புத்தகம் என்றால் என்ன என்பதை ஏதோ நன்றாகத் தெரிந்துகொள்ளவும், தனக்கு அவற்றைப் பற்றி ஒன்றும் தெரியாவிட்டாலும் தனக்குப் புரியாத ஒரு வாழ்க்கையை அடிக்கடி மணிக்கணக்காகத் தன் மகன் அனுபவித்து, அதிலிருந்து அவன் மீண்டு வரும்போது அந்

---

1 நெல்சன் பதிப்பு - செவ்விலக்கியத் தொடர்.

a இன்னும் விவரிக்கப்பட வேண்டும்.

b வெண்கடம்பு மரத்தில் ஒரு சிறிய மேஜையை மாமா எர்னெஸ்ட்டைச் செய்ய வைத்தனர்.

நியர் ஒருவரைப் பார்ப்பதைப் போல அவளைப் பார்க்கச் செய்த புதிரான அந்த எழுத்து வடிவங்களுக்கு இன்னும் அருகில் வரவும் முயற்சி செய்வதைப் போல. சற்றே உருமாறியிருந்த தன்னுடைய கையால் அவன் தலையைத் தடவ, அவன் ஒன்றும் பேசாமல் இருப்பான். அவள் பெருமூச்சு விட்டபடி, அவன் இருந்த இடத்திலிருந்து தள்ளிப்போய் உட்காருவாள். "ழாக், போய்ப் படுத்துக்கொள்." பாட்டி மீண்டும் கட்டளை இடுவாள். "நாளை உனக்கு நேரமாகிவிடும்." ழாக் எழுந்திருந்து, கக்கத்தில் இடுக்கிக்கொண்டிருந்த புத்தகத்தைப் பிடி தளர்த்தாமல், அடுத்த நாள் பாடங்களுக்காகத் தன் பள்ளிக்கூடப் பையைத் தயார்செய்வான். பிறகு, புத்தகத்தைத் தன் தலையணைக்கு அடியில் வைத்துவிட்டு, குடிகாரனைப் போல ஆழ்ந்து தூங்கிவிடுவான்.

இப்படியாகப் பல ஆண்டுகளாக, ஒன்றுடன் ஒன்றைத் தன்னால் சம்பந் தப்படுத்திப் பார்க்க முடியாத, சமமாக இல்லாத இரண்டு கூறுகளாக அவ னுடைய வாழ்க்கை பிரிந்து இருந்தது. பள்ளி மணி ஓசைக்கு ஏற்றபடி, விளை யாட்டுக்கும் படிப்புக்கும் இடையே சிறுவர்களும் ஆசிரியர்களும் இருந்த சமூகத்தில் பன்னிரண்டு மணி நேரம்; நகரின் பழைய பகுதியில் இருந்த வீட் டில், ஏழைகளின் தூக்க நேரத்தில் மட்டும் தன்னுடன் இருந்த தாய்க்கு அரு கில் அன்றாட வாழ்க்கையில் கழிந்த இரண்டு அல்லது மூன்று மணி நேரம். பார்க்கப்போனால், அவனுடைய மிகப் பழைய வாழ்க்கை இந்தப் பகுதியில் தான் என்றாலும், அவனுடைய தற்கால வாழ்க்கையும், அதற்கும் மேலாக எதிர் காலமும் மேல்நிலைப் பள்ளியில்தான் இருந்தன. அதனாலேயே போகப்போக, இரவு, தூக்கம், கனவு இவற்றுடன் அவன் வசித்த இடம் பிரித்துப்பார்க்க முடி யாதபடி கலந்துவிட்டிருந்தது. மேலும் இந்தப் பகுதி என்று ஒன்று இருந்ததா என்ன? ஒரு நாள் மாலை சிறுவன் நினைவை இழந்துவிட்ட பாலைவனம் அல் லவா அது? சிமெண்ட் தரையில் விழுந்து... ... எதுவாக இருந்தாலும், தன் தாயைப் பற்றியோ, குடும்பத்தைப் பற்றியோ மேல்நிலைப் பள்ளியில் எவரிடமும் அவ னால் பேச முடியவில்லை. அவன் பாக்கலோரியா பட்டம் வாங்கும் முன் இத் தனை ஆண்டுகளில் எந்தத் தோழனோ ஆசிரியரோ அவனுடைய வீட்டுக்கு ஒரு போதும் வந்ததில்லை. தன்னுடைய தாயையும் பாட்டியையும் பொறுத்தவரை, ஆண்டுக்கு ஒரே ஒரு முறை, ஜூலை மாதத் தொடக்கத்தில், பரிசளிப்புத் தினத் தன்று மட்டும் வந்ததைத் தவிர, ஒருபோதும் மேல்நிலைப் பள்ளிக்கு அவர்கள் வந்ததும் இல்லை. விடுமுறையில் இருந்த மாணவர்கள், பெற்றோர்களின் கூட் டத்துக்கு மத்தியில், பிரம்மாண்டமான கதவு வழியே அவர்கள் உள்ளே போவார் கள். வெளியே போகும் முக்கியமான சந்தர்ப்பங்களுக்கு என்று இருந்த அங்கியை யும், கறுப்பு ஸ்கார்ஃபையும் பாட்டி அணிந்திருப்பாள். காதரின் கோர்மெரி ஆழ்ந்த பழுப்பு நிற வலையையும், மெழுகில் செய்யப்பட்ட திராட்சைகள் அலங் கரித்த தொப்பியையும், பழுப்பு நிறக் கோடைகால அங்கியையும், அவளிடம் இருந்த ஒரே ஒரு ஜோடி உயரக் குதிகால் காலணியையும் அணிந்திருப்பாள். திறந்த கழுத்துப் பட்டையும் குட்டையான கைகளும் கொண்ட சட்டை, முதலில் குட்டையாக இருந்து இப்போது நீளமாக ஆக்கப்பட்டு, ஆனாலும் எப்போதும்

தன் தாயால் கவனமாக இஸ்திரி செய்யப்பட்ட கால்சட்டை இவற்றுடன் ழாக் உடன் வருவான்; மதியம் ஒரு மணிக்கு அந்த இரண்டு பெண்களுக்கு மத்தியில் நடந்துபோய் சிவப்பு டிராம் வண்டிகளை நோக்கி அவர்களை அவனே இட்டுச் சென்று வண்டியின் பெஞ்ச் ஒன்றில் அவர்களை உட்கார வைத்துவிட்டு, டிராம் வண்டியின் முன்பகுதியில் நின்றுகொண்டிருப்பான்; அவ்வப்போது அவளைப் பார்த்துப் புன்னகை செய்தும், பயண நேரம் முழுவதும் தன்னுடைய தொப்பி சரியாகப் பொருந்தி இருக்கிறதா அல்லது காலுறை சரிந்து விழாமல் இருக்கிறதா அல்லது தன்னுடைய மெல்லிய சங்கிலியில் தங்கத்தால் ஆன கன்னி மேரியின் சிறு பதக்கம் நடுவில் இருக்கிறதா என்பதைச் சரிபார்த்தவாறும் இருந்த தன் தாயை டிராம் வண்டியின் முன்புறக் கண்ணாடி ஜன்னல் வழியாகக் கவனித்துக்கொண் டும் இருப்பான். ஆண்டுக்கு ஒரே ஒரு முறை இந்த இரண்டு பெண்களுடன் இப்போது தான் மேற்கொள்ளும் பாப்-அசூன் தெரு வழியாகச் சென்ற அவனு டைய அன்றாடப் பாதை, அரசு சதுக்கத்தில் தொடங்கும். அன்றைய தினத்துக் கென்றே அவனுடைய தாய் தன் உடலில் தாராளமாகத் தடவிக்கொண்டிருந்த 'லாம்பெரோ' வாசனைத் திரவியத்தை முகர்வான்; தனக்குக் கால் வலிக்கிறது என்று அவனுடைய தாய் முறையிடும்போதெல்லாம், பெருமையுடன் நிமிர்ந்த படி நடந்து வந்துகொண்டிருந்த பாட்டி அவளைக் கடிந்துகொள்வாள் (''உன்னு டைய வயதுக்கு ஒத்துவராத, சிறிய காலணிகளை அணியக் கூடாது என்பதைத் தெரிந்துகொள்.'') ழாக்கின் வாழ்க்கையில் மிகப் பெரிய இடத்தை வகித்திருந்த கடைகளையும் நடைபாதை வியாபாரிகளையும் அலுப்படையாமல் ழாக் அவர் களுக்குக் காட்டுவான். மேல்நிலைப் பள்ளியில், முன்னதாகவே வந்திருந்த பெற் றோர்களும் மாணவர்களும் ஏறத் தொடங்கியிருந்த பிரம்மாண்ட படிக்கட்டின் இரு புறங்களிலும் மேலிருந்து கீழ்வரை பூந்தொட்டிகள் அலங்கரிக்க, மேலே பெரிய பிரதானக் கதவு திறந்திருக்கும்; கோர்மெரி குடும்பத்தினர் இயல்பாகவே மிகவும் முன்கூட்டியே வந்திருப்பார்கள்—சமூக நிகழ்வுகளில் கலந்துகொள் வதோ கேளிக்கைகளோ மிக அரிதாக இருந்தாலும், இருந்த சிலவற்றிலும் உரிய நேரத்தில் இருக்காமல் போய்விடுவோமோ என்ற பயத்தினாலும் எப்போதும் ஏழைகள் வருவதைப் போல முன்கூட்டியே.[a] பின்னர், பால் நடனங்களும் இசை நிகழ்ச்சிகளும் நடத்தும் நிறுவனம் ஒன்றிலிருந்து வாடகைக்கு வாங்கிப் போடப் பட்டிருந்த நாற்காலிகள் நிரம்பியிருந்த, மூத்த மாணவர்களின் முற்றத்துக்கு வருவார்கள்; முற்றத்தின் மறுகோடியில், பெரிய கடிகாரத்துக்கு அடியில், முற்றத் தின் முழு அகலத்துக்கும் போடப்பட்ட, அங்கேயும் நிறைய பூந்தொட்டிகள் அலங்கரித்த, ஒரு மேடையில் சோபாக்களும், நாற்காலிகளும் இருக்கும். கொஞ்சம்கொஞ்சமாக வந்த வெளிர் நிற உடை அணிந்தவர்களால் முற்றம் நிரம்பும்; அவர்களில் பெரும்பாலானோர் பெண்கள். முதலில் வந்தவர்கள் மரங்களுக்கு அடியில், வெயிலிலிருந்து பாதுகாப்பாக, தங்களுடைய இடத்தைத்

---

[a] எவரையெல்லாம் விதி இல்லாமையில் வைத்திருக்கிறதோ, அதற்குத் தாங்கள்தான் பொறுப்பு என்று அவர்களால் நினைக்காமல் இருக்க முடிவதில்லை, மேலும், ஏற்கனவே தங்களிடம் இருந்த இந்தக் குற்ற உணர்வுக்கு இன்னும் சில சிறு தவறுகளைச் சேர்க்கக் கூடாது என்றும் அவர்கள் நினைக்கிறார்கள்.

தேர்ந்தெடுத்துகொள்வார்கள். மெல்லிய ஓலையில் பின்னி, விளிம்புகளில் சிவப்புக் கம்பளிக் குஞ்சங்களால் அலங்கரிக்கப்பட்ட அராபிய கைவிசிறிகளால் மற்றவர்கள் தங்களுக்கு விசிறிக்கொண்டிருப்பார்கள். பார்வையாளர்களின் தலைக்கு மேலே வானத்தின் நீல நிறம் இறுகி, வெப்பத்தில் வெந்து மேலும்மேலும் அடர்த்தியாக ஆகிவிடும்.

மணி இரண்டு ஆனவுடன், மேல்தளத்தில் மறைவாக இருந்த ராணுவ இசைக் குழு தேசிய கீதம் 'மார்செய்' இசைக்க, பார்வையாளர்கள் எழுந்து நிற்க, சதுரத் தொப்பியும், தத்தம் துறைகளுக்கு ஏற்றவாறு வெவ்வேறு வண்ண அங்கியும் அணிந்த பேராசிரியர்கள், அவர்களுக்கு முன்னால் தலைமை ஆசிரியர், விழாத் தலைவர் (வழக்கம் போல, இந்த வருட விழாவுக்கு அழைக்கப்பட்டிருந்த காலனி அரசின் உயர் அதிகாரி ஒருவர்) ஆகியோர் மேடைக்கு வருவார்கள்; பேராசிரியர்கள் தத்தம் இருக்கையில் உட்காரும்போது இன்னுமொரு ராணுவ மெட்டு இசைக்கப்படும். உடனேயே விழாத் தலைவர் பேச எழுந்து, பொதுவாக பிரான்ஸ் நாட்டைப் பற்றியும், குறிப்பாக, கல்வித் துறை பற்றியும் தன்னுடைய அபிப்பிராயங்களை அளிப்பார். தன் காதில் எதுவும் விழாவிட்டாலும், ஒரு போதும் பொறுமையின்மையையோ, சலிப்பையோ வெளிக்காட்டாமல் காதரின் கோர்மெரி கேட்டுக்கொண்டிருப்பாள்; பாட்டிக்குக் காது கேட்கும், பெரியதாக ஒன்றும் புரியாது. ''அவர் நன்றாகப் பேசுகிறார்,'' என்பாள் தன் மகளிடம்; அதைத் தீவிரமாக நம்பும் தோரணையில் அவளும் ஆமோதிப்பாள். தான் சொன்ன இந்த மதிப்பீட்டை உறுதிசெய்யும் வகையில் தலையை ஆட்டிக் கொண்டு, தனக்கு இடது பக்கத்தில் இருப்பவரையோ, இருப்பவளையோ பாட்டி பார்ப்பதற்கு மகளின் ஆமோதிப்பு அவளை ஊக்குவிக்கும். முதல் ஆண்டில், தன் பாட்டி ஒருத்திதான் முதிய ஸ்பானியப் பெண்கள் அணியும் கறுப்பு ஸ்கார்ஃபை அணிந்து வந்திருந்தாள் என்பதைக் கவனித்த ழாக், அதனால் மனச் சங்கடத்துக்கு உள்ளானான். உண்மையில், இந்தப் போலி அவமான உணர்வு அவனை விட்டு விலகவே இல்லை. தொப்பி அணியலாமே என்று தயங்கித்தயங்கி அவளிடம் சொன்னபோது, அதற்குச் செலவிடத் தன்னிடம் பணம் இல்லை என்றும், மேலும் ஸ்கார்ஃப் தன்னுடைய காதுகளுக்குப் பாதுகாப்பாக இருந்தது என்றும் அவள் பதிலளித்ததால் தன்னால் எதுவும் செய்ய முடியாது என்ற முடிவுக்கு அவன் ஏற்கனவே வந்திருந்தான். ஆனால், பரிசளிப்பு நிகழ்ச்சியின்போது தனக்கு அருகில் இருப்பவர்களுடன் பாட்டி பேசும்போது, இளக்காரமான பாவத்துடன் தன் கன்னம் சிவப்பதை உணர்ந்தான். விழாத் தலைவருக்குப் பிறகு, மிகவும் இளைய பேராசிரியர் எழுந்திருப்பார். பொதுவாக, அந்த வருடம்தான் பாரிஸிலிருந்து வந்தவராக இருக்கும் அவர்தான் வழக்கப்படி அதிகாரபூர்வமான உரை அளிப்பார். இந்த உரை அரை மணியிலிருந்து ஒரு மணி நேரம் நீடிக்கலாம். இந்த இளம் பல்கலைக்கழகப் பட்டதாரி, தன்னுடைய பேச்சில் பண்பாட்டுக் குறியீடுகளையும், மனிதாபிமான நுட்பங்களையும் திணிக்கும் வாய்ப்பு எதையுமே தவறவிடாமல் இருந்தது இங்கிருந்த அல்ஜீரிய மக்களால் சுத்தமாகப் புரிந்துகொள்ளப்பட முடியாததாக ஆக்கிவிட்டிருந்தது. வெப்பம் ஏறஏற, கவ

னம் தொய்ந்துபோய், விசிறிகள் இன்னும் வேகமாக வீசிக்கொண்டிருக்கும். சுற்றும்முற்றும் பார்த்தபடி பாட்டியும் தன்னுடைய சலிப்பை வெளிப்படுத்துவாள். மிகுந்த கவனத்துடன் இருந்த காதரின் கோர்மெரிதான் இடைவிடாமல் தன் மேல் பொழிந்துகொண்டிருந்த[a] புத்தக அறிவும் ஞானமும் கலந்த மழையை இமைக்காமல் எதிர்கொள்வாள். ழாக்கோ, பொறுமை இழந்து காலைத் தட்டிக்கொண்டு இருப்பான். பியரையும் மற்ற தோழர்களையும் பார்வையால் தேடி, ரகசியமாகச் சைகைசெய்து, சேட்டைகளால் ஆன நீண்ட உரையாடலைத் தொடங்குவான். பேச்சாளர் உரையை முடித்ததற்காக நன்றி சொல்லும் வகையில் எழுந்த பலத்த கைதட்டல்களுக்குப் பிறகு, பரிசு வாங்கியவர்களை அழைக்கத் தொடங்குவார்கள். முதலில், மேல்வகுப்பைச் சேர்ந்தவர்களிடமிருந்து தொடங்கப்படும். முதல் சில ஆண்டுகள், ழாக்கினுடைய வகுப்பு அழைக்கப்படும்வரை தங்கள் நாற்காலிகளில் வெறுமனே உட்கார்ந்திருப்பதிலேயே இந்த இரண்டு பெண்களின் மதியப் பொழுது கழிந்தது. சிறந்த சாதனைக்கான விருதுகள் மட்டுமே மறைவிலிருந்து வந்த (கண்ணுக்குத் தெரியாத) இசையுடன் கொண்டாடப்பட்டன. போகப்போக, வயதில் இளையவர்களாக இருந்த பரிசு வென்றவர்கள் எழுந்து, முற்றத்தின் பக்கவாட்டில் நடந்துவந்து, மேடையில் ஏறி, விழாத் தலைவர் அன்பான வார்த்தைகளைத் தூவி அளித்த கைகுலுக்கலைப் பெற்றுக்கொண்டபின் (பரிசு வென்றவர்கள் வருவதற்கு முன்பே புத்தகங்கள் நிரம்பிய, சக்கரம் பொருந்திய பெட்டிகளைத் தள்ளிக்கொண்டு மேடையின் கீழிருந்து பள்ளி ஊழியர் வந்து கொடுத்திருந்த), புத்தகக் கட்டை தலைமை ஆசிரியரிடமிருந்து வாங்கிக் கொள்வார்கள். பிறகு, பரிசு பெற்றவன் முகம் மலர்ந்து, ஆனந்தக் கண்ணீரைத் துடைத்துவிட்டுக்கொண்டிருந்த தன் பெற்றோரைப் பார்வையால் தேடியபடி, இசைப் பின்னணியுடன் கைதட்டல்களுக்கு நடுவே மேடையிலிருந்து இறங்கி வருவான். கண்ணுக்குத் தெரியாத தொலைவில் எங்கோ கடலுக்கு மேலே சிறிய பிளவு ஒன்றின் வழியாகத் தன் வெப்பத்தை இழந்துவிட்டிருந்த வானத்தின் நீல நிறம் சற்றே மங்கி இருக்கும். இசைமுழக்கம் பின்தொடர, பரிசு பெற்றவர்கள் ஒருவர் ஒருவராக ஏறி, பிறகு இறங்கி வர, முற்றம் சிறிதுசிறிதாகக் காலியாகிக்கொண்டிருக்கும்; வானத்தின் நீல நிறம் மங்க ஆரம்பித்தது. தொடங்கியது. ழாக்கின் வகுப்பின் முறை வந்தது. தன்னுடைய வகுப்பின் பெயர் அறிவிக்கப்பட்ட உடனேயே, கோமாளித்தனங்களை நிறுத்திவிட்டு ழாக் தீவிரமாகக் கவனம்கொள்வான். தன்னுடைய பெயர் அழைக்கப்பட்டபோது, தலை சுற்ற எழுந்து நிற்பான். சரியாகக் காது கேட்காததால், ''கோர்மெரி என்றா அவர் சொன்னார்?'' என்று பாட்டியிடம் தன் தாய் கேட்பது லேசாக அவன் காதில் விழும். ''ஆமாம்,'' என்பாள் பாட்டி, உணர்ச்சிவசப்பட்டு, முகம் சிவந்து. ழாக் நடந்து சென்ற சிமெண்ட் பாதை, மேடை, கடிகாரச் சங்கிலியுடன் இருந்த விழாத் தலைவரின் மேல்கோட்டு, தலைமை ஆசிரியரின் கனிவான புன்னகை, மேடையில் கூட்டத்துக்கு மத்தியில் இருந்த பேராசிரியர்களில் ஒருவரின் நட்புப் பார்வை, பிறகு வழியில் நின்றுகொண்டிருந்த இரண்டு பெண்களை நோக்கி

---

[a] தன் மேல் பட்டுச் சிதறிய.

இசையுடன் திரும்பி வந்தது, ஒருவித வியப்பு கலந்த மகிழ்ச்சியுடன் தன்னுடைய தாய் தன்னைப் பார்த்தது, பரிசு பெற்றவர்கள் அடங்கிய தடித்த பட்டியலை வைத்துக்கொள்ளச் சொல்லித் தாயிடம் கொடுத்தது, அருகில் இருந்தவர்களைத் தன்னுடைய பாட்டி பார்வையால் சாட்சிக்கு அழைத்தது—இவை எல்லாமே முடிவுறாததைப் போலத் தோன்றிய ஒரு மதியப் பொழுதில் மிக வேகமாக நிகழ்ந்தன. சீக்கிரமே வீட்டுக்குத் திரும்பி, தனக்குக் கிடைத்த புத்தகங்களைப்[a] பார்க்கும் அவசரத்தில் ழாக் இருந்தான்.

வழக்கமாக அவர்கள் பியருடனும், அவனுடைய தாயுடனும்[b] திரும்பி வருவார்கள்; பாட்டி இந்த இருவரின் புத்தக அடுக்குகளின் உயரத்தை ஒப்பிட்டுப் பார்த்தபடி இருப்பாள். வீட்டுக்கு வந்தவுடன் பரிசு வென்றவர்களின் பட்டியலை முதலில் எடுத்து, பாட்டி கேட்டுக்கொண்டபடி, அண்டை வீட்டுக்காரர்களிடமும் சுற்றத்தாரிடமும் அவளால் காட்ட முடிந்த வகையில் தன்னுடைய பெயர் இருந்த பக்கங்களின் மூலையை மடித்துக்கொடுத்தான். அதை அவன் செய்து முடிப்பதற்குள், உடை மாற்றிக்கொண்டு, தன்னுடைய நாற்காலியை ஜன்னலுக்கு அருகில் இழுத்துப் போட்டுக் கொண்ட தன் தாயைப் பார்த்தான். அவனைப் பார்த்து அவள் புன்னகை செய்தாள். ''நன்றாக உழைத்திருக்கிறாய்,'' என்று சொல்லி அவனைப் பார்த்துத் தலையை அசைத்தாள். அவனும் அவளைப் பார்த்து, ஏனென்று தெரியாமலேயே காத்திருந்தான்; இப்போது இன்னும் ஒரு ஆண்டுவரை தான் மீண்டும் பார்க்கப் போகாத மேல்நிலைப் பள்ளியிலிருந்து தொலைவில், முகமற்ற பாதசாரிகளைத் தவிர வேறு யாருமே நடமாடாமல் இருந்த தெருவுக்கு* மேலே இரவின் முதல் விளக்குகள் எரியத் தொடங்கி, அறையில் இருள் நுழைந்துகொண்டிருக்கும்போது, ழாக்குக்கு மிகவும் பழகிப்போயிருந்த நிலையில் அவள் தெருவை நோக்கித் திரும்பினாள்.

ஆனால், தான் மிகக் கொஞ்சமாகவே பார்த்திருந்த பள்ளியை விட்டு இப்போது அவள் திரும்பி வந்துவிட்டாள் என்றால், ழாக்கோ தான் விட்டுப் போகவே போகாத தன் குடும்பத்துக்கும், தான் வசித்த பகுதிக்கும் சட்டெனத் திரும்பி வந்திருப்பதாக உணர்ந்தான்.

வருடாந்திர விடுமுறைகளும் ழாக்கைத் திரும்பவும் அவனுடைய குடும்பத்துக்குள் அழைத்துவந்துகொண்டிருந்தன, குறைந்தபட்சம், முதல் சில ஆண்டுகளில். அவர்களுடைய வீட்டில் யாருக்கும் விடுமுறை இருக்கவில்லை, ஆண்கள் வருடம் முழுவதும் ஓய்வில்லாமல் வேலை செய்துகொண்டிருந்தார்கள். வேலையில் ஈடுபட்டிருக்கும்போது ஏற்படும் விபத்து மட்டுமே, அதுவும் இது போன்ற விபத்துகளுக்கு எதிராக ஊழியர்களுக்குக் காப்பீடு செய்திருந்த நிறுவனங்களில் மட்டுமே, பணிபுரிந்தவர்களுக்கு ஓய்வு கிடைக்கும். அந்த விடுமுறைகளும்

---

[a] ''கடலின் ஊழியர்கள்''—விக்டர் ஹ்யூகோ.

[b] மேல்நிலைப் பள்ளியையோ, அதன் அன்றாட வாழ்க்கையில் எதையுமோ அவள் பார்க்கவில்லை. பெற்றோருக்காக நடந்த ஒரு நிகழ்ச்சியில் கலந்துகொண்டிருந்தாள். மேல்நிலைப் பள்ளி என்பது அது அல்ல, அது...

* நடைபாதைகள்.

மருத்துவமனை அல்லது மருத்துவர் ரூபத்தில்தான் இருக்கும். உதாரணமாக, தான் மிகவும் சோர்ந்துபோய்விட்டிருப்பதாக மாமா எர்னெஸ்ட் உணர்ந்த போது, அவருடைய வார்த்தைகளின்படி ''காப்பீட்டில் போய் இருக்கப்போகி றேன்,'' என்று சொல்லி, பெரிய இழைப்புளியைக் கொண்டு தன்னுடைய உள் ளங்கையில் கணிசமான அளவு சதையைத் தானாகவே சீவி எடுத்துவிட்டார். பெண்களைப் பொறுத்தவரை, காதரின் கோர்மெரியும், தங்களுடைய அன்றாடச் சாப்பாடே மிகவும் குறைந்துவிடுமே என்கிற முக்கியமான காரணத்தாலேயே ஓய்வில்லாமல் வேலை செய்தார்கள். எவ்விதக் காப்பீட்டுத் திட்டமும் இல்லா மல் இருந்த வேலையில்லாத நிலைமை மிகப் பெரிய அச்சுறுத்தலாக இருந்தது. அந்தக் காரணத்தினால்தான், மூாக் வீட்டிலும் பியர் வீட்டிலும் இருந்த ஊழி யர்கள் தங்களுடைய அன்றாட வாழ்க்கையில் மற்ற மனிதர்களிடம் மிகுந்த சகிப்புணர்வுடன் பழகினாலும், வேலை வாய்ப்பு விவகாரத்தில் எப்போதும் அந்நியர்மீது துவேஷம் கொண்டிருந்தார்கள்; மாறிமாறி இத்தாலியர்களையும், ஸ்பானியர்களையும், யூதர்களையும், அராபியர்களையும், கடைசியில் உலகம் முழுவதையுமே, தங்களுடைய வேலை வாய்ப்பை அவர்கள் எல்லோரும் பறித்துக் கொண்டுவிட்டதாகக் குற்றம்சாட்டினார்கள்—உழைக்கும் வர்க்கத்தைப் பற்றிக் கருத்துரீதியாக மட்டுமே பார்த்த அறிவுஜீவிகளைப் பொறுத்தவரை கவலை யளிக்கும் மனப்பாங்காகவே இது நிச்சயமாகத் தோன்றினாலும், பெரும்பாலும் மனித இயல்பானதும் மன்னிக்கக்கூடியதுமான மனப்பாங்குதான். உலகின் மேல் ஆளுமை கொள்வதற்கோ அல்லது செல்வம் சேர்த்து ஓய்வு அனுபவிப்பதற்கான சலுகையைப் பெறுவதற்கோ மற்ற நாட்டினருடன், எதிர்பாராமல் இங்கு வந் திருந்த இந்தத் தேசத்தினர் சண்டை போடவில்லை, ஆனால், அடிமையாக இருப் பதற்கான உரிமையைக் கோரினார்கள். இந்தப் பிரதேசத்தில் வேலை என்பது ஒரு உயர்ந்த பண்பாக இருக்கவில்லை; மாறாக, உயிர் பிழைத்திருப்பதற்காகச் சாவுக்கு இட்டுச் சென்ற அத்தியாவசியத் தேவையாக இருந்தது.

எதுவாக இருந்தாலும், அல்ஜீரியக் கோடைகாலம் எவ்வளவுதான் கடுமையாக இருந்தாலும், இனிமையான ''பிரெஞ்சுக் காற்றில்'' புத்துணர்ச்சி பெறுவதற்காக அரசு அதிகாரிகளையும் பணக்காரர்களையும் நிரம்பி வழிந்த கப்பல்கள் ஏற்றிச் சென்றபோது (அங்கிருந்து திரும்பி வரும்போது அவர்கள், ஆகஸ்ட் மாதத்திலும் நீர் தாராளமாகப் பாய்ந்துகொண்டிருந்த செழிப்பான புல்வெளிகளைப் பற்றி நம்ப முடியாத, அற்புதமான விவரிப்புகளுடன், கதைகளுடன் வருவார்கள்), இங்கே ஏழைகள் வசித்த பகுதியில் அவர்களுடைய வாழ்க்கையில் சுத்தமாக எந்த மாற்றமும் இல்லாமல் இருந்தது. நகரத்தின் மையப் பகுதியைப் போல இல்லாமல், முற்றிலுமாகக் காலி ஆவதற்குப் பதிலாக, தெருக்களில் பெருமளவு குழந்தைகள் வந்துகொண்டிருந்ததால் இந்தப் பகுதியின் மக்கள் தொகை பெருகிக் கொண்டிருப்பதைப் போலத் தோன்றியது.[a]

ஓட்டைகள் விழுந்திருந்த செருப்புகள், மலிவான அரைக் கால்சட்டை, குட்டையான பனியன் இவற்றுடன் வறண்ட தெருக்களில் சுற்றிக்கொண்டி

[a] இன்னும் விளையாட்டுச் சாமான்கள், குடைராட்டினம், பயனுள்ள வெகுமதிகள்.

ருந்த பியருக்கும் ழாக்குக்கும் விடுமுறை என்பதே பெரும்பாலும் வெப்பமான நாட்கள்தான். கடைசியாகப் பெய்த மழை ஏப்ரல் அல்லது மீறிப்போனால், மே மாதம் பெய்ததுதான். பல வாரங்களாக, பல மாதங்களாகப் போகப்போக தீவிரமான, மேலும்மேலும் வெப்பம் அளித்த சூரியன் சுவர்களைக் காய வைத்து, வறள வைத்து, பின்னர் வறுத்து, சிமெண்ட் கலவை, கற்கள், ஓடுகள் எல்லாவற்றையும் பொடிப்பொடியாக அரைத்துத் தூசியாக்கி, காற்றில் அடித்துக் கொண்டு போன அந்தத் தூசி தெருக்களிலும், கடைகளின் ஜன்னல்கள், மரங் களின் இலைகள் மீதும் படிந்திருக்கும். ஜூலை மாதத்தில் அந்தப் பகுதி முழு வதும் பகல் பொழுதில் வெறுமையாக, சாம்பல் நிறமும் மஞ்சளும் கலந்த [a] ஒருவித மீள முடியாத, குருட்டுப் பாதையைப் போலத் தோன்றும்; எல்லா வீடுகளிலும் ஜன்னல்கள் கவனமாக மூடப்பட்டு, நாய்களையும் பூனைகளையும் வீட்டு வாச லில் முடக்கி, வெயிலிலிருந்து தப்பிக்க உயிருள்ள எல்லா ஜீவன்களையும் சுவர் ஓரமாக உரசிக்கொண்டு நடந்துபோக வைக்கும் அளவுக்கு சூரியனின் ஆக்கிர மிப்பு இருக்கும். ஆகஸ்ட் மாதத்தில், வெயிலில் சாம்பல் நிறமாகியிருந்த அடர்ந்த, ஈரப்பதம் மிகுந்த மூட்டமான வானத்துக்குப் பின்னால் மறைந்துவிடும் சூரியனிலிருந்து கண்களை அயரச் செய்த, மங்கிய வெண்ணிற ஒளி, தெருவில் கொஞ்சநஞ்சம் இருந்த பலவித வண்ணங்களையும் சுவடு தெரியாமல் அழித்து விடும். பீப்பாய் தயாரிக்கும் பட்டறைகளில் சுத்தியல்களின் ஒலி மங்கி, ஊழி யர்கள் சில சமயம் வேலையை நிறுத்திவிட்டு, குழாயிலிருந்து வந்த குளிர்ந்த நீரில் தலையையும், வியர்வையில் தோய்ந்திருந்த உடலையும் காட்டுவார்கள்.[b] வீடுகளில் தண்ணீர் புட்டிகளும், இன்னும் அரிதாக, ‘வைன்’ புட்டிகளும் ஈரத் துணியில் சுற்றி வைக்கப்பட்டிருக்கும். ழாக்கின் பாட்டி எளிய மேல்சட்டை யுடன் நிழலாக இருந்த அறையில் வெறுங்காலுடன் நடந்துகொண்டு, இயந்திரத் தனமாக ஓலை விசிறியை ஆட்டிக்கொண்டு, காலையில் வேலைகளைச் செய்து விட்டு, மதிய உறக்கத்துக்காகப் படுக்கைக்கு ழாக்கை இழுத்துச்சென்று, மீண்டும் வேலையைத் தொடங்குவதற்காக மாலைப் பொழுதின் குளுமையின் முதல் அறி குறிக்காகக் காத்திருப்பாள். இப்படியாகப் பல வாரங்களாகக் காற்றையோ, பனியையோ, மெல்லிய தூறலையோ ஏதோ இந்த உலகம் ஒருபோதுமே அறிந் திராததைப் போல, தூசியும் வியர்வையும் தங்கள்மேல் படிந்து, வெறித்த பார் வையுடன் அயர்ந்துபோய், உலகம் தோன்றிய நாளிலிருந்து செப்டம்பர் மாதத் தில் இந்த நாள்வரை பிரம்மாண்டமான கனிமம் ஒன்றில் குடையப்பட்டு, தகித்துக்கொண்டிருந்த தாழ்வாரங்களில் மெதுவாக வளைய வந்துகொண்டிருந்த பிறவிகளைத் தவிர ஏதோ வேறெதுவுமோ இருக்கவில்லை என்பதைப் போல, குளிர்காலக் குளுமையின் நினைவும் அதன் நீரின்* நினைவும் மனதிலிருந்து மறைந்துவிடும்வரை, கனத்த, புழுக்கமான, வறுத்தெடுக்கும் இந்த வானத்தின் கீழ் கோடைகாலமும் அதற்கு ஆளாகியிருந்த மக்களும் மேலும்கீழுமாக ஊர்ந்து கொண்டிருப்பார்கள். பின்னர், திடீரென்று ஆகாயம் தனக்குள்ளேயே சுருங்கிக்

---

[a] துருப்பிடித்த நிறத்துக்கு ஒப்பாக.

[b] ஸாப்லெட்? இன்னும் மற்ற கோடைகால நடவடிக்கைகள்.

* மழை.

கொண்டு, இறுக்கம் தாங்காமல் இரண்டாகப் பிளந்து திறக்கும். பலமாகவும் அடர்த்தியாகவும் பெய்யும் செப்டம்பரின் முதல் மழை ஊரை வெள்ளத்தில் ஆழ்த்தும். அத்தி மரத்தின் பளபளப்பான இலைகள், மின்கம்பிகள், டிராம் வண்டித் தண்டவாளங்கள் இவற்றைப் போலவே அந்தப் பகுதியின் எல்லாத் தெருக்களும் ஒளிரத் தொடங்கும். நகரத்தை நோக்கி இருந்த குன்றுகளைத் தாண்டி, தொலைவில் இருந்த வயல்களிலிருந்து வந்த ஈரமான மண்ணின் வாசனை கோடைகாலக் கைதிகளுக்குப் பரந்த வெளியின், விடுதலையின் செய்தியைக் கொண்டுவரும். அப்போது, தெருவுக்கு விரையும் சிறுவர்கள் லேசான உடை யணிந்து மழையில் ஓடிவந்து, தெருவில் பெருகி ஓடிய ஓடைகளில் மகிழ்ச்சியுடன் கால்களால் அளைந்து, அங்கே தேங்கியிருந்த குட்டையில் ஒருவர் தோளை ஒருவர் பற்றியபடி வட்டமாக நின்றுகொண்டு, விடாமல் பெய்துகொண்டிருந்த மழையை நோக்கிக் கூச்சலும் சிரிப்பும் நிறைந்த முகங்களை நிமிர்த்தி, 'வைன்' தயாரிப்பதற்காகத் திராட்சைப் பழங்களை மிதிப்பதைப் போல ஒரே தாள கதியில் மிதித்து, வைனைவிட போதை அளிக்கும் அழுக்கு நீரைத் தெளிக்கச் செய்துகொண்டிருப்பார்கள்.

ஆமாம், வெயில்காலம் உண்மையிலேயே பயங்கரமாகத்தான் இருந்தது; பெரும்பாலும் கிட்டத்தட்ட எல்லோரையும் பைத்தியமாக ஆக்கி, நாளுக்கு நாள் இன்னும் எரிச்சலடையச் செய்து, எதையும் எதிர்கொள்ள, கத்த, திட்ட, அடிக்கப் போதுமான பலமோ, சக்தியோ இல்லாமல் செய்து, வெயிலின் சூட்டைப் போலவே எரிச்சல் உணர்வும் அதிகரித்துக்கொண்டேபோகும்—சோகமான, மாறு தல்களுக்கு உள்ளாகாத இந்தப் பகுதியில் இங்குமங்குமாக எப்போதாவது வெடிக்கும்வரை. அப்படித்தான் ஒரு நாள், லியோன் தெருவில், பெரும்பாலும் அராபியர்கள் வசித்த பகுதியின் எல்லைக்கு அருகில் இருந்த 'மரோபோ' என்று அழைக்கப்பட்ட இடத்தில், குன்றின் சிவப்பு மண்ணில் வெட்டி வடி வமைக்கப்பட்ட கல்லறைத் தோட்டத்துக்கு அருகில், மூர் இனத்தைச் சேர்ந்த முடிதிருத்துநரின் தூசி நிறைந்த கடைக்குள்ளிருந்து, மொட்டை அடிக்கப்பட்ட தலையுடன் நீல நிற ஆடையிலிருந்த அராபியன் ஒருவன் வெளியே வருவதை ழாக் பார்த்தான்; வினோதமான ஒரு நிலையில் சிறுவனுக்கு முன்னால் சில அடி கள் எடுத்துவைத்த அவனுடைய உடல், முன்புறமாகக் குனிந்து இருக்க, சாத்தி யமே இல்லை என்று எவருமே சொல்லக்கூடிய அளவுக்குத் தலை பின்புறமாகச் சாய்ந்து இருந்தது. உண்மையில், அது சாத்தியம் இல்லைதான். அவனுக்குச் சவரம் செய்யும்போது, மூளை கலங்கிப்போய், அந்த முடித்திருத்துநர் தன்னுடைய நீண்ட சவரக் கத்தியால் அராபியன் காட்டிக்கொண்டு இருந்த அவனுடைய தொண்டையை ஒரே வீச்சில் அறுத்துவிட்டிருந்தார்; அந்தக் கத்தி மென்மையாகச் சீவியதில், ரத்தம் பீறிட்டு மூச்சுத்திணறியதைத் தவிர, வேறு எதையும் உணர்ந் திருக்காத அராபியன், வெளியே வந்து, கழுத்து அறுக்கப்பட்ட வாத்தைப் போல ஓடும்போது, மற்ற வாடிக்கையாளர்களால் தடுத்து நிறுத்தப்பட்ட முடிதிருத்துநர் பயங்கரமாக ஊளையிட்டுக்கொண்டிருந்தார்—முடிவில்லாமல் நீடித்த அந்த நாட்களில் ஊளையிட்டுக்கொண்டிருந்த வெப்பத்தைப் போல.

மரங்கள், கூரைகள், சுவர்கள், தெருக்கள் இவற்றில் படிந்திருந்த கோடை காலத் தூசியை வானத்திலிருந்து அப்போது அருவியாகக் கொட்டிய மழைநீர் முரட்டுத்தனமாகக் கழுவிவிடும். சேற்று நீர் வேகமாக வடிகால்களில் நிரம்பி, சாக்கடை ஓட்டைகளுக்குள் பயங்கரமாகக் கொப்பளித்துக்கொண்டு, கிட்டத் தட்ட ஒவ்வொரு ஆண்டும் கழிவுநீர்க் குழாய்களையே உடைத்து, தெருவில் தேங்கிநின்று, வாகனங்களுக்கும் டிராம் வண்டிகளுக்கும் முன்னால் நன்றாக வரையப்பட்ட இரண்டு மஞ்சள் நிற இறகுகளைப் போலப் பீச்சியடிக்கும். கடற் கரையிலும் துறைமுகத்திலும் அப்போது கடல் நீரே குழம்பி இருக்கும். சூரியனின் முதல் கிரணங்கள் வீடுகளிலிருந்தும், தெருக்களிலிருந்தும், இன்னும் நகரம் முழுவதிலிருந்தும் ஆவியைக் கிளப்பும். வெப்பம் திரும்பவும் வரலாம், ஆனால் அது ஆக்கிரமிக்காது; வானம் இன்னும் பரந்து நிர்மலமாக இருக்க, நன்றாக சுவாசிக்க முடியும். வெப்ப நாட்களின் அடர்த்தியின் வழியே, காற்றின் அதிர்வுகள், நீரைக் குறித்த நம்பிக்கை ஆகியவை இலையுதிர் காலத்தையும், பள்ளிக்கூடம் திறக்கப்போவதையும் அறிவிக்கும்.[a] இலையுதிர் கால மழையைப் போலவே, வெக்கையான நாட்கள் முழுவதும் மூடிய ஜன்னல்களுடன் இருந்த அறைகளில் சலிப்பு மிகுந்து வளைய வந்துகொண்டு, பாட்டியின் எரிச்சலை இன்னும் அதிகப் படுத்திக்கொண்டிருந்த ழாக் பள்ளிக்குக் கிளம்புவதையும் ஒரே மாதிரியான ஆசு வாசப் பெருமூச்சுடன் வரவேற்ற பாட்டி, "எவ்வளவு நீண்ட கோடைகாலம்!" என்பாள்.

மேலும், எதுவும் செய்யாமல் இருப்பதற்காக ஆண்டில் ஒரு பகுதி ஏன் பிரத்தியேகமாக ஒதுக்கப்பட வேண்டும் என்பது அவளுக்குப் புரியவில்லை. "எனக்கு விடுமுறை நாட்கள் என்பது ஒருபோதும் இருந்ததில்லை" என்பாள் அவள். அது உண்மைதான்; பள்ளிக்கூடத்தையோ, ஓய்வு நேரத்தையோ அவள் அறிந்திருக்கவில்லை; குழந்தை நாட்களிலிருந்தே வேலை செய்திருக்கிறாள், ஓய் வில்லாமல் வேலை செய்தாள். பெரிய ஆதாயத்தைக் கருதி, சில ஆண்டுகளுக்குத் தன்னுடைய பேரன், வீட்டுக்குப் பணம் கொண்டு வர மாட்டான் என்பதை அவளால் ஏற்றுக்கொள்ள முடிந்திருந்தது. ஆனால் முதல் நாளிலிருந்தே, இழந்து விட்ட இந்த மூன்று மாதங்களைப் பற்றிக் கவலைப்பட்டுக்கொண்டே இருந்த அவள், ழாக் நான்காம் ஆண்டு தொடங்குவதற்கு முன் இருந்த விடுமுறையில் அவனுக்கு ஒரு வேலை தேட வேண்டிய நேரம் வந்துவிட்டது என்று முடிவு செய்திருந்தாள். பள்ளி ஆண்டு முடிவில், "இந்தக் கோடையில் நீ வேலைக்குப் போக வேண்டும்," என்றாள் அவள் ழாக்கிடம். "வீட்டுக்குக் கொஞ்சம் பணம் கொண்டுவர வேண்டும். நீ இப்படியே ஒன்றும் செய்யாமல் இருந்துகொண்டு இருக்க முடியாது."[b]

உண்மையில், செய்ய நிறையவே இருப்பதாக ழாக்குக்குத் தோன்றியது: கடலில் குளிக்கப் போவது, கூபாவுக்குப் பயணங்கள், விளையாட்டு, பெல்கூர்

---

[a] மேல்நிலைப் பள்ளி—சந்தா அட்டை—மாதாமாதம் புதுப்பித்தல்—பதிலளிப்பதில் குஷி: "சந் தாதாரர்", வெற்றிகரமான சரிபார்த்தல்.

[b] அம்மாவின் தலையீடு—அவனுக்கு அயர்ச்சியாக இருக்கும்.

தெருக்களில் சுற்றுவது, சித்திரக் கதைப் புத்தகம், பிரபல நாவல்கள்,[a] வெர்மோ பஞ்சாங்கம், சேன்-எத்தியென் ஆயுதத் தயாரிப்பு நிறுவனத்தின் முடிவுறாத, நீண்ட பட்டியல்— இவற்றைப் படிப்பது [b] போன்றவை. இவை தவிர, வீட்டுக்கு ஏதாவது வாங்கி வருவதும், பாட்டி அவனுக்கு அவ்வப்போது கொடுத்த சின்னச் சின்ன வேலைகளும். ஆனால் பாட்டியைப் பொறுத்தவரை இவை எல்லாமே ஒன்றும் செய்யாமல் இருப்பதுதான்; ஏனென்றால், சிறுவன் வீட்டுக்குப் பணம் கொண்டு வரவும் இல்லை, பள்ளி நாட்களில் உழைப்பில் ஈடுபட்டதைப் போல இருக்கவும் இல்லை; இந்த இலவச வாழ்க்கை அவளுக்கு நரகத்தின் தீக்கொழுந்துகளாக இருந்தது. ஆகவே, அவனுக்கு வேலை தேடுவதுதான் ஒரே ஒரு எளிய வழி.

பார்க்கப்போனால், அது ஒன்றும் அவ்வளவு எளிதாக இருக்கவில்லை. எழுத்தர் வேலைக்கும், எடுபிடி வேலைக்கும் உதவி ஆள் தேவை என்ற சிறு விளம்பரங்கள் அச்சு ஊடகத்தில் வந்துகொண்டுதான் இருந்தன. முடிதிருத்துநர் கடைக்குப் பக்கத்தில் இருந்த, (எண்ணெய்க்குப் பழகியிருந்தவர்களுடைய நாக்கு, மூக்கு இவற்றுக்கு வித்தியாசமாக இருந்த) பால், வெண்ணெய் வாசம் வீசிக்கொண்டிருந்த கடைக்காரி திருமதி. பெர்தோ, அந்த விளம்பரங்களைப் பாட்டிக்குப் படித்துச் சொல்வாள். ஆனால் அந்த முதலாளிகள் பதினைந்து வயது நிரம்பியவர்களே வேண்டும் என்று எப்போதும் கேட்டார்கள்; பதிமூன்று வயதுக்கே உண்டான வளர்ச்சி இல்லாத ழாக்கின் வயதைக் குறித்துத் துணிச்சல் இல்லாமல் பொய் சொல்வது கடினமாக இருந்தது. மேலும், விளம்பரம் செய்திருந்தவர்கள் தங்களிடம் வேலைக்குச் சேர்ந்து நிரந்தரமாக இருக்கப்போகிறவர்களையே எதிர்பார்த்தார்கள். முதலில் பார்த்த சிலரிடம் ழாக்கைப் பாட்டி அறிமுகப்படுத்திய போது (முக்கியமாக வெளியே போகும்போதெல்லாம் செய்வதைப் போல, தன்னுடைய தவிர்க்க முடியாத ஸ்கார்ஃப் உட்பட, எல்லா உடைகளையும் அணிந்திருந்த பாட்டி), அவர்கள் அவனை மிகவும் இளையவனாக இருப்பதாகக் கருதினார்கள். ''நீ வேலையில் நிலைத்து இருக்கப்போவதாகச் சொல்லித்தான் ஆக வேண்டும்,'' என்றாள் பாட்டி. ''அது உண்மையில்லையே.'' ''அதனால் பரவாயில்லை, நீ சொல்வதை அவர்கள் நம்புவார்கள்.'' ழாக் சொல்ல வந்தது அது அல்ல, பார்க்கப்போனால், அவனை நம்புவார்களா இலலையா என்பதைப் பற்றி அவன் கவலைப்படவில்லை. ஆனால், இது போன்ற பொய் அவனுடைய தொண்டை வரை வந்து நின்றுவிடும் என்று அவனுக்குத் தோன்றியது. அடிக்கடி வீட்டில் பொய் சொல்லியிருக்கிறான் என்பது என்னவோ உண்மைதான், தண்டனை ஒன்றிலிருந்து தப்பிக்கவோ, இரண்டு ஃப்ராங்கு நாணயத்தை வைத்துக்கொள்ளவோ, அல்லது பெரும்பாலும் ஏதாவது ஜம்பமடித்துக்கொள்ளும்போதோ. குடும்பத்தினரிடம் பொய் சொல்வது மன்னிக்கப்படக்கூடிய குற்றமாக இருந்தாலும், அந்நியர்களிடம் சொல்லும்போது அது மிகத் தீவிரமான குற்றமாக அவனுக்குத் தோன்றியது. தான் நேசிப்பவர்களிடம் முக்கியமான விஷயங்களில் ஒருவர் பொய் சொல்வதில்லை என்றும், அப்படிச் செய்தால் பின்னர் அவர்களுடன் சேர்ந்து

---

[a] நகைச்சுவைத் துணுக்கு நிறைந்த.

[b] முன்னால் படித்தவை? மேல்மட்டவாசிகள்.

வாழ்வதோ, தொடர்ந்து நேசிப்பதோ முடியாது என்பதுவும்தான் அதற்குக் காரணம் என்றும், தெளிவற்ற ஏதோ ஒருவிதத்தில் அவன் உணர்ந்திருந்தான். அவர்களிடம் சொல்லப்பட்டதை வைத்துக்கொண்டுதான் இவனுக்கு வேலை கொடுப்பவர்களுக்கு இவனைப் பற்றித் தெரிந்துகொள்ள முடியும், ஆகவே அவர்களுக்கு இவனைப் பற்றி உண்மையாகத் தெரியாது. பொய் முழுமையாக இருக்கும். ஆகா என்ற பகுதியில் இருந்த பெரிய இரும்புக் கடை ஒன்றில் கோப்புகளை ஒழுங்காகப் பார்த்துக்கொள்ள உதவியாள் தேவைப்பட்டது என்று திருமதி. பெர்தோ பாட்டியிடம் ஒரு நாள் சொன்னவுடன், தன்னுடைய ஸ்கார்ஃபில் முடிச்சுப் போட்டுக்கொண்டு, ''வா, போகலாம்,'' என்றாள். நகரத்தின் மையப் பகுதியை நோக்கிச் சென்ற ஏற்றங்கள் ஒன்றில் அந்த இரும்புக் கடை இருந்தது; நடு ஜூலை மாத சூரிய வெப்பம் அந்தத் தெருவை வறுத்து, அதிலிருந்து கிளம்பிய சிறுநீர், தார் இவற்றின் வாடையை அதிகரித்தது. தெரு மட்டத்தில், மிகக் குறுகலாக, ஆனால் மிக நீளமாக இருந்த அந்தக் கடையை நீளவாக்கில் இரண்டாகப் பிரித்த நீண்ட மேஜைமேல் இரும்புச் சாமான்கள், தாழ்ப்பாள்கள் இவற்றின் மாதிரிகள் வைக்கப்பட்டிருந்தன; அந்தச் சுவரின் மிகப் பெரிய பகுதி முழுவதிலும் புதிரான வில்லைகள் ஒட்டப்பட்டிருந்த இழுப்பறைகள் இருந்தன. நுழைந்தவுடன் வலது பக்கத்தில், வார்ப்பிரும்பால் ஆன கிராதி ஒன்று பொருத்தப்பட்டு, அதில் காசாளரின் உபயோகத்துக்காக ஒரு ஓட்டை வைக்கப்பட்டிருந்தது. கிராதிக்குப் பின்னால், பகல் கனவு கண்டுகொண்டு மென்மையாக இருந்த பெண், முதல் மாடியில் இருந்த அலுவலகத்துக்குப் பாட்டியைப் போகச் சொன்னாள். கடையின் பின்கோடியில் இருந்த மரப் படிக்கட்டு, கடையைப் போன்ற அதே வாக்கில் அமைக்கப்பட்டிருந்த பெரிய அலுவலகத்துக்கு இட்டுச்சென்றது; அங்கே நடுவில் இருந்த பெரிய மேஜையைச் சுற்றிலும், ஆண்களும் பெண்களுமாக, ஐந்து அல்லது ஆறு ஊழியர்கள் இருந்தார்கள். அதன் ஒரு பக்கத்தில் இருந்த கதவுக்குப் பின்னால் மேலாளரின் அறை இருந்தது.

முழுக்கைச் சட்டை, தளர்த்தப்பட்ட கழுத்துப் பட்டை இவற்றுடன் மிகவும் வெப்பமாக இருந்த தன்னுடைய அலுவலக அறையில் மேலாளர் உட்கார்ந்திருந்தார்.[a] அவருடைய முதுகுக்குப் பின்னால் மதியம் இரண்டு மணி ஆகியும் இன்னமும் சூரிய வெளிச்சம் விழுந்திருக்காத முற்றத்தைப் பார்த்தபடி சிறிய ஜன்னல் இருந்தது. குட்டையாக, பருமனாக இருந்த அவர், தன் கால்சட்டையைத் தாங்கிப் பிடித்த அகலமான வெளிர் நீலப் பட்டைகளின் பின்னால் தன் கட்டை விரல்களை நுழைத்துக்கொண்டிருந்தார்; அவருக்கு மூச்சிரைத்தது. கம்மிய குரலில் தொண்டை அடைக்க, பாட்டியை உட்காரும்படி அழைத்த குரல் வெளிப்பட்டது எந்த முகத்திலிருந்து என்று சரியாகத் தெரியவில்லை. இந்தக் கட்டடம் முழுவதும் சுற்றிக்கொண்டிருந்த இரும்பின் வாடையை ழாக் சுவாசித்தான். மேலாளர் அசையாமல் இருந்தது அவருக்கு இருந்த சந்தேகத்தினால்தான் என்று அவனுக்குத் தோன்றியது. இந்தச் சக்தி வாய்ந்த, பயமுறுத்தும் மனிதருக்கு முன்னால் தாங்கள் சொல்லவேண்டி இருந்த பொய்களை நினைத்தபோது அவ

[a] கழுத்துப்பட்டைப் பித்தான், கழற்ற முடிந்த கழுத்துப்பட்டை

னுடைய கால்கள் நடுங்கின. பாட்டியோ நடுங்கவே இல்லை. ழாக்குக்குப் பதினைந்து வயது ஆகப்போகிறது, அவனுக்கு என்று ஒரு வேலை இருக்க வேண்டும், காலம் தாழ்த்தாமல் தொடங்க வேண்டும். முதலாளியைப் பொறுத்தவரை அவனுக்குப் பதினைந்து வயதைப் போலத் தெரியவில்லை, இருந்தாலும், அவன் புத்திசாலியாக இருக்கும் பட்சத்தில்... சரி, அவனிடம் தொடக்கப்பள்ளி முடித்ததற்கான சான்றிதழ் இருக்கிறதா? இல்லை, அவன் அரசின் உதவித்தொகை பெற்றுக்கொண்டிருக்கிறான். என்ன உதவித்தொகை? மேல்நிலைப் பள்ளியில் படிப்பதற்கு, அப்படியானால் மேல்நிலைப் பள்ளியில் படித்துக்கொண்டிருந்தானா? எந்த வகுப்பில்? நான்காவது வருடம். மேல்நிலைப் பள்ளியைத் தொடர வில்லையா? முதலாளி இன்னும் அசையாமல் இருந்தார், இப்போது அவருடைய முகத்தைப் பார்க்க முடிந்தது; உருண்டையான, பால் போன்ற அவருடைய கண்கள் பாட்டியிடமிருந்து சிறுவனை நோக்கித் திரும்பின. அந்தப் பார்வைக்கு முன் ழாக் நடுங்கினான். "ஆமாம்," என்றாள் பாட்டி. "நாங்கள் மிகவும் ஏழைகள்." மேலாளர் வெளிக்காட்டிக்கொள்ளாமல் இயல்பு நிலைக் குத் திரும்பினார். "அது துரதிருஷ்டம்தான்," என்றார் அவர். 'அவன் திறமை சாலியாக இருந்தான். அல்லவா? இருந்தாலும், வணிகத் துறையிலும் நல்ல நிலைக்கு முன்னேற முடியும்.' நல்ல நிலை மிக எளிமையாகத் தொடங்கிய தென்னவோ உண்மைதான். நாளொன்றுக்கு எட்டு மணி நேரம் வேலை செய்தால் மாதம் 150 பிராங்குகள் சம்பாதிக்கலாம். அவன் அடுத்த நாளே தொடங்கலாம். "பார்த்தாயா," என்றாள் பாட்டி. "நாம் சொன்னதை அவர் நம்பிவிட்டார்." "ஆனால் நான் வேலையை விடும்போது அவருக்கு எப்படி விளக்குவது?" "என்னிடம் விட்டுவிடு." "சரி," என்றான் சிறுவன், வேறு வழியில்லாமல். அவர் கள் தலைக்கு மேலே இருந்த வானத்தைச் சிறுவன் நிமிர்ந்து பார்த்தான். இரும் பின் வாடையையும், முற்றிலும் நிழலாக இருந்த அலுவலகத்தையும், நாளை காலை சீக்கிரமே எழுந்திருக்க வேண்டும் என்பதையும், இப்போதுதான் தொடங் கியிருந்த விடுமுறை நாட்கள் அதற்குள் முடிந்துவிட்டன என்பதையும் எண்ணிப் பார்த்தான்.

தொடர்ந்து இரண்டு ஆண்டுகளாகக் கோடைகாலத்தில் ழாக் வேலைக்குப் போனான். முதலில் இரும்புக் கடையிலும், பிறகு கப்பல் போக்குவரத்துத் தரக ரிடமும். ஒவ்வொரு முறையும், வேலையிலிருந்து நிற்கப்போவதை அறிவிக்கும் தினமான செப்டம்பர் 15ஆம் தேதி நெருங்குவதை அவன் பயத்துடன் எதிர் நோக்கி இருப்பான்.[1]

விடுமுறை நாட்கள் முடிந்துதான் விட்டிருந்தன, கோடைகாலம் முன்பு இருந்ததைப் போல அதே வெப்பத்துடனும் சலிப்புடனும் இருந்தபோதிலும். ஆனால், அதன் வடிவத்தையே மாற்றிவிடும் அந்த வானம், அதன் வெளிகள், அந்த இரைச்சல் இவற்றைக் கோடைகாலம் இழந்துவிட்டிருந்தது. இப்போதெல்லாம் ழாக்கின் பகல் பொழுதுகள் அவனுடைய ஏழ்மையின் தீவிரம் ஒருபோதும் குறையாத பகுதிகளில் கழியாமல், ஏழை வீடுகளின் மட்டரக சிமெண்ட் கல

---

[1] ஆசிரியரால் வட்டமிடப்பட்ட பகுதி.

வைக்குப் பதிலாக, தனித்துவம் மிக்க, சோகமான சாம்பல் நிற வண்ணத்தில் உயர் ரக சிமெண்ட் பூசிய வீடுகள் இருந்த நகரத்தின் மையப் பகுதியில் கழிந்தன. காலை எட்டு மணியிலிருந்தே இரும்பின் மணமும், நிழலின் வாடையும் சூழ்ந் திருந்த கடைக்குள் றூக் நுழைந்த கணத்திலிருந்தே, அவனுக்குள் ஒரு ஒளி அணைந்துபோயிற்று, வானம் மறைந்துபோய்விட்டது. பெண் காசாளருக்கு வணக்கம் சொல்லிவிட்டு, முதல் மாடியில் வெளிச்சம் குறைவாக இருந்த அலு வலகத்துக்கு ஏறிச் சென்றான். நடு மேஜையைச் சுற்றி, அவனுக்கென்று உட்கார இடம் இருக்கவில்லை. கையால் சுருட்டப்பட்ட சிகெரெட்டை நாள் முழுவதும் சப்பிக்கொண்டு இருந்ததில் மஞ்சளாகிப்போயிருந்த மீசையுடன் முதிய கணக் காளர்; தலை பாதி வழுக்கையாகவும் காளை போன்ற உடலும் முகமும் கொண்ட சுமார் முப்பது வயது மதிக்கத்தக்க உதவிக் கணக்காளர்; இவர்களைவிட இளை யவர்களாக இருந்த இரண்டு எழுத்தர்களில், தினமும் காலையில் அலுவலகத் துக்கு வருவதற்கு முன்னால் படகுத்துறையில் குளித்துவிட்டு, உடலோடு ஒட் டிய நனைந்த சட்டையுடன், கடல் நீரின் வாடையையும் சுமந்து வந்த, ஒல்லி யான, பழுப்பு நிறச் சருமத்தில் திரண்ட உடற்கட்டும், சீரான முகவெட்டும் கொண்ட ஒருவன்; தன்னுடைய ஆனந்தமான மனோபாவத்தைக் கட்டுப்படுத்த முடியாமல் சதா சிரித்துக்கொண்டிருந்த குண்டான இன்னொருவன்; கடைசி யாக, எப்போதும் வெளிர்சிவப்பு நிறத்தில் லினன் அல்லது ட்வில் துணியாலான உடையில், கொஞ்சம் குதிரை போல இருந்தாலும், பார்ப்பதற்கு இனிமையாக இருந்த, ஆனால் உலகம் முழுவதையும் ஒருவிதச் சிடுசிடுப்புடன் பார்த்த, மேலா ளரின் செயலாளர் திருமதி. ராஸ்லின்—இவர்களுடன் அவரவர் கோப்புகள், கணக்கு நோட்டுகள், அலுவலகச் சாதனங்கள் இவையெல்லாம் அந்த மேஜையை அடைத்துக்கொள்ளப் போதுமானவையாக இருந்தன. ஆகவே, மேலாளர் அறைக் கதவுக்கு வலதுபுறத்தில் இருந்த நாற்காலியில் உட்கார்ந்துகொண்டு, தனக்கு ஏதா வது வேலை கொடுக்கப்படுவதை எதிர்பார்த்தபடி றூக் இருப்பான்; பெரும் பாலும், ஜன்னலுக்கு இருபுறமும் இருந்த இழுப்பறைகள் கொண்ட அலமாரியில், ரசீதுகளையும், வர்த்தகக் கடிதங்களையும் அடுக்கி வைக்கும் வேலை கொடுக்கப் பட்டு, ஆரம்ப நாட்களில் அந்த இழுப்பறைகளை இழுத்து, அட்டைகளை அடுக்கி அவற்றை முகர்ந்துபார்ப்பதை விரும்பிச் செய்த அவனுக்கு, தொடக்கத் தில் மனதுக்கு இனியதாக இருந்த காகிதம், பசை இவற்றின் மணம் போகப்போக சலிப்பின் மணமாக மாறிவிட்டது; அல்லது, நீண்ட ஒரு கூட்டலை மீண்டும் ஒருமுறை சரிபார்க்கச் சொல்லி, அவனிடம் கொடுப்பார்கள், அவன் நாற்காலியில் உட்கார்ந்து, முழங்கால்கள் மேல் வைத்துக்கொண்டு அதைச் செய்வான். அல் லது, எண்களின் வரிசை ஒன்றைத் தன்னுடன் ஒப்பிட்டுப் பார்க்கும்படி உதவிக் கணக்காளர் றூக்கை அழைக்க, அவன் எப்போதும் நின்றபடியே, சக ஊழியர் களுக்குத் தொந்தரவாக இருக்கக் கூடாது என்பதற்காக அமுங்கிய, அழுதுவடியும் குரலில் உதவிக் கணக்காளர் படித்த எண்களை மிகக் கவனமாகச் சரிபார்ப்பான். ஜன்னல் வழியாகத் தெருவும், எதிரே இருந்த கட்டடங்களும் தெரிந்தன, வானம் ஒருபோதும் தெரியவில்லை. அவ்வப்போது இந்தக் கடைக்கு அருகில் இருந்த எழுதுபொருள் கடைக்குப் போய்ச் சில பொருட்களை வாங்கி வருவதற்கோ,

அல்லது அஞ்சல் நிலையத்துக்குப் போய் அவசரமாக ஒரு பணவிடை அனுப்பு வதற்கோ ழாக்கை அனுப்புவார்கள். துறைமுகத்தில் தொடங்கி நகரம் நிர் மாணிக்கப்பட்டிருந்த குன்றுகளின் உச்சிவரை சென்ற அகலமான தெருவில் கிட்டத்தட்ட 200 மீட்டர் தொலைவில் மத்திய அஞ்சல் நிலையம் இருந்தது. இந்த அகலமான சாலையில்தான் திறந்த வெளியையும், ஒளியையும் ழாக் மீண்டும் பார்ப்பான். ஒரு பெரிய வட்ட வடிவக் கட்டடத்தின் உட்புறத்தில் இருந்த மத்திய அஞ்சல் நிலையத்தில் மூன்று பெரிய கதவுகள் வழியாக வெளிச்சம் வந்ததைத் தவிர, மேலே இருந்த பெரிய அரைக் கோள வடிவக் கூரையின் வழியாகவும் ஒளி வடிந்துகொண்டிருக்கும்.[a] ஆனால், அன்றைய அஞ்சல்களை அனுப்பும் வேலை, நாள் முடிவில் அலுவலகத்தை விட்டுக் கிளம்பும் வேளையில் அவனுக்குக் கொடுக்கப்படும்; அப்போதெல்லாம் அது இன்னும் ஒரு சுமையாக இருக்கும், ஏனென்றால் பகல் பொழுது மங்கத் தொடங்கும் நேரத்தில், பெரிய கூட்டமாக இருக்கும் அஞ்சல் நிலையத்துக்கு ஓடிப்போய், ஜன்னலுக்கு முன் னால் வரிசையில் நிற்கவேண்டி இருக்கும்; அங்கே காத்திருப்பது அவனுடைய வேலை நேரத்தை நீட்டிக்கும். ஆக மொத்தம், ழாக்கைப் பொறுத்தவரை, நீண்ட கோடைகாலம் முழுவதும் இருண்ட, பிரகாசமற்ற பகல் பொழுதுகளாகவும், சில்லறை வேலைகளுமாகவே கழிந்துவிடும். “நீ ஒன்றும் செய்யாமல் இருந்து கொண்டிருக்க முடியாது,” என்பாள் பாட்டி, அடிக்கடி. ஆனால், குறிப்பாக, இந்த அலுவலகத்தில்தான் தான் ஒன்றும் செய்யாமல் இருப்பதாக ழாக் உணர் வான். வேலை செய்ய அவன் மறுக்கவில்லை, ஆனால் கடலுக்கும், கூபாவில் விளையாட்டுகளுக்கும் ஈடாக எதுவுமே இருக்கவில்லை. அவனைப் பொறுத்த வரை வேலை என்பது, உதாரணமாக, பீப்பாய் தயாரிப்புப் பட்டறையில் செய்த வேலை—நீண்ட உடலுழைப்பு, திறமையும் கச்சிதமும் கலந்து தொடர்ந்து செய் யப்பட்ட அங்க அசைவுகள், வேகமாக இயங்கிய, வலிமை வாய்ந்த கைகள்—இவற்றில்தான் ஒருவர் தன்னுடைய முயற்சிகளின் பலனைக் காண முடியும்: நன்கு செய்து முடிக்கப்பட்ட, விரிசல்கள் இல்லாத புதுப் பீப்பாய்; தொழிலாளி அதைப் பார்த்து மகிழ்ச்சி அடைய முடியும்.

ஆனால், இந்த அலுவலக வேலை எங்கிருந்தும் வரவில்லை, எதற்கும் இட்டுச் செல்லவில்லை. விற்பதும் வாங்குவதுமாக, எல்லாமே இந்தச் சாதாரண, சிறிய செயல்பாடுகளைச் சுற்றிச்சுற்றியே வந்தன. இதுவரை ஏழ்மையிலேயே வாழ்ந் திருந்தாலும், இந்த அலுவலகத்தில் உலகாயதத்தின் அற்பத்தன்மையைப் பார்த்து, தான் இழந்துவிட்டிருந்த ஒளியை நினைத்து அழுவான். அவனுக்கு ஏற்பட்ட இந்த மூச்சுத்திணறும் உணர்வுக்கு அவனுடைய சக ஊழியர்கள் பொறுப்பாக இருக்கவில்லை. அவனிடம் அவர்கள் அன்பாகத்தான் இருந்தார்கள், எதற்காகவும் அவனைக் கடுமையாக விரட்டவில்லை, சிடுசிடுப்பாக இருந்த திருமதி. ராஸ் லின்கூட, சில சமயங்களில் அவனைப் பார்த்துப் புன்னகைசெய்வாள். அல் ஜீரிய மக்களுக்கே உரித்தான ஆனந்தமான கனிவும் அலட்சியமும் கலந்த மனோ பாவத்துடன் அவர்கள் தங்களுக்குள் கொஞ்சமாகப் பேசிக்கொள்வார்கள். அவர்

[a] அஞ்சல் சம்பந்தப்பட்ட செயல்பாடுகள்.

கள் வந்து கால் மணி நேரத்துக்குப் பின் மேலாளர் வரும்போதும், அல்லது ஏதா வது ஒரு வேலையைக் கொடுப்பதற்கோ அல்லது ரசீது ஒன்றைச் சரிபார்ப்ப தற்கோ தன்னுடைய அறையிலிருந்து அவர் வெளியே வரும்போதும் (முக்கிய மான விஷயமாக இருந்தால் முதிய கணக்காளரையோ, அல்லது குறிப்பிட்ட அலுவலக ஊழியர் ஒருவரையோ உள்ளே அழைப்பார்), அவர்களுடைய குணா திசயங்கள் நன்றாக வெளிப்படும், அதிகாரத்தில் இருப்பவருடனான உறவில்தான் ஏதோ தங்களைச் சரியாக அடையாளப்படுத்திக்கொள்ள முடியும் என்பதைப் போல—தன் போக்கில் பணிவில்லாத முதிய கணக்காளர், கண்டிப்பு நிறைந்த, தன்னுடைய கனவுலகில் மூழ்கிய திருமதி. ராஸ்லின், இவர்களுக்கு மாறாக, முற்றிலும் அடிமைத்தனத்துடன் இருந்த உதவிக் கணக்காளர். ஆனால், மற்ற நேரங்களில் அவர்கள் தத்தம் கூட்டுக்குள் இருப்பார்கள், அற்ப சலனங்களுக்கு அவனைக் கட்டாயப்படுத்தும்—பாட்டி அதைத்தான் வேலை என்பாள்—ஆணையை எதிர்நோக்கி நாற்காலியில் உட்கார்ந்தபடி ழூாக் காத்திருப்பான்.[a]

அவனால் இனியும் அடக்க முடியாமல் நாற்காலியின் மேல் தத்தளிக்க ஆரம் பித்தவுடன் கடைக்குப் பின்னால் இருந்த முற்றத்துக்கு இறங்கி வந்து, மூக்கைத் துளைக்கும் சிறுநீர் நெடியுடன், வெளிச்சம் அதிகம் இல்லாத, சிமெண்ட் சுவர் கள் கொண்ட துருக்கிய பாணிக் கழிப்பறைகளில் சென்று மறைவான். இந்த இருட்டான இடத்தில், கண்களை மூடிக்கொண்டும், அவனுக்குப் பழக்கமாகி விட்ட வாடையைச் சுவாசித்துக்கொண்டும் கனவுலகில் இருப்பான். அவனு டைய இரத்தத்தில், அவனுடைய இயல்பில் தெளிவற்ற, குருட்டுத்தனமான ஏதோ ஒன்று அவனைக் கலங்கச் செய்தது. ஒரு நாள், திருமதி. ராஸ்லினுக்கு எதிரே இருந்த ஊசிகள் நிறைந்த பெட்டியைத் தவறவிட்டு, கீழே விழுந்த ஊசிகளைப் பொறுக்குவதற்காகத் தரையில் முட்டியிட்டு, பின்னர் தலையைத் தூக்கியபோது குட்டையான பாவாடையின் கீழ் விரிந்து இருந்த அவளுடைய முழங்கால்களை யும், வலைப் பின்னல் உள்ளாடையில் இருந்த தொடைகளையும் பார்த்து விட்டிருந்த அவன், பின்னர் சில சமயங்களில் திருமதி. ராஸ்லினின் கால்களை மீண்டும் ஒருமுறை நினைவுபடுத்திப்பார்ப்பான். ஒரு பெண் தன் பாவாடைக் குள் என்ன அணிந்திருப்பாள் என்பதை ஒருபோதும் பார்த்திருக்காத அவனுக்கு இந்தத் திடீர் தரிசனம் அவனுடைய உதடுகளை உலரச் செய்து, கிட்டத்தட்ட அடக்க முடியாமல் நடுங்க வைத்திருந்தது. அவனுடைய பல அனுபவங்களையும் மீறி, அவனால் ஒருபோதும் விடுவிக்க முடியாமல் இருக்கவிருந்த ஒரு புதிர் அப் போது அவனுக்கு முன்னால் தன்னைக் காட்டிக்கொண்டது..

நாளொன்றுக்கு இருமுறை, நண்பகலிலும் மாலை ஆறு மணிக்கும், ழூாக் வெளியே விரைந்து, சாலையின் இறக்கத்தில் ஓடி, ஊழியர்களை அவர்கள் வசித்த பகுதிக்கு இட்டுச்செல்வதற்காகப் படிக்கட்டுகளிலெல்லாம் பயணிகளை ஏற்றிக் கொண்டு சென்ற கூட்டமான டிராம் வண்டிகளில் தாவி ஏறுவான். இறுக்கமான வெப்பத்தில் ஒருவர்மேல் ஒருவராக அடைத்துக்கொண்டு, தங்களுக்காகக் காத்

---

[a] பாக்கலோரியாவுக்குப் பிறகு வரும் கோடைகாலப் பாடங்கள்—அவனுக்கு முன்னால் வியப் பில் ஆழ்ந்திருந்த தலை.

துக்கொண்டிருந்த தங்களுடைய வீடுகளை எதிர்நோக்கிப் பெரியவர்களும் சிறுவர்களும் மௌனமாக இருப்பார்கள்—ஆன்மா இல்லாத வேலை, அசௌகரியமான டிராம் வண்டியில் மேலும்கீழுமாகப் பயணங்கள், பின்னர் இறுதியில் திடீர் தூக்கம் இவற்றிடையே பகிர்ந்துகொள்ளப்படும் வாழ்க்கையை வேறு வழியின்றி ஏற்றுக்கொண்டவர்களாக. சில மாலை நேரங்களில் அவர்களைப் பார்க்கும்போதெல்லாம் ழாக்குக்கு நெஞ்சைப் பிழியும். இதுவரை அவன் ஏழ்மையின் செல்வங்களையும் சந்தோஷங்களையும் மட்டுமே அறிந்திருந்தான். ஆனால், வெயிலும் சலிப்பும் அயர்ச்சியும் ஏழ்மையின் சாபக்கேட்டை இப்போது அவனுக்கு உணர்த்தின—அதாவது, ஒருவரை அழவைக்கும் அளவுக்கு மடத்தனமாக இருந்த வேலை என்ற சாபக்கேடு; முடிவில்லாமல், மாற்றமில்லாமல் ஒரே மாதிரியாக இருந்துகொண்டு, நாட்களை மிக நீண்டவையாக ஆக்கி, அதே சமயம் வாழ்க்கையை மிகவும் குறுகச் செய்த வேலை.

கப்பல் தரகர் நிறுவனத்தில், கோடைகாலம் ஓரளவு விரும்பத்தக்கதாகவே இருந்தது; ஏனென்றால், ஃப்ரோன்-தெ-மெர் அகலச் சாலையில் அலுவலகம் இருந்ததோடல்லாமல், வேலையில் ஒரு பகுதி துறைமுகத்தில் இருந்தது. பல்வேறு நாடுகளிலிருந்து வந்து, அல்ஜே துறைமுகத்தில் நின்றிருந்த கப்பல்களில் ழாக் ஏறிச் செல்ல வேண்டி இருந்தது; சுருட்டை முடியுடன் வெளிர் சிவப்பு நிறச் சருமத்தில் அழகாக இருந்த முதிய தரகர் ஒருவர், பல அரசுத் துறைகளுக்குப் பிரதிநிதியாகச் செயல்பட்டார். மொழிபெயர்ப்பதற்காகக் கப்பலிலிருந்து ஆவணங்களை அலுவலகத்துக்கு ழாக் எடுத்துவருவான். ஒரு வாரத்துக்குப் பிறகு, சுங்க அதிகாரிகளுக்காகவோ, அல்லது சரக்குகளைப் பெற்றுக்கொள்ளும் பெரிய இறக்குமதி நிறுவனங்களுக்காகவோ ஆங்கிலத்தில் இருந்த கப்பல் போக்குவரத்து ரசீதுகளையும், கப்பலுக்கு வினியோகம் செய்யப்பட வேண்டிய பொருள்களின் பட்டியலையும் மொழிபெயர்க்கும் பொறுப்பு ழாக்கிடம் கொடுக்கப்பட்டது. ஆகவே, இந்த ஆவணங்களைப் பெற்றுக்கொண்டு வருவதற்காக ஆகா வர்த்தகத் துறைமுகத்துக்கு ழாக் அடிக்கடி போவது அவசியமாயிற்று. துறைமுகத்தை நோக்கி இறங்கிச் சென்ற தெருவை வெயில் வாட்டிக்கொண்டிருக்கும். தெருவின் இரு புறங்களிலும் வார்ப்பிரும்பில் செய்த கைப்பிடிக் கம்பி வெயிலில் கொதித்துக்கொண்டிருந்ததால் அதில் கையை வைக்கக்கூட முடியாது. துறைமுகத் தளத்தை ஒட்டிப் பக்கவாட்டில் நங்கூரம் பாய்ச்சியிருந்த கப்பல்கள், அவற்றைச் சுற்றிச் சுறுசுறுப்பாக இயங்கிக்கொண்டிருந்த கூலி ஆட்கள் இவற்றைத் தவிர, அந்தப் பரந்த துறைகளை வெயில் வெறிச்சென்று ஆக்கியிருக்கும்; கெண்டைக் கால்வரை சுருட்டிவிடப்பட்டிருந்த நீல நிறக் கால்சட்டை, பழுப்பு நிறம் ஏறியிருந்த திறந்த உடம்பு இவற்றுடன் இருந்த கூலி ஆட்கள், தலையிலிருந்து தோள்களையும் முதுகையும் மூடியிருந்த துணியின் மேல் சிமெண்டு, நிலக்கரி, கூரிய முனையுடன் இருந்த பெட்டிகள் அடங்கிய பெரிய மூட்டைகளை வைத்துச் சுமந்து வருவார்கள். கப்பலின் மேல்தளத்திலிருந்து துறைமுகத் தளத்துக்கு இறங்கிய சாய்தளத்தின் மேல் ஏறியவாறோ, அதிலிருந்து இறங்கியவாறோ, அல்லது துறைமுகத் தளத்தையும் கப்பலின் அடித்தளத்தையும் இணைத்துப் போடப்பட்டிருந்த கனமான பலகையின் மேல் வேகமாக நடந்து, திறந்து இருந்த

பெரிய கதவு வழியாகக் கப்பலின் வயிற்றுக்குள் நேரடியாக நுழைந்தபடியோ அவர்கள் இருப்பார்கள். துறைமுகத் தளத்திலிருந்து கிளம்பி வந்த வெயிலும் தூசியும் கலந்த வாடைக்குப் பின்னால், இரும்பால் ஆன கைப்பிடி, தாழ்ப்பாள் போன்றவை எல்லாம் கொதிக்க, கீழே தார் உருகியோடும் அளவுக்கு மிகவும் சூடேறியிருந்த மேல்தளத்தின் வாடைக்குப் பின்னால், ஒவ்வொரு சரக்கின் தனித்துவமான மணத்தை ழாக் அடையாளம் கண்டுகொள்வான்: நார்வேயி லிருந்து வரும் சரக்குகளில் மரத்தின் மணம், டாகாரிலிருந்து அல்லது பிரேசில் நாட்டுக் கப்பல்களிலிருந்து வந்தவற்றில் காபிக்கொட்டை, மசாலா சாமான்க ளின் வாசனை, ஜெர்மனியிலிருந்து எண்ணெய் மணம், ஆங்கிலக் கப்பல்களில் இரும்பின் வாடை. ழாக் சாய்தளத்தின் வழியாக மேலே ஏறி, தரகர் நிறுவன அடையாள அட்டையை, அதைப் புரிந்துகொள்ள முடியாத ஒரு மாலுமியிடம் காட்டுவான். பிறகு, கப்பலுக்குள் நிழலிலும் வெப்பமாக இருந்த குறுகிய பாதை வழியாக, உயர் அதிகாரியின் அறைக்கோ அல்லது கப்பலின் கேப்டன் அறைக்கோ அவனை அழைத்துச்செல்வார்கள்.[a] அப்படிப் போகும்போது, ஒரு ஆணின் வாழ்க் கைக்கு மிகத் தேவையாக இருந்தவை எல்லாம் ஒருங்கிணைந்து காணப்பட்ட, திறந்த, குறுகிய அறைகளைப் பெரும் ஆவலுடன் பார்ப்பான்; மிகவும் பகட் டாக இருந்த அறைகளைவிட இவற்றையே மிகவும் விரும்பத் தொடங்கி னான். வழக்கமாக ழாக் மிகவும் மென்மையாகப் புன்னகை செய்ததால், அவர் களும் இவனை அன்புடன் வரவேற்றார்கள்; வலிமையான இந்த ஆண்களின் முகங்களும், ஒருவிதத் தனிமையான வாழ்க்கை அவர்களுக்கு அளித்திருந்த பார்வையும் அவனுக்குப் பிடித்திருந்தன, அதை அவன் வெளிப்படையாகக் காட்டினான். அவ்வப்போது அவர்களில் யாராவது ஒருவன் ஓரளவு பிரெஞ்சு மொழியில் அவனுடன் பேசி, அவனிடம் கேள்விகளைக் கேட்பான். பிறகு ழாக் மகிழ்ச்சியுடன் அங்கிருந்து புறப்பட்டு, தகித்துக்கொண்டிருந்த துறைமுகத் தளம், கொதித்த கைப்பிடிக் கம்பிகள், அலுவலகப் பணி இவற்றை நோக்கிப் போவான். மொத்தத்தில், வெயிலில் மேற்கொண்ட இந்தப் பணிகள் அவனை மிகவும் அயர வைத்ததனால் ஆழ்ந்து தூங்குவான்; செப்டம்பர் மாதம் வரும்போது, மெலிந்து போய்ப் படபடப்புடன் இருப்பான்.

நாளொன்றுக்குப் பன்னிரெண்டு மணி நேரம் மேல்நிலைப் பள்ளியில் கழிக்க விருக்கும் நாட்கள் நெருங்கிக்கொண்டு இருப்பதை ஆசுவாசத்துடன் அவன் எதிர்நோக்கியிருந்த அதே சமயம், தான் வேலையிலிருந்து நிற்கப்போவதை அறி விப்பதில் இருந்த சங்கட உணர்வு தனக்குள் அதிகரித்துக்கொண்டே இருப்பதை யும் ஒவ்வொரு முறையும் உணர்வான். இரும்புக்கடை விவகாரம்தான் மிகவும் கடினமாக இருந்தது. அலுவலகத்துக்குத் தான் போகாமல், பாட்டியே போய் ஏதாவது விளக்கம் அளிப்பதையே அவன் கோழைத்தனமாக விரும்பியிருந்திருப் பான். ஆனால், முறையான வழிகளையெல்லாம் விலக்கிவிட்டு, சம்பளத்தை மட்டும் வாங்கிக்கொண்டு, வேறு எந்த விளக்கமும் சொல்லாமல் வேலைக்குத் திரும்பிப் போகாமலே இருப்பதே இன்னும் மிக எளிமையான வழி என்று

---

[a] கூலி ஆளின் விபத்து? நாட்குறிப்பைப் பார்க்க.

பாட்டி நினைத்தாள். மேலாளரின் கடும் திட்டுகளை எதிர்கொள்ளப் பாட்டியை அனுப்புவதே சரியாக இருக்கும் என்று மூாக் நினைத்தாலும்—ஒரு விதத்தில், இந்த நிலைமைக்கும், அதனுடன் முளைத்த பொய்களுக்கும் அவள்தான் காரணம் என்பதும் உண்மைதான்—ஏனென்று விளக்கம் சொல்ல முடியா விட்டாலும் இப்படித் தப்பி ஓடுவதை நினைத்து நியாயமான கோபம் அவனுக்கு வந்தது; தவிர, ஏற்றுக்கொள்ளும்படியான வாதம் ஒன்றை முன்வைத்தான்: ''ஆனால், முதலாளி யாரையாவது இங்கே அனுப்புவார்.'' ''உண்மை தான்,'' என்றாள் பாட்டி. ''அப்படியென்றால் அவரிடம் நீ மாமாவிடம் வேலைக்குப் போகப்போவதாகச் சொல்லிவிடு.'' தன்னுடைய சாபகேட்டை நினைத்து மனம்நொந்து மூாக் கிளம்பிப்போகும்போது, ''எப்படியும் முதலில் சம்பளத்தை வாங்கிக்கொள், பிறகு நீ பேசலாம்,'' என்றாள் பாட்டி. அன்று மாலை நேரம் வந்ததும், அவரவர் சம்பளத்தைக் கொடுப்பதற்காக ஊழியர்களை ஒவ்வொருவராக முதலாளி தன்னுடைய குகைக்கு அழைத்தார். ''இந்தா, குட்டிப் பையா,'' என்றார் அவர் மூாக்கிடம், அவனுடைய சம்பள உறையைக் கொடுத்தபடி. மூாக் தன் கையை நீட்டிக்கொண்டிருந்தபோது, அவர் அவனைப் பார்த்துப் புன்னகை செய்தார். ''நீ நன்றாக வேலை செய்கிறாய், தெரியுமா? உன் பெற்றோரிடம் போய்ச் சொல்.'' ஆனால் மூாக் ஏற்கனவே பேச ஆரம்பித்து, வேலைக்கு இனி திரும்ப வரப்போவதில்லை என்று சொல்லிக்கொண்டிருந்தான். அவனை நோக்கி இன்னமும் கையை நீட்டிக்கொண்டிருந்த முதலாளி அவனை வியப்புடன் பார்த்தார். ''ஏன்?'' அவன் பொய் சொல்ல வேண்டியிருந்தது, தொண்டையிலிருந்து பொய் வெளியே வரவில்லை. மூாக் ஒன்றும் பேசாமல் இருந்தான், அவனுடைய சோகமான முக பாவத்தைப் பார்த்து முதலாளி புரிந்துகொண்டார். ''மேல் நிலைப் பள்ளிக்கு நீ திரும்பப் போகப்போகிறாய், இல்லையா?'' ''ஆமாம்,'' என்றான் மூாக். அவனுடைய பயத்துக்கும் சோகத்துக்கும் நடுவே, திடீரென்று மீண்டுவிட்டதைப் போன்ற உணர்வில் அவனுக்குக் கண்ணீர் வந்தது. கோபத்துடன் முதலாளி எழுந்தார். ''நீ இங்கு வந்தபோது உனக்கு அது தெரியும் அல்லவா? உன் பாட்டிக்கும் அது தெரியும்.'' தலையை அசைத்து 'ஆமாம்' என்று சொல்ல மட்டும் அவனுக்கு முடிந்தது. குரலின் இடி முழக்கம் இப்போது அறையை நிரப்பியது; அவர்கள் நேர்மையில்லாமல் இருந்திருக்கிறார்கள், மேலாளரோ நேர்மையின்மையை வெறுத்தார். அவனுக்குச் சம்பளம் கொடுக்காமல் இருக்க அவருக்கு உரிமை இருந்தது என்று அவனுக்குத் தெரியுமா, கொடுத்தால் அது மடத்தனமாகக்கூட இருக்கும், இல்லை, அவர் சம்பளம் கொடுக்கப்போவதில்லை, முடிந்தால் பாட்டி வரட்டும், அவளுக்கு நல்ல வரவேற்புக் கிடைக்கும், அவரிடம் உண்மையைச் சொல்லி இருந்தாலும் ஒருவேளை அவர் அவனை வேலைக்கு எடுத்துக்கொண்டிருக்கலாம், ஆனால் அந்தப் பொய்—அது என்ன? ''அவனால் இனியும் மேல்நிலைப் பள்ளிக்குப் போக முடியாது, நாங்கள் ரொம்ப ஏழைகள்''—அதில் அவர் ஏமாந்துவிட்டார். திருதிருவென்று முழித்த மூாக் திடீரென்று, ''ஆமாம், அதனால்தான்'' என்றான். ''என்ன? அதனாலா?'' ''நாங்கள் மிகவும் ஏழைகள் என்பதால்,'' என்று அவன் மௌனமாகிவிட, அவனை

நன்றாகப் பார்த்த மேலாளர், மெதுவாகத் தொடர்ந்தார்: ''... ஏழைகள் என்பதால் அப்படிச் செய்தீர்கள், என்னிடம் இப்படிக் கதைவிட்டிருக்கிறீர்கள்?'' மூாக் பற்களை இறுகக் கடித்தபடி, தன் பாதங்களைப் பார்த்துக்கொண்டிருந்தான். முடிவுறாததைப் போன்ற ஒரு மௌனம் அங்கு நிலவியது. பிறகு முதலாளி மேஜைமேல் இருந்த உறையை எடுத்து, அவனிடம் நீட்டினார்: ''உன் பணத்தை எடுத்துக்கொள். இங்கிருந்து போய்விடு'' என்றார் முதலாளி கடுமையாக. ''வேண்டாம்'' என்றான் மூாக். முதலாளி அந்த உறையை அவனுடைய பாக்கெட்டில் திணித்தார்: ''போய்விடு'' தெருவில் மூாக் இப்போது அழுதுகொண்டே ஓடினான், பாக்கெட்டில் தகித்துகொண்டிருந்த பணத்தைத் தொடாமல் இருப்பதற்காகத் தன் கோட்டின் கழுத்துப் பட்டையைக் கைகளால் இறுகப் பற்றிக் கொண்டு.

தனக்கு மிகவும் பிடித்தமான கோடைகால வானத்திலிருந்தும் கடலிலிருந்தும் விலகிப்போய் வேலை செய்துகொண்டு விடுமுறை நாட்களை அனுபவிக்காமல் இருக்கும் உரிமைக்காகச் சொல்லப்பட்ட பொய், மேல்நிலைப் பள்ளிக்குத் திரும்பச் சென்று படிப்பைத் தொடரும் உரிமையைப் பெறுவதற்காக மீண்டும் ஒரு பொய், பெரும் சோகத்தில் ஆழ்த்திய இந்த அநீதி அவன் நெஞ்சைப் பிழிந்தது. ஆனால் தன்னுடைய மகிழ்ச்சிக்காகப் பொய் சொல்லத் தயாராக இருந்தாலும், தேவை ஒன்றைக் கருதிப் பொய் சொல்ல முடியாமல் இருந்த அவனால், தன்னால் சொல்ல முடியாமல் இருந்த இந்தப் பொய்கள் தனக்கு அளித்த சோகத்தைவிட தனக்கு மகிழ்ச்சி அளித்தவற்றைத் தான் இழந்ததையும், கோடைகாலத்தின் ஒய்வும் பிரகாசமும் தன்னிடமிருந்து பறிக்கப்பட்டதையும் மிகப் பெரிய சோகமாக உணர்ந்தான். இனி வருடம் முழுவதும் சீக்கிரம் எழுந்திருப்பதும், நாள் முழுவதும் அலுப்புடனும் பரபரப்புடனும் இருப்பதுமாகவே தொடரும். தன்னுடைய ஏழ்மையான வாழ்க்கையில் அரச போகமாக எது இருந்ததோ, மிக தாராளமாகவும் பேராசையுடனும் தான் அனுபவித்து மகிழ்ந்த, ஈடுசெய்ய முடியாத அந்தச் செல்வங்களை, அவற்றில் பத்து லட்சத்தில் ஒரு பங்கைக்கூட விலை கொடுத்து வாங்க முடியாத கொஞ்சம் பணத்துக்காக அவன் இழக்க வேண்டியிருந்தது. இருந்தாலும், அதை அவன் செய்யத்தான் வேண்டியிருந்தது என்பதையும் புரிந்துகொண்டான்; தன் வாழ்க்கையில் அவன் மிகவும் கிளர்ச்சி அடைந்திருந்த அதே நேரத்தில், அவன் செய்ததைக் குறித்துப் பெருமையாகவும் உணர்ந்தான். ஏனென்றால், தன்னுடைய முதல் சம்பளத்தை வாங்கி வந்த அன்று சாப்பாட்டு அறையில் நுழைந்த அவன்—பாட்டி அப்போது உருளைக் கிழங்குகளைத் தோலுரித்து, நீர் நிரப்பியிருந்த பெரிய கிண்ணத்தில் போட்டுக்கொண்டிருந்தாள், மாமா எர்னெஸ்ட், தன் நோயாளி நாய் பிரில்லியன்ட்டைக் கால்களுக்கிடையில் பற்றிக்கொண்டு உண்ணி எடுத்துக்கொண்டிருந்தார், அப்போதுதான் அங்கு வந்திருந்த அவனுடைய தாய் சலவை செய்வதற்காக அவளிடம் கொடுக்கப்பட்டிருந்த துணி மூட்டையைப் பிரித்தபடி இருந்தாள்—அவர்கள் முன்னால் வந்து எதுவும் பேசாமல், வழி முழுவதும் தன் கையில் இறுகப் பிடித்துக்கொண்டு வந்திருந்த *100* ஃப்ராங்கு நோட்டையும் சில பெரிய நாணயங்களையும் மூாக் மேஜைமேல் வைத்தபோது, பொய் என்ற அவலத்துக்கு இந்தக் கோடை நாட்

களை அர்ப்பணித்ததற்கு ஈடுசெய்த வெகுமதியைக் கண்டான். எதுவும் சொல்லாமல், பாட்டி 20 ஃப்ராங்கு நாணயம் ஒன்றை அவனை நோக்கித் தள்ளி, மீதமிருந்ததை எடுத்துக்கொண்டாள். காதரின் கோர்மெரியின் கவனத்தைத் திருப்புவதற்காக ஒரு கையால் அவளுடைய இடுப்பில் தட்டி, அந்தப் பணத்தை அவளுக்குக் காட்டினாள்: ‘‘உன் மகன் கொடுத்தது.’’ ‘‘ஆமாம்,’’ என்றாள் அவள்; அவளுடைய சோகம் ததும்பும் கண்கள் ஒரு வினாடி சிறுவனைப் பார்வையால் வருடின. தன்னுடைய சோதனை முடிந்துவிட்டதாக நினைத்த பிரில்லியன்ட்டை இன்னும் இறுகப் பிடித்துக்கொண்டு இருந்த மாமா, தலையை ஆட்டி, ‘‘பிரமாதம்,’’ என்றார். ‘‘நீ உண்மையான ஆண் மகன்.’’

ஆமாம், அவன் ஆண் மகன்தான், அவன் தர வேண்டியிருந்ததில் ஓரளவு கொடுத்திருந்தான்; சுதந்திரமாகவும், தாங்கள் எதற்கும் அடிபணியவேண்டிய நிலையில் இல்லை என்றும், ஆண்கள் உணர ஆரம்பிக்கும்போது அவர்களுக்கு ஏற்படும் கிட்டத்தட்ட கொடூரமான பெருமிதம், இந்த வீட்டின் ஏழ்மையைத் தான் ஓரளவு குறைத்துவிட்டதாக நினைத்த அவன் நெஞ்சில் நிரம்பியிருந்தது. ஆகவே, பள்ளிக்கூடம் மீண்டும் திறந்து அவன் ஐந்தாம் ஆண்டு வகுப்பில் நுழையும்போது, நான்கு ஆண்டுகளுக்கு முன்னால் விடியற்காலையில் பெல்கூர் பகுதியிலிருந்து கிளம்பி, லாடம் அடித்த தன்னுடைய காலணிகளில் தடுமாறிக்கொண்டு, தனக்காகக் காத்திருந்த அந்நிய உலகத்தைப் பற்றிய பதைபதைப்புடன் இருந்த அவன் இனியும் திக்குத்திசை தெரியாமல் குழம்பியிருந்த சிறுவன் அல்ல; தோழர்களை அவன் பார்த்த பார்வை ஓரளவு தன்னுடைய வெகுளித்தனத்தை இழந்திருந்தது. மேலும், இதுவரை அவனிடமிருந்த குழந்தைத்தனத்திலிருந்து இப்பொழுது பல விஷயங்கள் அவனை வெளியே இழுத்துவந்திருந்தன. குழந்தையின் வாழ்க்கையில் பாட்டியிடம் ஒரு குழந்தை அடி வாங்குவது என்பது தவிர்க்கப்பட முடியாத ஒரு நிகழ்வுதான் என்பதைப் பொறுமையாக ஏற்றுக்கொண்டிருந்த அவன், திடீரென்று ஒரு நாள் பாட்டியின் கையிலிருந்து ‘காளையின் நரம்பு’ சாட்டையைப் பிடுங்கினான் என்றால், தன்னைக் கோபத்துக்கு உள்ளாக்கிய பளிச்சிடும் கண்களுடன் இரக்கமில்லாமல் இருந்த அந்த நரைத்த தலைமேல் அடிக்க வேண்டும் என்பதில் குறியாக இருந்தான் என்பதைப் பாட்டியும் புரிந்துகொண்டாள் என்றால், அவனிடமிருந்து சற்றுப் பின்வாங்கி, தன் அறைக்குள் சென்று, அறைக்கதவைச் சாத்திக்கொண்டு, இயல்பாக இல்லாத குழந்தைகளை வளர்த்துவிட்டிருந்த தன்னுடைய துர்ப்பாக்கியத்தை நினைத்து நிச்சயம் விசும்பினாலும், இனிமேல் தான் பூாக்கை அடிக்கப்போவதில்லை என்று உறுதியாக முடிவெடுத்ததுடன் அதற்குப் பிறகு ஒருபோதும் அவனை அடித்ததும் இல்லை என்றால், அதற்கெல்லாம் காரணம் நல்ல உடற்கட்டுடன் கம்பளி போன்ற முடியும், ஆவேசப் பார்வையும் கொண்ட, ஒல்லியான அந்த இளைஞனுக்குள் இருந்த சிறுவன் இறந்துவிட்டிருந்தான் என்பதுதான்—கோடை காலம் முழுவதும் வீட்டுக்குப் பணம் கொடுப்பதற்காக உழைத்த அந்த இளைஞன், பள்ளியின் கால்பந்தாட்டக் குழுவில் பிரதான இலக்குக் காவலனாக இப்போதுதான் நியமிக்கப்பட்டிருந்த அந்த இளைஞன், மூன்று நாட்களுக்கு முன்புதான் தயங்கித்தயங்கி முதல் முறையாக ஒரு இளம் பெண்ணின் இதழ்களைச் சுவைத்திருந்த அந்த இளைஞன்.

2. தானே தனக்கு ஒரு புதிர்

ஆமாம், அப்படித்தான் இருந்தது, இந்தச் சிறுவனின் வாழ்க்கை அப்படித்தான் இருந்தது: அந்த நகரத்தில் ஏழ்மையின் தீவாக இருந்த ஒரு பகுதியில், அறியாமையும் ஊனமும் பீடிக்கப்பட்ட குடும்பத்தின் மத்தியில், முற்றிலும் அடிப்படையான தேவைகளால் பிணைக்கப்பட்டு, கொதிக்கும் தன் இளம் இரத்தத்துடனும், தீராத வாழ்க்கைப் பசியுடனும், கட்டுக்கடங்காத ஆர்வம் மிக்க அறிவுக்கூர்மையுடனும் இருந்த இந்தச் சிறுவனின் வாழ்க்கை அப்படித்தான் இருந்தது; தன் வாழ்நாள் முழுவதும் மகிழ்ச்சிப் பெருக்குடன், அவ்வப்போது தனக்குத் தெரியாத உலகத்திலிருந்து குறுக்கிட்ட எதிர்த்தாக்குதல்கள் தன்னை மிரள வைத்தாலும், விரைவிலேயே அவற்றைச் சமாளித்து, மீண்டு, தனக்குத் தெரிந்திராத இந்த உலகத்தைப் புரிந்துகொள்ளவும், கற்றுக்கொள்ளவும், தன்னுடையதாக ஆக்கிக்கொள்ளவும் முயன்ற வாழ்க்கை; இந்த உலகத்துக்குள் புகுந்து நுழைய அவன் முயற்சி செய்யாமல் பேரார்வத்துடன் நேரடியாக எதிர்கொண்டு, ஆழ்ந்த விருப்பத்துடன், ஆனால் அதே சமயம் தான் எவ்விதத்திலும் தாழ்ந்து போய்விடாமல், செயல்பட்ட அவனுக்கு இறுதியாகக் கிடைத்த ஒரு தன்னம்பிக்கையுடன், அதாவது ஒரு நிச்சயம், ஆம், தான் விரும்பியதை எல்லாம் தன்னால் பெற முடியும் என்ற நிச்சயமும், இனி இந்த உலகத்துக்குச் சொந்தமான— இந்த உலகத்துக்கு மட்டுமே சொந்தமான—எதுவாக இருந்தாலும் அது தனக்குச் சாத்தியமில்லாமல் போய்விடாது என்ற நிச்சயமும் சேர்ந்து அவனுக்கு அளித்திருந்த தன்னம்பிக்கையுடன் அந்த வாழ்க்கையைத் தன்னுடையதாக ஆக்கிக் கொள்ளவும் செய்தான். எங்கே இருந்தாலும் தன்னுடைய இடத்தை அங்கே அடையாளம் கண்டுகொள்ளத் தன்னைத் தயார்செய்துகொண்டு (தன் குழந்தைப் பருவத்தின் இல்லாமையாலும் தயார்செய்யப்பட்டு) இருந்தான், ஏனென்றால், ஆனந்தத்தை, சுதந்திரப் பிறவிகளை, சக்தியை, மேலும் வாழ்க்கையில் விலைக்குக் கிடைக்காத, ஒருபோதும் விலைக்கு வராத நல்ல, புதிரான விஷயங்களை மட்டுமே விரும்பிய அவன், தனக்கு என்று எந்த ஒரு தனி இடத்தையும் விழையவில்லை. தன்னுடைய ஏழ்மை நிலையாலேயே ஒருபோதும் பணத்தைத் தேடிப் போகாமலும், ஒருபோதும் அதற்கு அடிமையாகாமலும், அதைப் பெறுவதற்குத் தன்னைத் தயார்செய்துகொண்டு, இப்போது தான், நாற்பது வயதான ழாக், எப்படி இருந்தானோ அப்படியே, அதாவது, எவ்வளவோ விஷயங்களின் மேல் ஆளுமை செலுத்தினாலும் மிகவும் கடைநிலையில் இருந்தவர்களைவிடத் தான் கீழே இருப்பதாகவும், எப்படியும் தன் தாய்க்கு முன் தான் ஒன்றுமே இல்லை என்பதிலும் அவ்வளவு நிச்சயமாக அவன் இருந்தான். ஆமாம், அவனுடைய வாழ்க்கையை அப்படித்தான் வாழ்ந்திருக்கிறான்—கடலோரத்தில், காற்றில், தெருவில் ஆடிய விளையாட்டுகளில், வெயிலின் சுமையின் கீழ், குறுகிய குளிர்காலத்தின் பலத்த மழையில், தந்தை இல்லாமல், தனக்கென்று மரபு எதுவும் அளிக்கப்படாமல், ஒரே ஒரு ஆண்டுக்கு, அதுவும் எப்போது இருக்க வேண்டுமோ அந்த ஒரே ஒரு ஆண்டுக்கு மட்டும் தந்தையுடன் இருந்து, பிறர் மூலமாகவும்,

நிகழ்வுகள்[1] மூலமாகவும் கற்றுக்கொண்டதுடன், அறிவு என்று தன்னைக் காட்டிக் கொண்டதன் வழியே, எப்படி நடந்துகொள்ள வேண்டும் என்பதைப் போலத் தோன்றிய ஒன்றை (அந்தத் தருணத்தில் தான் எதிர்கொண்ட சூழ்நிலைக்கு அது போதுமானதாக இருந்தாலும், பல ஆண்டுகளுக்குப் பிறகு, உலகின் புற்றுநோயை எதிர்கொள்ளப் போதுமானதாக இல்லாத ஒன்றை) தனக்காக அமைத்துக் கொண்டு, தனக்கென்று ஒரு மரபைத் தானே உருவாக்கிக்கொள்வதற்காகவும்.

ஆனால் எல்லாமே இவை மட்டும்தானா? இந்த நடை, உடை, பாவனைகள், விளையாட்டுகள், இந்தத் துணிச்சல், இந்த உத்வேகம், குடும்பம், பெட்ரோல் விளக்கும் இருண்ட படிக்கட்டும், காற்றில் ஆடும் ஈச்ச ஓலை, கடலிலேயே பிறப்பும் திருமுழுக்கும், கடைசியாக, அந்த இனம்தெரியாத, சிரமமான கோடை நாட்கள்—இவை மட்டும்தானா? இவை எல்லாமேதான், ஆமாம், நிச்சயமாக இப்படித்தான் எல்லாமே இருந்தன என்றாலும், இவற்றைத் தவிர அவனுடைய இருத்தலின் ஒரு ரகசியப் பகுதி, அவனுக்குள்ளே இத்தனை ஆண்டுகளாக இன்னதென்று தெரியாமல் கிளர்ந்துகொண்டிருந்த ரகசியப் பகுதி ஒன்றும் இருந்தது—பூமிக்கு அடியில் ஆழ்கடலில் கிளர்ந்துகொண்டிருந்த அளவிட முடியாத நீரைப் போல, பாறைகள் நிறைந்த, மீள முடியாத குருட்டுப் பாதைகளுக்குக் கீழே, பகலின் வெளிச்சத்தை ஒருபோதும் பார்த்திருக்காவிட்டாலும், எங்கிருந்து வந்தது என்று யாருக்கும் தெரியாத, ஒருவேளை பூமிக் கோளத்தின் ஜொலிக்கும் மையத்திலிருந்து கிளம்பி, மெல்லிய பாறையின் தந்துகிகள் வழியே, புதைந்திருந்த குகைகளின் இருட்டுக்குள், எந்த உயிரினமும் இருப்பது சாத்தியமில்லை என்று சொல்லக்கூடிய இடத்திலும் அடர்த்தியாக, பாறையோடு கிட்டிக்கப்பட்டு ஒட்டிக்கொண்டிருந்த தாவரங்கள் தாங்கள் உயிர்த்திருக்கப் போதுமான உணவைப் பெறும் இடத்தின் மங்கிய ஒளியைப் பிரதிபலித்த நீரைப் போல. அவனுக்குள் ஒருபோதும் நிற்காமல் கிளர்ந்துகொண்டிருந்த அந்த இனந் தெரியாத சலனம்—இப்போது அவன் உணர்ந்துகொண்டிருந்த அந்தச் சலனம்—மேலாக அணைந்துவிட்டாலும் உள்ளூரக் கனன்றுகொண்டிருக்கும் உளைத் தாவரத் தீயைப் போல அவனுள் பொதிந்திருந்த அக்னி, உளைத் தாவரப் படிவின் மேல்புற விரிசல்களைத் தாறுமாறான சுழல்களாக உருவாக்கி, சதுப்பு நிலத்தின் உளைத் தாவரப் படிவுகளின் அசைவுகளுக்கு ஒத்தவாறு குழம்பிய மேல்பரப்பை அசையச் செய்ய, அடர்ந்த, கண்ணுக்குத் தெரியாத இந்த அலைகள்தான் ஒவ்வொரு நாளும் அவனுடைய ஆவேசமான, மிக மோசமான ஆசைகளுக்குக் காரணமாகி, அதேபோல் பயனில்லாத பதற்றத்தையும், இதமான பழைய நினைவுகளையும் தந்து, வெறுமைக்கும் நிதானத்துக்குமான தேவையை உருவாக்கி, தான் அடையாளமற்றவனாக இருக்க வேண்டும் என்று சட்டென்று எழுந்த ஆழ்ந்த அவாவையும் அவனிடம் ஏற்படுத்தின. அவனுக்குள் தோன்றிய இந்த இனம்புரியாத சலனம் இத்தனை ஆண்டுகளாக அவனைச் சுற்றிலும் இருந்த இந்தப் பிரம்மாண்ட நாட்டுடன் பொருத்தமாக இசைந்திருந்தது; தான் குழந்தையாக இருந்த நாட்களில், தனக்கு முன்னால் இருந்த பிரம்மாண்டமான

---

[1] தெளிவாக இல்லாத சொல்.

கடல், பின்னால் அந்த நாட்டின் உள்பகுதி என்று குறிப்பிடப்பட்ட, முடிவில்லாமல் பரந்து கிடந்த மலைகள், சமவெளிகள், பாலைவனம் ஆகியவை கனமாக அழுத்தியதையும், இவை இரண்டுக்கும் இடையே நிலவிய நிரந்தர அபாயத்தையும் அவன் உணர்ந்திருக்கிறான். அந்த அபாயம் இயல்பான ஒன்றுதான் என்று எல்லோரும் கருதியதால், அதைப் பற்றி யாரும் பேசாவிட்டாலும், வளைவான கூரையும் வெள்ளையடிக்கப்பட்ட சுவர்களும் கொண்ட 'பிர்மான்ட்ரோஸ்' பண்ணை வீட்டில், இரவு வேளைகளில் அவனுடைய பெரியம்மா எல்லாப் படுக்கையறைகளுக்கும் போய் அங்கிருந்த தடித்த, கனமான ஜன்னல் கதவுகளின் தாழ்ப்பாள்கள் நன்றாக இழுத்துப் போடப்பட்டிருக்கின்றனவா என்று உறுதி செய்யும்போது ழாக் அந்த அபாயத்தை உணர்ந்திருக்கிறான்; தான் தூக்கி எறியப் பட்டுவிட்டதாக அவன் உணர்ந்த இந்த நாட்டில்தான், ஏதோ அவன்தான் முதல் மனிதன் போல, அல்லது இங்கே படையெடுத்து, வெற்றிகண்ட முதலாவது வீரன் போல, அராஜகம் இன்னும் நிலவிய, இன்னமும்கூட அடி, உதைதான் சட்டமாக இருந்த மண்ணில், பழக்கவழக்கங்கள் தடுக்கத் தவறியவற்றை இரக்கமில்லாமல் தண்டிப்பதை நோக்கமாகக் கொண்ட நீதிமுறை நிலவிய இந்த நாட்டில் தான் எறியப்பட்டு விழுந்ததாக உணர்ந்தான்; அவனைச் சுற்றி இருந்த மக்கள், கவர்ச்சிகரமாக, ஆனால் சங்கடப்படுத்திய, நெருக்கமாகவும் ஆனால் தனித்தனியாகவும் இருந்த அந்த மக்கள், நாள் முழுவதும் அவர்கள் மத்தியிலேயே இருந்தாலும், சில சமயங்களில் அவர்களுடன் நட்பு அல்லது தோழமை பிறந்தாலும், மாலை நேரம் வந்ததும், எப்போதும் மூடியே இருக்கும், மற்றவர்கள் எவரும் நுழையாத தங்களுடைய வீட்டுக்குள், எவரும் ஒருபோதும் பார்க்க முடியாத அவர்கள் வீட்டுப் பெண்களைச் சுற்றித் தடுப்புச் சுவர் எழுப்பப்பட்ட வீட்டுக்குள் புகுந்துகொண்டுவிடுவார்கள்; அல்லது, ஒருவேளை தெருவில் அந்தப் பெண்களைப் பார்க்க நேர்ந்தால், பாதி மூடிய முகத்திரைக்குப் பின்னால், மிருதுவான வெள்ளைத் துணிக்கு மேல் தென்பட்ட மென்மையான, உணர்ச்சி ததும்பும் அழகிய கண்களைக் கொண்ட அவர்கள் யார் என்று தெரியாமல், அந்தப் பகுதிகளில் அவ்வளவு நிறைய பெண்கள் வசித்ததால், சோர்வாகவும் அடிபணிந்தவர்களாகத் தோன்றினாலும் அந்தப் பெண்கள் தங்களுடைய பெரும் எண்ணிக்கையாலேயே மறைமுகமான ஒருவித பீதி நிலவக் காரணமாக இருந்ததைச் சில மாலை வேளைகளில் அந்தத் தெருக்களில் ஒரு பிரெஞ்சுக்காரனுக்கும் அராபியனுக்கும் இடையே சண்டை மூளும்போது—இரண்டு பிரெஞ்சுக்காரர்களுக்கு இடையேயோ அல்லது இரண்டு அராபியர்களுக்கு இடையேயோகூட அதே போல சண்டை மூண்டாலும் அதே போன்ற கண்ணோட்டத்துடன் பார்க்கப் படாத அப்படியொரு சண்டை மூளும்போது—அந்தச் சூழலில் இந்த பீதி நிலவுவதை உணர முடியும்; வெளிர் நீல நிறத் தொழிற்சாலை சீருடையிலேயோ அல்லது பரிதாபகரமாகத் தோன்றும் மேலங்கியிலேயோ அந்தப் பகுதியிலிருந்த அராபியர்கள் எல்லாத் திசைகளிலிருந்தும் மெதுவாக நெருங்கி, தொடர்ந்து வந்தபடியே, பின்னர் கொஞ்சம்கொஞ்சமாகச் சேர்ந்துகொள்வதால் ஏற்படும் அந்தக் கூட்டத்தின் திரளே சண்டையின் பார்வையாளர்களால் ஈர்க்கப்பட்டு வரும் பிரெஞ்சுக்காரர்களை வன்முறையின்றி ஒதுக்கிவிடும்; ஒரே சமயத்தில் ஒரு

எதிராளியையும், ஆழம் காண முடியாத, இறுக்கமான முகங்களின் கூட்டத்தையும் எதிர்கொண்டு, அந்தச் சண்டையில் ஈடுபட்டு, பின்வாங்கிக்கொண்டிருக்கும் பிரெஞ்சுக்காரன், இந்த நாட்டிலேயே பிறந்து வளர்ந்திருந்ததால் வந்த தைரியத்துடன், அது இல்லாவிட்டால் இங்கே பிழைத்திருக்க முடியாது என்பதை அறிந்தவனாக மட்டும் இருக்கவில்லையென்றால், தன்னுடைய தைரியம் முழுவதையும் இழக்கவேண்டி வரும். ஆகவே, அங்கே இருப்பதைத் தவிர வேறு எந்த விதத்திலும் அபாயத்தை ஏற்படுத்தாத, அதே நேரம் கொஞ்சம்கொஞ்சமாக முன்னே வருவதைத் தவிர்க்க முடியாத, பயமுறுத்தும் கூட்டத்தை அவன் எதிர்கொள்வான்; பெரும்பாலும், அவர்கள்தான் ஆவேசத்துக்கு உள்ளான அராபியனைப் பிடித்துக்கொண்டு, காவல் துறையினர் வருவதற்கு முன் அந்த இடத்தைவிட்டுப் போகச் செய்ய முயல்வார்கள்; ஆனால் ஏற்கனவே விவரம் தெரிவிக்கப்பட்ட காவலர்கள் அங்கு வந்து, பேச்சுக்கே இடமில்லாமல் சண்டை போட்ட எல்லோரையும் முரட்டுத்தனமாகப் பலவந்தப்படுத்தி வண்டியில் ஏற்றிக் காவல் நிலையத்துக்கு இட்டுச்செல்வார்கள். மூாக் வீட்டு ஜன்னலைக் கடந்து அவர்கள் போகும்போது இறுக்கிய பிடியுடன், தோள்களில் கை வைத்துத் தள்ளப்படும் அந்த இருவரையும் பார்த்த மூாக்கின் தாய், ''பாவம், அவர்கள்,'' என்பாள்; அவர்கள் போன பிறகும் வன்முறையும், பயமும், அச்சுறுத்தும் சூழலும் பாய்ந்து தாக்குவதற்காகத் தெருவில் பதுங்கியிருப்பதாகச் சிறுவன் மனதில் இருந்ததில், இனம் தெரியாத ஒருவித மனக்கலவரம் சிறுவனின் தொண்டையை வறளச் செய்யும். அவனுக்குள்ளே குடியிருந்த அந்த இரவு, ஆமாம், சுட்டெரிக்கும் பகல் பொழுதுகளைப் போலவே மனதைப் பிளந்த மிகத் துரித அந்தி நேரங்களும் இருந்த இந்த அற்புதமான, அச்சுறுத்திய மண்ணுடன் அவனைப் பிணைத்திருந்த, கண்ணுக்குப் புலப்படாத சிக்கலான அந்த வேர்கள் அவனைப் பொருத்தவரை ஒரு மறுபிறவியைப் போல, இப்போதைய அன்றாட வாழ்க்கையின் மேல்பரப்பில் தெரிவதைவிட ஒருவேளை இன்னும் நிஜமானதாகக்கூட இருந்திருக்கின்றன. அதன் வரலாறு புதிரான வேட்கைகளாலும், சக்தி வாய்ந்த, விவரிக்க முடியாத உணர்ச்சிகளாலும் உருவாக்கப்பட்ட வரலாறு: பள்ளிக்கூடங்கள், அந்தப் பகுதியில் இருந்த குதிரை லாயங்கள் இவற்றின் வாடை, தன்னுடைய தாயின் கையில் இன்னமும் போகாமல் இருந்த சவுக்காரத்தின் மணம், நகரத்தின் மேல்புறத்தில் இருந்த மல்லிகை, தேன்சிட்டு மலர்களின் வாசனை, அகராதியின் பக்கங்களில், அவன் கரைத்துக் குடித்த புத்தகங்களின் மணங்கள், அவனுடைய வீட்டிலும் இரும்புக் கடையிலும் இருந்த கழிப்பறைகளில் வீசிய நெடி, பள்ளி வகுப்புக்கு முன்பேயோ அல்லது வகுப்பு முடிந்த பிறகோ சில சமயங்களில் அவன் தனியாகப் போனபோது அங்கு நிலவிய மணம், அவனுடைய நெருங்கிய பள்ளித் தோழர்களிடையே உணர்ந்த கதகதப்பு, நண்பன் திதியெவைச் சுற்றி எப்போதும் இருந்த சூடான கம்பளியின், மலத்தின் வாடை, பெரியவனாக இருந்த பள்ளித் தோழன் மார்கோனியின் தாய் 'கோலோன்' நறுமணத் திரவியத்தை அவனுக்குத் தாராளமாய் தெளித்திருந்ததால் வகுப்பு பெஞ்சில் உட்கார்ந்திருந்த மூாக்கை இன்னும் அவனுக்கு அருகில் போக ஆசைப்பட வைத்த அதன் நறுமணம்; இவற்றைத் தவிர, தன்னுடைய சித்தி ஒருவரிடமிருந்து பியர் எடுத்துவந்திருந்த

உதட்டுச் சாயத்தின் வாசனை; உணர்ச்சிவசப்பட்டும் சங்கடத்துடனும், இனச் சேர்க்கை வேட்கையில் இருக்கும் பெண் நாய் இருந்த வீட்டுக்குள் நுழையும் நாய்களைப் போல அவர்கள் எல்லோரும் ஒன்றாக அந்த உதட்டுச் சாயக் குச் சியை முகர்ந்தபோது, கூச்சலும் வியர்வையும் தூசியும் நிறைந்த தங்களுடைய முரட்டு உலகத்தில், பெண் என்றால் 'பெர்காமோட்' திரவியமும் அழகுச் சாதனப் பசையும் சேர்ந்து நறுமணம் வீசிய வடிவம்தான் என்று அவர்களைக் கற்பனைசெய்யத் தூண்டி, அவர்கள் முன் விரிந்த, கவர்ச்சியும் நளினமும் கொண்ட, பண்பட்ட ஒரு உலகத்திலிருந்து[a] உதட்டுச் சாயக் குச்சியைப் பற்றித் தாங்கள் எல்லோரும் அசிங்கமாகப் பேசிக்கொண்டிருந்த மொழிகூட அவர்க ளைப் பாதுகாக்க முடியவில்லை. தன்னுடைய குழந்தைப் பருவ நாட்களிலிருந்தே உடல்கள்மீதும், கடற்கரையில் இருக்கும்போது தன்னை மனம்விட்டுச் சிரிக்க வைத்த அவற்றின் அழகிலும், விடாமல் எப்போதும் தன்னை ஈர்த்த அவற்றின் கதகதப்பிலும் அவனுக்கு இருந்த ஆவல், குறிப்பாக எந்த நோக்கமும் இல்லாமல் மிருகங்களுக்கு இருப்பதைப் போன்ற ஆவல்—அவற்றைத் தான் அடைய வேண் டும் என்பதற்காக இல்லாமல், அவற்றை எப்படி அடைவது என்று அவனுக்குத் தெரிந்திருக்கவும் இல்லாததால், வெறுமனே அவற்றின் பிரகாசத்துக்குள் நுழைந்து கொள்ள, எதைப் பற்றியும் கவலைப்படாமல் நம்பிக்கையுடன் தோழனின் தோள் மேல் தோள் படியச் சாயச் செய்த, டிராம் வண்டியில் பெண் ஒருத்தியின் கை தன் கைமேல் கொஞ்ச நேரம் பட்டவாறே இருந்தபோது தான் கிட்டத்தட்ட மூர்ச்சை அடைந்ததைப் போல உணரச் செய்த விழைவு—ஆமாம், ஒரு விழைவு, வாழ வேண்டும் என்ற விழைவு, இன்னும் நீண்ட நாள் வாழ விழைவு; இந்த மண் அவனுக்கு அளிக்க முடிந்த பெரும் கதகதப்பில் ஆழ்ந்துவிட வேண்டும் என்ற விழைவு; தன்னை அறியாமலேயே தன் தாயிடமிருந்து அந்தக் கதகதப்பைத்தான் அவன் எதிர்பார்த்தான்; தன் தாயிடமிருந்து அந்தக் கதகதப்பை அவன் பெறவும் இல்லை, பெறத் துணியவும் இல்லை; ஆனால் தன் வீட்டு நாய் பிரில்லியன்ட்டை ஒட்டிப் படுத்துக்கொண்டு அதனுடைய ரோமங்களின் தீவிர நெடியைச் சுவா சித்தபோது அதை உணர்ந்தான். அல்லது ஏதோ ஒரு வகையில் தனக்கென்று பாதுகாத்து வைத்த, மிகத் தீவிரமான மிருகத்தனமான வாடைகளில் இருந்த வாழ்க்கையின் அற்புதமான கதகதப்பு; அது இல்லாமல் வாழ முடியாது என்ற கதகதப்பு.

அவனுடைய ஒரு பகுதியாக எப்போதும் இருந்த, வாழ்வதற்கான வெறித் தனமான வேட்கை, தீராப்பசி கொண்ட விழைவு அவனுக்குள்ளே இருந்த இருட் டிலிருந்து பீறிட்டுக்கொண்டு வந்து இன்றைக்கும் சற்றும் மாறாமல், அவன் மீண்டும் அறியவந்த குடும்பத்தின் மத்தியிலும் தன் குழந்தைப் பருவக் காட்சி களை எதிர்கொண்டபோதும், தன்னுடைய இளமைக் காலம் தான் காதலித்த பெண்ணைப் போலவே, நழுவிப் போய்க்கொண்டிருக்கிறது என்று திடீரென்று தோன்றிய பயங்கரமான உணர்வை மேலும் கசப்பாக ஆக்கிவிட்டிருந்தது. மிகுந்த காதலுடன் அவளை அவன் நேசித்தான், தன் இதயத்தாலும் உடலாலும்

---

[a] பட்டியலுடன் சேர்க்க வேண்டும்.

முழுமையாக, ஆமாம், அவன் அவளிடம் கொண்டிருந்தது உண்மையான ஆசை; உடலுறவின் உச்சகட்டத்தில் பெரும் மௌனக் கூக்குரலுடன் அவளிடமிருந்து அவன் விலகியபோது, உலகம் முழுமையான, உணர்ச்சிபொங்கும் இசையை மீண்டும் பெற்றது. அவளுடைய அழகுக்காகவும் அவளுக்கே உரிய திறந்த மனது டன், வாழ்வதற்காகப் பரிதவிக்கும் வேட்கைக்காகவும், அவளை அவன் நேசித் தான்; அவளுடைய வேட்கை, காலம் கடந்துபோய்விடும் என்பதை அவள் மறுக்கும்படி செய்தது—அந்தக் கணத்திலேயேகூடக் காலம் ஓடிக்கொண்டுதான் இருந்தது என்பதை அவள் அறிந்திருந்தாலும்; அவள் இன்னும் இளமையாகத் தான் இருக்கிறாள் என்று பிறர் பின்னர் ஒருநாள் சொல்வதை விரும்பாதவளாக, இளமையாகவே இருக்க விரும்பியவளாக, என்றும் இளமையாக. இளமை கழிந்து கொண்டிருக்கிறது என்றும், நாட்கள் தேய்ந்துகொண்டேபோய்க்கொண்டிருக் கின்றன என்றும், சிரித்துக்கொண்டே அவளிடம் அவன் ஒரு நாள் சொன்ன போது, வெடித்து அழுதுகொண்டு, ''இல்லவே இல்லை,'' என்று கண்ணீருக்கும் இடையில் சொன்னாள்: ''எனக்குக் காதல்மேல் அவ்வளவு காதல்.'' பல விதங்களி லும் புத்திசாலியாகவும் மிகச் சிறந்தவளாகவும் இருந்த அவள், புத்திசாலியாகவும், சிறந்தும் இருந்ததாலோ என்னவோ, உலகம் இருந்த விதத்தை நிராகரித்தாள். தான் பிறந்த அயல்நாட்டுக்கு ஒரு குறுகிய பயணம் சென்றுவிட்டு வந்த பிறகு, ஈமச்சடங்குகளுக்காகப் போய்விட்டு வந்த அந்த நாட்களில் உணர்ந்ததைப் போலவே அவள் மறுத்தாள்; அவளுடைய பெரியம்மா, சித்திகளைச் சுட்டிக் காட்டி, ''இவர்களை நீ பார்ப்பது இதுவே கடைசி முறையாகக்கூட இருக்கலாம்,'' என்று சொல்வதைக் கேட்டு, அவர்களுடைய முகங்களையும், உடல்களையும், அவற்றின் சிதைவுகளையும் உண்மையிலேயே பார்த்த பிறகு, அலறிக்கொண்டே ஓடிவிட விரும்பினாள். தவிர, அந்தக் குடும்பத்தில் நடந்த விருந்துச் சாப்பாடுகள்: கொள்ளுப்பாட்டி பூவேலை செய்திருந்த மேஜை விரிப்பு, அதைச் செய்த கொள் ளுப்பாட்டி எப்போதோ இறந்துவிட்டிருந்தாள், யாரும் அவளை நினைத்துப் பார்க்கவும் இல்லை, கொள்ளுப்பாட்டியை—அவள் இளமையாக இருந்த நாட்க ளுக்குச் சொந்தமான கொள்ளுப்பாட்டியை—நினைத்துப்பார்த்த இவளைத் தவிர, அந்தப் பாட்டியின் இன்பங்களைப் பற்றியோ, அவளுக்கு இருந்திருக்கும் வாழ்க்கையின் மீதான வேட்கை பற்றியோ, இளமையின் வனப்பில் அற்புத அழகுடன் இருந்த இவளைப் போலவே இருந்த பாட்டியை யாரும் நினைத்துப் பார்க்கவில்லை; சாப்பிட உட்கார்ந்திருந்த எல்லோருமே இவளுடைய அழகைப் புகழ்ந்தார்கள்; மேஜைக்குப் பின்னால் சுவரில் மாட்டியிருந்த படங்களில் இருந்த இளமையான, அழகிய பெண்கள்தான் இப்போது இவளைப் புகழ்ந்து கொண்டிருந்தவர்கள்—எல்லோருமே உடல் குலைந்து, தேய்ந்துபோய்விட்டார் கள். அப்போது அவள் தப்பி ஓட விரும்பினாள், யாருமே முதுமையடையாமல், இறந்துபோகாமல் இருக்கும் நாட்டுக்கு, அழியாத அழகுடன், வாழ்க்கை கட்டுக் கடங்காத பிரகாசத்துடன் இருக்கும் நாட்டுக்கு. ஆனால், அப்படி எந்த ஒரு நாடும் இருக்கவில்லை. அவள் திரும்பி வந்தவுடன் அவன் கைகளில் தஞ்சம் புகுந்து அழுதாள், அவன் பரிதவிப்புடன் அவளை நேசித்தான்.

முன்னோர்களோ, கடந்த கால நினைவுகளோ எதுவுமே இல்லாத ஒரு மண்ணில், தனக்கு முன்னல் இருந்தவர்கள் அடியோடு அழிக்கப்பட்டுவிட்டது இன்னும் அறுதியாக ஆகிவிட்டிருந்த மண்ணில், சோகத்தில் ஆறுதலைக் காணும் நாகரிகம் அடைந்த நாடுகளைப்[1] போல இல்லாமல், முதுமைக்கு எவ்வித ஆறுதலும் அளிக்காத மண்ணில் பிறந்திருந்ததனால், தனிமையிலும், எப்போதும் பளபளத்துக்கொண்டிருந்த வாளின் கூர்மையான இரும்பைப் போலவும் இருந்த அவன், அவளைவிட ஒருவேளை இன்னும் அதிகமாகவே, ஒரே அடியில் நிரந்தரமாக நொறுங்கிப்போக வேண்டியிருந்தது: முழுமையாகச் சாவை எதிர்கொள்ளும் வாழ்க்கையின் கலப்படமற்ற வேட்கை. இன்று தன் வாழ்க்கையும், இளமையும், மனிதர்களும் தன்னிடமிருந்து நழுவிப் போய்க்கொண்டிருந்ததையும், அவற்றில் எதையுமே தன்னால் பற்றிக்கொள்ள முடியாமல் இருந்ததையும் அவன் உணர்ந்தான்; அன்றாட வாழ்க்கையிலிருந்து இவ்வளவு ஆண்டுகளாகத் தன்னை மேலே உயரச் செய்து, தாராளமாகத் தனக்கு ஊட்டமளித்து, மிகக் கடினமான சூழ்நிலைகளிலும் ஈடுகொடுத்திருந்த, கண்ணுக்குப் புலப்படாத சக்தி, தன்னுடைய வாழ்க்கைக்கான காரண-காரிய ரீதியான நியாயங்களைத் தனக்குக் கொடுத்திருந்த அந்தச் சக்தி, அதே சோர்வில்லாத தாராளத்துடன் தான் முதுமை அடைவதற்கும், கிளர்ச்சி செய்யாமல் சாவதற்குமான நியாயத்தையும் அளிக்கும் என்ற குருட்டு நம்பிக்கை மட்டுமே தனக்கு எஞ்சியிருப்பதாக உணர்ந்தான்.

*****

---

[1] தெளிவாக இல்லாத சொல்.

பின்னிணைப்பு

இடைத்தாள் - I

4. கப்பலில், குழந்தையுடன் மதியத் தூக்கம் + *1914*ஆம் ஆண்டுப் போர்.
5. தாயின் வீட்டில் — குண்டு வெடிப்பு.
6. மோன்தோவிக்குப் பயணம் - மதியத் தூக்கம் - காலனி ஆதிக்கம்.
7. தாயின் வீட்டில். குழந்தைப் பருவத் தொடர்ச்சி—குழந்தைப் பருவத்தை நினைவுபடுத்திக்கொள்ள முடிகிறது, தந்தையை அல்ல. தான் முதல் மனிதன் என்பதைத் தெரிந்துகொள்கிறான். திருமதி. லெகா.

தன்னுடைய பலம் முழுவதையும் கொண்டு அவனை இரண்டு அல்லது மூன்று முறை முத்தமிட்டு, தன்னுடன் அவனை இறுகத் தழுவி, பிறகு விடுவித்து, அவனை அவள் பார்த்தாள்; அவளுக்கிருந்த பாசத்தை முழுவதுமாக அளந்து பார்த்து (இப்போதுதான் அப்படிச் செய்திருந்தாள்), மீண்டும் ஒருமுறை அவனை முத்தமிடுவதற்காகக் கைகளில் அணைத்துக்கொண்டாள். அதில் ஏதோ ஒரு அளவு குறைந்துவிட்டதைப் போன்ற முடிவுக்கு வந்தவளாய்...[1] பிறகு, இப்படிச் செய்த வுடனேயே வேறுபுறமாகத் திரும்பி, இனி அவனைப் பற்றியோ அல்லது வேறு எதையும் பற்றியோ எண்ணிப்பார்க்காதவளைப் போலத் தோன்றியதுடன், தான் சுற்றிச்சுற்றி வந்துகொண்டிருந்த வெறுமையான, மூடிய, குறுகிய உலகில் இப் போது அவன் ஏதோ ஒரு இடைஞ்சலாக இருப்பதைப் போன்ற வினோதமான முகபாவத்துடன்கூட அவனை அவ்வப்போது பார்த்தாள்.

இடைத்தாள் - II

*1869*இல் காலனியக் குடியேறி ஒருவர் வழக்கறிஞருக்கு எழுதினார்: ''தன் னுடைய மருத்துவர்களின் சிகிச்சையிலிருந்து அல்ஜீரியா தப்பிப் பிழைக்க வேண்டுமென்றால், அதற்கு ஆயுள் கெட்டியாக இருக்க வேண்டும்.''

***

அகழிகள், மதிற்சுவர்கள் (தவிர, நான்கு மூலைகளிலும் சிறு கோபுரங்கள்) இவற்றால் சூழப்பட்டிருந்த கிராமங்கள்.

***

*1831*இல் குடிபுகுந்த *600* பேர்களில், *150* பேர் கூடாரங்களிலேயே இறந்து விட்டனர். அதனால்தான் அல்ஜீரியாவில் நிறைய அனாதை இல்லங்கள்.

***

---

[1] வாக்கியம் இங்கே முடிகிறது.

பூஃபாரிக்கில் உழவர்கள் தோளில் துப்பாக்கியுடனும், கால்சட்டைப் பையில் க்வினைன் மாத்திரைகளுடனும் உழவு செய்கிறார்கள். ''அவனிடம் பூஃபாரிக் சாயல் இருக்கிறது.'' 1839இல் 19% இறந்தார்கள். காபிக் கடைகளில் க்வினைன் ஒரு பானமாக விற்கப்படுகிறது.

***

உடல் வலுவான இருபது மணப் பெண்களைத் தேர்ந்தெடுத்து வைக்கும்படி துலோன்[1] நகர மேயருக்குக் கடிதம் எழுதிய பிறகு, தன்னுடைய குடியேறிச் சிப்பாய்களுக்கு துலோன் நகரத்தில் ப்யூ�ழோ மணம் செய்துவைத்தார். ''அவசரத் திருமணங்கள்.'' ஆனால், அந்த நிலையை அறிந்த பின்னர், ஒவ்வொருவரும் சிறந்த முறையில் தங்கள் ஜோடிகளைத் தேர்ந்தெடுத்துக்கொண்டார்கள். அப்படித் தோன்றியதுதான் ஃபூகா.

தொடக்கத்தில் சமுதாய வேலை. இவை ராணுவக் கூட்டுறவுப் பண்ணைகள்.

'பிரதேச அடிப்படையில்' காலனி குடியேற்றம். தென் பிரான்ஸின் க்ராஸ் பிரதேசத்தைச் சேர்ந்த 66 தோட்ட விவசாயக் குடும்பங்கள் ஷெராகாஸ் காலனிப் பகுதியில் குடியேறின.

***

பெரும்பாலும் அல்ஜீரியாவின் நகரங்களில், நகராட்சியில் ஆவணக் காப்பகங்கள் இருப்பதில்லை.

***

மஹோான் தீவிலிருந்து வந்தவர்கள் ஒரு பெட்டியுடனும், அவர்களுடைய குழந்தைகளுடனும் சிறுசிறு கூட்டங்களாக வந்தார்கள். அவர்களுடைய வாக்கே ஒப்பந்தப் பத்திரத்துக்கு ஈடாக இருந்தது. ஸ்பெயின் நாட்டுக்காரர்களை வேலைக்கு எடுத்துக்கொள்ளக் கூடாது. அல்ஜீரியாவின் கடலோரப் பிரதேசத்தின் செல்வங்களை அவர்கள்தான் உருவாக்கியிருக்கிறார்கள்.

பிர்மான்ட்ரோஸ், பெர்னார்டா இல்லம்.

மிதிஜாவின் முதல் குடியேறி டாக்டர். டோனாக்கின் வரலாறு. காண்க: பாண்டிகார்ன் எழுதிய ''அல்ஜீரிய காலனி ஆதிக்க வரலாறு'', பக்.21.

பியரெட் வரலாறு, பக் 50 - 51.

***

[1] தென் பிரான்ஸ் (த.மொ.கு.)

இடைத்தாள் - III

(இங்கே குறிப்பிடப்பட்டுள்ள எண்கள் காம்யுவின் கையெழுத்துப் பிரதியின் பக்கங்களைக் குறிக்கும்.)

10 - சேன்-ப்ரியுக்

14 - மாலன்

20 - குழந்தைப் பருவ விளையாட்டுகள்

30 - அல்ஜே, தந்தை, அவர் மரணம் (+ குண்டு வெடிப்பு)

42 - குடும்பம்

69 - திரு. ழெர்மென், பள்ளிக்கூடம்

91 - மோன்தோவி — காலனி ஆதிக்கம், தந்தை

II

101 - மேல்நிலைப் பள்ளி

140 - தானே தனக்கு ஒரு புதிர்

145 - பதின்வயதினன்[1]

இடைத்தாள் - IV

மற்றவர்களுக்காக நிகழ்த்திக்காட்டுவது என்பதும் முக்கியமான ஒரு மையக் கருத்து. நம்முடைய வருத்தங்களில் 'மற்றவர்கள்' 'அக்கறை கொள்ளாமல்' இருக்கப் போதுமான அளவுக்கு நாம் தனிமையில் இல்லாவிட்டாலும், நாம் கைவிடப்பட்டுத் தனியாகவேதான் இருக்கிறோம் என்ற உணர்வே நம்முடைய மிக மோசமான வருத்தங்களிலிருந்து நம்மைக் காப்பாற்றுகிறது. கைவிடப்பட்ட உணர்வு காற்றடித்ததைப் போல நமக்குள் நிரப்பப்பட்டு, முடிவற்ற ஒரு சோகத் துக்கு நம்மைக் கொண்டுசெல்லும் தருணங்கள்தான் சில சமயங்களில் நம்மு டைய மகிழ்ச்சியான தருணங்களாகவும் ஆகிவிடுகின்றன. இதே கோணத்தில் பார்க்கும்போது, நம்முடைய இன்னல்கள் குறித்து நமக்கு ஏற்படும் சுய இரக்கமே அடிக்கடி நம்முடைய மகிழ்ச்சியாக ஆகிவிடுகிறது.

ஏழைகளிடையே பாதிப்பை ஏற்படுத்துவது—நோய்க்குப் பக்கத்திலேயே அதற் குண்டான சிகிச்சை இருப்பதைப் போல, மனஉளைச்சலுக்கு அருகிலேயே விரக்தி மனப்பான்மையைக் கடவுள் வைத்திருக்கிறார்.[a]

---

[1] கையெழுத்துப் பிரதி, 144-ம் பக்கம் முடிகிறது.

[a] பாட்டியின் மரணம்.

இளம்பருவத்தில் இருந்தபோது, தங்களால் முடிந்ததைவிட அதிகமாகவே கொடுக்கும்படி நான் மற்றவர்களிடம் கேட்டிருக்கிறேன்: தொடர்ந்த நட்பும், நிரந்தரமான உணர்ச்சியும்.

இப்போது, தங்களால் முடிந்ததைவிடக் குறைவாகவே கொடுக்கும்படி அவர்களிடம் கேட்கத் தெரிந்துவிட்டது. அவர்களுடைய உணர்வுகளும், நட்பும், தாராள குணமும் முற்றிலும் அற்புதமானவையாகவே எனக்குத் தோன்றுகின்றன: முழுக்கமுழுக்க அருளின் விளைவு.

மாரி விதோன் : ஆகாய விமானம்.

இடைத்தாள் - V

அவன் உலகத்தின் இளவரசன்; பிரகாசமான திறமைகள், ஆசைகள், சக்தி, மகிழ்ச்சி இவற்றால் மகுடம் சூட்டப்பட்டிருந்த அந்த இளவரசன், இவை எல்லாவற்றுடனும்தான் அவளிடம் மன்னிப்புக் கேட்க வந்தான்—வாழ்க்கைக்கும் கடந்துகொண்டிருந்த காலத்துக்கும் அடிபணிந்து, அடிமையாக, எதுவும் தெரியாமல், எதையும் விரும்பாமல், விரும்பவும் துணியாமல் இருந்த அவளிடம். அவன் இழந்துவிட்டிருந்த ஒரு உண்மையை, நம் வாழ்க்கையை நியாயப்படுத்திய உண்மையை மிகவும் பத்திரமாகப் பாதுகாத்து வைத்திருந்ததே அவள்தான்.

கூபாவில் வியாழக்கிழமைகள்

பயிற்சி, விளையாட்டு

மாமா

பாக்கலோரியா படிப்பு

உடல்நலமின்மை

தாயே, அன்பே, பிரிய குழந்தையே, என் காலங்களைவிட உயர்ந்த, உன்னைத் தன் வசப்படுத்திக்கொண்ட வரலாற்றைவிட உயர்ந்த, இந்த உலகில் நான் நேசித்த அனைத்தையும்விட நிஜமான தாயே, உன் நிஜத்தின் இரவிலிருந்து தப்பி ஓடி விட்ட உன் மகனை மன்னித்துவிடு.

பாட்டி, கொடுங்கோல் புரிபவள், ஆனால் மேஜையருகில் நின்றுகொண்டு உணவு பரிமாறுவாள்.

தன் தாய்க்கு மரியாதை அளிக்கப்படும்படி செய்யும் மகன், தன் மாமாவை அடிக்கிறான்.

***

குறிப்புகளும், வரைவுகளும்

''பணிவுடன், அறியாமையுடன், பிடிவாதத்துடன் இருக்கும் வாழ்க்கையுடன் எதையும் ஒப்பிட முடியாது''

- க்லோதெல், 'பரிமாற்றம்'

அல்லது மேலும்

பயங்கரவாதம் குறித்த உரையாடல்

புறவயமாகப் பார்த்தால் அவள்தான் பொறுப்பேற்க வேண்டும் (பதில் சொல்ல வேண்டும்).

வினையடையை மாற்று, இல்லையென்றால் அடிப்பேன்.

என்ன?

மேலைநாட்டிலிருந்து அவர்களின் மிக மடத்தனமான ஒன்றை எடுத்துக் கொள்ளாதே. இனியும் 'புறவயமாக' என்று சொல்லாதே, அடிப்பேன்.

ஏன்?

அல்ஜே-ஓரான் ரயிலுக்கு (தொடர் வண்டி) முன்னால் உன்னுடைய தாய் படுத்துக்கொண்டிருந்தாளா?

நீ சொல்வது புரியவில்லை.

ரயில் வெடித்துச் சிதறியது, நான்கு குழந்தைகள் இறந்துவிட்டார்கள். உன் னுடைய தாய் அசையவே இல்லை, புறவயமாகப் பார்த்தால் எப்படியும் அவள் பொறுப்பேற்க வேண்டும்* என்றால், பிணைக் கைதிகளைச் சுட்டுத் தள்ளுவதை யும் நீ ஒப்புக்கொள்ள வேண்டும்.

அவளுக்குத் தெரியாதே.

இவளுக்கும்தான் தெரியாது. இனி ஒருபோதும் 'புறவயமாகப் பார்த்தால்' என்று சொல்லாதே.

அப்பாவிகள் இருக்கிறார்கள் என்பதை ஒப்புக்கொள். அல்லது நான் உன்னை யும் கொல்வேன்.

என்னால் அதைச் செய்ய முடியுமென்று உனக்குத் தெரியும்.

ஆமாம், நீ செய்வதை நான் பார்த்திருக்கிறேன்.

[a]யூான்தான் முதல் மனிதன்.

அப்படியானால், பியரை ஒரு அடையாளமாகப் பயன்படுத்திக்கொண்டு, அவனுக்கென்று ஒரு முற்காலம், நாடு, குடும்பம், ஒழுக்க நெறி (?) இவற்றைக் கொடுக்க வேண்டும் - பியர்-திதியெ (?)

---

* பதில் சொல்ல வேண்டும்.

[a] *Histoire de la colonisation.*

கடற்கரையில் பதின்பருவத்தினரின் காதல்கள்—கடலின் மேல் கவியும் இரவு —நட்சத்திரங்கள் நிரம்பிய இரவுகள்.

***

சேன்-எத்தியெனில் அராபியனுடன் சந்திப்பு. பிரான்ஸ் நாட்டில் இந்த இரண்டு புலம்பெயர்ந்தவர்களின் தோழமை.

***

போருக்கு ஆள் சேர்ப்பு. தேசியக் கொடியின் கீழ் என் தந்தை அழைக்கப் பட்டபோது, அதுவரை அவர் பிரான்ஸைப் பார்த்ததே இல்லை. அதைப் பார்த் தார், கொல்லப்பட்டார்.

(என் குடும்பத்தைப் போன்ற ஒரு எளிய குடும்பம் பிரான்ஸுக்கு அளித்தது அதுதான்.)

***

ஏற்கனவே பயங்கரவாதத்துக்கு எதிராக இருந்த J. சதோக்குடன் மேற் கொண்ட இறுதி உரையாடல். ஆனாலும், புகலிடம் அளிப்பதென்பது சீரிய பண்பானதால், அவன் சதோக்கை வரவேற்கிறான். அவனுடைய தாயின் வீட்டில். அவனுடைய தாய்க்கு முன்னால் அவர்களுடைய உரையாடல் நடக்கிறது. முடிவில், தன் தாயைச் சுட்டிக்காட்டி, "இங்கே பார்," என்கிறான் J. சதோக் எழுந்து, தன் நெஞ்சின் மேல் கையை வைத்தபடி அவளை நோக்கிச் சென்று, அராபியப் பாணியில் வணங்கி, முத்தமிடுவதற்காக முன்புறமாகக் குனிகிறான். பிரெஞ்சு பழக்கவழக்கங்களைக் கொண்டிருந்த சதோக், இது போன்று வணக்கம் தெரிவிப்பதை J. ஒருபோதும் பார்த்ததில்லை. "இவள் என்னுடைய தாய்," என்றான் சதோக். "என்னை பெற்ற தாய் இறந்துவிட்டாள். என்னுடைய தாயி டம் இருப்பதைப் போலவே இவளிடம் நான் அன்பாகவும் மரியாதையுடனும் நடந்துகொள்வேன்."

(ஒரு குண்டு வெடித்தபோது, இவளும் கீழே விழுந்துவிட்டிருந்தாள். இப் போது உடல்நலமின்றி இருக்கிறாள்.)

அல்லது:

ஆமாம், நான் உங்களை வெறுக்கிறேன். என்னைப் பொறுத்தவரை, இந்த உலகத்தில் ஒடுக்கப்பட்டவர்களிடம்தான் மேன்மை இருக்கிறது, அதிகாரம் படைத்தவர்களிடம் இல்லை. இழிவு குடிகொண்டிருப்பது அவர்களிடம் மட் டும்தான். வரலாற்றில் ஒருமுறையாவது ஒடுக்கப்பட்டவன் அதை மட்டும் புரிந்து கொண்டால்... அப்போது...

போய் வருகிறேன், என்றான் சதோக்.

நில், அவர்கள் உன்னைப் பிடித்துக்கொண்டுவிடுவார்கள்.

அதுவே மேல், அவர்களை என்னால் வெறுக்க முடியும். வெறுப்பு உணர்வில் அவர்களுடன் நானும் சேர்ந்துகொள்வேன்.

நீ என் சகோதரன், நாமோ பிரிந்திருக்கிறோம்.

...

அன்றிரவு, J. பால்கனியில் இருக்கிறான்... தொலைவில் இரண்டு குண்டு வெடிச் சத்தமும், சிலர் ஓடும் சத்தமும் கேட்கிறது...

— அது என்ன சத்தம்? என்று கேட்கிறாள் தாய்.

— ஒன்றுமில்லை.

— ஆ, நான் உன்னை நினைத்துப் பயந்துவிட்டேன்.

அவன் அவள்மேல் சரிந்து விழுகிறான்...

பின்னர், புகலிடம் அளித்ததற்காக அவனைக் கைதுசெய்கிறார்கள்.

அடுமனைக்கு அனுப்பப்படுகிறான்.

பாட்டி, அவளுடைய அதிகாரம் — ஓட்டையில் விழுந்த

சக்தி — இரண்டு ஃப்ராங்குகள்

சில்லறையை அவன் திருடிவிட்டான்.

***

தங்கள் மேன்மை குறித்து அல்ஜீரியர்களுக்கு இருக்கும் உணர்வு.

***

உணர்ச்சி ஒன்றின் பின்விளைவுகளின் அடிப்படையில் எது நல்லது, எது கெட்டது என்று தீர்மானிப்பதே நீதியையும், ஒழுக்கத்தையும் கற்றுக்கொள்வதாகும். J. பெண்களை நாடிப் போகலாம், ஆனால் அவனுடைய நேரம் முழுவதையும் அவர்களே எடுத்துக்கொண்டுவிட்டால்...

***

ஒருவர் தரப்பில்தான் நியாயம் இருக்கிறது, இன்னொருவர் தரப்பில் நியாயம் இல்லை என்று சொல்ல முடியாத அளவுக்கு நான் நீண்ட நாள் வாழ்ந்து, செயல்பட்டு, அனுபவித்திருக்கிறேன். மற்றவர்கள் என்னை எப்படிச் சித்தரிக்கிறார்களோ அதன்படியே வாழ முடியாத அளவுக்கு நான் வாழ்ந்துவிட்டிருக்கிறேன். சுய அதிகாரத்துடன் வாழ்வதென்று தீர்மானித்துவிட்டேன், பரஸ்பரம் சார்ந்திருப்பதில் நான் சுதந்திரமாக இருக்க வேண்டும்.

பியர் கலைஞனாக இருக்கலாமோ?

மூானின் தந்தை வண்டி ஓட்டுபவரா?

மாரியின் உடல்நலமின்மைக்குப் பிறகு, பியரிடம் க்லாமென்ஸைப்[1] போல ஒரு விதக் கொந்தளிப்பு தெரிகிறது (எனக்கு எதுவும் பிடிக்கவில்லை...) அப்போது J. தான் (அல்லது க்ரெனியெ) வீழ்ச்சிக்குப் பதில் சொல்கிறார்.

***

தாயிலிருந்து மாறுபட்ட உலகம் (ஆகாய விமானம், உலக நாடுகள் நெருங்கி வருவது).

***

பியர் வழக்கறிஞர். யீவ்தோனின்[2] வழக்கறிஞர்.

'எங்களைப் போன்ற மனிதர்கள் நல்லவர்கள், பெருமிதம் கொண்டவர்கள், பலசாலிகள்... எங்களுக்கென்று ஒரு மத நம்பிக்கையோ, கடவுளோ இருந்தால் எங்களை எதுவும் ஒன்றும் செய்ய முடியாது. ஆனால், எங்களுக்கு எதுவும் இருக்கவில்லை, எல்லாவற்றையும் கற்றுக்கொள்ள வேண்டியிருந்தது, கௌரவத்துக்காக மட்டும் வாழ்வதில் சில குறைபாடுகள் இருக்கின்றன...'

அதே சமயத்தில், உலகத்தின் முடிவைப் பற்றிய வரலாறாகவும் அது இருக்க வேண்டும்... அதனூடே செல்லும் ஒளி மிக்க ஆண்டுகளைப் பற்றிய வருத்தத்துடன்.

***

ஃபிலிப் கூலாம்பெல்லும், திபாசாவின் பெரிய பண்ணையும். J. யுடன் அவருடைய நட்பு. பண்ணையின் மேல் வந்து விழுந்த விமானத்தில் அவருடைய மரணம் நேர்ந்தது. தனக்குப் பக்கத்தில் விளக்குமாறின் பிடியுடனும், விமானக் கருவிகள் பதித்த பலகையின் மேல் நசுங்கிய முகத்துடனும் அவரைக் கண்டெடுத் தார்கள். கண்ணாடிச் சில்லுகள் தூவப்பட்ட இரத்தக் குழம்பு.

***

தலைப்பு: நாடோடிகள். இடம் பெயர்வதில் தொடங்கி, அல்ஜீரிய நிலங்களி லிருந்து வெளியேற்றப்படுவதில் முடிக்க வேண்டும்.

***

இரண்டு பேரானந்தங்கள்: ஏழைப் பெண், இயற்கைத் தெய்வ வழிபாடு (அறி வும் மகிழ்ச்சியும்)...

***

---

[1] காம்யுவின் 'வீழ்ச்சி' நாவலின் நாயகன்.

[2] யீவ்தோன்: தொழிற்சாலையில் வெடிகுண்டுகளை வைத்த கம்யூனிஸ்ட் தீவிரவாதி. அல்ஜீரி யப் போரின்போது மரணதண்டனை பெற்று, கியோட்டினால் தலைவெட்டப்பட்டு இறந்தார்.

எல்லோருக்கும் பியரைப் பிடிக்கும். J.வின் வெற்றியும் கர்வமும் அவனுக்கு விரோதிகளையே அளித்தது.

***

கசூரிலிருந்து தூக்கியெறியப்பட்ட 4 அராபியர்கள்—தூக்கில் தொங்கிய காட்சி. கிறிஸ்துவாக இருப்பவள் அவன் தாய்தான்.

***

J. யைப் பற்றிப் பேசி, அவனை அழைத்துவந்து, மற்றவர்கள் வாயிலாகவும், அவனைப் பற்றி அவர்கள் தீட்டும் முரண்பாடான குணச்சித்திரப் படைப்பின் வாயிலாகவும் அவனைக் காட்ட வேண்டும்.

பண்பாடு மிகுந்தவன், கட்டுடல், கெட்ட சகவாசம் கொண்டவன், நண்பர்களிலேயே சிறந்தவன், தனித்தே இருப்பவன், கெட்டவன், விசுவாசம் தவறாதவன், இத்யாதி...

"அவனுக்கு யாரையும் பிடிக்காது," "இதைவிடப் பெருந்தன்மையானவனைப் பார்க்க முடியாது," "உணர்ச்சிகளின்றி, ஒதுங்கியே இருப்பவன்," "நட்புணர்வுடன், உணர்ச்சி ததும்ப," எல்லோரும் அவனைச் சுறுசுறுப்பானவன் என்று நினைக்கிறார்கள், சதா படுத்துக்கொண்டிருக்கும் அவனைத் தவிர.

இப்படியாக, அந்தக் குணச்சித்திரம் பெரிதாக்கப்பட வேண்டும்.

அவன் பேசும்போது: 'நானே என்னுடைய வெகுளித்தனத்தை நம்பத் தொடங்கினேன். நான்தான் 'ஜார்' மன்னன் என்று நினைத்துக்கொண்டேன். எனக்கு முன் இருந்த எல்லாவற்றின் மேலும், எல்லோர் மேலும் ஆளுமை செலுத்தினேன். பின்னர், அன்பு செலுத்துவதற்குத் தேவையான மனம் எனக்கு இருக்கவில்லை என்பதைத் தெரிந்துகொண்டேன். எனக்கு என் மேல் இருந்த வெறுப்பாலேயே இறந்துவிடுவேன் என்று தோன்றியது. பிறகு மற்ற எவரும்கூட உண்மையாகவே அன்பாக இருக்கவில்லை என்பதையும், கிட்டத்தட்ட எல்லோரையும் போல இருக்க ஒப்புக்கொண்டாலே போதும் என்பதையும் ஏற்றுக்கொண்டேன்.

'பிறகு, அப்படியில்லை என்ற முடிவுக்கு வந்து, போதுமான மேன்மையை அடையாமல், அப்படி ஆவதற்குண்டான வாய்ப்பு எனக்கு அளிக்கப்படும்வரை என்னுடைய இயலாமையிலேயே உழன்றுகொண்டிருந்ததற்கு என்னைத்தான் நான் குறைசொல்ல வேண்டும் என்று கருதினேன்.

'அதாவது, நான் ஜார் மன்னனாக ஆகி, அதில் மகிழ்ச்சியடையாமல் இருக்கும் காலத்துக்காகக் காத்திருக்கிறேன்.'

***

அல்லது

ஒருவன் உண்மையுடன்—'உண்மை இதுதான் என்று தெரிந்துகொண்டு'— வாழ முடியாது, அப்படிச் செய்பவன் மற்றவர்களிடமிருந்து விலகிச் சென்றுவிடு கிறான், அவர்களுடைய மாயை எதையுமே இவனால் பகிர்ந்துகொள்ள முடியாது. அவன் ஒரு வினோத ஜந்து—நானும் அப்படித்தான்.

மாக்ஸிம் ராஸ்தெய்: 1848இல் குடியேறியவர்கள் சந்தித்த சோதனைகள். மான்தோவி...

மான்தோவியின் வரலாற்றைப் புகுத்தவும்.

1) (உ-ம்.) சவப்பெட்டி, திரும்பிவந்தது, மான்தோவியில் ( )[1]

(a) *1840 - 1913* மான்தோவி

அவனுடைய ஸ்பானிய குணங்கள் / நிதானம், உணர்ச்சிவசப்படுதல், சக்தி, 'நாதா?' (ஸ்பானிய மொழியில் 'ஒன்றுமில்லை')

''நான் அடைந்த இன்னலை இன்னும் யாரும் கற்பனைசெய்துபார்க்க முடி யாது... பெரிய சாதனைகளைச் செய்தவர்களையே எல்லோரும் கௌரவப்படுத்து கிறார்கள். ஆனால் அதைவிட, சிலர் இருந்த நிலையைப் பார்க்கும்போது அப் படி இருந்தபோதிலும், இன்னும் பெரிய தவறுகளைச் செய்யாமல் தங்களைக் கட்டுப்படுத்திக்கொண்டவர்களுக்கு இன்னும் நிறையவே செய்ய வேண்டும். ஆமாம், என்னைக் கௌரவப்படுத்துங்கள்.''

துணை ராணுவ லெப்டினன்டுடன் உரையாடல்:

— நீ பிரமாதமாகப் பேசுகிறாய். உன்னைக் கொஞ்சம் தனியாகக் கவனிக்கப் போகிறோம். அதற்குப் பிறகும் நீ துள்ளுவாயா என்று பார்க்கலாம்.

— சரி. ஆனால் முதலில் உனக்கு ஒரு எச்சரிக்கை: ஒருவேளை உண்மையான மனிதனை நீ பார்த்திருக்க மாட்டாய். நன்றாகக் கேள். நீ சொன்னபடி என்னை நீ கவனிப்பதற்கு நீதான் பொறுப்பு. நான் இதற்கு மசியாவிட்டால் அது பரவா யில்லை. ஒரே ஒரு விஷயம், ஒரு நாள் எல்லோர் முன்னிலையிலும், அது சாத்திய மாக இருக்கும் பட்சத்தில், உன் முகத்தில் காறித் துப்புவேன். ஒரு வேளை நான் அதற்கு மசிந்து அதிலிருந்து மீண்டு வந்தவுடன், ஒரு ஆண்டிலேயோ அல்லது 20 ஆண்டுகளுக்குப் பிறகோ, நானே உன்னைக் கொல்வேன்.

— ''இவனை ஜாக்கிரதையாகப் பார்த்துக்கொள்ளுங்கள், இவன் ஒரு கில்லாடி'' என்றார் லெப்டினன்ட்[a]

***

J. யின் நண்பன் ''ஐரோப்பிய நாட்டைப் பெறுவதற்காக'' தற்கொலை செய்துகொள்கிறான். ஐரோப்பாவை உருவாக்கத் தானாக முன்வரும் பலி ஒன்று தேவைப்படுகிறது.

---

[1] தெளிவற்ற சொல்.

[a] ஆயுதமின்றி மீண்டும் அவனைச் சந்திக்கும்போது, நேரடிச் சண்டையை (தூண்டுகிறான்).

J. ஒரே சமயத்தில் நான்கு பெண்களுடன் இருக்கிறான். ஆகவே, அவன் வாழ்க்கை 'வெறுமையாக' இருக்கிறது.

C.S.: ஆத்மா பெரும் துன்பத்தை எதிர்கொள்ளும்போது, இன்னலை நாட வைக்கும் அதன்...

பார்க்க: "கோம்பா" (போராட்டம்) *பத்திரிகையின் வரலாறு.*[1]

அவளுடைய அண்டை வீட்டு வானொலி உளறிக்கொட்டிக்கொண்டிருக்கும் போது, செல்லப் பெண் மருத்துவமனையில் இறக்கிறாள்.

— இருதய நோய். இன்றோ நாளையோ சாவு.

"தற்கொலை செய்துகொண்டால், குறைந்தபட்சம் அது என்னுடைய முன் முயற்சியாக இருக்கும்."

நான் தற்கொலை செய்துகொண்டேன் என்பது உனக்கு மட்டும்தான் தெரியும். என் கொள்கைகளை நீ அறிவாய். தற்கொலைகள் பிறரை எப்படிப் பாதிக்கின்றன என்பதால் அவற்றை வெறுத்தேன். அதைச் செய்தே ஆக வேண்டுமென்றால் அதை ஜோடிக்க வேண்டும். தாராள மனத்தின் காரணமாக. இதை ஏன் உன்னிடம் சொல்கிறேன்? ஏனென்றால், துன்பத்தை நீ விரும்புகிறாய். இது நான் உனக்கு அளிக்கும் பரிசு.

J.: முன்நோக்கிப் பாயும் வாழ்க்கை, மறுபிறப்பு, ஏராளமான மக்கள், ஏராளமான அனுபவங்கள், புதுப்பித்துக்கொள்ளும் திறன் (முன்நோக்கித் தள்ளும் விசை).

முடிவு. நரம்பு முடிச்சுகள் இருந்த தன் கையை உயர்த்தி, அவனுடைய முகத்தை வருடினாள். "நீ மிக உயர்ந்தவன்" (சற்றே மெலிந்துபோய்விட்ட புருவ வளைவின் கீழிருந்த) அவளுடைய சோகக் கண்களில் தென்பட்ட அவ்வளவு பாசத்தையும் போற்றுதலையும் பார்த்த அவனுக்குள் இருந்த மனிதன்—எல்லாம் அறிந்திருந்த அவன்—கிளர்ந்தெழுந்தான்... அடுத்த கணமே, அவளைத் தன் கைகளில் அணைத்துக்கொண்டான். ஏனென்றால், அவள், இன்னும் தெளிவாகப் பார்த்த அவள், அவனை நேசித்தாள், அதை அவன் ஒப்புக்கொள்ளத்தான் வேண்டும், அந்தப் பாசத்தைப் புரிந்துகொள்ள அவனும் இன்னும் கொஞ்சம் தன்னையே நேசிக்க வேண்டும்...

***

ம்யுசிலின்[a] கருத்து: நவீன உலகத்தில் ஆத்மாவின் மீட்சிக்கான தேடல் - D: Possessed நாவலில் (சந்திப்பும்) பிரிவும்.

***

---

[1] 'கோம்பா': ஜெர்மானிய ஆதிக்கத்தின் கீழிருந்த பிரான்ஸின் சுதந்திரப் போராட்டப் பத்திரிகை. அதன் ஆசிரியர்: காம்யு (மொ.கு.).

[a] ராபர்ட் வான் ம்யுசில்: (1880-1942) ஆஸ்திரிய நாட்டு எழுத்தாளர் (த.மொ.கு.).

வதை. ஒற்றுமை உணர்வால் அடிப்படையில் தூக்கிலிடுபவன். எந்த மனிதனுக்கும் அருகில் வர என்னால் முடியாமல் இருந்தது—இப்போது நாம் ஒருவருக்குப் பக்கத்தில் ஒருவர்.

கிறிஸ்துவ நிலை : பரிசுத்த உணர்வு

புத்தகம் முடிவு பெறாத நிலையில் இருக்க வேண்டும். (உ-ம்.) ''அவனை பிரான்ஸுக்கு ஏற்றிச் சென்ற கப்பலில்...''

பொறாமை கொண்டவனாக இருந்தாலும் அப்படி இல்லாததைப் போலப் பாசாங்கு செய்து, உலகாயத வாழ்க்கை வாழ்வதைப் போல நடிக்கிறான். இனி, அவனிடம் பொறாமை இல்லை.

நாற்பது வயது இருக்கும்போது, அவனுக்கு வழிகாட்டி அவனைக் கண்டிக்கவோ அல்லது புகழவோ அவனுக்கு ஒருவர் தேவை என்பதை உணர்கிறான்: ஒரு தந்தை. அதிகாரம், ஆதிக்கம் அல்ல.

***

பயங்கரவாதி ஒருவன் சுடுவதை X பார்க்கிறான்... இருண்ட தெருவில் அவனுக்குப் பின்னால் யாரோ ஓடிவரும் சத்தம் கேட்கிறது. அசையாமல் இருக்கிறான், திடீரென்று திரும்பி, ஓடி வந்துகொண்டிருப்பவனின் காலை இடற விட்டுக் கீழே விழச் செய்கிறான். மற்றவனுடைய கைத்துப்பாக்கி கீழே விழுகிறது. அதை எடுத்து அவனைப் பார்த்துக் குறிவைக்கிறான், பிறகு அவனைப் பிடித்துக் கொடுக்க தன்னால் முடியாது என்பதை உணர்கிறான். தொலைவில் இருக்கும் தெருவுக்கு அழைத்துச் சென்று, தனக்கு முன்னால் அவனை ஓடச் செய்து சுடுகிறான்.

***

குழுவில் இருந்த ஒரு இளம் நடிகை: ஒரு புல் இதழ், கரிச் சாம்பலுக்கு நடுவே தோன்றிய முதல் புல் இதழ், சுருக்கென்று ஒரு மகிழ்ச்சி உணர்வு. வறுமையும் குதூகலமும். பின்னர் அவள் மூ்லனைக் காதலிக்கிறாள்—அவள் தூய்மையானவனாக இருப்பதால். நான்? ஆனால் உன்னால் காதலிக்கப்பட நான் (தகுதியற்றவன்). அதுதான் உண்மை. காதல் உணர்வைத் தூண்டுபவர்கள், தோல்வியுற்ற காதலானாலும் கூட, அரசர்கள்; உலக வாழ்க்கையை அர்த்தமுள்ளதாக ஆக்குபவர்கள்.

***

28 நவம்பர், 1885 - உலேத் ஃபாயெத்தில் சி. லூசியனின் பிறப்பு: தந்தை சி. பாப்திஸ்த் (43 வயது), தாய் மாரி கோர்மெரி (33 வயது). திருமணம் 1909இல் (13 நவம்பர்). மனைவி: செல்வி. காதரின் சந்தேஸ். (பிறப்பு நவம்பர் 5, 1882.) மறைவு: சேன் ஃப்ரியுக்கில் 1914, அக்டோபர் 11ஆம் தேதி.

***

தன்னுடைய 45ஆவது வயதில், தேதிகளை ஒப்பிட்டுப் பார்க்கும்போது, தன் பெற்றோர் திருமணம் செய்துகொண்டு, இரண்டு மாதங்களுக்குப் பிறகு தன் னுடைய அண்ணன் பிறந்ததை அறிகிறான்? திருமணச் சடங்கு பற்றிச் சொன்ன அவனுடைய மாமா, பெண்ணின் நீண்ட, மெல்லிய ஆடையைக் குறிப்பிட்டு...

அறைகலன்கள் ஒருபுறமாகக் குவித்து வைக்கப்பட்டிருந்த ஒரு புதிய வீட்டில் அவளுடைய இரண்டாவது மகன் பிறக்கும்போது ஒரு மருத்துவர் வந்து பிரச வம்பார்க்கிறார்.

***

சேபூஸ் பிரதேசத்துக் கொசுக்களின் கடியால் தடிப்புகள் ஏற்பட்டிருந்த குழந்தையுடன் ஜூலை *14*ஆம் தேதியன்று அவள் புறப்படுகிறாள். ஆகஸ்ட் மாதம், போருக்கு ஆள்சேர்ப்பு. அல்ஜேயில் இருக்கும் ராணுவப் பிரிவில் கணவர் நேரில் போய்ச் சேர்ந்துவிடுகிறார். ஒரு நாள் மாலைப் பொழுதில், தன் னுடைய இரண்டு குழந்தைகளையும் முத்தமிட்டுவிட்டுப் போவதற்காகத் தப்பி வருகிறார். அவருடைய மரணம் குறித்த தகவல் வரும்வரை அவரை யாரும் பார்க்கப்போவதில்லை.

***

அங்கிருந்து வெளியேற்றப்பட்ட ஒரு குடியேறி, திராட்சைத் தோட்டங்களை அழித்துவிட்டு, அங்கே உவர் நீர்க் கால்வாயைத் திறந்துவிடுகிறார். ‘‘நாங்கள் இங்கே செய்திருப்பது ஒரு குற்றம் என்றால், அதை இல்லாமல் செய்துவிட வேண்டும்.’’

தாய் (Nஐப் பற்றிப் பேசும்போது): ‘‘தேர்வில் நீ வெற்றி பெற்ற அன்று ‘‘—’’ உனக்கு ஊக்கத்தொகை அளிக்கப்பட்டபோது... ’’

***

க்ரிக்லின்ஸ்கியும், துறவுரீதியிலான பாசமும்.

தன்னுடைய நாட்டின் இன்னல்களைக் குறித்து, அப்போதுதான் அவனுடைய ஆசைநாயகி ஆன மார்செல் அக்கறைகொள்ளாமல் இருப்பது அவனுக்கு வியப்பை அளிக்கிறது. ‘‘வா’’ என்கிறாள் அவள். கதவைத் திறக்கிறாள் : அங்கே அவளுடைய 9 வயதுக் குழந்தை—ஆயுதத்தின் உதவியுடன் பிரசவிக்கப்பட்டு, தசை இயக்கி நரம்புகள் நசுங்கிவிட—பக்கவாதத்துடனும், பேசும் திறன் இல்லா மலும், முகத்தின் வலதுபுறம் இடதுபுறத்தைவிட உயர்ந்து இருக்க, அவனுக்குச் சாப்பாடு யாராவதுதான் ஊட்டிவிட வேண்டும், குளிப்பாட்ட வேண்டும், இத்யாதி. அவன் கதவை மூடுகிறான்.

தனக்குப் புற்றுநோய் இருக்கிறது என்று அவனுக்குத் தெரியும், ஆனால் தனக்கு அது தெரியும் என்று அவன் காட்டிக்கொள்ளவில்லை. நாடகம் என்று மற்றவர் கள் நினைக்கிறார்கள்.

***

1ஆம் பாகம். அல்ஜே, மான்தோவி. தன்னுடைய தந்தையை அறிந்திருந்த அராபியன் ஒருவனை அவன் சந்திக்கிறான். அராபியத் தொழிலாளிகளுடன் அவனுடைய உறவுகள்.

***

J. துவாய்: மதகு [1]

***

போரில் பெராலின் மரணம்

***

Y. உடன் அவனுக்குத் தொடர்பு இருப்பதை அறிந்த F. கண்ணீர் விட்டுக் கதறுகிறாள்: "நானும்கூடத்தான் அழகாக இருக்கிறேன்." Y.யின் கதறல்: "ஆ! யாராவது வந்து என்னைத் தூக்கிக்கொண்டு போகட்டும்."

பல நாட்களுக்குப் பின், சோக நிகழ்வுக்குப் பல நாட்களுக்குப் பிறகு, F-ம் M.மும் சந்தித்துக்கொள்கிறார்கள்.

***

ஏசு கிறிஸ்து அல்ஜீரியாவில் கால்களைப் பதித்ததில்லை.

***

அவளிடமிருந்து அவனுக்கு வந்த முதல் கடிதமும், அவளுடைய கையெழுத்தில் தன்னுடைய பெயர் எழுதப்பட்டிருந்ததைப் பார்த்தபோது அவனுக்கு ஏற்பட்ட உணர்வும்.

***

தொடக்கத்திலிருந்து கடைசிவரை, இந்தப் புத்தகம் தன் தாய்க்காக எழுதப் பட்டிருந்தால்—அவளுக்குப் படிக்கத் தெரியாது என்பது மற்றவர்களுக்குக் கடைசியில்தான் தெரியவரும்—ஆம், அதுதான் மிகவும் நன்றாக இருக்கும்.[a]

அவன் இந்த உலகத்திலேயே பெரிதும் விரும்பியது என்னவென்றால், அவ னுடைய வாழ்க்கையைப் பற்றியும் அவன் வாழ்ந்த விதத்தைப் பற்றியும் முழு வதுமாகத் தன் தாய் படிக்க வேண்டும் என்பதுதான். ஆனால், அது சாத்திய மில்லாமல் ஆகிவிட்டது. அவன் நேசித்த பெண், அவன் நேசித்த ஒரே ஒரு பெண், நிரந்தரமாகவே பேசும் திறன் அற்றவளாக இருப்பாள்.

இந்த ஏழைக் குடும்பத்தை, ஏழைகளின் விதியிலிருந்து, அதாவது சுவடுகளை விட்டுச் செல்லாமல் வரலாற்றிலிருந்தே மறைந்துபோகச் செய்யும் விதியிலிருந்து, காப்பாற்ற வேண்டும். பேசும் திறன் அற்றவர்கள்.

அவர்கள் என்னைவிட உயர்ந்தவர்களாக இருந்தார்கள்; இருக்கிறார்கள்.

***

---

[1] ஒரு புத்தகத்தின் தலைப்பு. (த.மொ.கு.)

[a] T.I. அடிக்கோடிட்டிருக்கும்.

பிறந்த இரவிலிருந்து தொடங்க வேண்டும். அத்தியாயம் 1, பிறகு, அத்தியாயம் 2: 35 ஆண்டுகளுக்குப் பிறகு, சேன்-ப்ரியுக் நிலையத்தில் ஒரு மனிதன் ரயிலிலிருந்து இறங்குவான்.

Gr.,[1] என் தந்தையைப் போல நான் மதித்த அவர், என் தந்தை அடக்கம் செய்யப்பட்ட இடத்தில்தான் பிறந்திருந்தார்.

மாரியுடன் பியரின் உறவு. ஆரம்பத்தில், அவனால் அவளுடன் உடலுறவு கொள்ள முடியவில்லை; ஆகவேதான், அவன் அவளைக் காதலிக்கத் தொடங்கு கிறான். மாறாக, ஜெஸ்ஸிகாவுடன் ஜே.யின் உறவில் எடுத்தவுடனேயே களிப்பு. அதனால், உண்மையிலேயே அவளைக் காதலிக்க அவனுக்கு நேரம் தேவைப்படு கிறது—அவளுடைய உடல் அவளை மறைக்கிறது.

உயர்ந்த பீடபூமிகளில் சவஊர்தி [Figari].

ஜெர்மனிய அதிகாரியையும் குழந்தையையும் பற்றிய கதை: அவருக்காக உயிரை விடும் அளவுக்கு முக்கியத்துவம் வாய்ந்ததாக எதுவும் இல்லை.

***

'கிய்யெ' அகராதியின் பக்கங்கள்: அவற்றின் மணம், படங்கள்.

***

பீப்பாய்ப் பட்டறையின் வாசனைகள்: மரத்தூள்களைவிட அதிக வாசனை யுடன் ( )[2] இருந்த மரத்துண்டுகள்.

***

ழான், நிரந்தரத் திருப்தியின்மையுடன்.

***

தனிமையில் உறங்குவதற்காக வீட்டிலிருந்து தன் விடலைப் பருவத்திலேயே கிளம்பிப் போகிறான்.

***

இத்தாலியில் மதத்துடன் அறிமுகம் : கலையின் மூலமாக

***

1ஆவது அத்தியாயம் முடிவு: அந்த நேரத்தில், ஐரோப்பா தன்னுடைய பீரங்கிகளைத் தயார்படுத்திக்கொண்டிருந்தது. ஆறு மாதங்கள் கழித்து, அவை வெடித்தன. தாய் அல்ஜேயுக்கு வருகிறாள், நான்கு வயதுச் சிறுவனைக் கையைப் பிடித்துக்கொண்டும், சேபூஸில் கொசுக் கடியினால் தடிப்புகள் ஏற்பட்டிருந்த இன்னொரு குழந்தை இடுப்பிலும். ஏழைகள் வாழும் பகுதியில் மூன்று அறைகள்

---

[1] ழான் க்ரெனியே: காம்யுவின் தத்துவப் பேராசிரியர் (த.மொ.கு.).

[2] தெளிவற்ற சொல்.

கொண்ட குடியிருப்பில் இருந்த பாட்டியின் வீட்டுக்கு வருகிறாள். ''அம்மா, எங்களுக்குத் தங்க இடம் கொடுத்ததுக்கு நன்றி.'' நிமிர்ந்தபடி நின்றுகொண்டிருந்த பாட்டி, கண்டிப்பு மிக்க வெளிர்நிறக் கண்களால் அவளைப் பார்க்கிறாள்: ''மகளே, இங்கே உழைத்துத்தான் பிழைக்க வேண்டும்.''

***

அம்மா: அறியாமையில் இருந்த ம்யுஷ்கின்னைப் போல. அவளுக்கு ஏசு கிறிஸ்துவின் வாழ்க்கையைப் பற்றித் தெரியாது, அவர் சிலுவையில் அறையப்பட்டதைத் தவிர. இருந்தாலும் அந்த வாழ்க்கைக்கு இதைவிட நெருக்கமாக இருந்தது யார்?

***

ஒரு நாள் காலை, ஒரு சிறிய ஊரில் ஹோட்டல் முற்றத்தில் எம்.முக்காக காத்திருக்கிறான். தற்காலிகமானவற்றில் மட்டுமே உணர முடிந்த, வேறு எப்படியும் அவனால் உணர முடிந்திராத இந்த ஆனந்த உணர்வு, கள்ள உணர்வு—அது கள்ள உறவாக இருந்ததாலேயே அந்த ஆனந்தம் எப்போதும் நீடித்து இருக்காமல் செய்தது—பெரும்பாலான சமயங்களில் அவனைக் களங்கப்படுத்தியது, பனித்துளிகள் இன்னமும் மின்னிக்கொண்டிருந்த தாலியா மலர்களுக்கிடையே காலைப் பொழுதின் இளம் வெளிச்சத்தில் தன்னுடைய பரிசுத்த நிலையில் அந்த ஆனந்தம் பொங்கிய இது போன்ற அரிய தருணங்களைத் தவிர.

***

X Xஇன் கதை

அவள் வந்து வலுக்கட்டாயமாக உள்ளே நுழைகிறாள், 'நான் தயார்' என்றெல்லாம் சொல்லியபடி. விடுதலை அடைந்துவிட்ட பெண்ணைப் போல நடந்துகொள்கிறாள். பிறகு கட்டிலில் நிர்வாணமாகப் படுத்துக்கொண்டு, இறுதியில், மோசமான [ ][1] எல்லாவற்றையுமே செய்கிறாள். துரதிருஷ்டம்.

தன் கணவனிடமிருந்து பிரிந்துவிடுகிறாள், பரிதவித்து; இத்யாதி. அந்த மற்றவனுக்குக் கணவன் எழுதுகிறான்: ''இதற்கு நீங்கள்தான் பொறுப்பு. அவளைத் தொடர்ந்து கவனித்துக்கொண்டிருங்கள், இல்லையென்றால் தற்கொலை செய்துகொண்டுவிடுவாள்.'' ஆனால், கிடைத்ததோ நிச்சயத் தோல்வி: முழுமையைத் தேடும் தீவிர வெறியில், அப்படியானால் சாத்தியமில்லாதவற்றை எப்படியாவது அடைய முயன்றால், அவள் தற்கொலை செய்துகொள்கிறாள். கணவன் வருகிறான். ''நான் இங்கு வந்திருப்பது எதற்காக என்று உங்களுக்குத் தெரியும்.—ஆமாம்—சரி, நீங்களே முடிவு செய்யுங்கள். நான் உங்களைக் கொல்வேன், அல்லது நீங்கள் என்னைக் கொல்லுங்கள்—இல்லை. தேர்வு செய்வதன் சுமையை நீங்கள்தான் ஏற்க வேண்டும்—சரி, கொல்லுங்கள்.'' பார்க்கப்போனால், பலியானவர் அதற்கு

---

[1] தெளிவற்ற சொல்.

எவ்விதத்திலும் பொறுப்பு ஏற்க முடியாத இக்கட்டான ஒரு நிலை. ஆனால் தான் செய்திருக்காத வேறொன்றுக்கான பொறுப்பை (சந்தேகமில்லாமல்) அவள் ஏற்க வேண்டியதாயிற்று. சுத்த மடத்தனம்.

XX: அழிவையும் சாவையும் நாடும் மனப்போக்கு அவளிடம் இருந்தது. அவள் கடவுளுக்குத் தன்னை அர்ப்பணித்துக்கொண்டவள்.

***

திகம்பரன்: உணவையும் காற்றையும் குறித்த நிரந்தர அவநம்பிக்கை கொண்டவன்.

***

ஆதிக்கத்தின் கீழிருந்த ஜெர்மனியில்:

வணக்கம், அதிகாரி அவர்களே

வணக்கம், என்கிறான் J., கதவைச் சாத்தியபடி. அவருடைய தொனி அவனுக்கு வியப்பாக இருக்கிறது. படையெடுத்து வென்றுவிட்ட பலரிடம் இந்தத் தொனி இருப்பது அவனுக்குப் புரிகிறது, ஏனென்றால், வெல்வதும் ஆக்கிரமிப்பதும் அவர்களைச் சங்கடத்துக்கு உள்ளாக்குகிறது.

இருத்தலற்றுப் போய்விட விரும்புகிறான் J. அவன் செய்கிறான், தன் புகழை இழக்கிறான், இத்யாதி.

***

ஒரு கதாபாத்திரம் : நிகோல் லட்மிரால்

***

தந்தையின் 'ஆப்பிரிக்க சோகம்'

முடிவு. தன் மகனை சேன்-ப்ரியூக்குக்கு அழைத்துப்போகிறான். சிறிய சதுக்க மொன்றில் ஒருவரையொருவர் பார்த்தபடி நிற்கிறார்கள். 'உங்கள் வாழ்க்கை எப்படி இருக்கிறது?' என்று கேட்கிறான் மகன். 'என்ன? சரி, நீ யார்?'... இத்யாதி. (மகிழ்வுடன்) அவனைச் சுற்றிலும் சாவின் நிழல் அடர்வதை உணர்கிறான்.

V.V. அந்த நாட்களில், அந்த நகரத்தில், அந்த நாட்டிலிருந்த நாங்கள், ஆண்கள் பெண்கள் எல்லோரும், ஒருவரையொருவர் தழுவிக்கொண்டும், நிராகரித்தும், மீண்டும் சேர்ந்தும், இறுதியில் பிரிந்துசென்றும். ஆனால் அந்த நாட்களிளெல்லாம் நாங்கள் பரஸ்பரம் உதவிசெய்துகொள்வதை நிறுத்தவே இல்லை. போராட்டத்திலும், கஷ்டங்களின் மத்தியிலும் ஒன்றாகவே இணைந்திருக்க வேண்டியவர்களிடையே நிலவும் அற்புதமான அனுசரணை மனப்பான்மையால். ஆஹா! அதுதான் அன்பு, எல்லோரிடமும் அன்பு.

தன்னுடைய நாற்பதாவது வயதில், உணவு விடுதிகளில் இதுவரை கிட்டத்தட்ட வேகாமல் பச்சையாகவே இருந்த மாட்டிறைச்சியை விரும்பிக் கேட்டு வாங்கிச் சாப்பிட்ட அவன், இப்போது அப்படி இல்லாமல், அரை வேக்காடான மாட்டிறைச்சியையே தான் விரும்புவதை உணர்ந்தான்.

***

கலை, கலை வடிவம் பற்றிய அக்கறைகளிலிருந்து தன்னை விடுவித்துக் கொள்வது. இடையீடு இல்லாமல், நேரடித் தொடர்பை, அதாவது வெகுளித் தனத்தைத் திரும்பப் பெறுவது. இங்கே, கலையை மறப்பதென்பது, தன்னை மறப்பதைப் போலாகும். 'தான்' என்பதைத் துறப்பதும் ஒழுக்க உணர்வால் அல்ல. மாறாக அது, தன்னுடைய நரகத்தை ஏற்றுக்கொள்வது. இன்னும் சிறந்து விளங்க விழைபவன், 'தான்' என்ற நினைப்பை விரும்புகிறான். இன்னும் பல இன்பங்களை அனுபவிக்க விழைபவன், 'தான்' என்பதை விரும்புகிறான். எது வந்தாலும் அதை அதனுடைய பின்விளைவுகளுடன் ஏற்றுக்கொள்பவன் மட்டுமே தான் என்னவாக இருக்கிறானோ அதை, தன்னுடைய 'தான்' என்ற நினைப்பைத் துறப்பவன் ஆகிறான். அவன்தான் நேரடித் தொடர்புடன் இருப்பவன்..

சற்றே விலகியிருக்கும் இந்த வெகுளித்தன உணர்வின் வாயிலாக, கிரேக்கர்கள் அல்லது உயர்ந்த ரஷ்யர்களிடம் இருந்த இந்த மேன்மையைத் திரும்பப் பெற வேண்டும். பயப்படக் கூடாது, எதற்குமே பயப்படக் கூடாது... ஆனால் யார் வருவார்கள், எனக்கு உதவ!

***

இன்று மாலை, தென் பிரான்ஸில் க்ராஸிலிருந்து கானுக்குப் போகும் வழியில் நம்ப முடியாத ஒரு மகிழ்ச்சிப் பெருக்கில், இத்தனை ஆண்டுகளாக இருந்த உறவுக்குப் பிறகு, அவன் ஜெஸ்ஸிகாவைக் காதலிக்கிறான் என்று, இறுதியில் அவளைத்தான் காதலிக்கிறான் என்பதை சட்டென்று உணர்கிறான். அவளுக்குப் பக்கத்தில், உலகிலுள்ள மற்ற எல்லாமே ஒரு நிழல்போல் ஆகிவிடுகின்றன.

***

நான் சொன்ன, எழுதிய எதிலுமே நான் இல்லை. திருமணம் செய்துகொண்டது நானில்லை, தந்தையாக ஆனது நானில்லை.

***

அனாதைக் குழந்தைகளை அல்ஜீரியாவுக்குக் குடியேற அனுப்புவதைப் பற்றிய ஏகப்பட்ட ஆவணங்கள். ஆமாம், இங்குள்ள நாங்கள் எல்லோரும்.

***

பெல்கூரிலிருந்து அரசாங்கச் சதுக்கத்துக்குப் போகும் காலை நேர டிராம் வண்டி. அதன் முன்புறத்தில் விசைக் கட்டுப்பாட்டுக் கைப்பிடிகள் பலவற்றுடன் அதன் ஓட்டுநர்.

***

ஒரு பயங்கர வினோத ஜந்துவின் கதையைச் சொல்லப்போகிறேன். நான் சொல்ல வரும் கதை...

***

அம்மாவும் வரலாறும் : ஸ்புட்னிக் பற்றி அவளிடம் சொல்லப்படுகிறது. "அப்படியா, அவ்வளவு உயரம் எனக்குப் பிடிக்காது!"

***

பின்நோக்கிச் செல்லும் அத்தியாயம். கபில் கிராமத்தில் பயணக் கைதிகள். காயடிக்கப்பட்ட சிப்பாய், சுற்றி வளைத்துப் பிடிக்கப்படுதல்... இத்யாதி. படிப் படியாக, காலனி ஆதிக்கத்தின் முதல் துப்பாக்கிச் சூடு. ஆனால், அதோடு ஏன் நிறுத்த வேண்டும்? கைன் ஏபெலைக் கொன்றான். எழுதும்போது உத்திரீதியில் ஒரு பிரச்சினை: ஒரே அத்தியாயமா, அல்லது கூடவே இசைக்கும் பின்னணி போலவா?

***

ராஸ்தெய்: அடர்த்தியான மீசையும், நரை தோன்றும் கிருதாவும் கொண்ட குடியேறி.

அவன் தந்தை: பாரிஸின் ஃபோபூர் சேன்-தெனி தெருவில் மரத் தச்சர்; தாய்: மிருதுவான துணிகளைச் சலவை செய்பவள்.

மேலும், எல்லாக் குடியேறிகளும் பாரிஸ்காரர்கள் (பெரும்பாலானோர் 1848 இல் வந்தவர்கள்). பாரிஸில் வேலையில்லாதவர்கள் நிறைய பேர் இருந்தார்கள். 'குடியேறிகளின் சமூகம்' ஒன்றை (அல்ஜீரியாவுக்கு) அனுப்புவதற்காக அந்த நாட்டின் சட்டக் குழு அங்கத்தினர்கள் 50 மில்லியன் ஃப்ராங்குகளை ஒதுக்கி னார்கள்.

ஒவ்வொரு குடியேறிக்கும்

ஒரு இருப்பிடம்

2 முதல் 10 ஹெக்டேர் நிலம்

விதைகள், பயிரிடும் முறைகள், இத்யாதி

அத்தியாவசிய உணவுப் பொருள் விநியோகம்

அந்த நாட்களில் இருப்புப் பாதை இருக்கவில்லை (அது லியோன் நகரம் வரைதான் இருந்தது). அதனால் கால்வாய்கள் வழியே பயணம் - குதிரைகள் கால்வாய்வரை இழுத்துவந்த படகுகளில் தேசியகீதம் மார்செய்யேஸ், புறப் பாட்டுப் பாடல், பாதிரிகளின் ஆசிர்வாதம், மோன்தோவிக்கு எடுத்துச் செல் வதற்கான தேசியக் கொடி.

100 முதல் 150 மீட்டர்வரை இருந்த 6 சிறிய கப்பல்கள். வைக்கோல் மெத்தைகள் மேல் முடக்கம். ஒருவர் மாறி ஒருவர் பிடித்துக்கொண்டிருந்த படுக்கை விரிப்பு மறைவில் பெண்கள் தங்கள் உள்ளாடைகளை மாற்றிக்கொண்டார்கள்.

கிட்டத்தட்ட ஒரு மாதப் பயணம்.

***

மார்செய் நகரத்தில் ஒரு வாரம்வரை, லஸாரேயில்[1] (1500 பேர்). பிறகு, லாப்ரடார் என்ற பழைய, சக்கரத் துடுப்புக் கொண்ட போர்க் கப்பலில் ஏறுதல். தென்திசை நோக்கி மிஸ்த்ரால் காற்றடித்தபோது புறப்பட்டு, ஐந்து நாட்கள், ஐந்து இரவுகள்—எல்லோரும் நோய்வாய்ப்படுதல்.

---

[1] மருத்துவமனை.

போன் துறைமுகம்—துறைமுகத் தளத்தில் குடியேறிகளை வரவேற்ற அந்த ஊரின் மொத்த ஜனத்தொகை.

கப்பலின் அடித்தளத்தில் அடுக்கி வைக்கப்பட்டுக் காணாமல் போன பொருள்கள்.

போனிலிருந்து மோன்தோவிவரை (ராணுவத்தின் பீரங்கி வண்டிகளில், பெண்களுக்கும் குழந்தைகளுக்கும் சிறிது இடமளித்து, காற்றோட்டம் வரும்படி செய்து, ஆண்கள் கால்நடையாக வந்தார்கள்) முறையான சாலை இல்லை. சகதியான நிலங்கள், புதர்களினூடே வழியை ஊகித்தபடி, அராபியர்களின் விரோதப் பார்வையின் கீழ், குரைத்துக்கொண்டிருந்த கபிலியின் நாய்கள் துணை வர—12/8/48இல்.[1] மோன்தோவி இருக்கவில்லை. வெறும் ராணுவக் கூடாரங்கள் மட்டுமே. இரவு முழுவதும் பெண்கள் அழுதுகொண்டு இருந்தார்கள்—கூடாரத்தின் மேல் தொடர்ந்து 8 நாட்களாக அல்ஜீரிய மழை, காட்டாறுகளில் வெள்ளம் கரைபுரண்டது. குழந்தைகள் கூடாரங்களுக்கு உள்ளேயே காலைக் கடனைக் கழித்தார்கள். அறைகலன்களைப் பாதுகாக்க, துணியால் மூடப்படும் லேசான நிழற்குடைகளைத் தச்சர் அமைத்துக்கொடுத்தார். குழந்தைகள் கூடாரங்களுக்கு உள்ளிருந்து வெளியே சிறுநீர் கழிக்க உதவியாக சேபூஸ் நதிக்கரையிலிருந்து குழல் போல வெட்டப்பட்ட நாணல் தண்டுகள்.

4 மாதம் கூடாரங்களில் இருந்த பிறகு, மரப் பலகைகளால் ஆன தற்காலிகக் குடிசைகள்; ஒவ்வொரு இரட்டைக் குடிசையிலும் ஆறு குடும்பங்கள் தங்க வேண்டும்.

1849இன் வசந்த காலம். சீக்கிரமே வந்துவிட்ட வெப்பம். குடிசைகளுக்குள் வெந்துகொண்டிருக்கிறார்கள். மலேரியாவை அடுத்து காலரா நோய். நாளொன்றுக்கு 8 முதல் 10 பேர்வரை மரணம். தச்சரின் மகள் ஒகுஸ்தீன் மரணம், பின்னர், அவருடைய மனைவி. மைத்துனனும் இறந்துவிடுகிறான். (லேசான சுண்ணாம்புக் கற்களின் கீழ் அவர்கள் புதைக்கப்படுகிறார்கள்.)

மருத்துவர்களின் சிகிச்சை ஆலோசனை: இரத்தத்துக்குச் சூடேற்ற நடனமாடுங்கள்.

ஒவ்வொரு இரவும், இரண்டு சவ அடக்கங்களுக்கு இடையில், வயலின் இசைக் கலைஞர் வயலினை இசைக்க, நடனமாடுகிறார்கள்.

1851இல்தான் அவர்களுக்கு நிலங்கள் பகிர்ந்தளிக்கப்படும். தந்தை இறக்கிறார். ரோஸினும் யூஜேனும் தனியே இருக்கிறார்கள்.

சேபூஸின் உபநதியில் துணி துவைக்கப் போக வேண்டுமென்றால், சிப்பாய்கள் துணை வர வேண்டும்.

மதிற்சுவர்களையும் வடிகால்களையும் ராணுவம் கட்டுகிறது. குடிசைகளையும் தோட்டங்களையும் குடியேறிகள் தாங்களாகவே கட்டிக்கொள்கிறார்கள்.

---

[1] ஆசிரியரால் வட்டமிடப்பட்டிருக்கிறது.

கிராமத்தைச் சுற்றி ஐந்து அல்லது ஆறு சிங்கங்கள் கர்ஜித்துக்கொண்டிருக்கின்றன. (வட ஆப்பிரிக்காவில் ந்யுமீடியா பிரதேசத்தைச் சேர்ந்த, கறுப்புப் பிடரி கொண்ட சிங்கங்கள்.) தவிர, நரிகள், காட்டுப் பன்றிகள், கழுதைப்புலி, சிறுத்தை.

கிராமங்களின் மீது தாக்குதல்கள். கால்நடைகள் திருட்டுப்போதல். போனுக்கும் மோன்தோவிக்கும் இடையில் ஒரு பெரிய வண்டி சேற்றில் அமிழ்கிறது. உதவிக்கு ஆட்களை அழைத்து வருவதற்காக அதன் பயணிகள் போகிறார்கள், கர்ப்பிணிப் பெண் ஒருத்தியைத் தவிர. திரும்பி வந்த அவர்கள், அவளுடைய வயிறு கிழிக்கப்பட்டு, முலைகள் அறுக்கப்பட்டிருப்பதைப் பார்க்கிறார்கள்.

முதல் தேவாலயம், நான்கு களிமண் சுவர்கள், நாற்காலிகள் கிடையாது, சில பெஞ்சுகள் மட்டுமே.

முதல் பள்ளிக்கூடம்: பெரும் கழிகளையும், மரக்கிளைகளையும் கொண்டு அமைக்கப்பட்ட அராபியக் குடிசை. மூன்று கன்னிகா ஸ்திரீகள்.

நிலங்கள்: இங்குமங்குமாக ஒவ்வொருவருக்கும் நிலங்கள். தோளில் துப்பாக்கியுடன் உழவு செய்கிறார்கள். மாலையில் கிராமத்துக்குத் திரும்புகிறார்கள்.

3000 பிரெஞ்சு சிப்பாய்கள் அடங்கிய ஒரு அணி இரவில் கிராமத்தைச் சூறையாடுகிறது.

ஜூன் 51: எழுச்சி. புர்னூஸ் அணிந்த நூற்றுக்கணக்கான குதிரை வீரர்கள் கிராமத்தைச் சூழ்ந்துகொள்கிறார்கள். சிறிய மதிற்சுவரின் மேல் குடியேறிகள் தங்கள் வீட்டு அடுப்பின் புகைபோக்கிக் குழலை வைத்து, பீரங்கி போலத் தோற்றமளிக்கச் செய்கிறார்கள்.

***

பார்க்கப்போனால், அவர்கள் வயலில் வேலை செய்த பாரிஸ்காரர்கள்: பெரும்பாலானோர் உயரமான தொப்பிகளை அணிந்து வயலுக்குப் போனார்கள், அவர்களுடைய மனைவிகள் பட்டு அங்கிகளில்.

சிகரெட் புகைக்கத் தடை. மூடியுடன் இருந்த சுங்கான் மட்டுமே அனுமதிக்கப்பட்டது. (தீ விபத்துகளைக் கருதி).

***

‘54இல் கட்டப்பட்ட வீடுகள்.

கோன்ஸ்டான்டின் மாவட்டத்தில், ‘54இல் கட்டப்பட்ட வீடுகள். குடியேறிகளில் மூன்றில் இரண்டு பங்கினர் கிட்டத்தட்ட மண்வெட்டியையோ கலப்பையையோ தொடாமலேயே இறந்துவிட்டார்கள்.

குடியேறிகளின் பழைய கல்லறைத் தோட்டம். பிரம்மாண்ட மறதி.[1]

***

---

[1] ஆசிரியரால் வட்டமிடப்பட்டிருக்கிறது.

அம்மா. என் அன்பு முழுவதும் இருந்தபோதிலும், சொற்கள் இல்லாத, திட்டங்கள் இல்லாத, இலக்கில்லாத பொறுமையுடன் இந்த வாழ்க்கையை என்னால் வாழ முடியவில்லை என்பதுதான் உண்மை. அவளுடைய அறியாமை உலகில் என்னால் வாழ முடியவில்லை. நான் உலகம் முழுவதும் பயணம் செய்திருக்கிறேன், நிர்மாணித்திருக்கிறேன், உருவாக்கியிருக்கிறேன், மனிதர்களை நேசித்திருக்கிறேன், கைவிட்டிருக்கிறேன். நான் வாழ்ந்த நாட்கள் நிரம்பி வழியும் அளவுக்குப் போயிருந்தன—ஆனால் எனக்கு மனநிறைவை... ... போல எதுவுமே அளிக்கவில்லை.

அவன் மீண்டும் புறப்பட்டுப் போகப்போகிறான் என்றும், மீண்டும் தவறுகளைச் செய்யப்போகிறான் என்றும், தனக்குத் தெரிந்ததையும் மறந்துவிடுவான் என்றும் அவனுக்கே தெரிந்திருந்தது. ஆனால் உண்மையிலேயே அவனுக்கு நன்றாகத் தெரிந்த ஒன்று என்னவென்றால், அவனுடைய வாழ்க்கையின் உண்மை இந்த அறையில்தான் இருந்தது... இந்த உண்மையிலிருந்து அவன் நிச்சயமாகத் தப்பிச்செல்லலாம். தன்னுடைய உண்மையுடன் வாழ யாரால்தான் முடியும்? ஆனால் உண்மை என்று ஒன்று இருக்கிறது என்று தெரிந்தாலே போதும், ஒருவழியாக அதை அறிந்துகொண்டு, மரணத்தை எதிர்நோக்கிய நிலையில் தனக்குள்ளேயே மௌனமான, ரகசிய (வேட்கைக்கு) அது ஊட்டம் அளித்துக்கொண்டிருப்பதை அறிந்தால் போதும்.

***

அம்மாவின் வாழ்நாள் இறுதியில் கிறிஸ்துவம். அறியாமையிலிருந்த, துரதிருஷ்டமான, அந்த ஏழைப் பெண்ணுக்கு [ ][1] ஸ்புட்னிக்கைக் காட்டுவதா? சிலுவை அவளுக்கு ஆதரவளிக்கட்டும்!

***

1872இல், தந்தை வழி வம்சத்தினர் குடியேறியபோது,

— ஊராட்சி

— 71இல் நடந்த அராபியக் கிளர்ச்சி (மிதிஜாவில் முதலில் கொல்லப்பட்டவர் ஒரு பள்ளி ஆசிரியர்.)

கிளர்ச்சியாளர்களின் நிலங்களை வட பிரான்ஸின் அல்சேஸ் பிரதேசத்திலிருந்து வந்தவர்கள் எடுத்துக்கொண்டார்கள்.

***

அந்தக் காலத்தின் அளவுகோல்.

***

உலகம், வரலாறு இவை எல்லாவற்றுக்கும் [ ][2] இணையாக இசைக்கும் பின்னணியாக அம்மாவின் அறியாமை.

---

[1] தெளிவற்ற சொல்.

[2] தெளிவற்ற சொல்.

பீர் ஹகீம்: "மிகத் தொலைவில்" அல்லது "அதோ, அங்கே."

அவளுடைய மதநம்பிக்கை தான் காண்பதைச் சார்ந்தது. தான் எதைப் பார்த்தாள் என்பதை அவளால் விளக்கிச் சொல்ல முடியாவிட்டாலும், அது அவளுக்குத் தெரியும். ஏசு துன்பம், இறக்கிறார், இத்யாதி.

***

பெண் போராளி.

***

உண்மையை அறிய, ஒருவருடைய [ ]¹ எழுத வேண்டும்.

முதல் பகுதி: நாடோடிகள்.

1) போருக்கு[a] ஆறு மாதங்களுக்குப் பிறகு, வீடு மாறும்போது பிறப்பு. குழந்தை. அல்ஜே, தந்தை ஸுவாவ் ராணுவச் சீருடையில் ஓலைத் தொப்பி அணிந்து போரைத் துவங்கினார்.

2) 40 ஆண்டுகளுக்குப் பிறகு. சேன்-ப்ரியுக் கல்லறைத் தோட்டத்தில் தந்தைக்கு முன்னால் மகன். பின்னர், அல்ஜேவுக்குத் திரும்புகிறான்.

3) 'நிகழ்வுகளுக்காக' அல்ஜீரியாவுக்கு வருகை - தேடல்.

மோன்தோவிக்குப் பயணம். தன் குழந்தைப் பருவத்தை மீண்டும் பார்க்கிறான், தந்தையை அல்ல.

தான் முதல் மனிதன்[b] என்பதைத் தெரிந்துகொள்கிறான்.

பகுதி II - முதல் மனிதன்

பதின்பருவம்: குத்துச் சண்டை.

விளையாட்டும் ஒழுக்கமும்.

வளர்ந்த மனிதன்: அரசியல் ஈடுபாடு (அல்ஜீரியா), பிரெஞ்சு விடுதலைப் போராட்டம்.

பகுதி III - தாய்

காதல் விவகாரங்கள்

ராஜ்ஜியம்: பழைய விளையாட்டுத் தோழன், பழைய நண்பன், பியர், பழைய ஆசிரியர், இருமுறை போருக்காக அழைக்கப்பட்டதன் வரலாறு.

தாய்.²

---

¹ தெளிவற்ற இரண்டு சொற்கள்.

[a] 1848இல் மோன்தோவி.

[b] 1850இல் மஹோனைச் சேர்ந்தவர்கள்—72-73இல் அல்சாஸ் பிரதேசத்தினர் - 14

² இந்தப் பகுதி முழுவதையும் ஆசிரியர் கட்டமிட்டிருக்கிறார்.

இறுதிப் பகுதியில் அராபியப் பிரச்சினை, க்ரெயோல்[a] நாகரிகம், மேலை நாடுகளின் எதிர்காலம் இவற்றைப் பற்றி மூாக் தன்னுடைய தாய்க்கு விளக்குகிறான். ''சரி,'' என்கிறாள் அவள், ''சரி.'' பிறகு, முழுமையான ஒப்புதல் வாக்குமூலமும், முடிவும்.

இந்த மனிதனிடம் ஒருவிதப் புதிர் இருந்தது, அவன் விடுவிக்க விரும்பிய ஒரு புதிர்.

ஆனால், இறுதியில் இருந்ததெல்லாம் பெயரில்லாத, வரலாறு இல்லாத மனிதர்களை உருவாக்கிய ஏழ்மையின் புதிர்தான்.

***

கடற்கரையில் இளமைப் பருவம். கூக்குரல்கள், சூரிய வெளிச்சம், கடுமையான உடல் உழைப்பு, அமுங்கிய அல்லது ஒளிரும் ஆசை, இவற்றையெல்லாம் தாண்டி கடலின் மேல் கவியும் மாலைப் பொழுது. உயரே வானத்தில் கூவும் தைலான் குருவி. நெஞ்சைப் பிழியும் மனஉளைச்சல்.

***

இறுதியில் அவன் எம்பிடோகளிஸைத் தனக்கு முன்னுதாரணமாக எடுத்துக் கொள்கிறான். தனிமையில் வாழ்ந்துகொண்டிருக்கும் [][1] 'தத்துவச் சிந்தனையாளர்'

***

ஒரே ரத்த உறவால் பிணைக்கப்பட்டு, ஆனால் எல்லா விதங்களிலும் வேறுபட்டிருந்த ஒரு ஜோடியின் கதையை இங்கு நான் எழுத விரும்புகிறேன். இந்த மண்ணில் இருந்தவற்றிலேயே மிகச் சிறந்த ஒன்றுக்குச் சமமாக இருந்த அவள்; பிறர் அறியாத வண்ணம் அருவருக்கத்தக்கவனாக அவன்; சமகாலத்திய வரலாற்றின் எல்லா முட்டாள்தனங்களிலும் ஈடுபடுத்தப்பட்ட அவன்; எல்லாக் காலங்களிலும் இருப்பது அந்த ஒரே வரலாறுதானே என்பதைப் போல அதனூடாகப் போய்க்கொண்டிருந்த அவள். தான் சொல்ல வருவதை வெளிப்படுத்த மிகக் குறைந்த சொற்களே தன் வசம் இருக்க, பெரும்பாலான நேரங்களில் மௌனமாக இருந்த அவள்; நிறுத்தாமல் பேசிக்கொண்டு, தன்னுடைய மௌனங்களில் ஒன்றே ஒன்றின் மூலமாகக்கூட அவளால் சொல்ல முடிந்ததை ஆயிரக்கணக்கான சொற்களின் மூலமாகக்கூடத் தேடிக் கண்டுபிடிக்க முடியாத அவன்... தாயும் மகனும்.

***

---

[a] க்ரெயோல்: வெப்ப மண்டல நாடுகளில் பிறந்து, வசிக்கும் வெள்ளைக்காரர்களின் சமூகம் (த. மொ. கு.).

[1] தெளிவற்ற சொல்.

எந்தத் தொனியை வேண்டுமென்றாலும் பயன்படுத்திக்கொள்ளும் சுதந்திரம்.

***

பலியானவர்கள் பக்கம் இதுவரை தான் இணைந்திருந்ததாக உணர்ந்த மூாக், தண்டனை அளிப்பவர்கள் பக்கமும் இப்போது தான் இருப்பதை அறிகிறான். அவனுடைய வருத்தம். விளக்கம்.

***

தன் வாழ்க்கைக்குப் புறத்தே இருக்கும் பார்வையாளனாக வாழ வேண்டும். அதை நிறைவுசெய்யும் கனவைப் பிறகு சேர்த்துக்கொள்வதற்காக. ஆனால் நாம் வாழ்ந்துகொண்டிருக்கிறோம், பிறர் நம் வாழ்க்கையைக் கனவுகாண்கிறார்கள்.

***

அவன் அவளைப் பார்த்தான். எல்லாமே நின்றுவிட்டிருந்தது, காலம் சட சடத்தபடி போய்க்கொண்டிருந்தது. திரையரங்கு ஒன்றில், ஏதோ பழுதின் காரண மாக திரையில் படம் ஓடுவது நின்ற பிறகும், இயந்திரம் ஓடிக்கொண்டிருக்கும் ஒலியைத் தவிர அரங்கின் இருளில் வேறெதும் கேட்காமல் இருக்கும் காட்சி ஒன்றைப் போல... வெற்றுத் திரைக்கு முன்னால்.

***

அராபியர்கள் விற்கும் மல்லிகை மாலைகள். மஞ்சள் நிறத்திலும் வெள்ளை நிறத்திலும் நறுமணம் மிக்க [] [1] மலர்களின் சரம். மாலைகள் விரைவில் வாடி விடுகின்றன [],[2] மலர்கள் பழுப்பாகிவிடுகின்றன [].[3] ஆனால் ஏழ்மையின் அந்த அறையில் கமழும் நறுமணம்.

***

செஸ்ட்நட் மலர்களின் மெல்லிய வெண்ணிறத் இதழ்ச் சிறகுகள் காற்றில் மிதந்துகொண்டிருக்கும் மே மாத பாரிஸ் நகரம்.

***

அவன் தன் தாயிடமும், தன் குழந்தையிடமும், தனக்கு வேண்டியதைத் தேர்ந்தெடுப்பது என்பது தன்னைச் சார்ந்திருக்காத எல்லாவற்றிடமும் அன்பு செலுத்தியிருந்தான். மொத்தத்தில், எல்லாவற்றையும் எதிர்த்து, எல்லாவற்றையும் கேள்விக்குள்ளாக்கியிருந்த அவன், தவிர்க்க முடியாதவற்றை, தேவைகளைத் தவிர, வேறெதையும் ஒருபோதும் நேசிக்கவில்லை. அதாவது, விதி தன்மேல் சுமத்தி விட்டிருந்த மனிதர்கள், தன்னுடைய பார்வையில் தனக்குத் தோன்றியிருந்த உலகம், வாழ்வில் தன்னால் தவிர்க்க முடியாதவை எல்லாம்: நோய், தொழில்,

---

[1] தெளிவற்ற ஆறு சொற்கள்.

[2] தெளிவற்ற இரண்டு சொற்கள்.

[3] தெளிவற்ற இரண்டு சொற்கள்.

புகழ் அல்லது ஏழ்மை—சுருக்கமாக, தன்னுடைய ராசி. மற்றபடி, தான் தேர்ந் தெடுக்க வேண்டியிருந்த எல்லாவற்றையும் நேசிக்க முயன்றான். அவை இரண் டும் ஒன்றல்ல. அற்புத உணர்வு, தீவிர ஆசை, ஏன், மனதை நெகிழச் செய்த கணங்களைக்கூட அவன் அறிந்திருந்தான். ஆனால் ஒவ்வொரு கணமும் மற்ற கணங்களை நோக்கியும், ஒவ்வொருவரும் மற்றவர்களை நோக்கியும் அவனை அனுப்பிக்கொண்டே இருந்ததில், தான் தேர்ந்தெடுத்த எதையுமே அவன் நேசிக் காமல் இருந்துவிட்டான்—சந்தர்ப்பவசத்தால் சிறிதுசிறிதாகத் தன்மேல் சுமத்தப்பட்டு, விருப்பத்தால் இருந்த அதே அளவுக்குத் தற்செயலாகவும் நீடித்து, கடைசியில் அவசியமாகிவிட்ட ஒன்றைத் தவிர: ஜெஸ்ஸிகா. உண்மை யான காதல் தேர்வு செய்யப்படுவதோ, சுதந்திரமானதோ அல்ல. இதயம், குறிப் பாக இதயம், சுதந்திரமானதல்ல. தவிர்க்க முடியாததும் தவிர்க்க முடியாததைப் பற்றிய பிரக்ஞையும் அது. பார்க்கப்போனால், அவனும் தவிர்க்க முடியாதவற் றைத் தவிர எதையுமே இதயபூர்வமாக ஒருபோதும் நேசித்ததில்லை. இப்போது அவனுக்கு எஞ்சியிருந்ததெல்லாம் தன்னுடைய சாவை நேசிப்பதுதான்.

***

நாளை,[a] அறுபது லட்சம் மஞ்சள் நிற இனத்தவர்களும், பல கோடிக் கணக் கில் மஞ்சள் நிறத்தவர், கறுப்பு நிறத்தவர், மாநிறத்தவர்கள் எல்லாம் ஐரோப் பாவின் கடற்கரைகளில் வந்து இறங்கப்போகிறார்கள்... (ஐரோப்பாவை மாற்றக் கூடச் செய்யலாம். அப்போது அவனுக்கு, அவனுக்கும் அவனைப் போன்று இருந்தவர்களுக்கும், கற்றுக்கொடுத்தது எல்லாம், அவனாகவே கற்றுக்கொண்ட தெல்லாம், அன்றைய தினத்தில் அவனுடைய இனத்தைச் சேர்ந்த எல்லோரும், அவன் எதற்காக வாழ்ந்திருந்தானோ அந்த மதிப்பீடுகள் எல்லாம் பயனற்று மடிந்துவிடும். பின்னர், பயனுள்ளதாக என்னதான் இருக்க முடியும்?... அவ னுடைய அம்மாவின் மௌனம் மட்டுமே. அவளுக்கு முன்னால் தன்னுடைய ஆயுதங்களைக் கைவிட்டான்.

***

M.க்கு *19* வயது. அவனுக்கு அப்போது வயது *30*, அவர்கள் ஒரு வருக்கொருவர் அறிமுகம் ஆகியிருந்திருக்கவில்லை. காலத்தில் பின்நோக்கிச் செல்ல முடியாது என்றும், தான் காதலித்தவர் இருத்தல் பெற்று, செயல்பட்டு, அனுபவித்ததை யெல்லாம் தடுக்க முடியாது என்றும் அவனுக்குப் புரிகிறது. நாம் தேர்வுசெய்யும் எதையும் நமதாக்கிக்கொள்வதில்லை. ஏனென்றால், அதற்கு நாம் பிறக்கும் முதல் கத்தலிலேயே தேர்வுசெய்ய வேண்டியிருந்திருக்கும், நாமோ பிரிக்கப்பட்டே பிறக்கிறோம்—தாயைத் தவிர. தவிர்க்க முடியாதது மட்டுமே நமக்குச் சொந்தம், அதற்கே திரும்பிவந்து (முந்தையக் குறிப்பைப் பார்க்கவும்) அதற்குக் கீழ்ப்படிய வேண்டும். இருந்தாலும் என்ன பழைய நினைவுகள், என்ன வருத்தம்!

துறந்துவிட வேண்டும். இல்லை, பரிசுத்தமில்லாததை நேசிக்கக் கற்றுக்கொள்ள வேண்டும்.

---

[a] பிற்பகல் தூக்கத்தில் இதைக் கனவுகாண்கிறான்.

முடிவாக, தாயிடம் மன்னிப்புக் கோருகிறான்—ஏன் நீ நல்ல மகனாக இருந் திருக்கிறாய்—ஆனால் அவள் தெரிந்துகொள்ளவோ, கற்பனைசெய்து பார்க்கவோ கூட முடியாத எல்லாவற்றுக்காகவும் [ ],[1] அவள் ஒருத்தியால்தான் மன்னிக்க முடியும்(?).

நான் முன்னுக்குப் பின்னாகத் திருப்பிப் போட்டிருப்பதால், இளைய ஜெஸ்ஸிகாவைக் காட்டுவதற்கு முன்னால் வயதான ஜெஸ்ஸிகாவைக் காட்ட வேண்டும்.

**

அவன் M.ஐ மணந்துகொள்ளக் காரணம் அவள் அதுவரை ஆண் மகனையே அறிந்திருக்கவில்லை என்பதுதான், அது அவனைக் கவர்ந்திருந்தது. சுருக்கமாகச் சொன்னால், தன்னுடைய குறைபாடுகளின் காரணமாக அவன் மணந்து கொள்கிறான். பின்னால், அனுபவப்பட்டிருந்த பெண்களையே காதலிக்க அவன் கற்றுக்கொள்வான். அதாவது, வாழ்க்கை என்கிற பயங்கரமான நிர்ப்பந்தத்தை நேசிக்க.

**

1914ஆம் ஆண்டு போரைப் பற்றி ஒரு அத்தியாயம். நாம் வாழும் காலத்தின் அடைகாப்பான். தாயின் பார்வையில்? பிரான்ஸையோ, ஐரோப்பாவையோ, உலகத்தையோ பற்றித் தெரியாதவள். குண்டுகள் தாமாகவே வெடிக்கும் என்று நம்புகிறவள், இத்யாதி.

**

இரண்டு அத்தியாயங்களுக்கு ஒரு முறை தாயின் குரலுக்கு இடமளிக்க வேண்டும். அதே நிகழ்வுகளைப் பற்றிய அவளுடைய விவரணை, ஆனால் 400 சொற்களே கொண்ட அவளுடைய சொற்களஞ்சியத்தின் உதவியுடன்.

**

மொத்தத்தில், நான் நேசித்தவர்களைப் பற்றிப் பேசப்போகிறேன். அதைப் பற்றி மட்டுமே. பெரும் மகிழ்ச்சி.

[a]சதோக்:

1) — ஆனால், திருமணத்தை ஏன் இப்படிச் செய்துகொள்கிறாய், சதோக்?
— நான் பிரெஞ்சு வழக்கப்படி திருமணம் செய்துகொள்ள வேண்டுமா?

---

[1] தெளிவற்ற சொல்.

[a] இவையெல்லாம் (வாழ்க்கைக்குப் புறம்பான) பாணியில், கவித்துவத்துடன் யதார்த்தத்தி லிருந்து விலகி இருக்க வேண்டும்.

— பிரெஞ்சுப் பாணியிலேயோ, வேறு மாதிரியாகவோ! மடத்தனமானது கொடுமையானது என்று நீ கருதும் ஒரு மரபுக்கு நீ ஏன் உட்படுத்திக் கொள்ள வேண்டும்?[a]

— ஏனென்றால், என்னுடைய மக்கள் இந்த மரபுடன்தான் அடையாளப் படுத்தப்படுகிறார்கள், அவர்களிடம் வேறெதுவும் இல்லை, அங்கேயே உறைந்துபோய்விட்டார்கள். இந்த மரபிலிருந்து பிரிந்துவருவது அவர் களிடமிருந்தே பிரிந்து வருவதைப் போலாகும். ஆகவேதான் நான் நாளை இந்த அறைக்குள் நுழைந்து, எனக்கு அறிமுகம் இல்லாத ஒரு பெண்ணை, ஆடை களைந்து, துப்பாக்கித் தோட்டா ஒலியின் பின்னணியில் அவளுடன் வன்புணர்ச்சி கொள்ளப்போகிறேன்.

— சரி, அது இருக்கட்டும், இப்போதைக்கு நீந்தப் போவோம்.

2) — அப்படியென்றால்?

— இப்போதைக்கு பாசிஸத்துக்கு எதிரான அணியை ஒன்றுதிரட்ட வேண் டும் என்றும், பிரான்ஸும் ரஷியாவும் இணைந்து தங்களைத் தற்காத் துக்கொள்ள வேண்டும் என்றும் சொல்கிறார்கள்.

— தங்களைக் காத்துக்கொண்டு அதே நேரத்தில் தங்கள் நாட்டில் நீதியை நிலைக்கச் செய்ய முடியாதா?

— அது பிற்பாடு நடைபெறும் என்றும், அதற்குக் காத்திருக்க வேண்டும் என்றும் சொல்கிறார்கள்.

— இங்கே, நீதிக்காகக் காலம் தாழ்த்திக்கொண்டிருக்க முடியாது, உனக்கு அது நன்றாகத் தெரியும்.

— நீங்கள் பொறுத்திருக்காவிட்டால், புறவய நோக்கில் பார்த்தால், பாசி ஸத்துக்கு நீங்கள் துணைபுரிவீர்கள் என்று அவர்கள் சொல்கிறார்கள்.

— அதனால்தான் உன்னுடைய பழைய தோழர்களுக்குச் சிறை பொருத்த மான இடமானதா?

— அது வருந்தத்தக்கதுதான் என்றும், வேறு எப்படியும் செய்ய முடியாது என்றும் அவர்கள் சொல்கிறார்கள்.

— அவர்கள் சொல்கிறார்கள், அவர்கள் சொல்கிறார்கள். நீயோ, நீ பேசா மல் இருக்கிறாய்.

— நான் பேசாமல் இருக்கிறேன்.

— அவன் மற்றவரைப் பார்த்தான். நிலைமை சூடாகிக்கொண்டிருந்தது.

— ஆக, நீ எனக்குத் துரோகம் செய்கிறாயா?

---

[a] பிரெஞ்சுக்காரர்கள் பக்கம் நியாயம் இருக்கிறது, ஆனால் அவர்கள் நியாயம் நம்மை ஒடுக்கு கிறது. அதனால்தான் நான் அராபியர்களின் பைத்தியக்காரத்தனத்தைத் தேர்ந்தெடுக்கிறேன், ஒடுக்கப்பட்டவர்களின் பைத்தியக்காரத்தனம்.

''நீ எங்களுக்குத் துரோகம் செய்கிறாயா?'' என்று அவன் சொல்ல வில்லை. அவன் சொன்னதும் சரிதான், ஏனென்றால் துரோகம் என்பது சதை சம்பந்தப்பட்டது, தனிமனிதன் சம்பந்தப்பட்டது, இத்யாதி...

— இல்லை, இன்று நான் கட்சியிலிருந்து விலகப்போகிறேன்.

3) *1936*ஐ நினைவுபடுத்திப் பார்.

கம்யூனிஸ்டுகளைப் பொறுத்தவரை நான் பயங்கரவாதி அல்ல. பிரெஞ்சுக் காரர்களுக்கு எதிராக நான் பயங்கரவாதி.

நான் பிரெஞ்சுக்காரன். அவளும்தான்.

தெரியும். அது உங்களுடைய துரதிருஷ்டம்

அப்படியானால், நீ எனக்குத் துரோகம் செய்கிறாய்.

சதோக்கின் கண்கள் ஒருவித உஷ்ணத்துடன் பளபளத்தன.

***

ஆண்டுகளின் வரிசைப்படி எழுத நான் முடிவு செய்துவிட்டால், திருமதி. மூாக் அல்லது மருத்துவர் இவர்கள் மான்தோவியின் முதல் குடியேறிகளின் சந்ததியினராக இருக்க வேண்டும்.

நாங்கள் எங்களுக்காக வருத்தப்படவில்லை, என்றார் டாக்டர். இங்கே எங்க ளுடைய முதல் மூதாதையர்களை மட்டும் நினைத்துப்பாருங்கள்... இத்யாதி.

4) மார்ன் போர்க்களத்தில் கொல்லப்பட்ட மூாக்கின் தந்தை. அந்த இருண்ட வாழ்க்கையில் எஞ்சியிருப்பது என்ன? எதுவுமில்லை, தொட்டு உணர முடியாத ஒரு நினைவு—காட்டுத் தீயில் எரிந்துவிட்ட பட்டாம்பூச்சிச் சிறகின் லேசான சாம்பல்.

***

இரண்டு அல்ஜீரியத் தேசியங்கள். *1939, 1954* (கிளர்ச்சி) இரண்டுக்கும் இடைப்பட்ட அல்ஜீரியா. அல்ஜீரிய மனதில் பிரெஞ்சு மதிப்பீடுகளுக்கு என்ன ஆகிறது, முதல் மனிதன் மனதில். இந்த இரண்டு தலைமுறைகளின் விவரமான வரலாறு இப்போதைய துயர நிலையை விளக்கும்.

***

மிலியானாவில் விடுமுறை முகாம், காலையிலும் மாலையிலும் பாசறையி லிருந்து ஊரடங்குக் குழலின் ஒலி.

***

காதல் விவகாரங்கள்: கடந்த காலத்தாலோ, ஆண்களாலோ மாசுபடுத்தப் படாதவர்களாகவே தான் காதலிக்கும் பெண்கள் எல்லோரும் இருக்க வேண்டு

மென்று அவன் விரும்பியிருந்திருப்பான். தான் எதிர்பார்த்த மாதிரியே இருந்த, தான் சந்தித்த அந்த ஒரே ஒரு பெண்ணுக்குத் தன் வாழ்வை அர்ப்பணிப்பதாகச் சொன்ன அவனே அவளுக்குத் துரோகம் இழைக்காமல் இருக்க முடியவில்லை. ஆகவே, தன்னால் எப்படி இருக்க முடியவில்லையோ அப்படியே பெண்கள் இருக்க வேண்டும் என்று அவன் விரும்பினான். ஆகவே, அவன் எப்படி இருந்தானோ அதுவே அவனை ஒத்திருந்த பெண்களை நோக்கி அவனை அனுப்பி, அவர்களை நேசிக்க வைத்து, ஆவேசத்துடனும் வெறியுடனும் அவர்களுடன் உறவுகொள்ள வைத்தது.

***

பதின்மப் பருவம். வாழ வேண்டும் என்ற அவனுடைய உத்வேகம், வாழ்க்கையின் மீது அவனுக்கிருந்த நம்பிக்கை. அவன் துப்பும்போது இரத்தம் வருகிறது. ஆகவே, வாழ்க்கை இப்படித்தான் இருக்கப்போகிறது—மருத்துவமனை, சாவு, தனிமை, இந்த அபத்தம். ஆகவே, பிரிவு. அவனுடைய ஆழ்மனதில்: இல்லை, இல்லவே இல்லை, வாழ்க்கை என்பது வேறு, இது அல்ல.

***

தென் பிரான்ஸில் கானிலிருந்து க்ராஸுக்குப் போகும் நெடுஞ்சாலையில் திடீரென்று உதித்த எண்ணம்...

அவன் எப்போதும் வாழ்ந்திருந்த வறண்ட பிரதேசத்துக்கு அவன் திரும்பிப் போக வேண்டியிருந்தாலும்... அடைய உதவிய தன்னுடைய வாழ்க்கையை, தன் இதயத்தை, தன் முழு இருத்தலின் நன்றி முழுவதையும் தான் ஒரு முறை, ஒரு வேளை ஒரே ஒரு முறையாகக்கூட இருக்கலாம், சமர்ப்பணம் செய்துவிடுவான்.

***

கடைசிப் பகுதியை இந்தப் படிமத்துடன் தொடங்கவும்.

பாசனத்துக்கு நீர் இறைக்கும் கமலையை இயக்குவதற்காக வட்டப் பாதையில், அடி உதைகளை வாங்கிக்கொண்டு, இயற்கையின் சீற்றம், வெயில், ஈக்களின் தொல்லை, இவற்றை வருடக் கணக்காகப் பொறுத்துக்கொண்டு, இன்னமும் பொறுத்துக்கொண்டு, சுற்றிச்சுற்றி வரும் குருட்டுக் கழுதை; பயனற்றதாகத் தோன்றும், வேதனையளிக்கும் ஒரே மாதிரியான இந்தச் சுழற்சியினால் ஓயாமல் நீர் பொங்குகிறது.

1905. மோரோக்கோ போரில் L.C.[1] ஆனால் ஐரோப்பாவின் மறுமுனையில் கலியயேவ்.[2]

எல்.சி.யின் வாழ்க்கை. முற்றிலும் அனிச்சையானது, இருத்தல் பெற்று, விடா முயற்சியுடன் இருக்க வேண்டுமென்ற ஆவலைத் தவிர. அனாதை இல்லம். கட்டாயத்தால் தன் மனைவியைத் திருமணம் செய்துகொண்டிருந்த விவசாயத்

---

1 L.C.காம்யுவின் தந்தை லூசியென் காம்யுவாக இருக்கலாம் (மொ.கு.).

2 காம்யுவின் 'நியாயவாதிகள்' நாடக நாயகன் (த. மொ.கு.).

தொழிலாளி. அவரையும் மீறி உருவாகிக்கொண்டிருந்த அவருடைய வாழ்க்கை— பின்னர், போர் அவரைக் கொன்றுவிடுகிறது.

***

க்ரெனியெவைப் பார்க்கப் போகிறான்: "என்னைப் போன்றவர்கள், இதை நான் ஏற்றுக்கொண்டுவிட்டேன், கீழ்ப்படிய வேண்டும். அதிகாரம் மிக்க விதி ஒன்று அவர்களுக்கு அவசியம், இத்யாதி. மதம், அன்பு போன்றவை: அவை எனக்குச் சாத்தியமில்லை. ஆகவே, நான் உங்களுக்குக் கீழ்ப்படிவது என்று முடிவு செய்துவிட்டேன்." அதைத் தொடர்ந்து வருவது (செய்தி).

***

ஆக மொத்தம், அவனுடைய தந்தை யார் என்று அவனுக்குத் தெரியாது. அவனேகூட, யார் அவன்? 2ஆம் பாகம்.

***

மௌனப் படம், திரையில் தோன்றும் வசன வரிகளைப் பாட்டிக்குப் படித்துக் காட்டுவது.

***

இல்லை, நான் ஒரு நல்ல மகன் இல்லை: நல்ல மகன் என்பவன் நிலைத்து ஓரிடத்தில் இருப்பவன். நான் உலகம் முழுவதும் சுற்றியிருந்திருக்கிறேன்; அற்ப விஷயங்களைச் செய்து, புகழுக்காக, நூற்றுக்கணக்கான பெண்கள் காரணமாக நான் அவளுக்குத் துரோகம் இழைத்திருக்கிறேன்.

—ஆனால், நீ அவளை மட்டுத்தானே நேசித்தாய்?

—ஆ! நான் அவளை மட்டும் காதலித்தேனா?

தந்தையின் கல்லறையின் அருகில் காலம் இடம்பெயர்வதை அவன் உணரும் போது—காலத்தின் இந்தப் புதுப் போக்குதான் புத்தகத்தின் போக்கும்.

***

அதீதங்களின் மனிதன் அவன்: பெண்கள், இத்யாதி. ஆகவே, அவனிடமிருந்த (அதீதமானவை) தண்டிக்கப்படுகின்றன. அதைப் பின்னர் அறிகிறான்.

***

கடலின் மேல், உயர்ந்த பீடபூமிகளின் மேல் அல்லது கரடுமுரடான மலைகளின் மேல் சட்டென்று கவியும் இந்த ஆப்பிரிக்க அஸ்தமனம் குறித்த பீதி. புனிதத்தைக் குறித்த இறவாமையைக் குறித்த பயம். அஸ்தமனத்தின் திடீர் வருகை இதே போன்ற உணர்வை ஏற்படுத்திய கிரேக்க நாட்டின் டெல்ஃபியிலும் இதே பயம்தான் ஆலயங்களை உருவாக்கியது. ஆனால், ஆப்பிரிக்காவில் ஆலயங்கள் அழிக்கப்பட்டுவிட்டன, எஞ்சியிருப்பதெல்லாம் இதயத்தின் மேல் அழுந்தும்

இந்தப் பெரும் சுமைதான். தவிர, அவர்கள்தான் எப்படி இறந்துபோகிறார்கள்! மௌனத்தில், எல்லாவற்றிலிருந்தும் விலகி.

***

அவனுக்குள் இருந்த அல்ஜீரியன்தான் அவர்களுக்குப் பிடிக்காமல் போனது.

***

பணத்துடன் அவனுடைய உறவுகள்: ஓரளவு ஏழ்மை காரணமாக (அவன் தனக்கென்று எதுவும் வாங்கிக்கொண்டதில்லை), தவிர, அவனுடைய கர்வம்: ஒருபோதும் அவன் பேரம் பேசியதில்லை.

தாயிடம் பாவ மன்னிப்புக் கோரலுடன் முடிக்க வேண்டும்:

''நான் சொல்வது உனக்குப் புரியாது. இருந்தாலும் உன் ஒருத்தியால்தான் என்னை மன்னிக்க முடியும். வேறு நிறைய பேர் அதைச் செய்ய முன்வருகிறார்கள். நான் குற்றவாளி என்று எல்லாத் தொனிகளிலும் இன்னும் நிறைய பேரும் சொல்கிறார்கள்; ஆனால், அவர்கள் அப்படிச் சொல்லும் அதே சமயம், நான் குற்றவாளியாக இல்லை. இன்னும் சிலருக்கு என்னிடம் அப்படிச் சொல்ல உரிமை இருக்கிறது, அவர்கள் சொல்வதும் சரி என்று எனக்குத் தெரிகிறது, அவர்களிடம் நான் மன்னிப்புக் கேட்க வேண்டும். இருந்தபோதிலும், யாரால் நம்மை மன்னிக்க முடியும் என்று நமக்குத் தெரியுமோ அவர்களிடம்தான் நாம் மன்னிப்பைக் கோருவோம். மன்னிக்க மட்டும்தான். மன்னிப்புக்கு நாம் தகுதி பெற வேண்டும் என்று கேட்க அல்ல, பொறுமையாக இருக்க மட்டுமே. (ஆனால்) அவர்களிடம் சொல்ல, எல்லாவற்றையும் சொல்ல, அவர்களுடைய மன்னிப்பைப் பெற. அப்படி நான் கேட்க முடிந்த ஆண்கள், பெண்கள் அனைவருக்குமே, அவர்களுடைய நல்ல எண்ணங்களையும் மீறி, அவர்களுடைய இதயங்களில் எங்கோ ஒரு மூலையில், அவர்களால் மன்னிக்க முடியாது; அவர்களுக்கு மன்னிக்கவும் தெரியாது என்பது எனக்குத் தெரியும். ஒரே ஒரு ஜீவனால்தான் என்னை மன்னிக்க முடிந்திருக்கும், ஆனால் அவரைப் பொறுத்தவரை நான் ஒருபோதும் எந்தக் குற்றமும் செய்ததில்லை, மனமார என்னை முழுமையாக அவருக்கு அர்ப்பணித்தேன், என்னால் அவரிடம் போயிருந்திருக்கவும் முடியும், மௌனமாக அடிக்கடி அப்படிச் செய்தும் இருக்கிறேன். ஆனால் அவர் இறந்துவிட்டார், நான் தனிமையில் இருக்கிறேன். உன்னால் மட்டும்தான் மன்னிக்க முடியும், என்னை நீ புரிந்துகொள்ளவில்லை, உன்னால் படிக்கவும் முடியாது. ஆகவே, நான் உன்னிடம் பேசுகிறேன், உனக்காக எழுதுகிறேன், உனக்காக மட்டுமே. அது எப்போது முடிவடைகிறதோ, வேறெந்த விளக்கமும் இல்லாமல் உன்னிடம் மன்னிப்பைக் கோருவேன், நீ என்னைப் பார்த்துப் புன்னகை செய்வாய்...''

தலைமறைவாக இயங்கிய பத்திரிகையின் ஆசிரியர் அறையிலிருந்து பூாக் தப்பி ஓடும்போது, அவனைத் துரத்திவந்த ஒருவனைக் கொல்கிறான். (அவன் முகத்தைக் கோணி, சற்றுச் சாய்ந்தவாறு தடுமாறினான். அப்போது பயங்கரமான ஒரு ஆவேசம் தனக்குள் பொங்கி எழுவதை பூாக் உணர்ந்தான். (அவன் கழுத்

தில்) கீழிருந்து மேலாக மீண்டும் ஒரு முறை அடித்தான், உடனேயே அவன் கழுத்தின் அடிப்பகுதியில் ஒரு பெரிய ஓட்டை வெடித்துப் பிளந்தது; பின்னர், அருவருப்பினாலும் ஆவேசத்தினாலும் நிதானமிழந்து மீண்டும் ஒருமுறை ()[1] எங்கு அடிக்கிறோம் என்றுகூடப் பார்க்காமல் அவனுடைய கண்களின் மேல் நேராக அடித்தான்...)... பிறகு, வாண்டா[2] வீட்டுக்குப் போகிறான்.

ஏழையான படிப்பறிவற்ற பெர்பெர்[3] விவசாயி. குடியேறி. சிப்பாய். சொந்த நிலம் இல்லாத வெள்ளைக்காரன். (அவனுக்கு இவர்களை, இந்த பெர்பெர்களைப் பிடித்திருக்கிறது—மேலை நாடுகளிலிருந்து மிக மோசமானவற்றை மட்டுமே ஏற்றுக்கொண்டு, கூரான முனையுடன் இருக்கும் மஞ்சள் காலணிகளையும், ஸ்கார்ஃப்களையும் அணிந்துகொண்டிருக்கும் கலப்பு இனத்தவர்களை விட.)

***

முடிவு

நிலத்தைத் திருப்பிக் கொடுத்துவிடுங்கள், யாருக்கும் சொந்தம் இல்லாத நிலத்தை. விற்பதற்கோ, வாங்குவதற்கோ இல்லாத நிலத்தைத் திருப்பிக் கொடுங்கள். (ஆமாம், அல்ஜீரியாவில் இருந்த துறவிகளுக்குச் சொந்த நிலங்களும் உரிமைப் பத்திரங்களும் இருந்ததால்தான், ஏசுநாதர் அல்ஜீரியாவில் கால் பதித்ததே இல்லை.)

அம்மாவைப் பார்த்தபடி, பிறகு மற்றவர்களையும் நோக்கி, அவன் கத்தினான்.

‘‘நிலத்தைத் திருப்பிக் கொடுத்துவிடுங்கள். ஒன்றுமில்லாத ஏழைகளுக்கு, தங்களுக்கென்று எதையும் பெற்றுக்கொள்ளவோ, சொந்தமாக்கிக்கொள்ளவோ ஆசைப்படக்கூட இல்லாத பரம ஏழைகளுக்கு, அவளைப் போலவே, பெரும்பாலும் அராபியர்களும் இன்னும் சில பிரெஞ்சுக்காரர்களும் அடங்கிய இந்த நாட்டின் மாபெரும் ஏழைகளின் கூட்டத்தின் மத்தியில், உலகத்திலேயே மிகவும் பிடிவாதத்தின் மூலமும் சகிப்புத்தன்மையுடனும் வாழ்ந்துகொண்டும் பிழைப்பை நடத்திக்கொண்டும் இருந்த அவர்களுக்கு—மதிக்கத்தக்க ஒரே ஒரு கௌரவமான ஏழ்மையின் கௌரவத்துடன் இருக்கும் அவர்களுக்கு—புனிதமானவற்றைப் புனிதமானவர்களிடம் சேர்ப்பிப்பதைப்போல—இந்த நிலத்தைக் கொடுத்துவிடுங்கள்; பின்னர் நான், மீண்டும் ஒரு முறை நிரந்தரமாக ஏழையாகிவிட்ட நான், உலகத்தின் ஒரு கோடியில், மிக மோசமான ஒரு புலம் பெயர்தலில் தூக்கியெறியப்பட்ட நான், என் மதிப்புக்குரிய அனைவரும், என் மதிப்புக்குரிய அவளும் நான் பிறந்த, நான் மிகவும் நேசித்த இந்த மண்ணுடன் இணைந்துவிட்டார்கள் என்பதை அறிந்து, புன்னகை செய்வேன், மன நிம்மதியுடன் இறந்துபோவேன்.

[1] நான்கு தெளிவற்ற சொற்கள்.

[2] வாண்டா என்பது ஒரு பெண் (த.மொ.கு.).

[3] வட ஆப்பிரிக்க இனத்தவர்.

(அப்போது இந்தப் பெரும் அனாமதேயம் வளம் பெற்று, என்னைச் சூழ்ந்து கொள்ளும்—இந்த நாட்டுக்கு நான் திரும்பிவருவேன்.)

***

கிளர்ச்சி. காண்க. செர்வியெவின் "அல்ஜீரியா, நாளை" பக். 48.

டார்ஜான் என்ற புனைப்பெயரைத் தங்களுக்குச் சூட்டிக்கொண்ட தேசிய விடுதலைப் போராட்ட முன்னணியின் (F.L.N.) இளம் அரசியல் தளபதிகள்.

ஆமாம், நான் ஆணையிடுகிறேன், கொல்கிறேன், வெயிலிலும் மழையிலும் மலைகளில் வாழ்கிறேன். இதைவிடச் சிறப்பாக நீ எனக்கு எதை அளித்தாய்? பெதூனில் உழைப்பாளி.

சதோக்கின் தாய், காண்க. பக்.115.

உலகத்தின் மிகப் பழமை வாய்ந்த வரலாற்றில், ...ஐ எதிர்கொண்ட நாங்கள்தான் முதல் மனிதர்கள். பத்திரிகைகள் ( )[1] கூக்குரலிடுவதைப் போல, அழிந்துபோய்க்கொண்டிருக்கும் மனிதர்கள் அல்ல; மாறாக வித்தியாசமான, விளக்கம்பெறாத விடியலின் மனிதர்கள்.

***

கடவுளோ, தந்தையோ இல்லாத குழந்தைகள், எங்களுக்கு அவர்கள் அளித்த ஆசான்கள் எங்களைப் பயமுறுத்தினார்கள். அங்கீகாரம் இல்லாமல் நாங்கள் வாழ்ந்துகொண்டிருந்தோம்—இறுமாப்பு.

***

புதிய தலைமுறைகளின் நம்பிக்கையின்மை என்று பொதுவாகச் சொல்லப் படுவது—பொய்.

பொய்யனை நம்ப மறுக்கும் நேர்மையான மனிதன் எதையும் நம்பாதவனாக ஆனது எப்போதிலிருந்து?

***

ஒடுக்குமுறையை எதிர்த்துப் போராடுவதில்தான் எழுத்தாளர் தொழிலின் மேன்மை அடங்கியுள்ளது, அதாவது, தனிமைபடுத்தப்பட்ட நிலைமையை ஏற்றுக்கொள்வதில்.

***

மோசமான விதியைச் சகித்துக்கொள்ள எது எனக்கு உதவியதோ அதுவே அனுகூலமான விளைவை ஏற்றுக்கொள்ள உதவலாம்—எனக்கு மிகவும் ஆதரவாக இருந்திருப்பது மிகப் பெரும் தரிசனம்—கலையைப் பற்றி நான் கொண்டிருக்கும் மிகப் பெரிய தரிசனம்.

---

[1] தெளிவற்ற சொல்.

என்னைப் பொறுத்தவரை, அனைத்துக்கும் மேலாக அது இருக்கிறது என்பதனால் அல்ல, ஆனால், எவரிடமிருந்தும் அது விலகியிருப்பதில்லை என்பதால்.

***

(புராதன காலத்தில்) மட்டுமே விதிவிலக்கு. எழுத்தளார்கள் அடிமைகளாகத் தொடங்கினார்கள். தங்கள் சுதந்திரத்தைப் போராடி வென்றார்கள்—இதில் சந்தேகமில்லை ( )[1]

***

கே.எச்.: மிகைப்படுத்தப்பட்ட ஒவ்வொன்றும் அற்பமானது. ஆனால் மிகைப் படுத்தப்படுவதற்கு முன்பேயே அற்பமாக இருந்தவர் திரு. கே.எச். அவர் இரண்டு மாகவே இருக்க விரும்பினார்.

*****

---

[1] தெளிவற்ற நான்கு சொற்கள்.

இரண்டு கடிதங்கள்

19 நவம்பர் 1957

அன்புள்ள திரு. ழெர்மென் அவர்களே,

உங்களுடன் மனம் திறந்து பேச வருவதற்கு முன், இந்தச் சில நாட்களாக என்னைச் சூழ்ந்திருந்த இரைச்சல் சற்று ஓயட்டும் என்று காத்திருந்தேன். நான் நாடிப் போகவோ, விரும்பிக் கேட்கவோ இல்லாத ஒரு மிகப் பெரிய கௌரவம் எனக்கு அளிக்கப்பட்டிருக்கிறது. ஆனால், இந்தச் செய்தியைக் கேட்டவுடனேயே, என்னுடைய தாய்க்கு அடுத்தபடியாக நான் முதலில் நினைத்தது உங்களைத்தான். நீங்கள் இல்லாமல், ஏழைச் சிறுவனாக இருந்த என்னை நோக்கி நீங்கள் நீட்டிய உங்களுடைய கரங்கள் இல்லாமல், உங்களுடைய கற்றுக்கொடுத்தலும், உங்களுடைய முன்னுதாரணமும் இல்லாமல் இவை எதுவுமே நடந்திருக்காது. இந்த விதமான கௌரவத்தை நான் பெரிதாக எடுத்துக்கொள்ளவில்லை. ஆனால், என்னைப் பொறுத்தவரை நீங்கள் என்னவாக இருந்திருக்கிறீர்கள், எப்போதுமே இருக்கிறீர்கள் என்பதையும், உங்களுடைய பள்ளி மாணவர்களில் ஒருவனாக இருந்து, வயதான பிறகும் உங்களிடம் நன்றியுணர்வு சற்றும் குறையாத மாணவனாக இருக்கும் ஒருவனிடம் உங்களுடைய முயற்சிகளும், உழைப்பும், அவற்றில் நீங்கள் ஈடுபடுத்திய தாராள மனமும் இன்னமும் உயிர்த்துடிப்புடன் இருக்கின்றன என்பதையும் உறுதியாகச் சொல்லக் குறைந்தபட்சம் இது ஒரு வாய்ப்பாக இருக்கிறது. நெஞ்சார உங்களைத் தழுவிக்கொள்கிறேன்.

ஆல்பெர் காம்யு

[நோபல் பரிசு அறிவிக்கப்பட்ட சில நாட்களில் காம்யு தன் ஆரம்பப் பள்ளி ஆசிரியருக்கு எழுதிய கடிதம்.]

அல்ஜே, 30 ஏப்ரல் 1959

என் பிரிய குழந்தையே,

‘காம்யு’ என்ற புத்தகம், அதன் ஆசிரியர் திரு. ழான்-க்லோத் ப்ரிஸ்வில் அவர்களால் அன்புடன் கையெழுத்திடப்பட்டு, உன்னுடைய கையெழுத்தில் எழுதப்பட்ட முகவரியுடன் எனக்கு வந்து சேர்ந்தது.

உன்னுடைய கண்ணியம் மிக்க இந்தச் செய்கையால் நீ எனக்கு அளித்திருக்கும் மகிழ்ச்சியை வெளிப்படுத்தவோ, உனக்கு எப்படி நன்றி சொல்வதென்றோ எனக்குத் தெரியவில்லை. அது மட்டும் சாத்தியமாக இருக்குமென்றால், பெரிய மனிதனாக வளர்ந்துவிட்ட உன்னை, எப்போதும் எனக்கு ‘என் குட்டி காம்யுவாக’ இருக்கும் உன்னை கட்டித் தழுவிக்கொள்வேன்.

முதல் சில பக்கங்களைத் தவிர நான் இன்னமும் இந்தப் புத்தகத்தைப் படிக்கவில்லை. காம்யு யார்? உன்னுடைய குணங்களை ஊடுருவிப்பார்க்க முயல்பவர்கள் அதில் சரியாக வெற்றிபெறவில்லை என்று எனக்குத் தோன்றுகிறது. உன்னுடைய குணத்தையோ, உன் உணர்ச்சிகளையோ வெளிக்காட்டிக்கொள்ளாத இயல்பான ஒரு அடக்கம் உன்னிடம் எப்போதுமே தென்பட்டிருக்கிறது. எளிமையாகவும், ஒளிவுமறைவுமின்றியும் நீ இருப்பதால் உன்னால் வெற்றி காணவும் முடிகிறது. எல்லாவற்றுக்கும் மேல், நல்லவன்! நீ வகுப்பில் இருந்த போதே இந்த அபிப்பிராயங்களை என்னுள் நீ உருவாக்கியிருக்கிறாய். தன்னுடைய தொழிலை முழு ஈடுபாட்டுடன் செய்ய விரும்பும் ஆசிரியர், தன்னுடைய மாணவர்களை, தன் குழந்தைகளை, புரிந்துகொள்ளும் வாய்ப்பு எதையுமே கவனிக்கத் தவற மாட்டார்; இந்த வாய்ப்பு முடிவின்றி வந்துகொண்டே இருக்கும். ஒரு பதில், ஒரு செய்கை, ஒரு மனப்போக்கு இவையே பெருமளவு காட்டிவிடும். ஆகவே, நல்ல குட்டிப் பையனாக இருந்த அந்த உன்னை நன்றாக அறிந்திருப்பதாக நான் நம்புகிறேன்; பிற்காலத்தில் எவ்வித மனிதனாக உருவாகப் போகிறான் என்பதன் வித்து பெரும்பாலும் குழந்தையிடம் காணக் கிடைக்கும். வகுப்பில் இருப்பதில் நீ அடைந்த மகிழ்ச்சி உன்னைச் சுற்றிலும் வீசியது. நம்பிக்கையின் ஒளி உன் முகத்தில் காணப்பட்டது. உன்னைக் கவனித்துப் பார்த்த என்னால் உன் குடும்பத்தின் நிலைமை என்ன என்பதை ஒருபோதும் கணிக்க முடிந்ததில்லை. உதவித்தொகை பெறும் மாணவர்கள் பட்டியலில் உன் பெயரைப் பதிவுசெய்வது குறித்து உன்னுடைய அம்மா என்னைப் பார்க்க வந்த போதுதான், அதன் ஒரு சிறு கீற்றை மட்டும் பார்த்தேன். மேலும், நீ என்னை விட்டுப் பிரிய இருந்த நேரத்தில் இது நடந்தது. ஆனால், அதுவரை உன் நண்பர்களும் நீயும் ஒரே நிலையில்தான் இருந்ததாக எனக்குத் தோன்றியது. உனக்குத் தேவையானது உன்னிடம் எப்போதும் இருந்தது. உன் அண்ணனைப் போலவே, நீயும் கவனமாக ஆடை அணிந்திருப்பாய். உன்னுடைய தாய்க்கு இதைவிடச் சிறந்த ஒரு பாராட்டை என்னால் அளிக்க முடியும் என்று எனக்குத் தோன்றவில்லை.

திரு. ப்ரிஸ்வில் அவர்களுடைய புத்தகத்துக்கு வருவோம்; அதில் படங்கள் நிறைய இருக்கின்றன. பாவம் உன் தந்தை, நான் எப்போதுமே 'என்னுடைய தோழராக' கருதிய அவரைப் புகைப்படத்தில் பார்த்தபோது நான் மிகவும் உணர்ச்சிவசப்பட்டேன். திரு. ப்ரிஸ்வில் தாராள மனதுடன் என்னை மேற்கோள் காட்டியிருக்கிறார்: அவருக்கு நான் நன்றி தெரிவிக்கப்போகிறேன்.

முழுவதும் உன்னைப் பற்றியோ, அல்லது உன்னைக் குறிப்பிட்டோ வெளி வரும் புத்தகங்களின் பட்டியல் முடிவின்றி நீண்டுகொண்டே போவதைப் பார்த் தேன். உன்னுடைய புகழ் (அதுதான் கச்சிதமான உண்மை) உன் தலைக்கேற வில்லை என்பது எனக்கு மிகப் பெரிய மனநிறைவைத் தருகிறது. நீ காம்யுவாகவே இருக்கிறாய்: சபாஷ்.

நீ தழுவி எழுதி, அரங்கேற்றிய தாஸ்தாய்வெஸ்கியின் ''பேய்பிடித்தவர்கள்'' நாடகத்தின் பல்வேறு திடீர் திருப்பங்களைப் பெரும் ஆர்வத்துடன் கவனித் தேன். உனக்குப் பெரும் வெற்றியை, உனக்கு நியாயமாகக் கிடைக்க வேண்டிய வெற்றியை விழைவதைத் தவிர வேறு எதுவும் செய்ய முடியாத அளவுக்கு நான் உன்னிடம் அன்பு வைத்திருக்கிறேன். உனக்கென்று ஒரு நாடக அரங்கத்தை அமைத்துக்கொடுக்க மால்ரோவும்[a] விரும்புகிறார். நாடகம் உன்னுடைய மிகப் பெரிய ஆர்வம் என்று நான் அறிவேன். ஆனால்... இந்த எல்லாச் செயல்பாடு களையும் நன்றாக, அவற்றுக்குப் பொறுப்பேற்றுக் கவனிக்க உன்னால் முடியுமா? உன்னுடைய சக்தியை மிதமிஞ்சி நீ செலவுசெய்கிறாயோ என்று எனக்குப் பய மாக இருக்கிறது. உனக்கு அன்பான மனைவியும் இரண்டு குழந்தைகளும் இருக் கிறார்கள், அவர்களுக்குக் கணவனும், அப்பாவும் வேண்டும் என்பதைச் சுட்டிக் காட்ட உன் பழைய நண்பனை அனுமதி. இந்த விஷயத்தில் எங்களுடைய ஆசிரி யர் பயிற்சிக் கல்லூரித் தலைவர் சில சமயங்களில் எங்களிடம் சொல்லியிருந்ததை உனக்குச் சொல்கிறேன். அவர் மிக, மிகக் கண்டிப்புடன் இருந்ததால் அவர் உண் மையிலேயே எங்களை நேசித்தார் என்பதை எங்களால் பார்க்கவோ, உணரவோ முடியாதபடி ஆகிவிட்டது.

''நீங்கள் செய்யும் மிதமிஞ்சிய செயல்கள் ஒவ்வொன்றையும் இயற்கை தன் னிடம் இருக்கும் பெரும் புத்தகம் ஒன்றில் நுணுக்கமாகப் பதிவுசெய்கிறது.'' நான் இதை மறக்கவிருந்த பல தருணங்களில் இந்த முதிர்ந்த அறிவுரை என்னை இழுத்துப்பிடித்திருக்கிறது என்பதை நான் சொல்லியாக வேண்டும். ஆகவே கேள், இயற்கையின் பெரும் புத்தகத்தில் உனக்காக ஒதுக்கப்பட்டிருக்கும் பக்கத்தை வெற்றுத் தாளாகவே வைத்திருக்க முயற்சி செய்.

தொலைக்காட்சியில் ''பேய் பிடித்தவர்கள்'' பற்றிய இலக்கிய நிகழ்ச்சி ஒன் றில் உன்னைப் பார்த்ததையும், கேட்டதையும் ஆந்த்ரெ எனக்கு நினைவுபடுத்து கிறாள். உன்னிடம் கேட்கப்பட்ட கேள்விகளுக்கு நீ பதில் அளித்ததைப் பார்த்தது மகிழ்ச்சியாக இருந்தது. எப்படியும் நான் உன்னைப் பார்த்து, நீ சொல்வதைக் கேட்பேன் என்பது உனக்குத் தெரியும் என்று கிண்டலாகச் சொல்லாமல் இருக்க

[a] ஆந்த்ரெ மால்ரோ: பண்பாட்டுத் துறை அமைச்சர். (த.மொ.பெ.)

என்னால் முடியவில்லை. நீ அல்ஜேயில் இல்லாததை அது ஓரளவு ஈடுசெய்தது. நாங்கள் உன்னைச் சந்தித்து நாட்கள் நிறையவே ஆகிவிட்டன.

முடிப்பதற்கு முன்னால், நம் பள்ளிகளுக்கு எதிராகத் தொடுக்கப்பட்டிருக்கும் பயங்கரத் திட்டங்களைக் குறித்து மதச் சார்பற்ற ஆசிரியர் என்ற முறையில் எனக்கு ஏற்படும் மனச் சங்கடத்தைப் பற்றி உன்னிடம் சொல்ல ஆசைப்படுகிறேன். என்னுடைய தொழிலில், குழந்தைகளிடையே மிகவும் புனிதமானதாகப் போற்றப்பட வேண்டிய ஒன்றை நான் எப்போதுமே மதித்து வந்திருக்கிறேன் என்று நினைக்கிறேன்: தனக்கென்று ஒரு உண்மையைத் தேடிக்கொள்ளும் உரிமை. உங்கள் அனைவரையுமே நான் நேசித்தேன்; என்னுடைய சொந்தக் கருத்துகளைக் காட்டிக்கொள்ளாமல், அவற்றை உங்களுடைய இளம் அறிவின் மேல் சுமத்தாமல் இருக்க என்னால் முடிந்தவற்றைச் செய்திருப்பதாக நம்புகிறேன். கடவுளைப் பற்றிப் பேசும்போது (அது பாடத்திட்டத்தில் இருக்கிறது), சிலர் கடவுளை நம்புகிறார்கள் என்றும், சிலர் நம்பவில்லை என்றும் சொல்லியிருக்கிறேன். மேலும், தங்களுடைய உரிமையை முற்றிலுமாகப் பயன்படுத்தி, ஒவ்வொருவரும் தான் விரும்பியதைச் செய்தார்கள். அதைப் போலவே, மதங்கள் குறித்த பகுதியில், உலகில் பல மதங்கள் இருந்தன என்றும், ஒவ்வொருவரும் தாங்கள் விரும்பிய மதத்தைச் சார்ந்திருந்தார்கள் என்றும் மட்டுமே சுட்டிக்காட்டினேன். பார்க்கப்போனால், எந்த மதத்தையுமே பின்பற்றாதவர்கள்கூட இருந்தார்கள் என்றும் சொன்னேன். பள்ளி ஆசிரியர்கள் மதத்தின், இன்னும் துல்லியமாகச் சொல்வதானால், கத்தோலிக்க மதத்தின் விற்பனைப் பிரதிநிதிகளாக இருக்க வேண்டும் என்று விரும்புகிறவர்களுக்கு நான் சொல்வது பிடிக்காது என்று எனக்குத் தெரியும். அல்ஜேயின் ஆசிரியர் பயிற்சிக் கல்லூரியில் (அப்போது அது காலான் தோட்டத்தில் இருந்தது) என்னுடைய தந்தை, தன்னுடைய தோழர்களைப் போலவே, ஒவ்வொரு ஞாயிறும் வழிபாட்டுக்குச் சென்று, திருவிருந்தில் பங்கேற்க வற்புறுத்தப்பட்டார். ஒரு நாள், இந்தக் கட்டுப்பாட்டால் எரிச்சலடைந்த அவர் 'புனித' அப்பத்தை வழிபாட்டுப் புத்தகத்தில் வைத்து மூடிவிட்டார்! இதை அறிந்த கல்லூரி ஆசிரியர் என் தந்தையைக் கல்லூரியிலிருந்து விலக்கத் தயங்கவில்லை. இதுதான் ''சுதந்திரப் பள்ளியின்''[1] ஆதரவாளர்கள் விரும்புவது (சுதந்திரம்... அவர்களைப் போலவே நினைப்பதற்கு). இப்போது இருக்கும் நாடாளுமன்றத்தைப் பார்க்கும்போது, இந்தத் திட்டம் வெற்றிபெற்றுவிடுமோ என்று அஞ்சுகிறேன். ஒரு குறிப்பிட்ட மாவட்டத்தில், மதச் சார்பற்ற பள்ளிகளில் கிட்டத்தட்ட நூறு வகுப்பறைகள் சுவரில் மாட்டப்பட்டிருக்கும் சிலுவையின் கீழ் இயங்குகின்றன என்று 'லெ கனார் ஆன்ஷெயினெ'[2] வார இதழ் சுட்டிக்காட்டியிருக்கிறது. குழந்தைகளின் மனசாட்சி மீதான கொடுமையான ஒரு தாக்குதலாக இதை நான் பார்க்கிறேன். இன்னும் இது போகப்போக என்னவாக ஆகும்? இந்த எண்ணங்கள் என்னைச் சோகத்தில் ஆழ்த்துகின்றன.

---

[1] இங்கே ''சுதந்திரப் பள்ளி'' என்று சொல்லப்படுவது ''தனியார் பள்ளி'' என்று பொருள்படும், பொதுவாக கத்தோலிக்க மதத்தைச் சார்ந்தவை இவை. அரசுப் பள்ளிகள் மதச் சார்பற்றவை.

[2] அங்கதத் தொனி கொண்ட வார இதழ் (மொ.பெ.).

என் பிரிய சிறுவனே, நாலாவது பக்கத்தின் கடைசிக்கு வந்துவிட்டேன்: இது உன்னுடைய நேரத்தை நான் மிதமிஞ்சி எடுத்துக்கொள்வதாகும், என்னை மன்னித்துவிடு. இங்கு எல்லோரும் நலம். என்னுடைய மாப்பிள்ளை கிறிஸ்தியான், தன்னுடைய கட்டாய ராணுவச் சேவையின் 27ஆவது மாதத்தை நாளை தொடங்குகிறான்.

நான் கடிதம் எழுதாதபோதும், உங்கள் அனைவரையும் பற்றி அடிக்கடி நினைத்துக்கொள்கிறேன் என்பதை மறக்காதே.

திருமதி. ழெர்மெனும் நானும் உங்கள் நால்வரையும் இறுகத் தழுவிக்கொள்கிறோம். அன்புடன்,

லூயி ழெர்மென்

உன்னைப் போலவே திருவிருந்துச் சடங்கை முடித்துவிட்டு வந்த உன் தோழர்களுடன் நம் வகுப்புக்கு நீ வந்ததை நினைத்துப்பார்க்கிறேன். நீ கோட்டு அணிந்திருந்ததாலும், நீ கொண்டாடியிருந்த விழாவாலும் மகிழ்ச்சியுடனும் பெருமிதத்துடனும் நீ காணப்பட்டாய். உண்மையிலேயே, திருவிருந்துச் சடங்கை நீ மேற்கொண்டாயென்றால் அது உனக்குப் பிடித்திருந்ததால்தானே என்று எண்ணி, உன்னுடைய ஆனந்தத்தில் நானும் மகிழ்ச்சி அடைந்தேன். அப்படியானால்...

*****

பின்னுரை

“மற்றவர்களிடமிருந்து தான் வேறுபட்டிருப்பதாக உணர்வதால் கலைஞ னுக்கு உரித்தான வாழ்க்கைப் பாதையைத் தனக்காகத் தேர்ந்தெடுத்துக்கொள்ளும் கலைஞன், மற்றவர்களுடன் தனக்கு இருக்கும் ஒற்றுமையை ஏற்றுக்கொள்வது தான் தன்னுடைய கலைக்கும், தன்னுடைய வேறுபாடுகளுக்கும் ஊட்டம் அளிக்கும் என்பதை விரைவிலேயே தெரிந்துகொள்வான்.”— 1957 டிசம்பர் மாதம், இலக்கியத்துக்கான நோபல் பரிசு ஏற்புரையில் ஆல்பெர் காம்யு. இரண்டு ஆண்டு களுக்குப் பிறகு, 1960 ஜனவரி 4ஆம் தேதி சாலை விபத்தில் சம்பவ இடத்திலேயே காம்யு இறந்தார். விபத்தில் தூக்கியெறியப்பட்டிருந்த அவருடைய தோள் பையில் இருந்தவை: அவருடைய அடையாள அட்டைகள், சில புகைப்படங்கள், ஷேக்ஸ்பியரின் ‘ஒதெல்லோ’ நாடகப் பிரதி, அவருடைய நாட்குறிப்பு, ‘முதல் மனிதன்’ கையெழுத்துப் பிரதி, நீட்ஷேயின் ‘ஆனந்த அறிவியல்’ புத்தகம். ‘முதல் மனிதன்’ கையெழுத்துப் பிரதியைக் காம்யு இறந்து 34 ஆண்டுகளுக்குப் பிறகு, அவருடைய மகள் பொறுப்பேற்று வெளியிட்டார். வெளியான முதல் வாரத்தி லேயே 50,000 பிரதிகள் விற்பனை ஆயின.

இதை வெளியிடுவதற்குக் கால தாமதம் ஆனதன் பின்னணியை அயல் நாட்டு வாசகர்கள் புரிந்துகொள்வதற்கு உதவியாக இந்தப் புத்தகத்தின் ஆங்கில மொழிபெயர்ப்பின் முன்னுரையில் அவருடைய மகள் காதரின் காம்யு விளக்கி யிருக்கிறார். (இதன் மொழிபெயர்ப்பு இந்தப் பதிப்பில் தரப்பட்டிருக்கிறது.) பதிப்பு உலக வரலாற்றுப் பார்வையிலும், ஓரளவு சமூகவியல்ரீதியிலும் இந்த வெளியீட்டு நிகழ்வே ஆய்வுக்கேற்ற தகுதியைப் பெற்றுவிட்டது என்கிறார் காம்யுவின் விமர்சகரும் எழுத்தாளருமான பெர்னார் ஃபோகோன்னியெ (BER-NARD FAUCONNIER).

“இலக்கியக் களத்துக்குப் பெருமளவு புறத்தேயும் உணர்ச்சிவசப்பட வைக் கும் நிகழ்வாக இது இருப்பதன் காரணங்கள்: ஆர்வத்தைத் தூண்டிப் பழைய நினைவு களைக் கிளறும் எழுத்து, மங்காமல் இருக்கும் காம்யுவின் புகழ், முழுவதுமாக எழுதப்படாமல் இன்னும்கூடப் பிரமாதமாக இருந்திருக்குமே என்று நினைக்க வைக்கும் படைப்பைக் குறித்த ஏக்கம், சிலரால் நேசிக்கப்பட்டும், சிலரால் வெறுக் கப்பட்டும், இன்று எல்லோருடைய மதிப்புக்கும் ஆளாகியிருக்கும் ஒருவருக்குச் செலுத்தப்படும் அஞ்சலி இவையே” என்கிறார் இவர்.

இந்தச் சுயசரித நாவலின் கையெழுத்துப் பிரதியில் தன் தாய் ‘விதவை காம்யு வுக்கு’ இந்த நாவலைச் சமர்ப்பணம் செய்திருந்த காம்யு, “ஒருபோதும் இதைப் படிக்க இயலாத உனக்கு” என்று குறிப்பிட்டிருந்தார். விபத்தில் இறப்பதற்கு முன் ஒரு வருடத்துக்கும் மேலாக மிகவும் மும்முரமாக இதை அவர் எழுதிக்கொண்டிருந் தார் என்றாலும், ‘முதல் மனிதன்’ பற்றிய துல்லியமான குறிப்பு 1953ஆம் ஆண்டே அவருடைய நாட்குறிப்பில் காணப்படுகிறது. தந்தையைத் தேடல், குழந்தைப் பருவம், மகிழ்ச்சியான ஆண்டுகள் (1938இல் உடல்நலமின்மை), போரும்-எதிர்ப்பும், பெண்கள், தாய் என்ற ஆறு பிரிவுகளாக நாவல் இருக்கும்

என்று குறிப்பிட்டிருக்கிறார். இதைத் தவிர, தன் வாழ்நாள் முழுவதும் தொடர்ந்து அவர் குறிப்புகள் எடுத்து வைத்திருந்த நோட்டுப் புத்தகங்களிலிருந்து (மூன்று தொகுதிகளாக காலிமார் இவற்றை வெளியிட்டிருக்கிறார்கள்) அவர் கனவுகண்ட நாவலின் கூறுகளையும் அவருடைய சிந்தனையின் போக்கையும் காண முடிகிறது. டால்ஸ்டாயின் 'போரும் அமைதியும்' போல, சமகாலத்திய உலகைப் பற்றிய பதிவுகள் நிரம்பிய பிரம்மாண்ட நாவலாக இது இருக்கப்போவதாகவும் சொல்லியிருந்தார்.

"என்னுடைய படைப்புகளில் மூன்றில் ஒரு பங்குதான் நான் இதுவரை எழுதியிருக்கிறேன். இந்தப் புத்தகத்துடன்தான் என்னுடைய படைப்பைத் தொடங்குகிறேன்", என்று தன் நண்பர் ழான் தெ மெசோன்செல்லிடம் (JEAN DE MAISONSEUL) 1959இல் சொன்னார். ஸ்வீடன் தலைநகர் ஸ்டாக்ஹோமில் நோபல் பரிசு பெற்றபின் காம்யு சொன்னார்: "என்னுடைய எழுத்தை நான் தொடங்கியபோது என் மனதில் துல்லியமாக ஒரு திட்டம் இருந்தது: முதலில், மறுப்பு என்ற கருத்தாக்கத்தை மூன்று வடிவங்களில் வெளிப்படுத்த விரும்பினேன். அந்நியன் (நாவல்), காலிகுலா, விபரீத விளையாட்டு (நாடகம்), சிசிபஸின் புராணம் (சித்தாந்தக் கட்டுரை); அதற்குப் பிறகு, ஆக்கபூர்வமான செயல்பாட்டை இன்னும் மூன்று வடிவங்களில் எதிர்கொண்டேன்: கொள்ளைநோய் (நாவல்), முற்றுகை, நியாயவாதிகள் (நாடகம்), கிளர்ச்சியாளன் (சித்தாந்தக் கட்டுரை); இவற்றுக்கு அப்பால், என் படைப்பின் மூன்றாவது தளத்தில் 'நேசம்' என்ற கருத்தைப் பற்றித் தீவிரமாகப் பார்க்கத் தொடங்கியிருந்தேன்." அதாவது, முதல் கட்டத்தில் காரண-காரியரீதியாக உலகைப் புரிந்துகொள்ள விழையும் மனிதனுக்கு உலகம் தெரிவிக்கும் மறுப்பு: 'அபத்தம்'. அடுத்த கட்டத்தில், இதை எதிர்கொள்ளும் தனிமனிதன் உலகத்துக்குத் தன் பங்காகத் தெரிவிக்கும் மறுப்பு: 'கிளர்ச்சி'. இந்த இரண்டுமே மனித வாழ்வில் தவிர்க்க முடியாத, தீர்வுகாண முடியாத கூறுகளாக இருந்துகொண்டே இருக்கும் என்பதைத் தெளிவாக உணர்ந்த காம்யு, வாழ்க்கை முழுவதும் இந்த இரண்டு மறுத்தல்களுக்குள் மட்டுமே அடங்கிவிடாது என்றும், இவற்றுக்கும் அப்பால் உள்ள 'நேசம்' என்ற நேர்மறை வாழ்க்கையின் மீது மனிதனுக்கு ஒரு பிடிப்பையும், அதனூடே உள்ளார்ந்த ஒரு அர்த்தத்தையும் அளிக்கிறது என்றும் நம்பினார். காம்யுவின் உலகில் நுழைவதற்கு இது ஒரு முக்கியமான திறவுகோல். பாரிஸுக்கு வந்து பதினைந்து ஆண்டுகளுக்குப் பின், தான் பிறந்து வளர்ந்த அல்ஜீரியாவுக்குப் போய்த் திரும்பியவுடன் எழுதிய கட்டுரைத் தொகுப்பில் (1954) அவர் எழுதினார்: "நேசிக் காமல் இருப்பது என்பது மிகவும் சோகமானது. இன்று நாம் எல்லோருமே இந்தச் சோகத்தில் செத்துக்கொண்டிருக்கிறோம்."

மனிதன் இறைவனிடம் செலுத்தும் அன்பு, ஆண்-பெண் இடையே மலரும் காதல், பெற்றோர், உடன்பிறந்தோரிடையே நிலவும் பாசம், சகமனிதர்களுடனான மனித நேயம், மற்ற உயிரினங்களிடம் காட்டும் பரிவு, இயற்கையிடம் உள்ள ஈடுபாடு என்ற பல பரிமாணங்களை உள்ளடக்கிய சொல்லாகக் காம்யுவின் சிந்தாந்தத்தில் 'நேசம்' என்ற சொல் இருக்கிறது. 'முதல் மனித'னைப்

படிப்பவர்கள் இந்த நாவல் முழுவதிலும் நேசம் இழையோடுவதைப் பார்க்க முடியும். ழாக்குக்கும் அவனுடைய தாய்க்கும் இடையே இருக்கும் பாசப் பிணைப்பு இந்த நாவலின் ஆதார சுருதி. மாமா எத்தியெனிடம் அவனுக்கு இருக்கும் பிரியம், ஆசிரியர் பெர்னார் அவனிடம் காட்டும் கனிவு, எல்லாவற்றுக்கும் மேலாக, கண்டிப்புடன் அவனை அடிக்கவும் செய்யும் பாட்டியிடமும் நீறு பூத்த நெருப்பு போல இருந்த அவனுடைய அன்பு—இவையெல்லாமே ழாக் கோர்மெரியின் குழந்தைப் பருவ இனிய நினைவுகளில் அடங்கும்.

அவருடைய முதல் எழுத்துகளிலேயே இந்தக் கடைசிப் படைப்பின் வித்துகளைப் பார்க்க முடிகிறது. 1937இல் வெளிவந்த 'ஒரு புறமும் மறுபுறமும்' என்ற கட்டுரைத் தொகுப்பு அவருடைய முதல் புத்தகம். காம்யுவின் சொந்த வாழ்க்கை இதில் பெருமளவு காணப்படுகிறது. ''மத்தியதரைக் கடலோர நாடுகளில் மட்டும்தான் நான் வாழ முடியும், அங்குதான் நான் வாழ்க்கையையும், சூரிய ஒளியையும் நேசிக்க முடிகிறது என்பதுதான் உண்மை; ஆனால், இருத்தலின் சோகம் மனித மனதை ஓயாமல் அலைக்கழிக்கிறது என்பதும், அவனுடைய மனதின் ஆழத்தில் அது பிணைக்கப்பட்டிருக்கிறது என்பதும்கூட உண்மை.'' இதை எழுதும்போது காம்யுவின் வயது 24. இருபது ஆண்டுகளுக்குப் பிறகு, 'முதல் மனிதன்' எழுதுவதைத் தொடங்கியிருந்தபோது, 'ஒரு புறமும் மறுபுறமும்' தொகுப்பின் மறுபதிப்புக்கு இவர் ஒரு புதிய முன்னுரையை எழுதினார்: ''என் வாழ்க்கைக்கும் என் எழுத்துக்கும் இடையே சமநிலை வரும்போது, ஒரு வேளை அப்போதுதான், அதுவும் நான் இன்னமும் எழுதத் துணிந்தால், நான் கனவுகாணும் படைப்பை உருவாக்க என்னால் முடியும் (...) அது ஏதோ ஒரு விதத்தில் 'ஒரு புறமும் மறுபுறமும்' போல இருக்கும்; நேசத்தைப் பற்றிய ஒரு பார்வையை அது முன்வைக்கும்.''

'முதல் மனிதன்' யார்? தொடக்கத்திலிருந்தே இந்த நாவலின் தலைப்பைக் குறித்துக் காம்யு தீர்மானமாக இருந்தார் என்பதற்கு அவருடைய நாட்குறிப்புகளில் ஆதாரங்கள் இருக்கின்றன. நாவலின் முதல் பகுதி: 'தந்தையைத் தேடி'. முதல் உலகப் போரில் இறந்து, வட பிரான்ஸின் சேன்-ப்ரியுக்கில் அடக்கம் செய்யப்பட்டிருந்த தன் தந்தை ஆன்ரி கோர்மெரியின் சமாதிக்குத் தன்னுடைய நாற்பதாவது வயதில் ழாக் கோர்மெரி—ஆல்பெர் காம்யு—செல்கிறான். கல்லறையைப் பார்த்து, இருபத்தொன்பது வயதிலேயே தந்தை இறந்துவிட்டிருந்தார் என்பதை நினைத்துப்பார்க்கும்போது, தன்னைவிட வயதில் இளைய தந்தைக்கு முன் தான் நிற்பதாக ழாக் உணர்கிறான். ''அவன் மனதில் உதயமாகும் இந்த எண்ணம் காலத்தின் ஒழுங்கை நிலைகுலையச் செய்கிறது. தனக்கு முன்னால் அல்ஜீரியாவில் வந்து குடியேறிய பிரெஞ்சு மக்களைப் போலவே ஆன்ரி கோர்மெரியும் 'முதல் மனிதன்' ஆகிவிட்டிருக்கிறார்; தன் முறைக்கு ழாக்கும் 'முதல் மனிதன்' ஆகிறான்,'' என்கிறார் பிரபல இலக்கிய விமர்சகர் பியர்-லூயி ரே (PIERRE-LOUIS REY). ஆசிரியரின் சொற்களில், ''ஒவ்வொரு மனிதனுமே முதல் மனிதனாக இருந்த மறதியின் மண்ணில், ஆண்டுகளின் இருளில் தன் பாதையைத் தொடர்ந்தபடி (ழாக்) இருந்தான்; அவனும் தானாகவேதான் வளர்ந்து ஆளாக வேண்டியிருந்தது...''

இன்னும் சில விமர்சகர்கள் இதில் மறைமுகமாகத் தெரியும் விவிலியக் குறிப்புகளைச் சுட்டிக்காட்டி, ‘முதல் மனித’னில் ஆதாமின் பிரதிபலிப்பைப் பார்க்கிறார்கள்: பண்ணை வீடு ஒன்றில், ஏழ்மையான சூழலில் குழந்தையின் பிறப்பு, தனிமையில் பிரசவிக்கும் தாய், மருத்துவரைத் தேடிப் போகும் தந்தை... விமர்சகர் பெர்னார் ஃபோகோன்னியெ பார்வையில் ‘முதல் மனிதன்’ என்பது இந்த ஏழைக் குழந்தைதான், ஏனென்றால், ஏழ்மைக்குக் கடந்த காலம் என்பது இல்லை. வழிகாட்டத் தந்தை இல்லாமல், சொல்லிக்கொள்ளும்படியான வம்சாவளி இல்லாமல், தானாகவே வளர்ந்து ஆளாகவேண்டியிருந்தவன்தான் இந்த முதல் மனிதன்.

இந்தச் சுயசரித நாவலின் இன்னொரு முக்கியமான பாத்திரம், ஏழ்மை. ‘‘கள்ளம் கபடமற்ற கனிவான ஏழைகளின் உலகிலிருந்து—குடும்பம், இன ஒற்றுமை ஆகியவற்றின் இடத்தை ஏழ்மை எடுத்துக்கொண்டுவிட்ட சமூகத்தில் தனக்குள்ளே முடங்கிவிட்ட ஒரு தீவைப் போல இருந்த உலகிலிருந்து...’’ (பக். *141*). முதல் பகுதியில் நான்காவது அத்தியாயத்தில், வளர்ந்து ஆளாகிவிட்ட ழாக், பல ஆண்டுகளுக்குப்பிறகு அல்ஜீரியாவுக்குத் திரும்பிவருகிறான். ‘‘அவன் இன்னும் ஒருபோதும் அதிலிருந்து மீண்டு வந்திருக்காத அவனுடைய குழந்தைப் பருவத்துக்கும், அவனுடைய வாழ்க்கைக்கும், எல்லா வெற்றிகளுக்கும் துணைபுரிந்திருந்த சூரிய ஒளி, கதகதப்பான வறுமை இவற்றின் ரகசியத்துக்கும் அவனால் திரும்பி வர முடிந்திருந்தது’’ (பக். *38*). தான் பெரிதும் மதித்த தன் பேராசிரியர் ழான் க்ரெனியெவுக்கு (JEAN GRENIER) ***1951***இல் காம்யு எழுதிய கடிதத்தில், ‘‘என்னுடைய குழந்தைப் பருவம் ஒருபோதும் வருத்தமளிக்கும் வகையில் இருக்கவில்லை, என் வாழ்க்கையில் நான் அனுபவித்த உண்மையான ஏழ்மை, உண்மையிலேயே ஒருபோதும் இன்னல் மிகுந்ததாக இருக்கவில்லை,’’ என்று எழுதினார். ஏழ்மை தனக்குக் கற்றுக்கொடுத்த பாடங்கள் தன்னை ஆக்கபூர்வமான வழியில் உருவாக்கியதைப் பற்றி எழுதுவதில் காம்யு மகிழ்ச்சி அடைந்தார். ‘‘எதார்த்தத்தின் குறைகளை நிவர்த்திசெய்து, அதன் மூலம் உலகத்தின் அபத்தத்தை எதிர்த்துப் போராடும் கலைஞனை’’ பற்றிக் காம்யு ‘சிசிபஸ் புராணத்’தில் குறிப்பிடுகிறார். நாவல் எழுதும் கலைஞனுக்கு எப்படி ‘எழுத்து மகிழ்ச்சியின் அறிகுறி’ ஆகிறது என்று மார்செல் ப்ரூஸ்ட் (MARCEL PROUST) விளக்கியிருக்கிறார்.

ஏழ்மை தரும் நற்பண்புகள் இந்த நாவலில் அழகாக இழையோடுகின்றன. ‘‘ஏழ்மை என்பது ஒருவர் தானாகத் தேடிக்கொள்வதில்லை, ஆனால் ஒரு ஏழை தன்னைப் பாதுகாத்துக்கொள்ள முடியும்’’ (பக். 57). ழாக் கோர்மெரிக்குத் தைரியத்தைக் கற்றுக்கொடுப்பது ஏழ்மைதான். அல்ஜீரியாவுக்கு வந்து குடியேறிய பிரெஞ்சு முன்னோடிகளின் மனத்துணிவைப் பற்றிப் பிற்காலத்தில் கேட்டுத் தெரிந்துகொள்கிறான். பள்ளியில் தன் கௌரவத்தைக் காப்பாற்றிக்கொள்ள முனோஸுடன் சண்டைபோட்டு வெற்றி பெறுகிறான்; பின்னர் அதற்காக வருத்தமும் அடைகிறான். மேல்நிலைப் பள்ளிப் படிவத்தில் தன் ஏழ்மையின் அவமான உணர்வை வெளிக்காட்டிக்கொள்ளாமல், தன்னுடைய தாய் ‘‘வீட்டு

வேலைக்காரி'' என்று எழுதி சமர்ப்பிக்க ஒரு வித 'முரட்டுத் திமிர்' அவனுக்கு உதவுகிறது. இருந்தாலும், ''தன்னுடைய படிநிலையையோ குடும்பத்தையோ மாற்றிக்கொள்ள ழாக் கொஞ்சமும் விரும்பவில்லை... ஒரு ஏழைக் குழந்தை ஒரு போதும் எதற்காகவும் பொறாமைப்படாவிட்டாலும், சில சமயங்களில் அவமான உணர்ச்சி அடையக் கூடும் என்பதை எப்படி மற்றவர்களுக்குப் புரியவைப்பது?'' (பக். *164*).

வாழ்க்கையில் உண்மையான செல்வங்கள் எவை என்று கற்றுக்கொடுப்பதும் ஏழ்மைதான். கடற்கரையில் நண்பர்களுடன் நேரம் போவது தெரியாமல் குளிப்பதும், மாமாவுடன் வேட்டைக்குப் போவதும், பள்ளியில் கால்பந்தும் அல்ஜேயின் தெருக்களில் நண்பர்களுடன் 'கானெட் விங்கா'' (கில்லி தண்டா) விளையாடுவதும், பலத்த காற்றடித்த தினங்களில் ஈச்ச மட்டையைப் பிடித்தபடி விளையாடுவதும், இன்னும் இவை போன்ற பல எளிய (பணம் தேவைப்படாத) அனுபவங்களே இவனுடைய 'உண்மையான செல்வங்கள்'. பெரும்பாலும் இயற்கையின் அழகு, எளிமையான ஆனந்தங்கள். ''சூரியனின் கீழ் இந்தப் பூமியில், அதன் வரலாற்றில் எல்லாம் நன்றாகவே இருக்கிறது என்று என்னை நம்ப விடாமல் தடுத்தது வறுமை; வரலாறு மட்டுமே வாழ்க்கை ஆகிவிடாது என்று எனக்குக் கற்றுக்கொடுத்தது ஏழ்மை.'' (கோடைகாலம், காம்யு, *1954*).

கையெழுத்துப் பிரதியுடன் இருந்த குறிப்புகளில் ஒன்று: ''மொத்தத்தில் நான் நேசித்தவர்களைப் பற்றிப் பேசப்போகிறேன். அதைப் பற்றி மட்டுமே. ஆழ்ந்த மகிழ்ச்சி.'' அல்ஜீரியாவுடனும் தன் குடும்பத்துடனும் அவருக்கு இருந்த உள்ளார்ந்த பிணைப்பு இறுதிவரை தளரவே இல்லை. காம்யு உலகை அறிவுரீதியாக மட்டுமே அணுகவில்லை; உணர்வுரீதியாக, அன்பு செலுத்துவதின் மூலம் அணுகினார். ''அறிவு சார்ந்த உறவுகளைவிட இதயம் சார்ந்த உறவுகளையே அவர் பெரிதும் விரும்பினார்'', என்கிறார் பியர்-லூயி ரே.

இலக்கிய வரலாற்றில் 'தாய்' என்கிற கருத்தாக்கம் குறித்து நிறையவே எழுதப்பட்டிருக்கிறது. ''ஆனால் எல்லோரையும் போலவே, எழுத்தாளர்களிடையேயும் ஒரு தாயைப் போல இன்னொரு தாய் இருப்பதில்லை; ஒவ்வொருவருக்கும் ஒரு விதத் தனித்தன்மை இருக்கிறது'', என்கிறார் பிரபல இலக்கிய விமர்சகர் பெர்னார் ஆன்ரி-லெவி (BERNARD-HENRI LÉVY). ''ஆனால் காம்யுவின் தாய் மிகவும் மாறுபட்ட குணச்சித்திரமாக இருக்கிறார். (...) இந்தப் பெரும் எழுத்தாளரின் தாய்க்கு எழுதப் படிக்கத் தெரியாதது மட்டுமல்ல, அவள் அதிகம் பேசுவதில்லை, நன்றாகக் காது கேட்காது—பேசாத, மௌனமாக இருக்கும் தாய், தன்னுடைய சொற்களஞ்சியத்தில் நானூறு சொற்களுக்கு மேல் இல்லாத தாய்.''

அதிகாலையில் எழுந்து ஆரம்பப் பள்ளிக்கு ஓடிய சிறுவன் ழாக், பின்னர் மேல்நிலைப் பள்ளியில் புத்தகங்களையும் அறிவுசார்ந்த உலகையும் அறிந்து மகிழ்ச்சியடைந்த சிறுவன், வீட்டுக்கு வந்த பிறகு இவற்றைப் பற்றிப் பேசிப் பகிர்ந்துகொள்ள முடியாத தன் தாயுடனும், அண்ணனுடனும் ஒரே அறையில் படுத்துறங்கும் இந்த மகன், தன் தாயை முழுமையான பாச உணர்வுடன் நேசிக்கிறான். அவளுக்குக் காது கேட்காததற்கும், அவள் அதிகம் பேசாததற்கும் கார

ணம் சிறு வயதில் அவளைத் தாக்கிய டைஃபாய்டு நோயா என்று ழாக்கினால் தெரிந்துகொள்ள முடியவில்லை. ''இந்த நிலையை எந்தக் கோணத்தில் வேண்டு மானாலும் திருப்பித்திருப்பிப் பார்க்கலாம். இங்குதான் மொழியுடனான உறவு குறித்த ஒரு அடிப்படை உண்மையைப் பார்க்க முடிகிறது—ஆழ்ந்த நம்பிக்கை யும் அவநம்பிக்கையும் கலந்த, நன்றியுணர்வும் சந்தேகப் பார்வையும் கலந்த உறவு. காம்யுவின் பிரத்தியேக முத்திரைகளில் இதுவும் ஒன்று,'' (பெர்னார்-ஆன்ரி லெவி). ''தன் தாயின் நிரந்தர நிழலில், பேச முடியாத மக்களின் குரலாக, சொற் கள் இல்லாத பிறவிகளின் மொழியாகக் காம்யு இருந்தார்'' (மிஷெல் ஓன்ஃப்ரே MICHEL ONFRAY, *2012*).

தந்தையின் அதிகாரத்தையோ கண்டிப்பையோ அறிந்திராத ழாக்குக்கு அந்த இடத்தைப் பாட்டி ஓரளவு நிரப்புகிறாள். கணவனை இழந்த தன் மகளிடம் கண்டிப்புடன், ''மகளே, இங்கே உழைத்தாக வேண்டும்'' என்கிறாள். மதத்தைக் குறித்து அவளிடம் தென்பட்ட அலட்சியமும், சாவின் முன்னால் உணர்ச்சியற்ற மனப்போக்கும் பொதுவாக அல்ஜீரியக் குடியேறிகளிடையே எப்போதும் காணப் பட்ட குணாதிசயம் என்று ஏற்கனவே காம்யு குறிப்பிட்டுள்ளார். ழாக் தன் படிப்பைத் தொடர முதலில் அனுமதிக்காமல், பிறகு ஆசிரியர் பெர்னாரின் வற்புறுத்தலால் விட்டுக்கொடுத்து, தன் பேரன் புத்திசாலி என்று கருதப்படுவதில் உள்ளூர மகிழ்ந்து, அவனுடைய கையை இறுக அழுத்தி மகிழ்ச்சியை வெளிப் படுத்தும் பாட்டி, திடீரென்று உயர்ந்துவிடுகிறாள். யதார்த்தமும் கண்டிப்பும் கலந்து இருந்த இந்தப் பாட்டியின் மகன்—ழாக்கின் மாமா—வேறொரு விதத்தில் முக்கியத்துவம் பெறுகிறார். அரை ஊமையாக, பேச்சுத் திறனும் அரைகுறையா கவே இருந்த மாமா, தன் அக்காவைப் போல இல்லாமல், பெரிய வாயாடி. தன் நண்பர்கள் மத்தியில் தனக்கே உரித்தான பாணியில் கோமாளித்தனங்கள் செய்து எல்லோருடைய விருப்பத்துக்கும் ஆளாகிறார். புத்தக அறிவைச் சாராமல், இயற் கையோடு இசைந்து வாழ்ந்த மாமாவிடமிருந்து மனிதநேயத்தின் சில கூறு களை ழாக் அறிந்துகொள்கிறான். இவனை வெளியுலகுக்கு இட்டுச்செல்வதில் முக்கியப் பங்கு அவருக்கு உண்டு: ஸாப்லெட் கடற்கரையில் கடலில் குளியல், விடுமுறை நாட்களில் நண்பர்களுடன் வேட்டை, தான் வேலை செய்யும் மரப் பீப்பாய்ப் பட்டறைக்கு விஜயம்—இப்படிப் பல நிகழ்வுகள்.

''அந்த மனிதருக்குத் தன் தந்தையைத் தெரிந்திருக்கவில்லை'' என்று தொடங் கும் அத்தியாயத்தில் காம்யு, தன் பள்ளி ஆசிரியர் லூயி ழெர்மெனை அறி முகப்படுத்துகிறார். நாவலில் அவருக்கு பெர்னார் என்ற பெயர் அளிக்கப்பட் டிருந்தாலும், இந்த அத்தியாயத்தில் கவனக்குறைவாக, தன்னை மறந்து, அவரு டைய இயற்பெயரான 'ழெர்மென்' என்பதை இரண்டு இடங்களில் எழுதி யிருக்கிறார். (இறுதி வடிவில் நிச்சயமாக அதைத் திருத்தியிருப்பார்.) நோபல் பரிசு பெற்றவுடன் காம்யு இவருக்கு எழுதிய கடிதம் (பார்க்க. பின்னிணைப்பு) வரலாற்றுப் புகழ் பெற்றுவிட்டது. காம்யுவின் வாழ்க்கையில் சரியான தரு ணத்தில் சொந்த முயற்சி எடுத்து, இவர் கைதூக்கி விட்டிருக்காவிட்டால் உல குக்குக் காம்யு கிடைத்திருப்பாரா என்பது கேள்விக்குறி. பிரான்ஸ் நாட்டில்

1870இல் தொடங்கிய மூன்றாம் குடியரசு ஆட்சியின் கீழ் அமைக்கப்பட்ட கல்வித் திட்டத்தின் பெருமைகளையும், அந்த நாட்களில் ஆசிரியர்கள் ஆற்றிய பெரும் பங்கையும், இங்கே காம்யு முதன்மைப்படுத்தியிருக்கிறார். மேல்நிலைப் பள்ளியில் ஒவ்வொரு பாடத்துக்கும் ஒரு ஆசிரியர் என்று இருந்தார்கள்; சிலரைப் பிடிக்கும், சிலரைப் பிடிக்காது. ஆனால் தொடக்கப் பள்ளியில் முழுவதும் திரு. பெர்னார்தான்; அவருக்கு எல்லாமே தெரிந்திருந்தது. ''இந்தக் கோணத்திலிருந்து பார்த்தால், தொடக்கப் பள்ளி ஆசிரியர் கிட்டத்தட்ட தந்தையின் ஸ்தானத்துக்கு வந்துவிடுகிறார்...'' (பக். 177) பிற்காலத்தில், காம்யுவின் வாழ்வில் அவருடைய குரு வாக இருந்து, அறிவுரீதியாக பெரிய தாக்கத்தை ஏற்படுத்திய தத்துவப் பேரா சிரியரும், எழுத்தாளருமான ழான் க்ரெனியே, இந்த நாவலில் ஒய்வுபெற்ற சுங்க அதிகாரி மாலன் என்ற பெயரில் ஒளிந்திருக்கிறார்.

''ஒரு எழுத்தாளரின் வாழ்க்கையை அல்லாமல் ஒரு மனிதனின் வாழ்க்கையை எழுதுவது என்று காம்யு தேர்வுசெய்திருந்ததால், 'முதல் மனிதன்' நாவலின் பார்வையில், தன்னுடைய அறிவுத்திறனை வளர்த்தவர்களைவிட வறுமையின் பிடியிலிருந்து தன்னை மீட்டு, தைரியம், நேர்மை போன்ற நற்பண்புகளைக் கற்றுக்கொடுத்த பள்ளி ஆசிரியர் முக்கியத்துவம் பெறுகிறார்'' (பியர்-லூயி ரே).

அல்ஜீரிய பிரெஞ்சுக்காரர்களை பிரான்ஸில் இருக்கும் பிரெஞ்சுக்காரர்கள் 'பியெ-ந்வார்' (Pied-noirs) என்று சொல்வது வழக்கம். ('பியெ' என்றால் பாதம், 'ந்வார்' என்றால் கறுப்பு. இந்தக் 'கறுப்புப் பாதங்கள்' என்ற அடைமொழி எப் படி வந்தது என்று சரியாகத் தெரிவில்லை.) 1955இல் அல்ஜீரியச் சுதந்திரப் போர் ஆரம்பித்து ஒரு ஆண்டுக்குப் பிறகுதான் இந்த அடைமொழி புழக்கத்துக்கு வந் தது. காம்யு தன் எழுத்துகளில் ஒரு முறைகூட இதைப் பயன்படுத்தியதில்லை. 1957இல் அவருக்கு இலக்கியத்துக்கான நோபல் பரிசு வழங்கப்பட்டபோது அல் ஜீரியப் போரின் உச்சக் கட்டம். நன்றியுரையில் காம்யு நோபல் பரிசுத் தேர்வுக் குழுவுக்கும், ஸ்வீடன் மன்னருக்கும் முன்னிலையில் ஒரு 'அல்ஜீரியப் பிரெஞ் சுக் குடிமகனை' அவர்கள் கௌரவித்திருக்கிறார்கள் என்று சொன்னார். வாழ்நாள் முழுவதும் அல்ஜீரியாவுடன் தன்னை நெருக்கமாக இணைத்துக்கொண்டிருந்த இவர், அல்ஜீரியாவிலிருந்த ஐரோப்பியர்களும், ஆப்பிரிக்க-அராபியர்களும் சம உரிமைகளுடன் ஒன்றுசேர்ந்து வாழ வகை செய்யப்பட வேண்டும் என்று விரும் பினார். அதனுடைய முதல் கட்டமாக இரு தரப்பினருமே தங்களுடைய தீவிரப் போக்கையும், தேவையற்ற கொடிய வன்முறையையும் கைவிட வேண்டும் என்று வலியுறுத்தினார். நடைமுறையில் சாத்தியமற்ற லட்சியக் கனவு என்று அதைக் கருதிய ஆப்பிரிக்கத் தீவிரவாதிகளும், பிரான்ஸின் வலது சாரி, இடது சாரி அறிவுஜீவிகளும் அவரை ஏளனம்செய்து ஓரம்கட்டிவிட்டார்கள். அவர் இறந்து இருபது ஆண்டுகளுக்குப் பிறகு நிலவிய உலக அரசியல் சூழ்நிலை அவருடைய தொலைநோக்குப் பார்வையில் நியாயம் இருந்தது என்பதைத் தெளிவாக்கியது. ஆகவேதான், இன்று பிரான்ஸின் பல முக்கிய எழுத்தாளர்களும் சிந்தனையாளர்களும் காம்யுவின் கருத்துகளுக்குப் பெரும் முக்கியத்துவம் அளித்து, அவற்றைப் பற்றிப் பேசுகிறார்கள். அல்ஜீரிய இலக்கிய உலகின் இன்றைய முக்

கிய, பிரபல எழுத்தாளர்கள்—யாஸ்மினா காத்ரா (YASMINA KHADRA) முதல் மய்யிஸா பே (MAISSA BEY) வரை—அவரைப் போற்றிப் புகழ்கிறார்கள், அவருடைய எழுத்தை நேசிக்கிறார்கள். 2002இல், இலக்கியத்துக்கான நோபல் பரிசு பெற்ற ஹங்கேரிய எழுத்தாளர் இம்ரெ கெர்டெஸ் (IMRE KERTÉSZ), ''எனக்கு வாழ்க்கைப் பாடம் சொல்லிக் கொடுத்த மனிதர் காம்யு'' என்கிறார். (Philosophie Magazine, April - May 2013)

ஐரோப்பிய, ஆப்பிரிக்க இனத்தவர்களிடையே ஆழ்மனதில் ஒருவித விரோத மனப்பான்மை இருந்துகொண்டே இருந்தது என்ற உண்மையைக் காம்யு மறைக்காமல் சொல்கிறார். 1905இல் மொரோக்காவுடனான போரில், குரூரமாகத் தலை வெட்டப்பட்ட பிரெஞ்சுச் சிப்பாய்களைப் பார்த்த ஆன்ரி கோர்மெரி, மொரோக்கோவினரை ''அசிங்கமான இனம்! என்ன மோசமான இனம்!'' என்று கோபத்துடன் சொன்னதை அவருடைய நண்பர் சொல்லி மூாக் அறிகிறான். (பக். 56). மூாக் வீட்டுக்கருகில் குண்டு வெடிப்புச் சம்பவம் ஒன்றின்போது, அராபியன் ஒருவனைப் பார்த்து ''இதோ, இந்தக் கேவலமான இனம்,'' என்கிறான் ஒரு ஊழியன். (பக். 63). ஆனால் பின்னிணைப்பில் ஆசிரியரின் ஒரு குறிப்பு: ''சேன்-எத்தியெனில் அராபியனுடன் சந்திப்பு. பிரான்ஸ் நாட்டில் இந்த இரண்டு புலம்பெயர்ந்தவர்களின் தோழமை.'' பிரெஞ்சுக் குடியேறிகள் அல்ஜீரியாவிலேயே இறக்கவும் தயாராக இருந்தார்கள் என்பதை பாரிஸில் யாரும் புரிந்துகொள்ள மாட்டார்கள் என்று மூாக்கிடம் வெய்யார் சொல்கிறார்: ''நம் இருவரைத் தவிர இதையெல்லாம் புரிந்துகொள்ளக் கூடியது யார் தெரியுமா?'' ''அராபியர்கள்.'' ''மிகச் சரியாகச் சொன்னீர்கள். அவர்களும் நாமும் ஒருவரையொருவர் புரிந்துகொள்வதற்காகவே இருக்கிறோம்.'' (பக். 145)—இப்படிப் பல உதாரணங்கள், பல முரண்பாடுகள்...

ஆனால், ஆதியிலிருந்தே வன்முறை மனிதகுலத்தின் ரத்தத்தில் ஊறிப் போயிருக்கிறது என்பதையும் அவர் சுட்டிக்காட்டுகிறார். ''(... ஆதாமின், மன்னிக்கப்படத் தகுந்த குற்றத்துடன் ஒப்பிடுகையில்) கைனின் குற்றம்தான் நம்முடைய சக்திகளையும், வாழ்வின் மீதுள்ள நேசத்தையும் செயலிழக்கச் செய்துவிட்டது.'' (காம்யுவின் நாட்குறிப்புகள், 1942). 'முதல் மனித'னில் வெய்யார் சொல்கிறார்: ''இப்படியே பார்த்துக்கொண்டுபோனால் உலகின் முதல் குற்றவாளிவரை போகலாம், உங்களுக்குத் தெரியும் அல்லவா, அவன் பெயர் கைன். அன்றிலிருந்தே போர்தான், மனிதர்கள் பயங்கரமானவர்கள், அதுவும் மூர்க்கத்தனமான வெயிலின் கீழ்...'' (பக். 153). போரைப் பற்றியும் வெய்யார் மூாக்கிடம் சொல்கிறார்: ''போர் நடந்துகொண்டுதான் இருக்கிறது. ஆனால், வெகு சீக்கிரமே அமைதிக்குப் பழகிவிடுகிறோம். அப்போது அதுதான் இயல்பானது என்று நம்புகிறோம். ஆனால், இயல்பானது எதுவென்றால், போர்தான்.'' (பக். 147) [அடிக்குறிப்பில், இது 'விரிவாகச் சொல்லப்பட வேண்டும்' என்று ஆசிரியர் குறிப்பிட்டிருக்கிறார்.] இதே கருத்தை 1947இல் தன்னுடைய 'கொள்ளைநோய்' நாவலிலும் காம்யு சொல்லியிருக்கிறார்.

பிரெஞ்சுக் குடிமகனாக இருந்தாலும் அல்ஜீரியாவைத் தன் தாய் நாடு போல நேசித்த காம்யுவுக்கு பிரெஞ்சு மொழியின் மீது இருந்த ஆளுமை வியக்க வைக்கி

றது. அரசியல், சித்தாந்தரீதியில் இவருடன் கருத்து வேறுபாடு கொண்டவர்கள் கூட இவருடைய மொழித் திறனை, நடையைப் பெரிதும் ரசித்தார்கள்—சார்த்ர் உட்பட. தாய்நாட்டைப் பற்றி இவரிடம் கேட்கப்பட்டபோது ஒரு முறை சொன்னார்: ‘‘ஆமாம். எனக்கு ஒரு தாய் நாடு இருக்கிறது: பிரெஞ்சு மொழி.’’ பாரிஸில் வசதியான, மெத்தப் படித்தவர்கள் குடும்பத்தில், ஏராளமான புத்தகங்களுக்கிடையே வளர்ந்த ழான்-போல் சார்த்ருடன் ஒப்பிட்டு, படிப்பறிவற்றவர்கள் மத்தியில் பிறந்து வளர்ந்த ஆல்பெர் காம்யுவின் மொழியை, குறிப்பாக, இலக்கிய நடையைப் பற்றி காம்யுவின் வரலாற்று ஆசிரியர்களில் மிகவும் முக்கியமானவரான ஒலிவியே டாட் (OLIVIER TODD) சொல்கிறார்: ‘‘பிரெஞ்சு மொழி அவருக்கு இயல்பாகக் கொடுக்கப்படவில்லை, பரம்பரைச் சொத்தாக அது அவருக்குக் கிடைக்கவில்லை, அவராகவே அதைத் தன் வசப்படுத்திக்கொண்டார். ஆகவே தான் அவருடைய நாவல்களையும், கட்டுரைகளையும் படிக்கும்போது வியப்பாக இருக்கிறது: அவை ஒவ்வொன்றும் ஒரு நடை.’’ ‘அந்நிய’னின் எளிமை, ‘கொள்ளைநோ’யின் விவரணை, ‘முதல் மனித’னின் கவித்துவம் என்று பன்முகத்தன்மை கொண்ட நடை, அவருடைய சிறப்பு அம்சம். தான் சொல்லவரும் கருத்தக்கேற்ற நடையைக் கையாண்டு தன் எழுத்தை காம்யு வளப்படுத்தியிருக்கிறார். ‘முதல் மனிதன்’ நாவலின் நடையை மார்செல் ப்ரூஸ்டின் நடைக்கு ஒப்பிட்டு, ‘உணர்வுகளின் கொண்டாட்டம்’ என்று குறிப்பிடுகிறார் தத்துவச் சிந்தனையாளர், எழுத்தாளர், ஆலென் ஃபேங்கியல்க்ரோட் (ALAIN FINKIELKRAUT): ‘‘நிறங்களையும், சுவைகளையும், மணங்களையும் நம் உணர்வைத் தொடும் வகையில் [காம்யு] பதிவுசெய்திருக்கிறார்.’’ முதல் அத்தியாயத்தில் எரிந்த இலைகளின் மணம், எருவின் வாடை (பக். 11), அராபியன் ஆடையிலிருந்து எழும்பிய புகையின் வாடை (பக். 20) என்று தொடங்கி, சில இனிய நறுமணங்கள், பலமான நெடி போன்ற முகர் உணர்வைக் குறிக்கும் வெவ்வேறு சொற்கள் அறுபதுக்கும் மேல் இந்த நாவலில் இருக்கின்றன. இயற்கையைப் பற்றிய விவரணைகள் அழகாகச் சொல்லப்பட்டிருப்பதுடன், மனிதனின் அன்றாட வாழ்க்கையில் இயற்கை ஏற்படுத்தும் இனிய, கொடிய உணர்வுகளை மனதில் பதியும்படி சித்தரிக்கிறார்: நண்பர்களுடன் கடற்கரையில் விளையாட்டு, மாமாவுடன் கடலில் குளியல், கூபாவின் ஊனமுற்றோர் இல்லத்தைச் சுற்றி இருந்த பூங்காவில் விடுமுறை நாட்களில் நண்பர்களுடன் கொண்டாட்டம் இவற்றைத் தவிர, மாமாவுடன் வேட்டைக்குப் போன அனுபவத்தை ‘அற்புதம்கலந்த ஏக்க உணர்வுடன்’ மாக் நினைத்துப் பார்க்கிறான் (பக். 90). அதே சமயம், வெயிலின் கொடுமை ‘‘கிட்டத்தட்ட எல்லோரையும் பைத்தியமாக ஆக்கி, நாளுக்கு நாள் இன்னும் எரிச்சலடையச் செய்து, எதையும் எதிர்கொள்ள, கத்த, திட்ட, அடிக்கப் போதுமான பலமோ, சக்தியோ இல்லாமல் செய்து, வெயிலின் சூட்டைப் போலவே எரிச்சல் உணர்வும் அதிகரித்துக்கொண்டே போகும்...’’ (பக். 206)

காம்யுவின் இந்தச் சுயசரித நாவலில் அவருடைய சொந்த வாழ்க்கை எந்த அளவுக்கு இருக்கிறது, எந்த அளவுக்குப் புனைவு கலந்திருக்கிறது என்பதும் விமர்

சகர்களால் பெரிதும் ஆய்வுசெய்யப்பட்டிருக்கிறது. ''ஒரு மனிதனின் படைப்புகள் பொதுவாக அவனுடைய பழைய நினைவுகளின், ஆசைகளின் வரலாற்றுப் பாதையில் திரும்பிச் செல்கின்றன; கிட்டத்தட்ட ஒருபோதும் அவை அவனுடைய சொந்த வாழ்க்கையின் கதையாக இருப்பதில்லை, குறிப்பாக, சுயசரிதை என்று முத்திரை குத்தப்படும்போது,'' என்று காம்யு, தன்னுடைய 'கோடை காலம்' கட்டுரைத் தொகுப்பில் (1950) 'முதல் மனிதன்' எழுத ஆரம்பிப்பதற்குச் சில ஆண்டுகள் முன்பாகவே சொல்லியிருப்பது வியப்பாக இருக்கிறது!

முப்பத்து நான்கு ஆண்டுகளுக்குப் பிறகு இதை வெளியிட்ட காம்யுவின் மகள் காதரின், 'இதோ, நான் யார் என்று பாருங்கள்' என்று சொல்லும் தன் தந்தையின் முதல் கிளர்ச்சிக் குரல் என்று இந்தப் புத்தகத்தைப் பற்றிச் சொல்கிறார் (நேர்காணல், Philosophie Magazine, ஏப்ரல்-மே 2013): ''படிப்பறிவு இல்லாதவர்களின் குழந்தையாகப் பிறந்து, இந்த மொழியின் மேல் அளவற்ற மதிப்பு வைத்து, அதில் ஆளுமை பெறுவதில் வெற்றி கண்டவர் (...) 'முதல் மனித'னின் நடை கவித்துவம் மிக்கது. இதற்கு முன்புவரை கடுமையாகக் கடிவாளம் போடப்பட்டிருந்த உணர்வுகள் இதில் பொங்கி எழுகின்றன. நாவல் முழுவதிலும் நேசம் வெடித்துப் பிரகாசிக்கிறது (...) ஒரு வித அவசரமும், விடுதலை உணர்வும் தென்படுகின்றன. விசித்திரம் என்னவென்றால், இந்த விடுதலை உணர்வுதான் இதை நான் வெளியிட நினைத்தபோது என்னுடைய கைகளை இழுத்துப் பிடித்தது. ஒரு புறம், அவர்மீது விமர்சனங்களை அள்ளிக் கொட்டுவார்களோ என்ற அச்சம்—என்னதான் இருந்தாலும் இது முடிவுறாத ஒரு எழுத்து அல்லவா?—மறுபுறம், அவர் தரப்பில் வாதிட நான் பொருத்தமானவள் அல்ல என்ற பயம். ஆனால், இங்கே நிதர்சனமான ஒரு உண்மையும் புலப்பட்டது: இந்த மனிதரையும் அவருடைய படைப்பையும், இரண்டுக்கும் இடையே இருந்த கச்சிதமான இயைபையும் அவ்வளவு அழகாக இந்தப் புத்ததம் விளக்குகிறது. இந்தப் பிரமாதமான, முடிவுறாத 'இதோ, நான் யார் என்று பாருங்கள்' என்ற அழைப்பு கண்ணுக்குப் புலப்படாத சக்தியில் முடிவு பெறுகிறது... 'தன்னுடைய வாழ்க்கைக்கான காரண-காரியரீதியான நியாயங்களைத் தனக்குக் கொடுத்திருந்த அதே சக்தி, அதே சோர்வில்லாத தாராளத்துடன் தான் முதுமை அடைவதற்கும், கிளர்ச்சி செய்யாமல் சாவதற்குமான நியாயத்தையும் அளிக்கும் என்ற குருட்டு நம்பிக்கையில்...' ''

''வாழ்க்கையில் உள்ளர்த்தத்தைப் புரிந்துகொள்வதற்கு முன் வாழ்க்கையை நேசிக்க வேண்டும்'' என்று தாஸ்தாய்வெஸ்கி சொன்னதைத் தன் நாட்குறிப்பில் எழுதி வைத்த காம்யு, மேலும் குறிப்பிட்டார்: ''ஆமாம், வாழ்க்கையின் மீதான நேசம் மறைந்துவிடும்போது, எவ்வித உள்ளர்த்தமும் ஆறுதல் அளிக்காது.''

***

வெ. ஸ்ரீராம்: *தமிழில் பல முக்கியமான நூல்களை மொழிபெயர்த்திருக்கிறார்:*

பிரெஞ்சிலிருந்து தமிழில்:

*அந்நியன், **1980** (ஆல்பெர் காம்யு)*

*குட்டி இளவரசன், **1981** (அந்த்வான் து செந்த்-எக்சுபெரி)*

*மீள முடியுமா? **1986** (ழான்-போல் சார்த்ர்)*

*சொற்கள், **2000** (ழாக் ப்ரெவெர்)*

*க்னோக் அல்லது மருத்துவத்தின் வெற்றி, **2000** (ழூல் ரோமென்)*

*தொலைக்காட்சி: ஒரு கண்ணோட்டம், **2004** (பியர் பூர்தியு)*

*சின்னச் சின்ன வாக்கியங்கள், **2010** (பியரெத் ஃப்லுசியோ)*

*கீழை நாட்டுக் கதைகள், **2006** (மார்கெரித் யூர்ஸ்னார்)*

*காற்று, மணல், நட்சத்திரங்கள், **2017** (அந்த்வான் து செந்த்-எக்சுபெரி)*

*மெர்சோ: மறுவிசாரணை, **2018** (காமெல் தாவுத்)*

ஆங்கிலத்திலிருந்து தமிழில்:

*ஃபாரென்ஹீட் **451, 2014** (ரே பிராட்பரி)*

மேலும் சில பிரெஞ்சுத் திரைப்பட இயக்குநர்களைப் பற்றியும் குறுவெளியீடுகளையும் கட்டுரைத் தொகுப்பையும் எழுதியிருக்கிறார்:

*ஃப்ரான்ஸ்வா த்ரூஃபோ, **1997***

*ரோபெர் ப்ரெஸ்ஸோன், **1998***

*லூயி மால், **1999***

*புதிய அலை இயக்குநர்கள், **2014** (கட்டுரைத் தொகுப்பு)*